அராபியரின் குதிரை வணிகக் கப்பல் - வரைகலைப் படம்

திருப்புடைமருதூர்
ஓவியங்கள்

திருப்புடைமருதூர் ஓவியங்கள்

சா. பாலுசாமி

செம்மொழித் தமிழாய்வு மத்திய நிறுவனம்
செம்மொழிச் சாலை, பெரும்பாக்கம், சென்னை - 600 100

2023

CICT Publication No. 118

Tiruppuṭaimarutūr Ōviyaṅkaḷ
© Central Institute of Classical Tamil, Chennai
Subject : Mural Paintings
Edition: First, 2023
Pages: 556
Size: 9/13

Published by
Central Institute of Classical Tamil
Chemmozhi Salai, Perumbakkam, Chennai - 600 100
Phone: 044-22540125
Email: registrar@cict.in
Website: www.cict.in

Price ₹. 3000/-
ISBN: 978-81-960989-7-1

Typeset by
Central Institute of Classical Tamil
Printed by
VS Graphics, Chennai - 600 014

பதிப்புக் குழு

தலைமைப் பதிப்பாசிரியர்
பேராசிரியர் இரா. சந்திரசேகரன்
இயக்குநர்

இணைப் பதிப்பாசிரியர்
முனைவர் இரா. வெங்கடேசன்
இளநிலை ஆராய்ச்சி அலுவலர்

நூல் வடிவமைப்பாளர்
திரு. மு. முனியசாமி
தரவு உள்ளீட்டாளர்

அட்டை வடிவமைப்பாளர்
திரு. கி. கண்ணன்
இளநிலை ஆய்வு வளமையர்

பேரா. இரா. சந்திரசேகரன்
இயக்குநர்
செம்மொழித் தமிழாய்வு மத்திய நிறுவனம்
சென்னை - 600 100

அணிந்துரை

'ஓவியம்' ஏனைய கலை வடிவங்களுள்ளும் ஒப்பற்ற சிறப்புடையது எனவும் கலைகளின் அரசன் எனவும் போற்றப்படுகிறது. மனித நாகரிகத்தின் மிகத் தொடக்கக் காலத்திலேயே, தன்னைச் சூழ்ந்திருக்கும் பொருள்களின் மீது தனக்கு விருப்பமானவற்றை, இயற்கை வண்ணங்களைக் கொண்டு வரைந்து அவற்றை அழகியல் கலந்த கலைப் பொருட்களாக்கினான் மனிதன். வரலாற்றுக் காலத்திற்கு முன்னரே, தான் தங்கியிருந்த இயற்கைக் குகைத்தளங்களின் சுவர்களில், அன்றாடம் தான் இயற்கையில் கண்டுணர்ந்தவற்றை, இயற்கை வண்ணங்களைக் கொண்டு வரைந்து வைத்திருந்தான்.

வரலாற்றுக்கு முந்தைய காலத்தில் அன்றாட வாழ்வில் தான் பயன்படுத்திய பானைகளின் மீது மனிதனது தூரிகை பல்வேறு வடிவங்களை ஓய்வின்றித் தீட்டியது. மிகவும் தனித்தன்மைகள் கொண்ட அவற்றின் கூறுகள், மனிதக் குழுக்கள் ஓரிடத்திலிருந்து மற்றோர் இடத்திற்கு இடம் பெயர்ந்ததை அறிய உதவின.

கட்டடச் சுவர்களில் தீட்டப்பட்டிருந்த ஓவியங்கள் குறித்த சங்க இலக்கியப் பதிவுகள் மிகவும் கவனத்திற்குரியனவாகும். கல்லில் சிலையாக வடித்து வழிபடுவதற்கு முன் தெய்வ உருவங்கள் ஓவியங்களாகத் தீட்டி வழிபடப்பட்டதைத் தொல்லியல் சான்றுகள் உணர்த்துகின்றன.

பல்லவர், பாண்டியர் காலத்தில் செழித்த சுவரோவிய மரபு, இராசராச சோழன் காலத்தில் புகழின் உச்சம் தொட்டதைத் தஞ்சைப் பெருவுடையார் கோயிலில் உள்ள உன்னதமான ஓவியங்கள் உணர்த்துகின்றன. பின்னர், ஓர் இடைவெளிக்குப் பிறகு, சுவரோவியக் கலை விஜயநகர - நாயக்கர் காலத்தில் தனித்தன்மைகள் கொண்ட புத்தம்புதிய பண்புக்கூறுகளுடன் எழுச்சி பெற்றது. தென்னிந்தியாவில், குறிப்பாக ஆந்திர மாநிலத்தில் இக்காலக்கட்ட ஓவியங்கள் ஏராளமாக ஆவணப்படுத்தப்பட்டுள்ளன.

தமிழகத்தின் வடபகுதியில், குறிப்பாகக் காஞ்சிபுரம், திருப்பருத்திக்குன்றம் போன்ற இடங்களில் உள்ள பல ஓவியங்கள் குறித்துத் தகவல்கள் வெளிவந்துள்ளன. மதுரை மீனாட்சியம்மன் கோவிலிலிருந்த இக்காலப் பகுதியைச் சேர்ந்த ஓவியங்கள் பெரும்பாலானவை இழக்கப்பட்டுவிட்டன. இந்த வரிசையில் திருப்புடைமருதூர் ஓவியங்கள் தனிச்சிறப்பான இடத்தைப் பெறுகின்றன.

கலை வரலாற்று அறிஞராகவும், சிறந்த சுவரோவிய ஆய்வு வல்லுநராகவும் விளங்கும் முனைவர் சா. பாலுசாமி அவர்கள் திருப்புடைமருதூர் ஓவியங்களை அரிதின் முயன்று ஆவணப்படுத்தியுள்ளார். மிகுந்த ஈடுபாட்டுடனும் ஆவணப்படுத்தும் நெறிமுறையை முழுமையாகக் கையாண்டும் திருப்புடைமருதூர் கோயில் ஓவியங்களை ஆவணப்படுத்தியுள்ளார். அங்குள்ள ஓவியங்களில் ஓர் அங்குலத்தைக்கூட விடாமல் இந்நூலில் விவரித்துள்ளார். ஓவியங்கள் குறித்த தன் கருத்து முடிவுகளை முன்வைக்க, போதுமான சான்றுகளையும் அவர் முன்வைத்துள்ளார்.

திருப்புடைமருதூர் ஓவியங்கள் மூலமாக, கி.பி. 1532ஆம் ஆண்டு விஜயநகர அரசிற்கும் திருவிதாங்கூர் அரசிற்கும் இடையே நடந்த வரலாற்று நிகழ்வான

'தாமிரபரணிப் போர்' பற்றி அடையாளம் கண்டு வெளிப்படுத்தியிருப்பது இந்நூலாசிரியரின் பெரும் வரலாற்றுப் பங்களிப்பாகும்.

ஓவிய மரபிற்கும், வரலாற்று ஆய்வுகளுக்கும் பெருந்துணையாக விளங்கவிருக்கும் இந்த அரிய நூலைச் செம்மொழித் தமிழாய்வு மத்திய நிறுவனம் மிகவும் மகிழ்ந்து வெளியிடுகிறது. நூலாசிரியர் முனைவர் சா. பாலுசாமி அவர்களுக்குத் தமிழ்ச் சமூகத்தின் சார்பாகப் பெரிதும் நன்றி பாராட்டுகிறேன். இந்த நூலாக்கப் பணியில் பொறுப்புடன் செயல்பட்ட எங்கள் நிறுவன இளநிலை ஆராய்ச்சி அலுவலர் முனைவர் இரா. வெங்கடேசன் அவர்களுக்கு அன்பான நன்றியைத் தெரிவித்துக்கொள்கிறேன்.

(ஒ-ம்)
(இரா. சந்திரசேகரன்)

நன்றியுரை

மக்கள், தாவரங்கள் மற்றும் சூழலிய மையம் சார்பில், சுவரோவிய ஆவணத் திட்டத்தை முன்னெடுத்த முனைவர் பா. தயானந்தன், திரு. லாரன்ஸ் சுரேந்திரா, முனைவர் து. நரசிம்மன், முனைவர் நிர்மல் செல்வமணி ஆகியோருக்கு நெஞ்சார்ந்த நன்றிகள் உரியன. இந்து சமய அறநிலையத் துறை (தமிழ்நாடு அரசு), தமிழ்நாடு தொல்பொருள் ஆய்வுத் துறை, இந்தியத் தொல்லியல் துறை ஆகியன கொடுத்த ஆதரவு என்றென்றும் நன்றிக்குரியது.

திருப்புடைமருதூர் ஓவியங்களை ஆவணப்படுத்திய காலத்தில் புகைப்பட வல்லுநர் குழுவிற்குத் தங்க இடமும் உண்ண உணவும் அளித்தது மட்டுமின்றி, அடுத்தடுத்த ஆண்டுகளில் ஆய்விற்காகப் பலமுறை நான் சென்ற போதெல்லாம் அன்பு பாராட்டி உதவிய மாண்பமை உச்சநீதிமன்ற மேனாள் நீதியரசர் இரத்தினவேல் பாண்டியன் அவர்களுக்கு உளமார்ந்த நன்றிகள் உரியன.

உரோம் - வாடிகன் தேவாலயத்தில் மைக்கேல் ஏஞ்சலோ தீட்டிய ஓவியங்களை ஆவணப்படுத்திய முறையிலேயே, சுவர்ப் பரப்புகள் புகைப்படமாக்கப்பட்டு அதன்மீது கட்டங்களை வரைந்து தொடர்ச்சியாக, பகுதிபகுதியாகப் படமாக்கப்பட்டு, பின்னர் இணைக்கப்பட்டன. இவ்வரிய பணியினைச் செய்த புகைப்பட வல்லுநர் குழுவிற்குத் தலைமையேற்ற திரு. அ. சாரங்கராசன் அவர்களுக்கும், திரு. எம்.பி. பாஸ்கர், திரு. ராஜுவ்குமார், திரு. கே.டி. கார்த்திகேயன், திரு. டி. சாம்சன் ஆகியோர்க்கும் நன்றி. இந்த ஆவணத்திட்டத்தில் உதவியாளர்களாக உடனிருந்த முனைவர் கோ. உத்திராடம், கே. சந்திரராசப்பிரபு, கே. சக்திவேல் ஆகியோர் வழங்கிய ஒத்துழைப்பு மிகப்பெரியது. பலமுறை அக்கோயிலுக்கு வந்து உதவிகள் புரிந்த இளம் கலைஞர்கள் ந. தியாகராசன், ரஞ்சித் மற்றும் யத்தீஷ்குமார் ஆகியோரும் பேரா. சிவராமகிருஷ்ணன், பேரா. அருளரசன், பேரா. இரவி, முனைவர் ஆ. துரைசாமி, பேரா. வீ. அரசு, அருங்காட்சியக வேதியியல் பிரிவு மேனாள் காப்பாட்சியர் முனைவர் வி. ஜெயராஜ் ஆகியோரும் நன்றிக்குரியோராவர்.

இந்நூலாக்கத்தில் ஆர்வம் காட்டிய தொல்லியல் அறிஞர் தியாக. சத்தியமூர்த்தி, அமுதரசன் பால்ராஜ், இந்நூலை வடிவமைத்த மெய்யருள், ஓவியர் மருது, இயக்குநர் பா. சிவக்குமார், திரு. வள்ளியப்பன், திரு. அஜித், முனைவர் க. பஞ்சாங்கம், முனைவர் ஜெயசீல ஸ்டீபன், பேரா. பி. கோபாலகிருஷ்ணன் ஆகியோருக்கும் நன்றி. பல்லாற்றானும் உழைத்த முனைவர் சு. சதாசிவம், பேராசிரியர் இரா. பச்சியப்பன், முனைவர் பா. இரவிக்குமார், முனைவர் இரா. முருகன், முனைவர் ப. கல்பனா. கவிஞர் துரைச்செல்வி, முனைவர் சா. கருணாகரன், திருமதி பா. தமிழ்ச்செல்வம், முனைவர் பா. ஞானபாரதி, திரு. விவேக் ஆனந்து - திருமதி நித்யகல்யாணி இணையருக்கும், ஊடகவியலாளர் தி.சு. சுப்பிரமணியம், இரகுராமன் ஆகியோருக்கும் நெஞ்சார்ந்த நன்றிகள் உரியன.

அரிய பண்பாட்டு ஆவணமாகத் திகழும் திருப்புடைமருதூர் ஓவியங்கள் குறித்த இந்நூலை மிக்க ஈடுபாட்டுடன் வெளியிடும் செம்மொழித் தமிழாய்வு மத்திய நிறுவன இயக்குநர் பேராசிரியர் இரா. சந்திரசேகரன் அவர்களுக்கும் பதிவாளர் முனைவர் ரெ. புவனேஸ்வரி அவர்களுக்கும் உளமார்ந்த நன்றிகள் உரியன. நூலாக்கப் பணியில் மிகவும் அக்கறையுடனும் பொறுப்புடனும் செயல்பட்ட செம்மொழித் தமிழாய்வு மத்திய நிறுவனத்தின் இளநிலை ஆராய்ச்சி அலுவலர் முனைவர் இரா.வெங்கடேசன் அவர்களுக்குச் சிறப்பு நன்றி. நூலின் சில பக்கங்களை வடிவமைத்துத் தந்த திரு. மு. முனியசாமி, அட்டையை வடிவமைத்தளித்த திரு. கி. கண்ணன் ஆகிய இருவருக்கும் அன்பு நன்றி.

சா. பாலுசாமி

நூன்முகம்

நாயக்கர் கால ஓவியங்கள் குறித்து ஜார்ஜ் மைக்கேல் (The New Cambridge History of India - Architecture and art of South India), C.சிவராம மூர்த்தி (Vijayanagara Paintings), இரா. நாகசாமி (ஓவியப்பாவை) என அறிஞர் பலரும் ஆய்வுகள் நிகழ்த்தி உள்ளனர். ஜியான் டெலோச் அவர்களின் A Study in Nayaka - Period Social Life: Tiruppudai Marudur Paintings and Carvings என்ற நூல், இரண்டாம் தள ஓவியங்களை மட்டும் கொண்டு அக்கால ஆட்சிமுறை, படைப்பிரிவுகள், அன்றாடவாழ்வியல் ஆகியவற்றை எடுத்துரைப்பதாக எழுதப்பெற்றதாகும்.

நாயக்கர் கால ஓவியங்களைக் குறித்த பலநூல்களிலும் திருப்புடை மருதூரிலுள்ள போர்க் காட்சிகள், குதிரைவணிகக்கப்பல் ஆகியன தவறாமல் குறிப்பிடப்பட்டிருந்தன. ஆயினும் ஐந்து நிலைகள் கொண்ட கோபுரத்தின் இரண்டாம் தளச் சுவர்கள் முழுமையும் தீட்டப்பட்டுள்ள காட்சிகள் எந்தப் போரைக் குறிக்கின்றன? அது, யார் யார் இடையே நடைபெற்றது? போரின் காரணமென்ன? கப்பல் காட்சி எதற்காக அங்குத் தீட்டப் பட்டுள்ளது? என்பன போன்ற பல வினாக்களுக்கு எதிலும் விடையில்லை.

அவற்றைக் கண்டடைவதற்கான முயற்சி ஆறு ஆண்டுகள் தொடர்ந்தது. ஏராளமான கருதுகோள்களுக்குப் பின்னர் அது 'தாமிரபரணிப்போர்' என்று வரலாற்றில் குறிக்கப்பெறும் போர் என்பதை அறிய முடிந்தது. பின்னர் அப்போர் குறித்த கல்வெட்டுக்களையும் 'அச்சுதராயாப்யுதயம்' என்னும் சமஸ்கிருத நூலையும் கொண்டு உறுதிசெய்து அத்தளத்தை விவரித்து ஒரு நெடிய கட்டுரை எழுதினேன். அந்த ஆய்வினைக் கண்ணுற்ற ஃபிரண்ட் லைன் பத்திரிகை ஆசிரியர் திரு.தி.சு. சுப்பிரமணியம் அவர்கள் அதனை 'தி இந்து ஆங்கில நாளிதழில் (11.9.2011) கட்டுரையாக வெளியிட்டார். அதன்பின்னர் பிற தள ஓவியங்கள் விவரிக்கப்பட்டு நிறைவுற்றது. கதை தழுவிய ஓவியங்கள் பெரிதும் இலக்கியங்களை அடிப்படையாகக் கொண்டே தீட்டப்படுகின்றன. அவ்வகையில் இங்குத் தீட்டப்பட்டுள்ள திருவிளையாடற் புராண ஓவியங்கள் குறித்து எழுதும்போது அவை வேப்பத்தூரார், பரஞ்சோதிமுனிவர் ஆகியோரால் இயற்றப்பட்ட திருவிளையாடற் புராணங்களை அடிப்படையாகக் கொள்ளவில்லை என்பதையும் நாட்டுப்புற மரபிலான ஏதோ ஒரு திருவிளையாடற் புராணத்தை அடிப்படையாகக் கொண்டவை என்பதையும் உணர முடிந்தது. அந்நூலைக் கண்டுபிடிக்கப் பல்வேறு முயற்சிகள் மேற்கொண்டும் இயலவில்லை. அதுபோன்றே 2005ஆம் ஆண்டு உ.வே.சா நூலகம் வெளியிட்ட திருப்புடைமருதூர்ப் புராணத்தைத் தவிர வேறொரு தலபுராணம் இவ்வோவியங்கள் தீட்டிய காலத்தில் இருந்திருக்க வேண்டுமென்பதையும் ஊகித் தறிய முடிந்தது. இந்நூல்கள் கிடைக்கப் பெற்றால் இங்குள்ள ஓவியங்களையும் மரச் சிற்பங்களையும் இன்னும் நெருங்கி உணரலாகும். இருப்பினும் இங்கு ஓவியம் காட்சிப்படுத்தும் திருவிளையாடற் கதைப்பகுதிகள் பரஞ்சோதி முனிவர் இயற்றிய நூலிலிருந்து சுருக்கமாகத் தரப்பட்டுள்ளன.

இராசகோபுரமும் ஓவியங்களும் எப்போது? யாரால்? உருவாக்கப்பட்டவை என்பதை அறிய உறுதியான சான்று ஏதுமில்லை. ஆனால் கோயிலில் தனித்தும் நால்வர் மண்டபத் தூணிலும் சிதைவுற்ற முன் கோபுர அதிட்டானத்திலும் உள்ள சிற்பங்களைப் பிற இடங்களிலுள்ள சிற்பங்களோடு ஒப்பிட்டு இவை தளவாய் அரியநாதரால் உருவாக்கப் பெற்றவையாகலாம் என்னும் கருத்து முன்வைக்கப்பட்டுள்ளது.

அத்துடன் இவ்வோவியங்களைப் படைத்த ஓவியர்கள் 'கோட்டாற்றுச்சிற்பிகள்' என அழைக்கப்பெறும் குழுவினைச் சார்ந்தவர்களாக இருக்கலாம் என்ற கருத்தும், நாயக்கர் காலத்தில் தீட்டப்பட்டிருப்பினும் இவ்வோவியங்கள் தனித்துவமானதொரு பாணி, இதனை 'வேணாட்டுபாணி' என வழங்கலாம் என்ற கருத்தும் முன்வைக்கப்பட்டுள்ளன.

கோபுரம் கட்டப்பட்ட காலத்திலேயே, ஒரே பள்ளியைச் சார்ந்த ஓவியர்களால் இவை தீட்டப்பட்டிருக்க வேண்டும் என்ற கருத்துடன் இங்குள்ள மரச்சிற்பங்கள், திருப்புடை மருதூர் குறித்த இலக்கியங்கள் மற்றும் அருகிலுள்ள பிற ஓவியங்கள் ஆகியன பற்றிய கட்டுரைகள் பின்னிணைப்பாகத் தரப்பட்டுள்ளன. ஏறக்குறைய ஐந்து தளங்களிலும் உள்ள ஓவியங்கள் அனைத்தும் 2004 ஆம் ஆண்டு காணப்பட்ட முறையிலேயே தரப்பட்டுள்ளன. எந்த ஒரு சிறு திருத்தமும் மேற்கொள்ளப்படவில்லை.

ஓவியங்களின் உள்ளடக்க அடிப்படையில் பார்க்கும்போது ஐந்தாம் தளத்திலிருந்து கீழாகக் கண்டுவரும் வண்ணமே ஓவியங்கள் தீட்டப்பட்டுள்ளன. ஆயினும் பார்வையாளர்கள் பார்த்துச் செல்லும் முறைகருதி கீழிருந்து மேலாகத் தளங்கள் வரிசைப்படுத்தப்பட்டு நூலில் விவரிக்கப்பட்டுள்ளன. ஒரு தளத்தின் உள் நுழைந்து இடது புறத்திலிருந்து பார்த்துவரும் தன்மை கருதி, சுவர்களும் எண் இடப்பட்டு ஓவியங்கள் விவரிக்கப்பட்டுள்ளன.

முதலில் தளத்தின் வரைபடம் இடம் பெறுகிறது. அதனை அடுத்து முழுச்சுவரும் காட்சிப்படுத்தப்படுகிறது. பின்னர் சுவரில் கதை நிகழ்வுகள் வரிசைப்படுத்தப்பட்டுள்ள முறையில் வரிசை பிரிக்கப்பட்டு ஒவ்வொரு வரிசையும் தனித்தனியே இடம் பெறுகிறது. அதனை அடுத்து ஒரு வரிசையில் இடம்பெறும் காட்சிகள் தனித்தனியே பிரிக்கப்பட்டு விவரிக்கப்பட்டுள்ளன. அத்துடன் அந்நிகழ்ச்சியின் முக்கியமான ஓவியப் பகுதிகளை நுணுக்கமாக உணரும் வண்ணம் விபர ஓவியங்கள் (Detailed Paintings) கொடுக்கப்பட்டுள்ளன. முக்கியக்கூறுகள், ஓவிய வரைமுறை, வண்ணப் பயன்பாடு ஆகியவற்றை நுட்பமாக உணர அவை மிகவும் பயன்படும். இவற்றுடன் மூன்று, நான்கு, ஐந்து ஆகிய தளங்களில் சில ஓவியங்களின் கீழ் எழுதப்பட்டுள்ள குறிப்புகள், உள்ளவாறே தரப்பட்டு அவற்றின் திருந்திய வடிவம் அடைப்புக் குறிக்குள் தரப்பட்டுள்ளது. அத்துடன் அவ்வெழுத்துருக்கள் தனியே பிரித்தெடுத்தும் காட்சிப் படுத்தப்பட்டுள்ளன.

பொருளடக்கம்

அணிந்துரை

நன்றியுரை

நூன்முகம்

கோயில்

    இடமும் வரலாறும் 17

    கோயில் அமைப்பு 20

    இராசகோபுரம் 23

பின்புலங்கள்

    அரசியல்நிலை 24

    சமயநிலை 28

    கலைநிலை 29

    விஜயநகர ஓவியங்கள் 30

    நாயக்கர் கலைமரபு 31

    கலைஞர்கள் 33

    ஓவியங்களின் காலம் 36

ஓவியங்கள்

    முதல் தளம் 41

    இரண்டாம் தளம் 123

    மூன்றாம் தளம் 255

    நான்காம் தளம் 391

    ஐந்தாம் தளம் 487

உத்தி - அமைப்பு - பாணி 504

துணைநூற்பட்டியல் 522

பின்னிணைப்பு

    1. மரச்சிற்பங்கள் *526*

    2. திருப்புடைமருதூர் இலக்கியங்கள் *544*

    3. ஓவியங்கள் - சில கிளைகள் *546*

    4. Identification of the ship *552*

    5. சொல்லடைவு *553*

Maruthamputhur
Maranthai
Nanjankulam
PottalPudur
Alwarkurichi
Rajavallipuram
Abishekapatti
Naranammalpuram
Mukkudal
திருப்புடை மருதூர்
Pettai
திருநெல்வேலி
அம்பா சமுத்திரம்
வீரவநல்லூர்
கல்லிடைக்குறிச்சி
Pattamadai
Tharuvai
Sivanthipatti
Sengulam
Maruthakulam
Paruthipadu

கடனாநதி
தாமிரபரணி

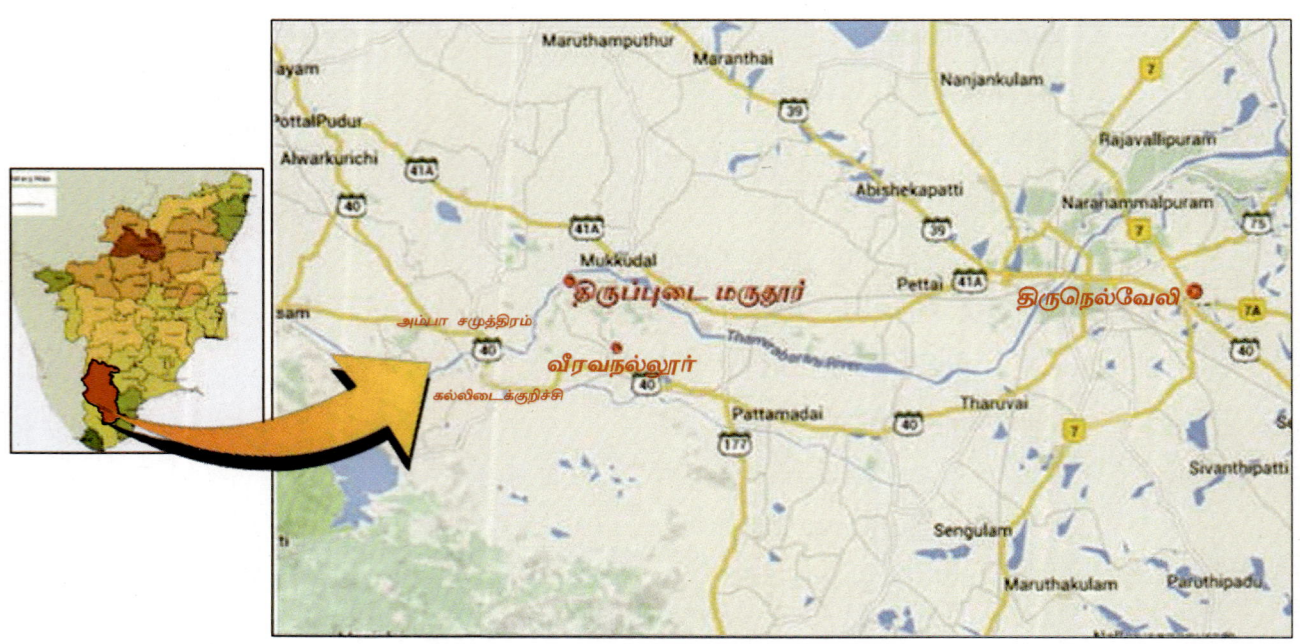

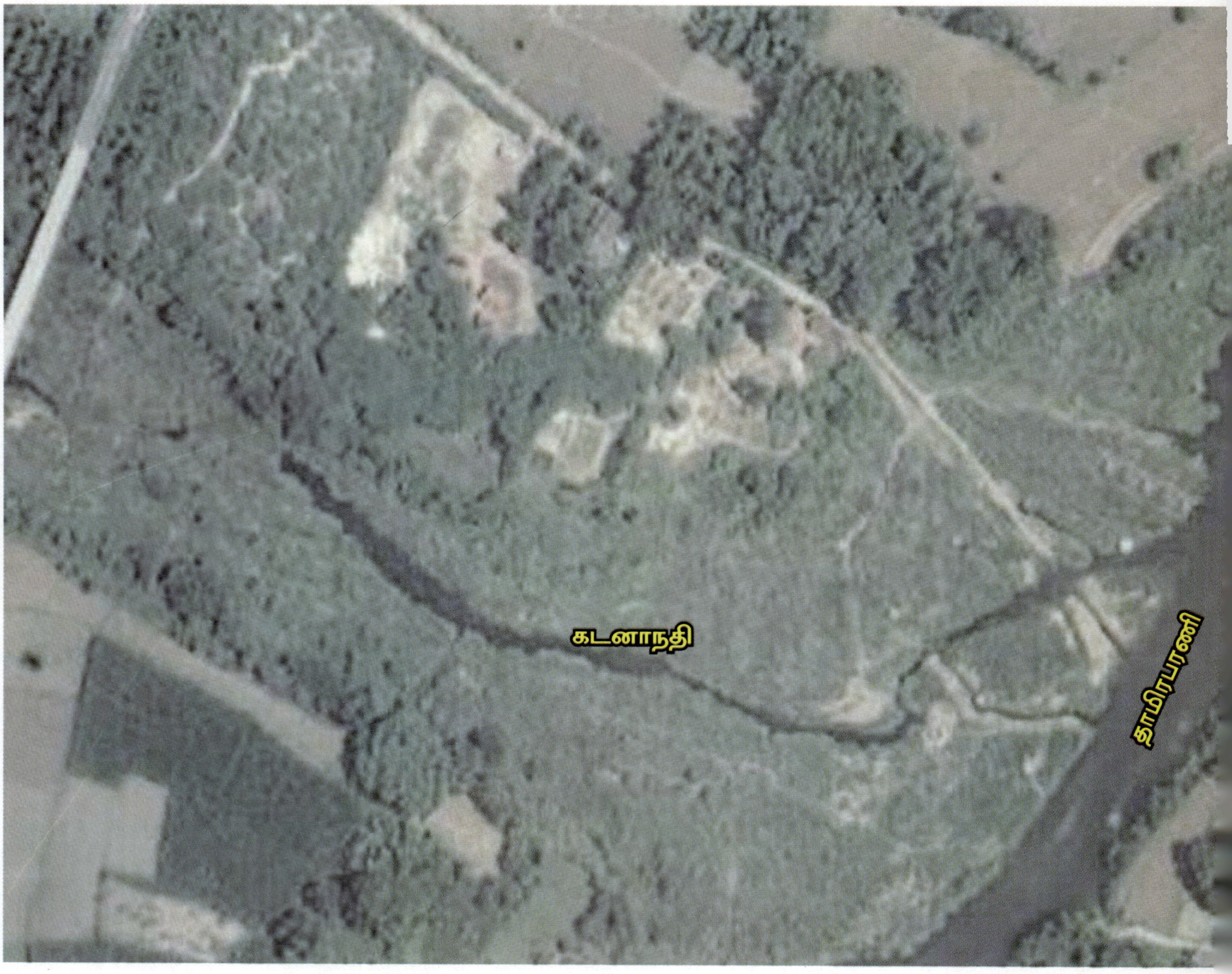

திருப்புடைமருதூர்

● நாறும்பூநாத சுவாமி திருக்கோயில்

தாமிரபரணியும் கடனாநதியும்
கூடுமிடத்தில்
நாறும்பூநாதர் திருக்கோயில்

கோயில்

இடமும் வரலாறும்

தமிழகத்தின் தென்மாவட்டங்களுள் ஒன்றான திருநெல்வேலி மாவட்டம், அம்பாசமுத்திரம் வட்டத்தில், வீரவநல்லூருக்கு வடக்கே 7 கிலோ மீட்டர் தொலைவில், தாமிரபரணி ஆற்றுடன் கடனாநதி எனும் சிற்றாறு கலக்குமிடத்தில் திருப்புடைமருதூர் அமைந்துள்ளது.

திருப்புடைமருதூர் ஒரு சிற்றூராகும். நான்கு பெரும்வீதிகளோடு வந்து இணையும் சில தெருக்களைக் கொண்டுள்ள இதனைச் சூழ்ந்து தாமிரபரணி ஓடுகின்றது. மிக வளப்பம் பொருந்திய வேளாண் நிலங்கள் சூழ்ந்து கிடக்கும் இவ்வூர், முற்றிலும் வேளாண் தொழில் சார்ந்த உழவர் குடியினர் வாழ்வதாகும். பல்வேறு சாதிப் பிரிவினர் வாழும் இவ்வூரின் மக்கள் தொகை 1500க்குள்ளேயே அமைந்துள்ளது.

திருப்புடைமருதூர் என்னும் பெயர், நான்கு சொற்களைக் கொண்டது. செல்வம், அழகு, தெய்வத்தன்மை எனப் பல்வேறு பொருட்களைத் தரும் 'திரு' என்ற சொல்லினையும் மக்கள் வாழும் இடம் என்னும் ஊரினையும் தவிர்த்து, 'புடை' 'மருது' என்னும் சொற்கள் உணரத் தக்கவையாகும். மருது என்னும் சொல் வயல் நில மரமாகிய மருத மரத்தைக் குறிப்பதாகும். தாமிரபரணிக் கரையில் பரவலாக வளர்ந்தோங்கியுள்ள இம்மரங்கள், இவ்வூரிலும் செழித்து வளர்ந்துள்ளன.

புடை என்னும் சொல்லிற்கு வழங்கும் அடிப்பு, இடம், திரட்சி, பக்கம், பாழி, ஆகிய பல்வேறு பொருட்களில் புடைப்பு எனும் பருமையை, திரட்சியை உணர்த்தும் பொருள், மரங்களின் இயற்கை இயல்பிற்கு இயைந்து அடையாக நிற்கும் பொருத்தம் உடையதாகும். ஆகவே 'திரட்சிமிகு மரங்கள் நிறைந்த ஊர்' எனப் பொருள் கொள்ளுதல் அல்லது புடை என்னும் சொல்லிற்குப் பக்கம் எனப் பொருள் கொண்டு, மருதமரங்கள் பக்கங்களில் வளர்ந்து சூழ்ந்துள்ள ஊர் எனப் பொருள் கொள்ளுதல் சிறப்பாகும். காஞ்சிபுரம், கடம்பவனம், தில்லைவனம், வேப்பத்தூர் என மரங்களால் பெயர்பெற்ற ஊர்கள் போன்றே இவ்வூரும் பெயர் பெற்றுள்ளமை கருதத்தக்கதாகும். இவ்வூர் புடார்ச்சுனம் என்ற வடமொழிப் பெயரையும் இந்திரபுரி, ஆம்பிரபதி, ஆதிபுரி, தென்காசி, தென்கயிலை, தாரகேஸ்வரம், சிவநகர் போன்ற சிறப்புப் பெயர்களையும் பெற்றுள்ளது.[1]

மூவர் முதலிகளால் பாடப்பட்ட தேவாரப் பதிகங்களில் எதுவும் இத்தலத்தின் மீது பாடப்பெறவில்லை. அத்துடன் அப்பதிகங்களில் வைப்புத் தலமாகவும் இதன் பெயர் குறிப்பிடப் படவில்லை. எனினும் இத்தலத்தின்மீது திருப்புடை மருதூர்ப் புராணம், திருப்புடைமருதூர்ப் பள்ளு, திருப்புடைமருதூர்ப் பதிற்றுப்பத்தந்தாதி, திருப்புடைமருதூர் மும்மணிக்கோவை, திருப்புடைமருதூர்த் தலச்சிறப்பு ஆகிய இலக்கியங்கள் பாடப்பெற்றுள்ளன. இவை இத்தலத்தின் சிறப்புகளைப் போற்றுகின்றன. திருநெல்வேலித் தலபுராணத்தில் இடம்பெற்றுள்ள திருப்புடைமருதூர்ச் சருக்கம் என்னும் அதிகாரத்தில் இத்தலத்தின் பெருமைகள் உரைக்கப்பட்டுள்ளன. மேலும் அச்சில் வெளிவராத புடார்ச்சுன மகாத் மியம் என்றொரு வடமொழி நூலும் இத்தலத்தின் மீது பாடப்பட்டுள்ளது.[2]

திருப்புடைமருதூரின் தனிப்பெரும் சிறப்பாக அமைவது இங்குள்ள சிவன்கோயிலே ஆகும். இலிங்க வடிவில் சிவன் உமையன்னையோடு எழுந்தருளியுள்ள இக்கோயில், அருள்மிகு கோமதியம்பாள் சமேதர் நாறும்பூநாத சுவாமி திருக்கோயில் என்று தற்காலத்தில் வழங்கப்படுகிறது.[3]

மிகப்பழமை வாய்ந்த இக்கோயில் எப்போது, யாரால், முதலில் கட்டப்பட்டது என்பதைத் தெளிவாக உணர்த்தத் தக்க சான்று யாதுமில்லை.

இக்கோயிலிலும் சூழ்ந்துள்ள இடங்களிலும் காணப்படும் பதினான்கு கல்வெட்டுகள் தமிழ்நாடு அரசு தொல்லியல் துறையினரால் பதிப்பித்து வெளியிடப்பட்டுள்ளன. அவை கி.பி.10 ஆம் நூற்றாண்டு முதல் கி.பி.19 ஆம் நூற்றாண்டு வரையில், பல காலப்பகுதிகளில் பொறிக்கப்பட்டனவாகும்.

கி.பி.995 இல் பொறிக்கப்பட்ட மாமன்னன் முதலாம் இராசராசனின் வட்டெழுத்துக் கல்வெட்டு, சோழநாட்டு பிடவூர் நாட்டைச் சார்ந்த அம்பலவன் நிறாடி என்பவனுக்குப் பாண்டிநாட்டு இயலாட்டி மங்கலத்தைச் சேர்ந்த வடவாயத்துச் சதுர்வேதிப்பட்டன் உள்ளிட்ட நான்கு பட்டர்கள் நிலம் விற்ற செய்தியைத் தருகிறது.

13ஆம் நூற்றாண்டில் (கி.பி.1204) பாண்டியன் சடையவர்மன் குலசேகரன் காலத்திய, முழுமையற்றுச் சிதைவுற்ற கல்வெட்டு, மாவலி வாணாதிராயர் பாண்டியனிடம் செய்த விண்ணப்பத்தைத் தெரிவிக்கிறது.

வட்டெழுத்துக் கல்வெட்டு

கி.பி.1308 ஆம் ஆண்டுப் பொறிக்கப்பெற்ற மாறவர்மன் குலசேகரனின் கல்வெட்டு திருக்காமக் கோட்டமுடைய நாச்சியாருக்கு ஒருவேலி நிலம் கொடையாக அளிக்கப் பெற்ற தகவலைத் தருகிறது. இவைபோலவே 15ஆம்நூற்றாண்டு முதல் 19ஆம் நூற்றாண்டு வரை பொறிக்கப்பட்ட கல்வெட்டுகள் கோயிலுக்கு வழங்கப்பட்ட நிவந்தங்கள் குறித்துக் குறிப் பிடுகின்றன. கல்வெட்டுகள் சிதைவுற்றிருப்பினும் பத்தாம் நூற்றாண்டிற்கு முன்பிருந்தே இக்கோயில் தொடர்ந்து வழி பாட்டிற்கு உரியதாகவும் வளர்ச்சி யுறுவதாகவும் விளங்கியதையும் சோழ, பாண்டிய, விஜயநகர மன்னர்களால் பேணப் பட்டதையும் அறியமுடிகிறது. மேலும் சிவபிராமணர்கள், இசைவாணர்கள், தேவரடியார் முதலிய பணியாளர்கள் மன்னர்களின் ஆதரவுடன் இத்திருக்கோயிலில் பணியாற்றியதையும் அறியமுடிகிறது.[4]

கி.பி.650 வாக்கில் மதுரையில் ஆட்சி புரிந்த மாறவர்மன் அரிகேசரியும் அவன் மகன் கோச்சடையன் ரணதீரனும் ஒரு சிறிய கருவறைக் கோயிலைக் கட்டினார்கள். கி.பி.946இல் மதுரையை ஆண்ட முதல் வீரபாண்டியன் அக்கோயிலை சண்டிகேசுவரர் கோயிலாக மாற்றிவிட்டுச் சுவாமிக்கும் அம்பாளுக்கும் புதிய கருவறை, அர்த்தமண்டபம், மகாமண்டபம் முதலியன கட்டி, நிலபுலன்களும் வழங்கியதாகத் தெரிகிறது என்பர்.[5]

தேவார மூவராலும் பாடப்பெறாத இத்தலத்திற்கு அருகிலுள்ள திருநெல் வேலியை திருஞானசம்பந்தர் பாடியுள்ளார். ஆனால் திருப்புடை மருதூருக்கு அவர் பாடலேதும் கிடைக்கவில்லை. ஆகவே, 7ம் நூற்றாண்டினரான திருஞான சம்பந்தர் காலத்தில் இத்தலம் இல்லை அல்லது குறிப்பிட்டுச் சொல்லத்தக்க அளவிற்குப் பெயர் பெற்றதாக இல்லை எனக் கொள்ளலாம்.

இக்கோயிலின் கட்டடக் கலையினை நோக்கும்போது இது முதலாம் இராச ராசசோழனால் கட்டப்பட்டிருக்கலாம் என்று கருத இடமுள்ளது என்பர். [6]

ஆகவே ஒன்பதாம் நூற்றாண்டிற்குப் பின்னரே இக்கோயில் எழுப்பப்பட்டு, இராச ராசனாலும் பாண்டியர்களாலும் விஜயநகரத்தினராலும் வேணாட்டரசர்களாலும் தற்போதுள்ள வளர்ச்சி நிலைகளைப் பெற்றிருக்கவேண்டும் எனக் கருதுவதில் தவறில்லை.

குறிப்புகள்

1. இக்கோயிலில் காணப்படும் முதலாம் இராசராசன் கல்வெட்டில் (கி.பி.995) 'திருப்படுமருதில்' என்றும் சடையவர்மன் குலசேகரன் கல்வெட்டில் (கி.பி.1204) 'முள்ளிநாட்டுத் திருப்புடைமருதூர்' எனவும் குலசேகரப் பாண்டியனின் கல்வெட்டில் (கி.பி.1300) 'திருவுடைமருதூர்' என்றும் பாண்டியன் மாறன்சடையனின் கல்வெட்டில் 'திருப்படுமருதில்' எனவும் மாறவர்மன் குலசேகரன் கல்வெட்டில் (கி.பி.1308) 'முள்ளி நாட்டுத் திருப்புடைமருதூர்' என்றும் கி.பி.1484ஆம் ஆண்டுக் கல்வெட்டு மற்றும் கி.பி.1487 ஆம் ஆண்டுக் கல்வெட்டுகளில் 'திருப்புடைமருதூர்' எனவும் வீர உதயமார்த்தாண்ட வர்மரின் கல்வெட்டில் (கி.பி.1537) 'முள்ளிநாட்டுத் திருப்புடைமருதூர்' எனவும் இவ்வூர் குறிக்கப்பட்டுள்ளது. (மா. செந்தில்செல்வக்குமரன், சொ.சாந்தலிங்கம், சொ.சந்திரவாணன் (பதி.ஆ—ள்), ***திருநெல்வேலி மாவட்டக் கல்வெட்டுகள், தொகுதி1****, பக்.259—284)*

ஆகவே திருப்புடைமருதூர் என்பதே இவ்வூருக்கு வழங்கி வரும் தொன்மையான பெயராகும்.

'புடார்ச்சுனம்' என்ற வடமொழிப் பெயரில் அர்ச்சுனம் என்பது மருத மரம் எனவும் 'புட' என்ற சொல் 'பக்கம்' எனவும் பொருள்படுவதாகும். ஆகவே மருதமரம் சிவலிங்கத்திற்குப் பக்கத்தில் அமைந்த ஊர் என இவ்வூர்ப் பெயருக்குப் பொருள் கொள்ளலாம் என்பர். *(ஞா.மேகலா,* ***கடைமருதத் தலம் - இலக்கியச் சிறப்புகள்****, ப.5)*

கி.பி.1899 ஆம் ஆண்டில் பொறிக்கப்பட்ட பிற்காலத்திய கல்வெட்டிலேயே புடார்ச்சுஸ் தலமென்று என்று இவ்வூர் குறிக்கப்பட்டுள்ளது. (மு.நூ.,ப.281) ஆகவே திருப்புடைமருதூருக்கு மிகப் பிற்காலத்திலேயே 'புடார்ச்சுணம்' என்ற பெயர் வழங்கப்பட்டுள்ளமை உணரத்தக்கதாகும்.

2. ஞா.மேகலா, ***கடைமருதத் தலம் - இலக்கியச் சிறப்புகள்****, ப.216.*

3. இத்தலத்தில் உள்ள சிவனுக்கு நாரம்பு நாதர், புடார்ச்சுனேஸ்வரர், விபூதிவரதர், மருதவாணம், மெய்சாய்ந்தஹம், இலேபனசுந்தரர், நாரம்பு கொண்டருளிய தம்பிரான், தெற்குக் காசிநாதர், சிவக்கெழுந்தீசர், புடைமருதீசர், பூதிவரதர், முத்திஈசர், சாய்ந்த இலிங்கம், தென்கைலை ஈசர், அரிய தாரகேசுவரர், வேதநாதர், புனிதேசர், மித்ரேசர், சீதரேசர், மனுநாதர், சித்திநாதர், போதவாணர், அகத்தீசர், சம்புவாணர், மூலேசர், கோதமேசர், குடிலேசுரர் முதலிய பெயர்கள் இலக்கியங்களில் சுட்டப்பட்டுள்ளன.

4. காண்க: தி.ஸ்ரீ.ஸ்ரீதர் (பொ.ப.ஆ), ***திருநெல்வேலி மாவட்டக் கல்வெட்டுகள், தொகுதி 1****, பக்.259—264.*

5. மு.ஸ்ரீனிவாஸன், ***கலை வரலாற்றுப் பயணங்கள்****, பக்.18,19.*

6. தே.கோபாலன், ***நெல்லை மாவட்டக் கையேடு****, ப.39.*

கோயில் அமைப்பு

நாறும்பூநாதர் திருக்கோயில் ஆறு ஏக்கர் நிலப்பரப்பில் பரந்து விரிந்து காட்சியளிக்கிறது. கிழக்குத் திசை நோக்கி அமைந்துள்ள கோயிலைச் சூழ்ந்து, ஏறத்தாழ 192 மீட்டர் நீளமும் 170 மீட்டர் உயரமும் கொண்ட மதிற்சுவர் அமைந்துள்ளது. மதிற்சுவரின் மூலைகளை நந்தி மற்றும் பூதகண உருவங்கள் அழகுறுத்துகின்றன.

கோயிலின் வாயிலில் உள்ள கோபுரத்தில் அதிட்டானப் பகுதி மட்டுமே எஞ்சி யுள்ளது. ஏழு நிலைகள் கொண்டிருந்திருக்கும் எனக் கருதப்படும் இக்கோபுரம் முற்றும் அழிந்துபோயுள்ளது. ஆகவே அடுத்துள்ள கோபுரமே இராசகோபுரம் எனத் தற்போது வழங்கப்படுகிறது. அதனையொட்டி அகன்ற வெளிப்புறத் திருச்சுற்று அமைந்துள்ளது.

மொட்டைக் கோபுரத்திற்கும் இராச கோபுரத்திற்கும் இடைப்பட்ட பகுதி அகன்று விரிந்ததாகும். வலப்புறம் சாஸ்தா கோயிலும் ஏழுநாக கன்னியர் உருவங்களும் உள்ளன. இடப்புறம் அண்மைக்காலத்தில் கட்டப்பட்ட திருமண மண்டபமும் சிறுவர் பூங்காவும் காட்சியளிக்கின்றன.

இராசகோபுரத்தை அடுத்து மகாமண்டபம் அமைந்துள்ளது. அதன் வலப்புறத்தில் நால்வர் மண்டபம் உள்ளது. அதில் சனகர், சனந்தனர், சனாதனர், சனற்குமாரர் ஆகியோரின் உருவங்கள் தனி விமானத்தின் கீழ்க் காணப்படுகின்றன. இம்மண்டபத்தினையொட்டித் திருக்கோயில் அலுவலகம் அமைந்துள்ளது.

மகாமண்டபத்தின் இடப்புறத்தில் நடராசர் உருவத்துடன் சபா மண்டபமும் வேள்விச் சாலையும் அமைந்துள்ளன. மகாமண்டபத்தின் முன்பகுதியில் உயர்ந்த கொடிமரமும் பலிபீடமும் அமைந்துள்ளன.

மகாமண்டபத்தினை அடுத்து அர்த்த மண்டபம் காணப்படுகிறது. இரண்டு மண்டபங்களுக்குமிடையே முதல் திருச்சுற்று உள்ளது. இத்திருச்சுற்றின் வலப்புறம் பிள்ளையார் உருவமும் இடப்பக்கம் முருகன் உருவமும் உள்ளன. அம்மன் சன்னதியின் இருபுறங்களிலும் விநாயகர், பூதத்தார், முருகன் உருவங்கள் உள்ளன.

திருச்சுற்றின் தெற்குப் பகுதியில் நாகதேவதைகள், கன்னி, இலிங்கம், அம்பிகை உருவங்களும் மேற்குப் பகுதியில் அக்னி இலிங்கம், அம்மன் உருவங்களும் தனித்தனி விமானத்தின் கீழ் உள்ளன.

கிழக்குப் பக்கம் தனி விமானத்தின்கீழ் ஐம்பூதங்களுக்குரிய இலிங்கங்களும் அம்பிகைகளுடன் உள்ளன. இவற்றின் எதிர்ப்புறத்தில் ஈசானலிங்கம் அம்பிகை உருவத்துடன் தனி விமானத்தின் கீழ் உள்ளது. அருகில் நவக்கிரகங்கள் அமைக்கப்பட்டுள்ளன.

சிதைவுற்ற முதற்கோபுரம்

இராசகோபுரம்

அர்த்தமண்டபத்தின் வலப்பக்கம் மடைப்பள்ளி அமைந்திருக்க, இடப்பக்கம் நடனமண்டபம் இடம் பெற்றுள்ளது. அடுத்துக் கருவறை முன்மண்டபம் அமைந்துள்ளது.

அர்த்தமண்டபத்திற்கும் கருவறை முன்மண்டபத்திற்குமிடையே இரண்டாம் திருச்சுற்று அமைந்துள்ளது. இதில் அர்த்தமண்டபத்தின் வலப்பக்கம் சிவலிங்கம் உள்ளது. அருகில் சூரியனும் பிரம்மதண்டமும் தனி விமானத்தின்கீழ் உள்ளன. திருச்சுற்றின் தென்பகுதியில் பிள்ளையார், அறுபத்துமூவர், கருவூர்ச்சித்தர், திருமால், கண்ணன், சுரகரதேவர், சப்தமாதர்கள் ஆகியோர் உருவங்களும் யோகதட்சிணாமூர்த்தி, இருதயலிங்கம், காசிலிங்கம் ஆகியனவும் தனிக் கோயிலில் கன்னி விநாயகர் உருவமும் உள்ளன.

வடமேற்கு மூலையில் வள்ளி, தெய்வானையுடன் முருகன் தனி விமானத்தின்கீழ் உள்ளார். வடக்குப் பக்கத்தில் சனீஸ்வரர், சகஸ்ரலிங்கம், கலைமகள் உருவங்கள் உள்ளன. நடராசர் உருவமும் தனி விமானத்தின்கீழ் பைரவர் உருவமும் உள்ளன.

இதனையடுத்துள்ள கருவறையில் இடப்புறம் சாய்ந்த இலிங்க வடிவில் நாறும்பூநாதர் உள்ளார். அதன் வலப்புறத்திலுள்ள தனிக் கருவறையில் கோமதி அம்மன் உள்ளார். இரண்டு கருவறைகளும் தனித்தனி விமானங்களைக் கொண்டுள்ளன. கருவறை முன் மண்டபத்திற்கும் கருவறைக்குமிடையே மூன்றாம் திருச்சுற்று அமைந்துள்ளது.

இத்திருச்சுற்றின் கிழக்குப் பகுதியில் விநாயகர் உருவம் உள்ளது. தெற்குப் பகுதியில் கபதீசர், தட்சிணாமூர்த்தி உருவங்கள் உள்ளன. மேற்குப் பகுதியில் திருமால், திருமகள் உருவங்களும் வடக்குப் பகுதியில் நான்முகன், துர்க்கை உருவங்களும் உள்ளன. இங்கு சண்டீஸ்வரருக்குத் தனிக்கோயில் அமைந்துள்ளது. கிழக்குப் பக்கம் இறைவனின் இடப்பக்கம் முருகனின் உருவம் உள்ளது.

மண்டபத் தூண்களில் பூவேலைப்பாடுகள், மனித உருவங்கள், தெய்வ உருவங்கள் புடைப்புச் சிற்பங்களாக இடம்பெற்றுள்ளன.

இராசகோபுரம்

நாறும்பூநாதர் கோயில் இராசகோபுரம் செவ்வக வடிவமான அதிட்டானத்தின் மீது ஐந்து நிலைகளைக் கொண்டுள்ளது. செப்புத் தகடுகளால் அமைந்த பதினொரு கலசங்கள் அதன் உச்சியில் திகழ்கின்றன. ஒவ்வொரு நிலை முகநாசியின் இருபுறங்களிலும் வாயிற் காவலர்கள் உள்ளனர். கோபுர நுழைவாயில் மேற்புறம் சிவன் உமையோடும் முருகனோடும் உள்ள சோமாஸ்கந்தர் சுதை உருவம் உள்ளது.

நடராசர், சித்தி, புத்தி ஆகிய பெண்ணுருவங்களுடன் பிள்ளையார், வாராகி, அகத்தியர், பூதகணங்கள், துணைவியருடன் முருகன், நாறும்பூநாதரை வழிபடும் கருவூர்ச்சித்தர், வெள்ளையானைமீது இந்திரன் ஆகியோர் உருவங்கள் முதல் நிலையை அணிசெய்கின்றன.

கரங்கூப்பி நிற்கும் முனிவர், இலிங்கோத்பர், மீனாட்சி, முனிவர், பைரவர், கண்ணை வழங்கும் கண்ணப்பர், நாறும்பூநாதர் ஆகிய உருவங்கள் இரண்டாம் நிலையில் அமைக்கப்பட்டுள்ளன.

கட்வாங்கதர், மாதொருபாதியன் உருவங்கள் மூன்றாம் நிலையில் உள்ளன. வல்லபை விநாயகர், மயிலூரும்நிலையில் முருகன் ஆகியோர் உருவங்கள் நான்காம் நிலையில் திகழ்கின்றன.

வணங்கி நிற்கும் முனிவர், தென்முகக் கடவுள், அகத்தியர், பூதம், நந்தி, சந்திரசேகரர், கைகூப்பி வணங்கும் அடியவர், நந்தி, பூதம் ஆகியோர் உருவங்கள் ஐந்தாம் நிலையை அணி செய்கின்றன. கோபுரத்தில் மான், மழு ஏந்திய வண்ணம் சிவபெருமான் உருவம் அமைந்துள்ளது.

கோபுரத்தின் தென்புறத்தில் சனகாதிமுனிவர்களுடன் வீணாதர தட்சிணாமூர்த்தி, பாசுபதம் நல்க வந்த வேட்டுவ வடிவச் சிவன், பிட்சாடனர், எமதர்மன், சனகாதி முனிவர்கள், கல்லால மரத்தடியில் வீற்றிருக்கும் தென்முகக் கடவுள் ஆகியோர் நந்தி மற்றும் பூதங்களுடன் காணப்படுகின்றனர். கோபுரத்தின் வடபுறத்தில் நான்முகன், காயத்ரி, கலைமகள், யானை உரி போர்த்தமூர்த்தி, இடபாருடர், தாமரையில் வீற்றிருக்கும் நான்முகன், காயத்ரி, கலைமகள் ஆகியோர் உருவங்கள் உள்ளன. மூன்றாம், நான்காம் நிலைகளில் நான்முகனுக்கு இருபுறமும் பூதங்கள் காணப்படுகின்றன. கோபுரத்தின் மேல் திருவாசியின் நடுவே நான்முகன் உருவம் உள்ளது. அதன் மேற்புறத்தில் கோபுரத்தைத் தாங்கும் பாவனையில் பதினொரு பூதங்கள் அமைந்துள்ளன.

கோபுரத்தின் பின்பக்கம் முதல்நிலையில், பூதன், பூதகி, இராமன், இலக்குவன், சீதை, பரசுராமர், வாயிற்காவலர்கள், பூதங்கள், முனிவர், திருமால், முருகன், இடபாருடர் ஆகியோரது உருவங்கள் அமைந்துள்ளன. இரண்டாம் நிலையில், சேடியர், தாமரையில் திருமால், வராகமூர்த்தி, பூமகள், திருமகள், சேடியர், ஆதிசேடன் மீதமர்ந்த விஷ்ணு ஆகியோர் உருவங்கள் காணப்படுகின்றன.

மூன்றாம் நிலையில், காளிங்கன்மீது நர்த்தனமிடும் கண்ணன், வராகமூர்த்தி, தாமரை மீதமர்ந்த கண்ணன் ஆகியோரது உருவங்கள் அமைந்துள்ளன.

நான்காம் நிலையில், தாமரைமீது நின்றநிலையில் வேங்கடமுடையான் திருவருவம் திகழ்கின்றது. ஐந்தாம் நிலையில், இருந்த கோலத்தில் திருமால், சித்தர், முனிவர், பூதம் ஆகியோர் உருவங்கள் காணப்படுகின்றன. கோபுரத்தின் இடதுபுறத்தில் பாதுகாப்பு அறை உள்ளது. மிகக் குறுகலாக அமைந்துள்ள படிக்கட்டுகள் வாயிலாக உள்நுழைந்து செல்ல இயலும் இவ்வறை ஏறக்குறைய நாற்பதுபேர் கூடுவதற்குரிய இடப்பரப்பைக் கொண்டுள்ளது. இராசகோபுரத்தின் உட்புறம் ஐந்து நிலைகளின் சுவர்களிலும் வண்ண ஓவியங்கள் தீட்டப்பட்டுள்ளன. தளங்களைத் தாங்கிநிற்கும் மரத்தூண்களிலும் மேலுள்ள விட்டங்களிலும் சிற்பங்கள் செதுக்கப்பட்டுள்ளன. இராசகோபுரக் கதவிலும் எழில் மிக்க மரச்சிற்பங்கள் காணப்படுகின்றன.

பின்புலங்கள்

அரசியல் நிலை

15 முதல் 18 ஆம் நூற்றாண்டு வரையிலான தமிழகத்தின் வரலாறு விஜயநகரப் பேரரசு, நாயக்கர் அரசுகள், பாண்டிய அரசு, திருவிதாங்கூர் அரசு ஆகியனவற்றால் பெரிதும் கட்டமைக்கப் பெற்றதாகும்.

வடஇந்தியப் பகுதிகளை வெற்றி கொண்டு டில்லியிலிருந்து ஆட்சிபுரிந்து வந்த அல்லாவுத்தீன் கில்ஜிக்கு வளம் கொழித்த தென்னிந்தியப் பகுதிகளை வெற்றிகொள்ளும் பேராவல் இருந்தது. ஆகவே, தென்னிந்தியாவை அப்போது ஆண்டு கொண்டிருந்த அரசுகளை வெற்றிகொள்ள மாலிக்காபூர் என்ற தளபதியின் தலைமையில் பெரும் படையொன்றை அனுப்பினார். அப்பெரும்படையை எதிர்கொள்ளும் வலிமையில்லாதிருந்த தென்னிந்திய அரசுகள் ஒன்றன் பின் ஒன்றாய் வீழ்ச்சியுற்றன. தமிழகத்தின் உள்ளே இராமேசுவரம் வரை நீண்ட இப்படையெடுப்பு 'அல்லாவுத்தீன் கில்ஜியின் தென்னிந்திய வெற்றி' என வரலாற்றில் குறிப்பிடப்பெறுகிறது.

டெல்லியில் சூல்தான்களின் ஆட்சிக்குப் பின்னர் துக்ளக்குகளின் ஆட்சி ஏற்பட்டது. கியாசுத்தீன் துக்ளக் காலத்தில் அவர் மகன் உலூக்கானின் படையெடுப்பு நிகழ்ந்தது. பாண்டிய நாட்டை வெற்றிகொண்ட உலூக்கான் டெல்லிப்பேரரசின் மாநிலங்களில் ஒன்றாக மதுரையை ஆக்கினார்.

மதுரையில் அரசப்பிரதிநிதியாக அசன்ஷா ஆட்சிப் பொறுப்பேற்றிருந்தபோது, டில்லியில் கியாசுத்தீன் ஆட்சிக்குப் பின்னர் முகமது பின் துக்ளக்கின் ஆட்சி ஏற்பட்டது. அவரது ஆட்சிக் காலத்தில் மதுரையின்மீது டில்லியரசின் பிடி தளர்வுற்றது. அவ்வாய்ப்பினைப் பயன்படுத்தித் தன்னைத் தனியுரிமையுள்ள சூல்தானாக அசன்ஷா அறிவித்துக் கொண்டார். இவ்வாறு டில்லியை எதிர்த்து மதுரையில் புதிய ஆட்சி மரபை அசன்ஷா தொடங்கி வைத்ததை 'இசுலாமியப் புரட்சி' என வரலாறு குறிப்பிடுகிறது. அவருக்குப்பின் அலாவுத்துன் உத்தாஜி (1340), கியாசுத்தீன் தங்கணி (1341), நசீருத்தீன்ஷா (1342—44), முபாரக் ஷா, சிக்கந்தர் ஷா (1372—77) ஆகியோர் மதுரையில் ஆட்சிபுரிந்தனர். சிக்கந்தர்ஷா ஆட்சிக் காலத்தில் குமாரகம்பணரின் படையெடுப்பு நிகழ்ந்தது.

விஜயநகரத்தின் தோற்றம்

வாரங்கல்லைத் தலைநகரமாகக் கொண்டு ஆட்சி புரிந்துவந்த காகதீயர் களுக்குக் கீழடங்கிய சிற்றரசராக சங்கமர் என்பவர் இருந்தார். கி.பி.1323 ஆம் ஆண்டு காகதீய மன்னர் பிரதாபருத்திரருக்கும் இசுலாமியர்க்கும் பெரும்போர் மூண்டது. அதில் காகதீய அரசர் தோல்வியுற்றார். தன்னைப் பாதுகாத்துக் கொள்வதற்காகத், தன் இரண்டு புதல்வர்களுடன் சங்கமர் கம்பிலி என்னும் இடத்திற்கு வந்துசேர்ந்தார். ஆனால் கம்பிலியும் இசுலாமியர்களால் வெல்லப்பட்டது. சங்கமரின் மைந்தர்களான ஹரிஹரரும் புக்கரும் கைது செய்யப்பட்டு டில்லி கொண்டு செல்லப்பட்டனர். அங்கு இசுலாம் மதத்தைத் தழுவிய அவர்கள் சூல்தான் முகமது பின் துக்ளக்கின் நம்பிக்கைக்குரியவர்களாயினர்.

கம்பிலியில் அப்போது ஆளுநராகவிருந்த மல்லிக் முகமதுவின் திறமைமீது நம்பிக்கையிழந்த சூல்தான், அப்பகுதியை முன்னமே நன்கு அறிந்திருந்த சகோதரர்கள் ஹரிஹரரையும் புக்கரையும் அவ்விடத்திற்கு நியமித்தார். கம்பிலி வந்து சேர்ந்த சகோதரர்கள் இருவரும் விரைவில் தங்களைத் தனியுரிமையுள்ள அரசர்களாக அறிவித்தனர். அத்துடன் இசுலாம் சமயத்திலிருந்து மீண்டும் இந்து சமயத்தைத் தழுவினர். கி.பி.1336 இல் துங்கபத்திரையாற்றங்கரையில் தலைநகரை நிறுவி அதற்கு வெற்றித் திருநகர் எனப் பொருள்படும் 'விஜயநகரம்' எனப்பெயர் சூட்டினர். 1336 ஆம் ஆண்டு ஏப்ரல் திங்கள் 18ஆம் நாள் ஹரிஹரர் மன்னராக அங்கு முடிசூடிக் கொண்டார். சிருங்கேரியைச் சேர்ந்த வித்யாரண்யர் என்ற துறவியே இவர்களை ஊக்கப்படுத்தியவரென்று கூறப்படுகிறது.

சங்கமம், சாளுவம், துளுவம், ஆரவீடு என்னும் நான்கு பரம்பரையைச் சேர்ந்தோர் விஜயநகரத்தை ஆட்சிபுரிந்தனர். கி.பி.1357இல் ஹரிஹரர் ஆட்சி முடிவுற்றதும் முதலாம் புக்கர் கி.பி.1377 வரை இருபது ஆண்டுகள் ஆட்சிபுரிந்தார். இவர்கள் காலத்தில் தென்னகத்தின் பெரும்பகுதி விஜயநகர ஆட்சிக்கு உட்பட்டிருந்தது. புக்கரின் புதல்வர் குமாரகம்பணர் இசுலாமியர்களிடமிருந்து மதுரையை மீட்டார்.

புக்கருக்குப்பின் இரண்டாம் ஹரிஹரர் (1377—1404) ஆட்சிக்கு வந்தார். இவர் பரந்து விரிந்திருந்த விஜயநகரப் பேரரசை இக்கேரி, ஸ்ரீரங்கப்பட்டணம், வேலூர், செஞ்சி, தஞ்சை, மதுரை முதலிய பகுதிகளாகப் பிரித்து ஆளுநர்களை நியமித்து நிர்வகித்தார். அவருக்குப் பின்னர் விருபாட்சர், இரண்டாம் புக்கர், முதலாம் தேவராயர், வீரவிஜயராயர் (1422—1426) இரண்டாம் தேவராயர் (1426—1446) ஆகியோர் ஆட்சிபுரிந்தனர்.

அதன்பின் சாளுவ பரம்பரையைச் சேர்ந்த சாளுவ நரசிம்மர் எட்டாண்டுகள் ஆட்சிபுரிந்தார். அவருக்குப் பிறகு துளுவ பரம்பரையைச் சேர்ந்த நரசநாயக்கர் அரசரானார். அவரையடுத்து, புகழ்பெற்ற கிருஷ்ணதேவராயர் கி.பி.1504 இல் அரியணையேறினார். அவர் காலத்தில் துங்கபத்திரை முதல் கன்னியாகுமரி வரை விஜயநகரப் பேரரசு விரிந்து பரவியிருந்தது. அவருக்குப் பின் அவர் தம்பி அச்சுததேவராயர் பட்டத்திற்கு வந்தார்.

அச்சுததேவராயருக்குப் பின் சதாசிவராயர் ஆட்சிப் பொறுப்பேற்றார். அக்காலத்தில் உள்நாட்டுப் குழப்பங்கள் மிகுந்தன. பாமினி சூல்தான்களுக்கும் சதாசிவராயருக்கும் பெரும்பகை மூண்டது. கி.பி.1564ஆம் ஆண்டு டிசம்பர் திங்கள் 26ஆம் நாள் தலைக்கோட்டை என்னுமிடத்தில் பாமினி சூல்தான்களுக்கும் விஜயநகரத்திற்குமிடையே கடும்போர் மூண்டது. தலைக்கோட்டைப்போர் என்றும் ராட்க்ஷசி—தங்கடிப்போர் என்றும் வரலாற்றில் குறிக்கப்பெறும் அப்போரில் விஜயநகரப் படைகள் தோல்வியுற்றன. விஜயநகரத்துள் புகுந்த இசுலாமியப் படையினரால் அந்நகர் ஐந்து மாதங்களில் அழிக்கப்பட்டது.

பின்னர், பெனுகொண்டாவைத் தலைநகராகக் கொண்டு சதாசிவராயர் ஆளத் தலைப்பட்டார். அதன்பிறகு, ஆரவீடு பரம்பரையைச் சேர்ந்த திருமலைராயர் ஆட்சிப் பொறுப்பேற்றார். அவருக்குப் பின்னர் முதலாம் ஸ்ரீரங்கர், இரண்டாம் வேங்கடர், இரண்டாம் ஸ்ரீரங்கர், மூன்றாம் வேங்கடர், மூன்றாம் ஸ்ரீரங்கர் முதலியோர் விஜயநகரத்தை ஆண்டனர்.[1]

நாயக்கர்கள்

பரந்துவிரிந்திருந்த விஜயநகரப் பேரரசு நிர்வாக வசதிக்காக செஞ்சி, மதுரை, தஞ்சை ஆகியனவற்றைத் தலைநகரங்களாகக் கொண்டு பிரிக்கப்பட்டது. அவற்றை ஆட்சி செய்வதற்கு நாயக்கர்கள் நியமிக்கப்பட்டனர். இம்முறை கிருஷ்ணதேவராயரால் உருவாக்கப்பட்டதென்பர்.[2]

தங்களுக்குரிய ஆட்சிப்பகுதியிலிருந்து பெறப்படும் வருமானத்தில் மூன்றில் ஒரு பகுதியை விஜயநகரத்திற்குக் கொடுப்பது, போர்க் காலங்களில் பேரரசிற்குப் படையுதவி புரிவது, தங்கள் பகுதியை நிர்வாகம் செய்வது ஆகியவை நாயக்கர்களுக்குரிய கடமைகளாகும்.

ஏனைய நாயக்கர் ஆட்சிகளைவிடப் பரப்பில் பெரிதாக இருந்த மதுரை அரியணையில் விஸ்வநாத நாயக்கர் (1529—1564), கிருஷ்ணப்ப நாயக்கர் (1564—1577) , வீரப்ப நாயக்கர் (1577—1595), இரண்டாம் கிருஷ்ணப்ப நாயக்கர் (1595—1601), முத்துக்கிருஷ்ணப்ப நாயக்கர் (1601—1609), முதலாம் முத்துவீரப்ப நாயக்கர் (1609—1623), திருமலை நாயக்கர் (1623—1659), இரண்டாம் முத்துவீரப்ப நாயக்கர் (1659), சொக்கநாத நாயக்கர் (1659—1682), மூன்றாம் முத்துவீரப்ப நாயக்கர் (1687—1689), மங்கம்மாள் (1689—1706), விஜயரங்க சொக்கநாத நாயக்கர் (1706—1732), மீனாட்சி (1732—1736) ஆகியோர் வீற்றிருந்து ஆட்சிபுரிந்தனர்.[3]

இந்த ஆட்சிப்பரப்பு 72 பாளையப்பட்டுக்களாகப் பிரிக்கப்பட்டு, பாளையக் காரர்களின் பொறுப்பில் நிர்வகிக்கப்பட்டது.

தஞ்சையை, செவப்ப நாயக்கர் (1532—1560), அச்சுதப்ப நாயக்கர் (1560—1600), இரகுநாத நாயக்கர் (1600—1633), விஜயராகவ நாயக்கர் (1633 — 1673) ஆகியோர் ஆண்டனர்.[4]

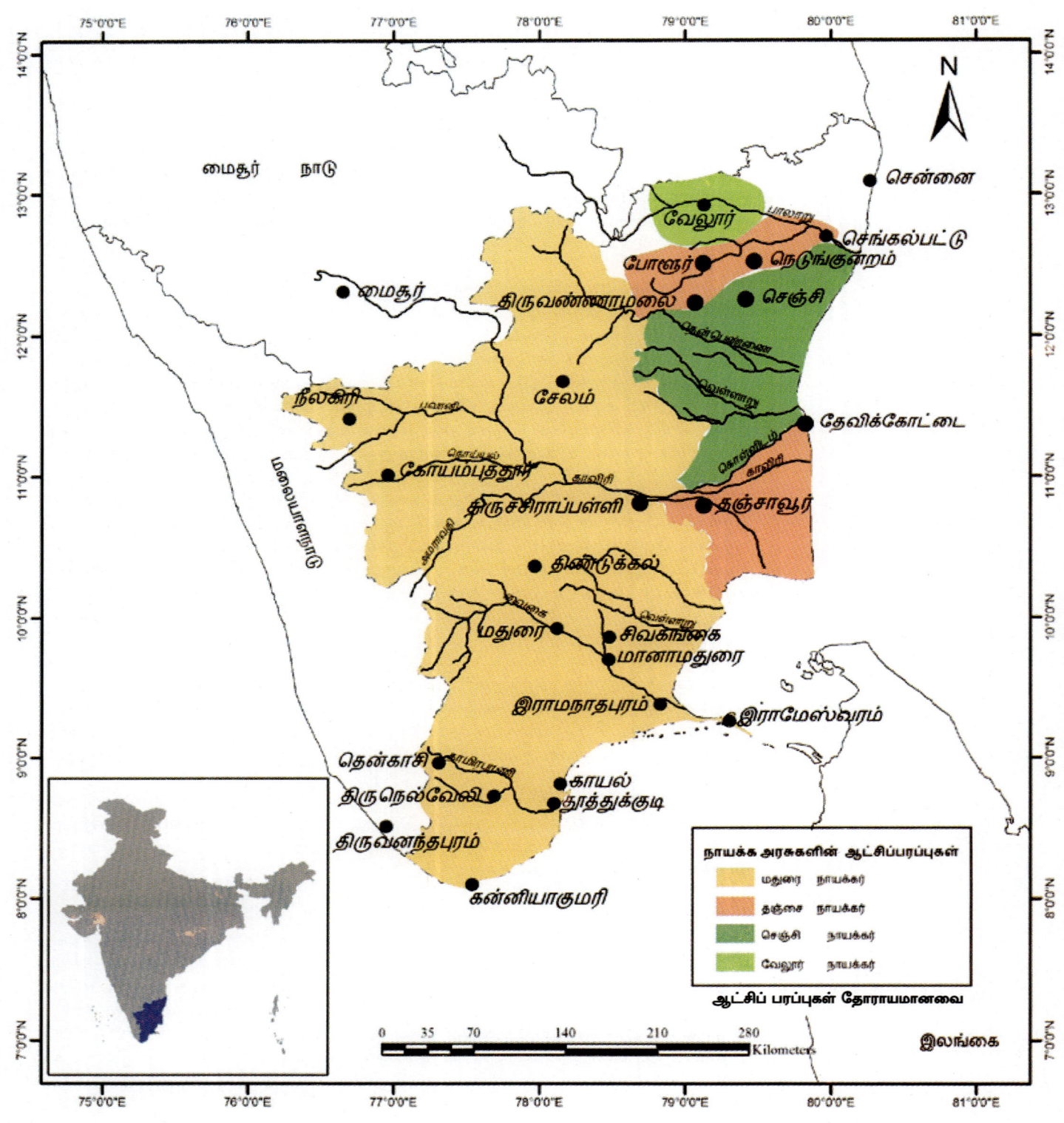

தமிழகத்தில் நாயக்க அரசுகள்

செஞ்சியிலிருந்து வையப்ப நாயக்கர், துபாகி கிருஷ்ணப்ப நாயக்கர், இராமச்சந்திர நாயக்கர், முத்தையாலு நாயக்கர், வெங்கடப்ப நாயக்கர், வரதப்ப நாயக்கர், ஐயப்ப நாயக்கர் ஆகியோர் ஆட்சி செய்தனர். வேலூரிலிருந்து வீரப்ப நாயக்கர், சின்ன பொம்மு நாயக்கர், இலிங்கம நாயக்கர் ஆகியோர் ஆட்சிபுரிந்தனர்.[5]

விஜயநகரத்தின் கீழ் ஆட்சிபுரிந்த நாயக்கர்களில் சிலர் தலைக்கோட்டைப் போருக்குப்பின் தனித்தாளவும் தலைப்பட்டனர்.

பாண்டியர்கள்

இசுலாமியர்களிடம் மதுரையை இழந்த பாண்டியர்கள் மீண்டும் அதனைப் பெறவே இல்லை. பல்வேறு இடங்களிலிருந்து அவர்கள் ஆட்சி புரிந்தனர். அவற்றுள் தென்காசியே பெரும்பான்மையருக்குத் தலைநகராக இருந்துள்ளது.[6] அவர்கள் மதுரை நாயக்கர்களுக்குக் கீழ்ப்பட்டு ஆண்டிருந்தனர்.[7]

சடையவர்மன் பராக்கிரம பாண்டியன் *(1422)*, சடையவர்மன் குலசேகர பாண்டியன் *(1430—1474)*, சடையவர்மன் சீவல்லப பாண்டியன் *(1534—1545)*, நெல்வேலி மாறன் *(1552—1604)*, சடையவர்மன் அதிவீரராமபாண்டியன் *(1552—1564)*, வரதுங்கராம பாண்டியன் *(1588—1613)*, வரகுணராம குலசேகர பாண்டியன் *(1613)* போன்ற அரசர்களும் பாண்டியர் என்ற பெயரில் வேறு சிலரும் இக்காலப்பகுதியில் ஆண்டுள்ளனர்.[8]

திருவாங்கூர் நாடு

'வேணாடு' என்றழைக்கப்பெற்ற திருவிதாங்கூர் நாடு விஜயநகரப் பேரரசிற்கு அடங்கியிருந்தது. 16ஆம் நூற்றாண்டு முதல், வீர இரவிவர்மா *(1487—1512)*, வீர ரவி கேரள வர்மா *(1512—1514)*, வீர ரவி ஆத்ய வர்மா *(1514—1532)*, ஆத்ய வர்மா *(1532—1544)*, மார்த்தாண்ட வர்மா *(1544)*, ஆதித்ய வர்மா *(1554—1575)*, இரவிவர்மா *(1575—1577)*, உதய மார்த்தாண்டவர்மா *(1578—1592)*, இரவிவர்ம குலசேகரப் பெருமாள் *(1592—1602)*, இராமவர்மா *(1609—1610)*, ஆதித்ய வர்மா *(1610)*, மார்த்தாண்ட வர்மா *(1729—1750)* முதலிய பலரால் திருவாங்கூர் ஆளப்பட்டுவந்தது.[9]

இசுலாமியப் படையெடுப்பிற்குப் பின் வலிமை குன்றியிருந்த தென்னிந்திய அரசுகளால் அமைதியும் வளமும் நிறைந்த நம்பிக்கையான ஆட்சியை மக்களுக்கு வழங்கவியலவில்லை. விஜயநகரம் தோன்றி, புகழ்மிக்க ஹரிஹரர், புக்கர், கிருஷ்ணதேவராயர் முதலியோரின் ஆட்சிகளாலேயே ஓர் அரசியல் நிலைபேற்றுத் தன்மை ஏற்பட்டது. தலைக்கோட்டைப் போருக்குப் பின்னர் நடுவண் அரசு வலுவிழந்ததால் ஆங்காங்கு ஆண்டு கொண்டிருந்தோரால் உறுதிப்பாடற்ற நிலை நிலவியது. நாயக்க மன்னர்களில் பலர் தெளிவான நிலையில், உறுதிப்பாடுடைய ஆட்சியினை வழங்கியபோதும் ஓயாமல் நடந்த போர்களும் உட்பூசல்களும் மக்களுக்கு அமைதியான வாழ்வு கிடைப்பதைத் தடுத்து நின்றன எனலாம்.

இசுலாமியர் ஆட்சிக்கு எதிராக எழுந்த விஜயநகர ஆட்சிக் காலத்திலும் அதனையொட்டி வளர்ந்த நாயக்கர் ஆட்சிக் காலங்களிலும் சைவம், வைணவம், சமணம், கிறித்துவம், இசுலாம் முதலிய சமயங்கள் வளர்ச்சியுற்றன. குறிப்பாக, மன்னர்களின் சமயங்களாகத் திகழ்ந்த வைணமும் சைவமும் பெருவளர்ச்சியுற்றன. இந்து சமயக் காவலர்களாகத் திகழ்ந்த அம்மன்னர்கள் முன்னிருந்த நூற்றுக் கணக்கான கோயில்களைப் புதுப்பித்தும் விரிவாக்கம் செய்தும் புதியகோயில்கள் பல எடுப்பித்தும், மடங்களுக்கு உதவியும் கோயில்களுக்கு நிவந்தங்கள் வழங்கியும் விழாக்கள், பண்டிகைகள் முதலியவற்றைப் பெருவிருப்போடு கொண்டாடியும் வடமொழி, தெலுங்கு, தமிழ் ஆகியவற்றில் சமய இலக்கியங்கள் படைக்கப்பெற உதவியும் சமய உள்ளடக்கங்கள்கொண்ட பல்வேறு சிற்பம், ஓவியம், இசை மற்றும் நிகழ்த்துக்கலைகளை ஆதரித்தும் சமயத்தொண்டு புரிந்தனர்.

இக்காலத்தில் தமிழகத்தில் மேற்கொள்ளப் பெற்ற கோயிற் கட்டுமானப் பணியின் பெருக்கத்தினைக் கீழ்க்காணும் புள்ளிவிபரம் புலப்படுத்துகிறது:

தமிழகத்தில் கோயிற் கட்டுமானப் பணி[10]

காலம்	தொண்ட மண்டலம்	நடுவில் நாடு	கொங்கு நாடு	பாண்டிய நாடு	மொத்தம்
1300-1450	61	9	6	103	179
1450-1550	53	56	99	123	331
1550-1650	111	111	152	252	626
1650-1750	181	156	260	302	899
மொத்தம்	406	332	517	780	2035

சைவ—வைணவ சமயங்களிடையே ஒற்றுமையை ஏற்படுத்த நாயக்க மன்னர்கள் பெருமுயற்சி மேற்கொண்டனர். சக்தி வழிபாடும் மதுரைவீரன் போன்ற நாட்டுப்புறத் தெய்வ வழிபாடுகளும் வளர்ச்சியுற்றன. சித்திரைத் திருவிழா, நவராத்திரி விழா, தீபாவளி, பொங்கல் போன்ற பண்டிகைகள், தெப்பத் திருவிழாக்கள், வசந்தவிழாக்கள் போன்றவை அரச ஆதரவில் மிக்க சிறப்புடன் விரிவாகக் கொண்டாடப்பட்டன.

நாயக்கர்களைப் போலவே, அவர்களுக்குக் கீழடங்கி ஆட்சிபுரிந்த சிற்றரசர்களும், பாளையக்காரர்களும் கோயில் திருப்பணிகளிலும் சமய விழாக்களிலும் பண்டிகைகளிலும் பேரீடுபாடு காட்டியுள்ளனர்.

கலைநிலை

சிற்பம், ஓவியம், இசை, நடனம் போன்ற பல்வேறு கலைகளின் இருப்பிடங்களாகக் கோயில்கள் திகழ்ந்தன. மண்டபங்கள், திருச்சுற்றுத் தூண்கள், விதானங்கள், விதானத்திற்கும் போதிகைக்கும் இடைப்பட்ட பகுதிகள், அதிட்டானங்கள் முதலியவற்றில் ஏராளமான சிற்பங்கள் உருவாக்கப்பட்டன. கோயில் கருவறை, திருச்சுற்றுச் சுவர்கள் அவற்றின் விதானங்கள், மண்டபங்களின் சுவர்கள் அவற்றின் விதானங்கள் ஆகியனவற்றிலும் கோபுரத்தளங்களின் உட்சுவர்களிலும் விதானங்களிலும் ஓவியங்கள் தீட்டப்பட்டன.

விஜயநகர — நாயக்கர் காலத்தில் கருங்கல், சுதை, உலோகம், மரம், தந்தம், மண் ஆகியனவற்றைக் கொண்டு சிற்பங்கள் செய்யப்பெற்றன. கோபுர அதிட்டானம், மண்டபம், திருச்சுற்றாலைத் தூண்கள் ஆகியனவற்றில் கற்சிற்பங்களும் விமானம், கோபுரம் ஆகியவற்றின் மீது சுதைச் சிற்பங்களும் கதவுகள் கோபுரங்களின் உட்புறத் தூண்கள், தள விதானங்கள், தேர்கள் ஆகியனவற்றில் மரச்சிற்பங்களும் வழிபாட்டிற்குரிய செப்புப் படிமங்களும் அக்காலத்திற்குரிய தனித்தன்மை வாய்ந்த பாணியில் படைக்கப்பெற்றன.

சைவம் மற்றும் வைணவம் தொடர்பான சிற்பங்கள் மிகுதியாகப் படைக்கப்பெற்றன. சிவன், பார்வதி, முருகன், கணபதி, காளி, மகிடாசுரமர்த்தினி ஆகிய கடவுளர் தொடர்பான சைவச் சிற்பங்களும் பள்ளிகொண்டபெருமாள், பத்து அவதாரங்கள், சமய ஆச்சாரியார்கள் தொடர்பான வைணவச் சிற்பங்களும் அரசகுலத்தினர் உருவங்களும் வடிக்கப்பெற்றன.

விஜயநகரத்தில் வாழ்ந்த குடிமக்களும் பல்வேறு நிலைகளில் சிற்பங்களில் இடம் பெற்றனர். பலவகையான விலங்குகளில் பயணம் செய்வோர், பல்வகை ஆடல்கள் புரிவோர், வாட்சண்டையிடுவோர், மற்போர் செய்வோர், ஒட்டகம் மற்றும் குதிரைகளில் செல்வோர் உட்படப் பலரும் சித்திரிக்கப்பெற்றனர். புலி, மான், பன்றி முதலியனவற்றை வீரர்கள் வேட்டையாடும் காட்சிகளும் வடிக்கப்பெற்றுள்ளன.[11] இவற்றுடன் முக்கியத்துவம் பெறுவன போர்க்காட்சிச் சிற்பங்களாகும். காலாட்படை, குதிரைப்படை, யானைப்படை ஆகியன விரிவாகச் சித்திரிக்கப்பட்டுள்ளன.[12]

விஜயநகரச் சிற்பங்கள் சதிக்கல் மரபிலிருந்து தோன்றியவை என்பதையும் முழுதும் நாட்டுப்புறத் தன்மை வாய்ந்தவை என்பதையும் மறுக்கும் ஆய்வாளர்கள் அவை பல்வேறு மரபுகளின், அழகியற் கூறுபாடுகளின் இணைவுகளைக் கொண்டவை என்பதையும் அவற்றுள்ளும் தமிழகக்கலை மரபுகளின் செல்வாக்கை மிகுதியாகக் கொண்டவை என்பதையும் எடுத்துரைக்கின்றனர்.[13]

உருண்டையான முகத்தில் கூர்மையான நாசியும் கூரிய முகவாய்க் கட்டையும் விரிந்து துருத்திய விழிகளும் திரண்ட உடல்வாகும் கொண்டுள்ள சிற்பங்கள் அலங்காரம் மிக்க ஆடைகளையும் மிகுந்த அணிகலன்களையும் கொண்டுள்ளன. சற்றே விரைப்பான தோற்றம் தரும் இவ்வுருவங்கள் அரச குலத்தினர் மற்றும் மக்களைக் குறித்தமையும்போது மண் சார்ந்தவையாய், யதார்த்தத் தோற்றம் நல்குகின்றன. புராண, இதிகாசப் பாத்திரங்கள் குறித்த சிற்பங்கள் மிகுஉணர்ச்சி வெளிப்பாடுகளுடன் படைக்கப்பட்டுள்ளன.

விஜயநகர ஓவியங்கள்

ஏனைய கலைகளைப் போலவே விஜயநகர காலத்தில் ஓவியக் கலையும் முக்கியத்துவம் பெற்றிருந்தது. ஆனைகுந்தி, ஹம்பி, லெபாக்ஷி, திருப் பருத்திக்குன்றம், திருவண்ணாமலை, திருவலஞ்சுழி ஆகிய இடங்களில் தற்போதும் காணக்கிடைக்கும் ஓவியங்கள் அக்காலக் கலையின் மேன்மையை வெளிப்படுத்தி நிற்கின்றன.

ஓவியங்களில் உருவங்கள் சிவப்பு நிறத்தால் முதலில் வரையப்பெற்று, பின்னர் அடர் வண்ணங்களால் அழுத்தமாக வரையப்பெற்றுள்ளன. ஹரிஹரர் காலத்திலேயே (1378) ஓவியங்கள் தீட்டப்பெற்றிருந்தன.

ஹம்பி விருபாக்ஷர் கோயில் ஓவியங்கள் 14ஆம் நூற்றாண்டின் நடுப்பகுதியில் வரையப்பெற்றவையாகும். அங்குள்ள திரிபுராந்தகர் மற்றும் மன்மதன் தொடர்பான காட்சிகள் குறிப்பிடத்தக்க படைப்புகளாகும்.

16ஆம் நூற்றாண்டில் புகழ்பெற்ற கிருஷ்ணதேவராயர் ஆட்சிக்காலத்தில் விஜயநகர ஓவியக்கலை உயர்ந்த நிலையை எட்டியது. அதன்பின்னர் வீரபத்திரசுவாமிக்காக விருப்பண்ணா, வீரண்ணா என்ற இருவரால் லெபாக்ஷியில் எழுப்பப்பட்ட கோயிலில் தீட்டப்பட்ட ஓவியங்கள் விஜயநகர ஓவியக்கலைக்கு ஒப்பற்ற சான்றுகளாகும். வீரபத்திரரை விருப்பண்ணாவும் வீரண்ணாவும் அடியவர்களும் வழிபடும் காட்சி, வேறெங்கும் தீட்டப்பட்டுள்ள வீரபத்திரர் ஓவியங்களைவிட அளவால் மிகப்பெரியதாகும்.[14] இங்குத் தீட்டப்பெற்றுள்ள கிராார்தார்ச்சுண்யக் காட்சி விஜயநகர கால ஓவியங்களுள் தலைசிறந்த ஒன்றாக மதிக்கப்பெறுகிறது. சிவன்—பார்வதி திருமணக்காட்சியும் உயர்கலைத் திறனின் வெளிப்பாடாக அமைந்துள்ளது.

காஞ்சிபுரத்தையடுத்த திருப்பருத்திக்குன்றத்திலும் திருமலையிலும் சமணம் தொடர்பான ஓவியங்கள் உள்ளன. திருவெள்ளறையில் தீட்டப் பெற்றிருந்த இராமாயண ஓவியங்கள் முற்றிலும் அழிக்கப்பட்டு விட்டன.

இவ்வோவியங்களில் உருவங்கள் பக்கவாட்டுத்தோற்றம் அல்லது நேர் தோற்றத்திலேயே வரையப்பெற்றுள்ளன. மூக்கு, முகவாய்ப் பகுதி ஆகியன கூர்மையாகவும் உடல், திரட்சிமிக்கதாயும் மிகுந்த அணிகலன்கள் கொண்டவை யாயும் அவை தீட்டப்பெற்றுள்ளன. அழுத்தமான கோடு களால் வரையப்பெற்ற உருவங்களில் அடர்வண்ணங்கள் மிகுதியாகப் பயன்படுத்தப்பட்டுள்ளன.

நாயக்கர் கலை மரபு

விஜயநகரத்தின் உட்கூறாக உருப்பெற்ற நாயக்க ஆட்சிகளில், அவற்றின் பல்வேறு பண்புகள் விஜயநகரத்தையே அடியொற்றி நின்றன. நாயக்கர்கள் கோயில் கட்டுவதிலும் சமய வழிபாட்டு முறைகளைச் செய்வதிலும் விஜயநகர அரசர்களைப் பின்பற்றினர். விஜயநகர ஆட்சியாளர்கள் ஹம்பியில் மகா நவமியைக் கொண்டாடிய அதே முறையில் திருமலை நாயக்கர் மதுரையில் நவராத்திரியைக் கொண்டாடினார். நாயக்கர்களுக்குக் கீழ்ப்பட்டிருந்த பாளையக்காரர்களும் சேதுபதிகளும் தங்கள் நேரடி மேலாட்சியாளர்களையே பின்பற்றினர். எடுத்துக்காட்டாக, நவராத்திரிப் பண்டிகை மதுரையில் கொண்டாடப்பட்ட அதே பான்மையில் இராமநாதபுரம் சேதுபதி அதனை இராமநாதபுரத்தில் கொண்டாடினார் என்பர்.[15] இப்பண்புகளைப் போன்றே சிற்பங்களும் ஓவியங்களும் அவற்றின் உள்ளடக்கத்திலும் பாணிகளிலும் பல்வேறு பண்புக்கூறுகளைத் தொடர்ந்து பேணி வளர்ந்தன. தஞ்சை, மதுரை, செஞ்சி நாயக்கர்களின் படைப்புகளில் விஜயநகரச் செல்வாக்கினைக் காணும் அதே வேளையில் அவற்றுள் நிலவும் தனிச் சிறப்புக் கூறுகளையும் கவனத்தில் கொள்ளவேண்டியுள்ளது. விஜயநகரத்துடன் மட்டுமன்றி இவை தம்முள்ளும் மாறுபட்ட தனித்தன்மைகள் பலவற்றைப் பெற்றே அமைந்துள்ளன. மதுரை, அழகர்கோயில், கிருஷ்ணாபுரம், திருநெல்வேலி, தென்காசி, ஸ்ரீவில்லிபுத்தூர், ஸ்ரீமுஷ்ணம், தஞ்சை, திருவரங்கம், செஞ்சி ஆகிய இடங்களில் காணப்படும் சிற்பங்கள் நாயக்கர் காலச் சிற்ப வளர்ச்சிக்குச் சான்று பகர்கின்றன. மதுரை, ஸ்ரீவில்லிபுத்தூர், மடவார்வளாகம், அழகர்கோயில், திருவரங்கம், நத்தம் கோயில்பட்டி, சிதம்பரம், தஞ்சை, மலையடிப்பட்டி, திருக்கோகர்ணம், இராமநாதபுரம் முதலிய இடங்களில் வரையப்பட்டுள்ள நாயக்கர் கால ஓவியங்கள் தனித்தன்மைமிக்க இக்காலக் கலைக்குச் சான்றுகளாகத் திகழ்கின்றன.

கருவறை, திருச்சுற்றுச் சுவர், விதானங்கள், மண்டபங்கள், அவற்றின் விதானங்கள் என்று பல்வேறு இடங்களிலும் தீட்டப்பட்டுள்ள ஓவியங்கள் இதிகாசங்கள், புராணங்கள், தலபுராணங்கள், வரலாற்று நிகழ்ச்சிகள், தெய்வ உருவங்கள், அரசகுலத்தினர் உருவங்கள், வாழ்வியற் காட்சிகள் முதலியனவற்றை விரிவாகச் சித்திரிக்கின்றன. குறுகிய அளவிலான நீண்டவரிசையில் சித்திரிக்கப்படும் காட்சிகளில் உருவங்கள் நிறைந்து காணப்படுகின்றன. அவ்வுருவங்கள் துருத்திய கண்கள், கூரிய மூக்கு மற்றும் முகவாய், பகட்டான ஆடைகள், மிகுந்த அணிகலன்கள் மற்றும் தலையலங்காரங்களைக் கொண்டு திகழ்கின்றன. தடித்த மற்றும் நுட்பமான கோடுகளால் காட்டப்பட்டுள்ள உருவங்கள் பெரிதும் முதன்மை வண்ணங்களை அடர்நிலையில் பெற்றுள்ளன; கலவை வண்ணங்களையும் கொண்டுள்ளன. சதைப்பற்றுடன் இயல்புப் பண்புகளுடன் தோற்றம் தரும் உருவங்களில் இயக்கம் குறைந்தே காணப்படுகிறது. ஆயினும் வலிமையான கோடுகள் உருவங்களின் ஆற்றல்களையும் அசைவுகளையும் ஓரளவு வெளிப்படுத்துகின்றன. பல்வேறு கோணங்களில் வரைதல் தவிர்க்கப்பட்டு, ஒரு பக்கம் அல்லது நேர்முகமாகவே உருவங்கள் தீட்டப்பட்டுள்ளன. நீரினைக் குறிக்க வளைகோடுகள் மற்றும் நீர்வாழ் உயிரினங்களை வரைதல் முதலிய குறியீட்டுப் பண்புகளுடன் காட்சிகளுக்கான விளக்கங்கள் தமிழ் மற்றும் தெலுங்கு மொழிகளில் பிழைகள் பலவற்றுடன் எழுதப்பட்டுள்ளன. கலைநயத்திற்குத் தரும் முதன்மையைவிடக் காட்சி விளக்கத்திற்கே முக்கியத்துவம் தரப்பட்டுள்ளது. மக்களுக்கு இறைநம்பிக்கையையும் சமய அறிவையும் ஊட்டும் பெருமுயற்சியின் விளைவாகவே நாயக்க ஓவியங்கள் அமைந்துள்ளன எனலாம்.

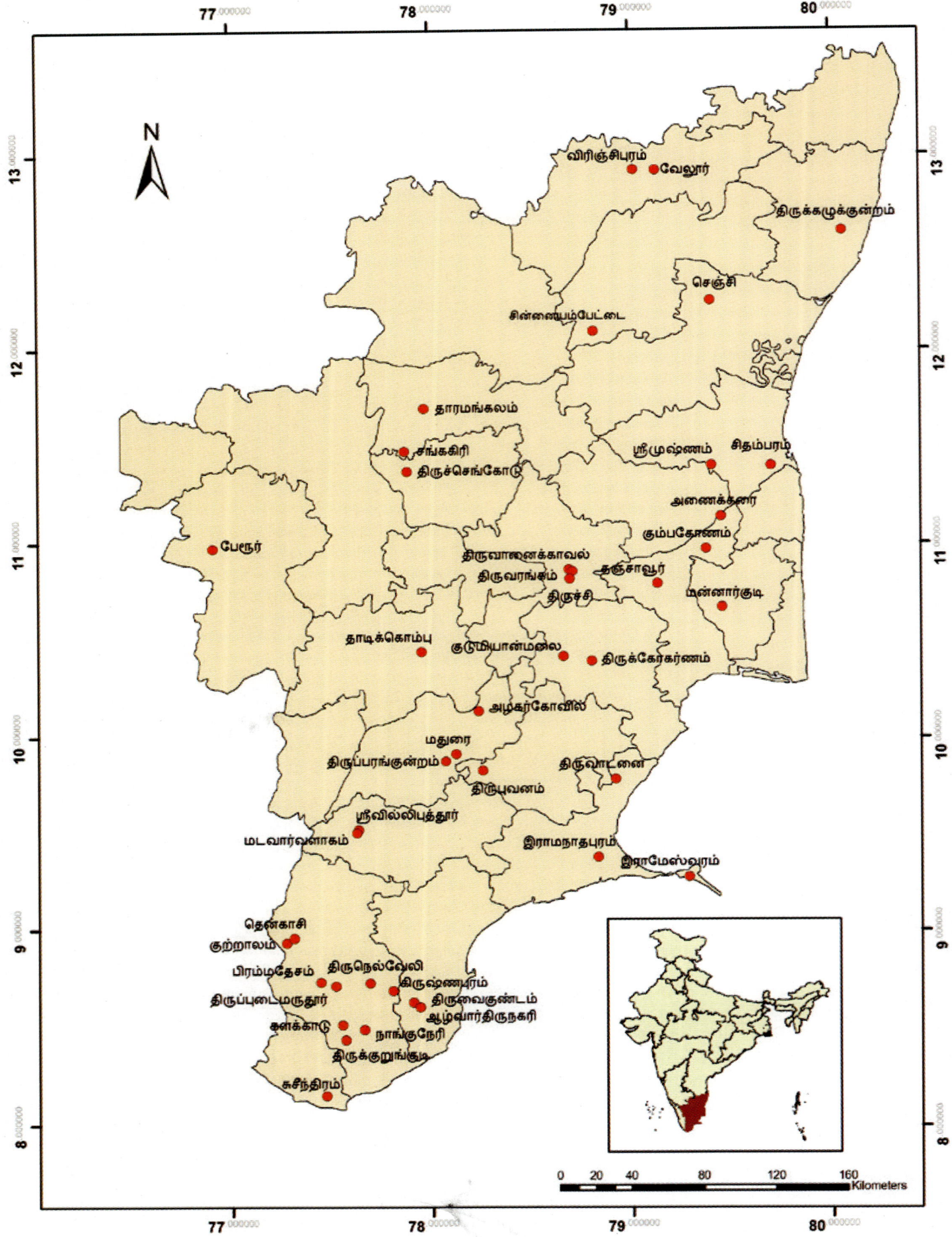

● நாயக்கர் காலக் கட்டடங்கள் மற்றும் சிற்பங்கள் உள்ள முக்கிய இடங்கள்

கலைஞர்கள்

தமிழகத்தின் தென்பகுதியில் 16,17,18 ஆகிய நூற்றாண்டுகளில் படைக்கப் பெற்ற சிற்பங்களும் ஓவியங்களும் குறிப்பிடத்தக்க தனித்தன்மைகள் பலவற்றைக் கொண்டு திகழ்கின்றன. மதுரையைச் சூழ்ந்துள்ள பகுதிகளில் உள்ள சிற்பங்களும் ஓவியங்களும் மதுரை நாயக்கர்களால் செய்விக்கப்பெற்றவை. தஞ்சை நாயக்கர் படைப்புகள், செஞ்சி நாயக்கர் உருவாக்கங்கள் ஆகியனவற்றிலிருந்து வேறுபட்டு, தனித்துணரத்தக்க பல்வேறு பண்புகளைக் கொண்ட தனிப் பாணியாக அவை திகழ்கின்றன. மண்டபத்தூண்கள், சுற்றாலைத் தூண்கள், அதிட்டானப் பகுதிகள், கூரைக்கும் தூண்களுக்கும் இடைப்பட்ட பகுதிகள் ஆகியனவற்றில் இடம்பெற்றுள்ள கற்சிற்பங்களிலும் வாயிற்கதவுகள், கோபுரத் தளங்களின் உட்புறம் அமையும் தூண்கள் மற்றும் விட்டங்கள் ஆகியனவற்றில் இடம்பெற்றுள்ள மரச்சிற்பங்கள், சுவர்களில் தீட்டப்பட்டுள்ள ஓவியங்கள் ஆகியனவற்றில் உருவ அமைதிகள், கோணங்கள், முகத்தில் கண்கள், மூக்கு, காதுகள், விரிந்தும் கூரிய முனைகள் கொண்டும் திகழும் ஆடைகள், அணிகலன்கள், அலங்கார வேலைப்பாடுகள், காட்சிஅமைப்பு முறைகள், உருவங்களின் அசைவியக்கத்தில் உருவாகும் உடல்மொழி ஆகியனவற்றிலும் வெளியைப் (Space) பயன்படுத்தும் முறை, எல்லைக்கோடுகள் அமைக்கும் வகை ஆகியனவற்றிலும் ஒரு கதையின் நிகழ்ச்சிகளைத் தேர்ந்து கோக்கும்முறை ஆகியவற்றிலும் மிகுந்த ஒற்றுமைப் பண்புகளை உணரமுடிகிறது.

குறிப்பாக, மதுரை மீனாட்சி சுந்தரேசுவரர் கோயில், திருநெல்வேலி நெல்லையப்பர் கோயில், ஸ்ரீவைகுண்டம் வைகுந்தநாதர் கோயில், கிருஷ்ணாபுரம் வெங்கடாசலப் பெருமாள் கோயில், நாங்குனேரி சௌரிராசப் பெருமாள் கோயில், திருக்குறுங்குடி அழகியநம்பி கோயில், திருக்குருகூர் ஆதிநாதர் கோயில், திருப்புடைமருதூர் நாறும்பூநாதர் கோயில், இடைக்கால் தியாகராசர் கோயில், பிரம்மதேசம் கைலாசநாதர் கோயில், களக்காடு சத்தியவாக்கீசுவரர் கோயில், திருவட்டாறு ஆதிகேசவப் பெருமாள் கோயில், பறக்கை மதுசூதனப் பெருமாள் கோயில், கோட்டாறு கரியமாணிக்கப் பெருமாள் கோயில், தென்காசி காசிவிசுவநாதர் கோயில், திருக்குற்றாலம் குற்றாலநாதர் கோயில், சுசிந்திரம் தாணுமாலயன் கோயில் ஆகியனவற்றில் இக்காலப் பகுதியில் படைக்கப்பெற்ற சிற்பங்கள் மற்றும் ஓவியங்களில் ஒற்றுமைப் பண்புகள் பல காணப்படுகின்றன.

கி.பி.15ஆம் நூற்றாண்டு முதல் 18ஆம் நூற்றாண்டு வரை தென்தமிழகக் கோயில்களில் விஜயநகர மன்னர்களாலும் நேரடியாகவும் மதுரை நாயக்க மன்னர்களாலும் திருவிதாங்கூர் மன்னர்களாலும் உருவாக்கப் பெற்ற இத்தகு தனிப் பாணி, இவற்றை உருவாக்கிய கலைஞர்கள், ஒரு குறிப்பிட்ட பள்ளியைச் (School) சார்ந்தவர்களாக, ஒரே வகைப் பட்ட பயிற்சிபெற்றவர்களாக இருந்திருக்கவேண்டும் என்பதை உணர்த்துகிறது.

நாயக்கர் காலக் கலைப்படைப்புகளை உருவாக்கிய அக்கலைஞர்கள் குறித்து அறிய, மிகக் குறைவான தரவுகளே கிட்டுகின்றன. நெல்லை யருகிலுள்ள தச்சநல்லூர் என்ற ஊர், இவர்கள் இப்பகுதிக் கோயில்களில் பணியாற்றியபோது தங்கியிருந்ததால் ஏற்பட்டது என்று குறிப்பிடப்படுகிறது. அதேபோல் நாகர்கோவிலுக்கு அருகிலுள்ள கோட்டாறு என்னுமிடத்தில் தங்கிப் பணியாற்றியதால் 'கோட்டாற்றுச் சிற்பிகள்' என இவர்கள் வழங்கப் பெற்றதையும் அறியமுடிகிறது. கலைஞர்கள் கோட்டாற்றில் தங்கிப் பல்வேறு இடங்களுக்கும் சென்று பணியாற்றியதையும் அவர்கள் பெற்ற சிறப்புகளையும் கல்வெட்டுகள் உணர்த்துகின்றன.

மதுசூதனப் பெருமாள் கோயில், செண்பகராம மண்டபத்தின் மேற்குச் சுவரில் பொறிக்கப்பட்டுள்ள கி.பி.1544 ஆம் ஆண்டினைச் சேர்ந்த கல்வெட்டு 'கிழார் மங்கலத்து நயினார் மதுசூதன விண்ணவர் பெருமாள் சீபண்டாரக் காரியஞ் செய்வார்கள் கோட்டாறான மும்முடிசோழபுரத்தில் இருக்கும் சிற்பிகளின் தலைவனான கொம்மண்டைநாயினான் எனப்படும் சிற்பபுரத்தரனுக்குச் சிற்ப விருத்திக்காக நிலம் கொடையாக அளித்ததைக்' குறிப்பிடுகிறது.[16]

77
78
79
80
13
12
11
10
9
8
N
காஞ்சி
ஆர்மாமலை
திருக்கழுக்குன்றம்
செங்கம்
திருவண்ணாமலை
பனைமலை
அதியமான்கோட்டை
திட்டக்குடி
சிதம்பரம்
கங்கைகொண்டசோழபுரம்
திருமங்கலக்குடி
பட்டீஸ்வரம்
தாராசுரம்
திருவலஞ்சுழி
திருவரங்கம்
தஞ்சாவூர்
திருவாரூர்
மலையடிப்பட்டி
சித்தன்னவாசல்
திருக்கோகர்ணம்
திருமறைக்காடு
நத்தம்கோயில்பட்டி
அழகர்கோயில்
ஆவுடையார்கோயில்
மதுரை
ஸ்ரீவில்லிபுத்தூர்
மடவார்வளாகம்
இராமநாதபுரம்
திருஉத்திரகோசமங்கை
இடைக்கால்
குற்றாலம்
பிரம்மதேசம்
மன்னார்கோயில்
திருப்புடைமருதூர்
திருநெல்வேலி
கிருஷ்ணாபுரம்
களக்காடு
திருக்குறுங்குடி
திருவட்டாறு
பத்மநாபபுரம்
பறக்கை
சுசீந்திரம்
கன்னியாகுமரி
0 20 40 80 120 160
Kilometers
ஓவியங்கள் உள்ள முக்கிய இடங்கள்
பல்லவர் காலம்
பாண்டியர் காலம்
சோழர் காலம்
விஜயநகர் காலம்
நாயக்கர் காலம்
மரச்சிற்பங்கள் உள்ள முக்கிய இடங்கள்
நாயக்கர் காலம்

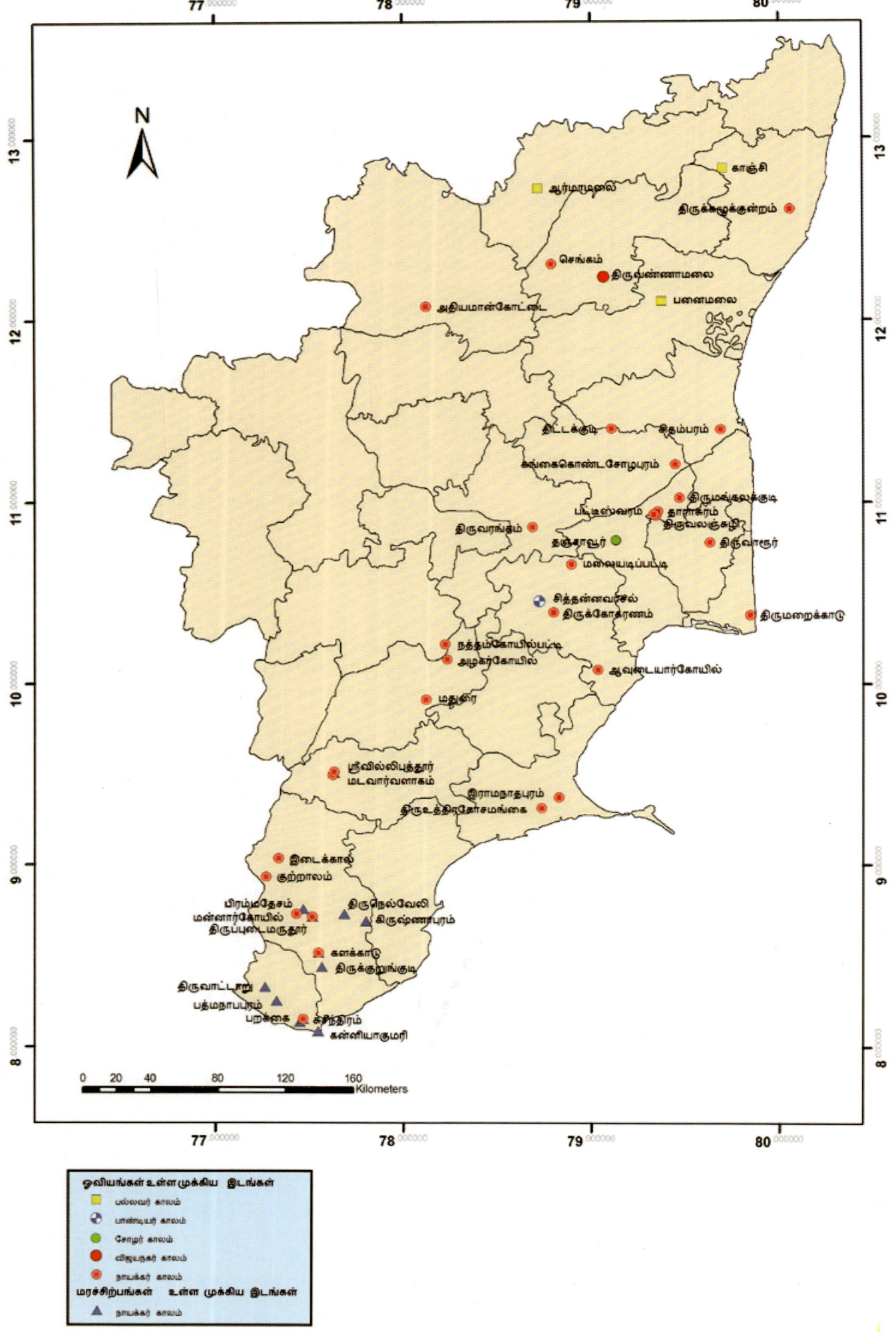

கி.பி.1558 இல் பொறிக்கப்பட்ட கரிய மாணிக்கபுரம் கரியமாணிக்காழ்வார் கோயில் கல்வெட்டில் மும்முடிச்சோழபுரத்திலிருக்கும் சிற்பாசாரிமாரில் முதலியான தம்பிரான் குட்டி சிற்பபுரந்தரன் குறிக்கப்பட்டுள்ளான்.[17]

ஆகவே, சிற்பாச்சாரியார் இருவருக்கும் 'சிற்பப்புரந்தரன்' என்ற பட்டப் பெயர் இருந்துள்ளதையும் சிற்பவிருத்தி என்ற பெயரில் சிற்பிகளுக்கு நிலக்கொடை வழங்கப்பெற்றதையும் திருநாள்தோறும் அவர்கள் கோயில் பரிவட்டம் பெற்றதையும் முதலி என்பது சிற்பிகள் குழுவின் தலைவருக்கான பெயர் என்பதையும் அறியமுடிகிறது. பிற்காலச் சோழர் காலத்தில் சோழநாட்டுச் சிற்பிகள் கன்னியாகுமரிப் பகுதிக்குக் குடிபெயர்ந்து வந்துள்ளதை அறிஞர்கள் சுட்டிக் காட்டுகின்றனர்.[18] பிற்காலச் சோழர்களின் ஆந்திரப் பகுதித் தொடர்பை வரலாறு எடுத்துக்காட்டுகிறது. தென்தமிழகக் கலைஞர்கள் ஆந்திரப் பகுதியோடு நெருங்கிய உறவுடையவர்கள் என்பதை அவர்தம் கலைப்பாணி உணர்த்துகின்றது. இவர்கள் கீழைச் சாளுக்கிய உறவு வலுப்பெற்ற பிற்காலச் சோழர் காலத்திலோ அல்லது சற்றுப் பிற்பட்ட காலத்திலோ தமிழகத்தில் குடியேறி இருக்கலாம். ஆயினும் இவர்கள் தென்தமிழகத்தின் கோயில்களில் வெளிப்படுத்தியுள்ள கலைப்பாணி பிற்காலச் சோழர் கோயில்களில் இடம்பெற்றிருப்பதாகக் கூறவியலவில்லை. திருப்புடைமருதூர் ஓவியங்களில் ஆந்திரபாணியின் தாக்கம் வெளிப்படையாகத் தென்படுவதுடன் ஓவியங்களுக்குக் கீழாக எழுதியுள்ள ஓவியக் குறிப்புகளின் எழுத்தமைதி, நாயக்கர் கால ஓவியக் குறிப்பு எழுத்துகளுடன் ஒத்து அமைந்துள்ளது. மேலும் கோபுரங்கள் கட்டிய கோயில்கள் அல்லது விரிவாக்கப் பகுதிகளில் இல்லாமல் விஜயநகர — நாயக்கர் காலக் கோயில்களிலும் விரிவாக்கப் பகுதிகளிலுமே இப்பாணிக் கலைப்படைப்புகள் இடம்பெற்றுள்ளன. விஜயநகர காலத்தில் தஞ்சையை மையமாகக் கொண்டபகுதி 'சோழமண்டலம்' என்றே வழங்கப்பட்டுள்ளது. ஆகவே, ஆந்திரத்திலிருந்து சோழமண்டலம் வழியாக இக்கலைஞர்கள் தமிழகத் தென்பகுதிக்குக் குடியேறியிருக்க வேண்டும் என நம்புவதற்குச் சான்றுகள் உள்ளன. தற்காலத்திலும் கன்னியாகுமரி மாவட்டத்தின் மயிலாடி போன்ற இடங்களில் இம்மரபின் வழிவந்தோர் பல்வேறு வகைப்பட்ட சிற்பத் தொழிலில் ஈடுபட்டு வருகின்றனர்.[19] இன்று அவர்களால் படைக்கப் பெறும் சிலைகளில் தற்காலப் பயிற்சியின் காரணமாகத் தெரியும் இன்றைய தன்மைகளின் ஊடாக அவர்தம் பண்டைய மரபுப் பாணியும் இழையோடுவதை உற்றுணரமுடிகிறது.

குறிப்புகள்

1. அ.கி.பரந்தாமனார், **மதுரை நாயக்கர் வரலாறு**, பல பக்கங்கள்.
2. I.Job Thomas, ***Paintings in TamilNadu***, pp.83-84.
3. அ.கி.பரந்தாமனார், மேலது, ப.XV
4. குடவாயில் பாலசுப்பிரமணியன், **தஞ்சை நாயக்கர் வரலாறு**, (பக்கம் கொடுக்கப்படவில்லை).
5. கு.ராஜய்யன், **தமிழக வரலாறு**, 1565—1967, ப.
6. ம.இராசசேகர தங்கமணி, **பாண்டியர் வரலாறு**, ப.608.
7. கே.கே.பிள்ளை, **தமிழக வரலாறும் பண்பாடும்**, ப.399.
8. ம.இராசசேகர தங்கமணி, மேலது, பல பக்கங்கள்.
9. ...... Padmanabapuram Palace, pp.66-67.
10. Burton Stein, (Ed.), ***South Indian Temples***, pp.20-21.
11. R.N.Saletore, ***Vijayanagara Art***, pp.132-146.
12. ***Ibid***, pp.155-163.
13. Anna L.Dallapiccola & Ania Verghese, ***Sculpture At Vijayanagara***, p.4
14. C.Sivaramamurthy, ***Vijayanagara Paintings***, p.32.
15. Ibid, pp.121-122.
16. கல்வெட்டு எண். —5, தொடர் எண்.1968/291.
17. 2A/தொடர் எண்.1968/29A
18. அ.கா.பெருமாள், **தென்குமரியின் கதை**, ப.318.
19. கன்னியாகுமரி மாவட்டம், நாகர்கோவில் அருகிலுள்ள மயிலாடியில் சிற்பிகள் பலர் கலைத் தொழிலில் ஈடுபட்டு வருகின்றனர். அவர்களுள் பலர் இவ்வாய்விற்காக நேர்காணல் செய்யப் பட்டனர் (25, 26 மே 2014) குறிப்பாக ஸ்தபதி கே.நல்லதாணு அவர்கள் சிற்பிகளின் வரலாறு குறித்துப் பல்வேறு தகவல்களை வழங்கினார். தங்கள் மூதாதையர் கழுகுமலைப் பகுதியிலிருந்து பிற பகுதிகளுக்குக் குடியேறியதாகவும் அவர்களுள் கல் தச்சர், மரத்தச்சர், ஓவியர் எனப் பலர் தற்போதும் செயல்பட்டு வருவதாகவும் தெரிவித்தார்.

ஓவியங்களின் காலம்

திருப்புடைமருதூர் ஓவியங்கள் எப்போது, யாரால் தீட்டுவிக்கப் பெற்றவை என்பதை அறிவதற்குத் தெளிவான சான்றாதாரங்கள் யாதும் இல்லை. ஆயினும் அங்குள்ள சில சிற்பங்களைக் கொண்டு அவை தளவாய் அரியநாதரால் வரைவிக்கப் பெற்றிருக்கலாம் என்று கருதவியலுகிறது.

இவ்வகையில், தற்போது மொட்டைக்கோபுரமாக அழிந்த நிலையிலுள்ள முதற்கோபுரத்தின் அதிட்டானத்திலுள்ள புடைப்புச்சிற்பமும் நால்வர் மண்டப நுழைவாயில் அருகிலுள்ள தூணில் வடிக்கப்பெற்றுள்ள புடைப்புச் சிற்பமும் இராஜகோபுரத்தின்பின் நால்வர் மண்டபத்தின் முன் நிறுவப்பெற்றுள்ள ஆளுயர, முழு உருவச் சிற்பமும் கவனத்திற்கு உரியவை ஆகின்றன.

இம்மூன்றிலும் வடிக்கப்பெற்றுள்ள உருவம் நிற்கின்ற முறை, வணங்கும் நிலை, இடையிலுள்ள ஆடையலங்காரம், கழுத்து, கைகள், கால்கள் முதலியவற்றில் அணிந்துள்ள அணிகலன்கள், தலையின் மீதுள்ள பாகை, அணிகலன்களோடு நீண்டு தொங்கும் காதுகள், அழகுற நறுக்கிவிடப்பட்டுள்ள மீசை ஆகியன ஒப்புமையோடு காணப்படுகின்றன. ஆகவே இம்மூன்று சிற்பங்களிலும் வடிக்கப்பட்டுள்ளவர் ஒருவரே என்பதில் ஐயமில்லை.

ஆகவே, மொட்டைக் கோபுரம், நால்வர் மண்டபம் ஆகியனவற்றைக் கட்டிய புரவலர் ஒருவரே எனவும் உணரவியலுகிறது. அவை இரண்டிற்கும் இடையே உள்ள இராசகோபுரமும் அவர்தம் கொடையே என்றும் ஊகிக்க முடிகிறது. ஆயினும் இச்சிற்பங்களாகக் காட்சிப்படுத்தப்பட்டுள்ளவர் யார் என்பதை அறியப் பிறவிடங்களில் உள்ள சிற்பங்களை ஒப்புநோக்க வேண்டியுள்ளது. மதுரை மீனாட்சி சுந்தரேசுவரர் கோயிலின் வடக்குக் கோபுரம் முதலாம் கிருஷ்ணப்ப நாயக்கரால் கட்டுவிக்கப்பட்டது. இதன் அதிட்டானத்தில் அவருக்குத் தளவாயாகத் திகழ்ந்த அரியநாதர் தன் துணைவியுடன் நிற்கும் சிற்பம் வடிக்கப்பெற்றுள்ளது.[1]

அக்கோயிலின் உட்புறம், சிற்பக்களஞ்சியமாகப் படைக்கப்பெற்றுள்ள ஆயிரங்கால் மண்டபம் அரியநாதரின் புகழ்மிகு படைப்பு எனச் செவிவழிச் செய்திகள் கூறுகின்றன.[2] இம்மண்டபத்தின் நுழைவாயிலுக்கு வெளியே உள்ள தூணில், மயில் மீதமர்ந்த ஆறுமுகப்பெருமானின் அழகிய உருவம் திருவாசியுடன் வடிக்கப்பெற்றுள்ளது. அத்துடன் வலப்புறம் ஒருவரும் இடப்புறம் ஒருவரும் நின்று முருகனைக் கரங்கள் கூப்பி வணங்கி நிற்பதும் சித்திரிக்கப்பட்டுள்ளது.

முருகனின் இடப்புறம் உயரமாக நிற்பவர் உடைவாளினைத் தோளுடன் சேர்த்து வலது கரத்தில் இடுக்கிய வண்ணம் காட்சியளிக்கிறார். அவர் கழுத்தில் உத்திராக்கம் போன்றதொரு பெரிய மணிகளாலான மாலையும் கைகளில் கங்கணமும் கால்களில் வீரக்கழல்களும் அணிந்துள்ளார். தலைப்பாகை அணிந்துள்ள அவர்தம் காதுகளில் குண்டலங்கள் திகழ்கின்றன; முகத்தில் நறுக்கிவிடப்பட்ட அழகிய மீசை காணப்படுகிறது. சற்று இளம்தொந்தி வயிற்றுடன் உள்ள அவர் நடுத்தர வயதினராகக் காட்சியளிக்கிறார்; வணங்கி வழிபடும் நிலையிலும் கம்பீரமாகத் தோற்றமளிக்கிறார். அவர்தம் அழகிய இடையாடை, அணிகலன்கள், தலையலங்காரம், நிற்கும் நிலை, மிக முக்கியமாக கத்திரிகையிட்டு ஒழுங்கு செய்யப்பட்ட மீசை ஆகியன திருப்புடைமருதூரில் உள்ள சிற்பங்களுடன் முழுவதும் பொருந்தியுள்ளன. முருகனது வலதுபுறம் நின்று வழிபடுபவர் சற்று உயரம் குறைந்தவராகக் காட்டப்பட்டுள்ளார். ஆடையணிகளில் இடப்புறத்திலுள்ளவர் போன்றே இருப்பினும் கையில் வீரவாளும் கால்களில் வீரக்கழல்களும் முகத்தில் மீசையும் இல்லாதிருப்பது குறிப்பிடத்தக்கது. ஆகவே, இங்கு உயரமாகக் கையில் வாளுடன் காட்சிதருபவர் நாயக்க மன்னர்களின் புகழ்பூத்த தளவாய் அரியநாதர்[3] என்பதில் ஐயமில்லை. மதிநலம் மிக்க சிறந்த அமைச்சராகவும் வீரம் மிகுந்த தளபதியாகவும் ஒருசேரத் திகழ்ந்த அவரது பெருமையையே உடைவாளும் வீரக்கழல்களும் உணர்த்துகின்றன.[4]

வலப்புறம் உயரம் குறைவாக நிற்பவர் அவர்தம் மைந்தர் காளத்திநாதர் எனக் கருதுவதில் பிழையில்லை. மதுரைக் கோயிலிலும் பிறவிடங்களிலும் தந்தையுடன் இணைந்து பல திருப்பணிகள் செய்த அவர், இம்மண்டப உருவாக்கத்தில் மிக

பெரும்பங்காற்றியவர் என்பதை இம்மண்டபத்தின் உட்புறம் உள்ள தூணிலும் இவர் உருவம் வடிக்கப்பெற்றிருப்பது புலப்படுத்துகிறது எனலாம்.[5]

அமைச்சர் மற்றும் தளபதி எனும் இரண்டு பொறுப்புகளும் ஒன்றிணைந்த 'தளவாய்' என்னும் பதவியில் திறம்படத் திகழ்ந்த அரியநாதர் மிகுந்த சமயப் பற்றாளராகவும் திகழ்ந்தார். அதனால் 'அவர் திருப்பணி பெறாத பெருங்கோயில்கள் தென்னாட்டில் சிலவென்றே சொல்லவேண்டும் எனப் போற்றப்படுகிறார்.[6]

மேலும், இச்சிற்பங்களைத் திருப்புடைமருதூர்ச் சிற்பங்களுடன் இணைத்தெண்ணி, அங்குள்ள கோபுரங்களும் நால்வர் மண்டபமும் அவர்தம் படைப்புகளே என முடிவுக்கு வருவதற்கு இலக்கியச்சான்றும் துணைசெய்கிறது. திருப்புடைமருதூர் புராணத்தின் அத்திவனப்படலம் கோயிலுக்குத் திருப்பணிகள் புரிந்தோரைக் குறிப்பிடுகிறது.

பொருநைவளம் பதியார்கள் கண்டுபூ சித்தெழிலாய்
வருநாளி லேதொண்டை மண்டலவே ளான்தலைமை
அரியநா யகமன்னன் அவனிபுரந் திடும்அந்நாள்
பெருகவே சிவதருமம் பேணியே வருகின்றான்.

கற்பகரம் முதலாகக் கணபதிசுற் றாலயமும்
சிற்பசாத் திரப்படியே செய்துதிருக் கயிலாய
வெற்பனுக்கு வடகீழ்பால் விமலைதிரு வுருஅமைத்து
அற்புடனே அனைநாமம் அரியநா யகிஎன்றே.

பெயர்விதித்து ப்ரதிட்டைசெய்து பின்புபஞ்ச லிங்கம்முதல்
செயல்பெறஅவ் விடத்தியற்றிச் சுற்றுசிக ரத்துடனே
புயல்வளர்மென் சோலைகளும் பொன்னாடை ஆபரணம்
கயல்விழியார் முதலான கருவிகளும் கண்டனனால்.

எனப் புகழ்ந்துரைக்கிறது.[7] இங்குக் குறிப்பிடப்பெறும் தொண்டை மண்டல வேளான் அரியநாயக மன்னன் தளவாய் அரியநாதரே என்பதில் ஐயமில்லை. தளவாய் அரியநாதர் தொண்டை மண்டலத்தைச் சேர்ந்த காஞ்சிபுரத்திற்கு அருகிலுள்ள மப்பேடு எனும் ஊரினராவார் என்பதையும் இங்கு இணைத்தெண்ணுதல் வேண்டும்.[8]

அவரே திருப்புடைமருதூர்க் கோயிலில் விநாயகருக்கும் அம்மனுக்கும் ஆலயங்களை அமைத்துள்ளார். அத்துடன் பஞ்சலிங்கங்களையும் பிரதிஷ்டை செய்து சிகரங்களைக் கொண்ட கோபுரங்களை எழுப்பியுள்ளார். நந்தவனமொன்றும் அமைந்துள்ளார். அத்துடன் கடவுளர்களுக்கு அணிவிக்கப் பொன்னாடைகளையும் அணிகலன்களையும் கொடையாக வழங்கியுள்ளார். தம் பெயரால் இறைவிக்கு அரியநாயகி எனப்பெயர் வழங்கவும் செய்துள்ளார்.

இராசகோபுரத்தின் உட்புறம் அழகிய சிற்ப வேலைப்பாடுகள் மிக்க மரத்தூண்களும் விதானங்களும் காணப்படுகின்றன. அம்மரச்சிற்பங்களில் செதுக்கப்பட்டுள்ளன காட்சிகளின் உள்ளடக்கங்களும் வெளிப்பாட்டு முறைகளும் அலங்காரங்களும் ஐந்துநிலையிலும் தீட்டப்பட்டுள்ள ஓவியங்களின் பண்புகளுடன் முழுமையாக ஒன்றுபட்டுள்ளன. ஆகவே, அழகிய சிற்பங்களுடன் இக்கோபுரம் கட்டப்பட்ட காலத்திலேயே, அக்கலைஞர்களாலேயே ஓவியங்களும்

தீட்டப்பெற்றிருக்க வேண்டு மென்பதில் ஐயமில்லை. விசுவநாத நாயக்கர் (1529—1564), முதலாம் கிருஷ்ணப்ப நாயக்கர் (1564—1572), வீரப்ப நாயக்கர் (1572—1595), இரண்டாம் கிருஷ்ணப்பர் ஆகிய நான்கு அரசர்கள் காலத்திலும் அரியநாதர் தளவாயாகப் பணியாற்றியுள்ளார்.

திருப்புடைமருதூர் ஓவியங்களுள் இரண்டாம் தள ஓவியங்கள் விஜயநகரத்திற்கும் திருவிதாங்கூருக்குமிடையே நடைபெற்ற 'தாமிரபரணிப் போரை'ச் சித்திரிப்பனவாகும். இப்போர், 1532 ஆம் ஆண்டு ஜனவரித் திங்களுக்கும் ஜூலைத் திங்களுக்குமிடையே நடைபெற்றிருக்க வேண்டு மென்பது அறிஞர் கருத்தாகும்.[9] இக்காலப்பகுதியில் மதுரையில் விசுவநாத நாயக்கர் ஆண்டிருந்தார். அவரை அடுத்து ஆட்சிக்கு வந்த முதலாம் கிருஷ்ணப்பர் காலத்தில் தலைக்கோட்டைப் போர் (கி.பி.1564) நிகழ்ந்தது. மிகக்கடுமையாக நடைபெற்ற அப்போரில் விஜயநகரம் மீளவொண்ணாத் தோல்வியுற்று நிலைகுலைந்தது. இரண்டாம் கிருஷ்ணப்பர் காலத்தில் மிகவும் முதுமைப் பருவத்தை எட்டிய அரியநாதர் இயற்கையெய்தினார். ஆகவே, விஜயநகரம் வீழ்ச்சியுற்ற முதலாம் கிருஷ்ணப்ப நாயக்கர் காலத்திலோ அவருக்குப் பின்வந்த வீரப்பநாயக்கர் காலத்திலோ விஜயநகரத்தின் தென்திசை வெற்றியைப் போற்றும் திருப்புடைமருதூர் ஓவியங்கள் தீட்டப்படிருக்குமா என்பது மிகுந்த ஐயப்பாட்டிற்கு உரியதே ஆகும். அதுபோலவே திருப்புடைமருதூரிலுள்ள சிற்பங்களில் திடம்மிகுந்த நடுத்தர வயதுத்தோற்றத்தை உடையவராக அரியநாதர் காட்டப்பட்டுள்ளார். ஆகவே அவர் முதுமையெய்திய காலமான இரண்டாம் கிருஷ்ணப்பர் காலத்தில் இக்கோயில் பணி நடந்திருக்கவும் வாய்ப்பில்லை.

அச்சுதராயர் வெற்றிப்பெருமிதத்தோடு விஜயநகரப் பேரரசை ஆண்டிருந்தபோது அவருக்குக் கட்டுப்பட்டு மதுரையை விசுவநாத நாயக்கரே ஆண்டிருந்துள்ளார். அவருக்கு அனைத்துவகைகளிலும் உதவும் துணைவராக அரியநாதர் விளங்கியுள்ளார். ஆகவே, விஜயநகரத்தின் திசைவெற்றியைப் போற்றும் ஓவியத் தொகுதியை இரண்டாம் தளத்தில் கொண்ட திருப்புடைமருதூர் ஓவியங்கள் கி.பி.1532க்கும் 1564க்கும் இடைப்பட்ட காலத்தில் தீட்டப்பெற்றிருக்க வேண்டுமெனக் கருதுவது பொருத்தமாகப்படுகிறது. இது மேலாய்வுக்குரியது.

தளவாய் அரியநாதர்

1 2 3 4 5 6

1.மகாமண்டபம், நாறும்பூ நாதர் கோவில் திருப்புடைமருதூர்

2.நால்வர் மண்டபம், திருப்புடைமருதூர்

3.அதிட்டானம், சிதைவுற்ற முதற்கோபுரம், திருப்புடைமருதூர்

4.ஆயிரங்கால் மண்டபம், நெல்லையப்பர் கோவில், திருநெல்வேலி,

5.அதிட்டானம், வடக்குக் கோபுரம், மீனாட்சி சுந்தரேஸ்வரர் திருக்கோவில், மதுரை

6.ஆயிரங்கால் மண்டபத்தின் முன்னுள்ள தூண் சிற்பம், மீனாட்சி சுந்தரேஸ்வரர் திருக்கோவில், மதுரை

குறிப்புகள்

1. அ.கி.பரந்தாமனார், மதுரை நாயக்கர் வரலாறு, ப.96.

2. மேலது, ப.16.

3. காஞ்சிபுரம் மாவட்டத்தைச் சேர்ந்த மெய்ப்பேடு (மப்பேடு) என்னும் சிற்றூரில் காளத்தியப்ப முதலியார் என்பவரது மகனாகத் தோன்றியவர் அரியநாதர். இவர் இயற்பெயர் அரியநாயகம் என்பதாகும். இளம் வயதிலேயே கல்வியிலும் போர்க்கலைகளிலும் ஈடுபாடு கொண்டிருந்த அரியநாதர், விஜயநகரம் சென்று நாகம நாயக்கரிடத்தில் கணக்கராகப் பணியமர்ந்தார். நாளடையில், நாகமநாயக்கர் மகனார் விசுவநாத நாயக்கரின் உயிர்த் தோழரானார். கிருஷ்ணதேவராயர் அரியநாதரின் கணிதப் புலமையைக் கண்டு அரண்மனைக் கணக்கராக்கினார். ஒருமுறை, பல விருதுகள் பெற்ற மற்போர் வீரனுடன் போரிட்டு அரியநாதர் வெற்றிபெற்றார். அதனால் மகிழ்வுற்ற கிருஷ்ணதேவராயர் அவரைப் படைத் தலைவர்களுள் ஒருவராக்கினார். விசுவநாத நாயக்கர் மதுரையை ஆண்டபோது அரியநாதர் அவரது தளவாயாகப் பணியாற்றினார். தளவாய் என்பது நாயக்கர் ஆட்சி நிர்வாகத்தில் மிக முக்கியமான பொறுப்பாகும். இது, தலைமை அமைச்சர் பதவியும் படைத்தலைவர் பதவியும் இணைந்த பதவியாகும். உள்நாட்டில் அமைதியை நிலைநாட்டும் பொறுப்பும் வெளிநாட்டுக் கொள்கையை உருவாக்கும் பொறுப்பும் தளவாயுடையதாகும். அரசாங்கத் துறைகள் எல்லாவற்றிற்கும் தளவாயே தலைவராவார். இத்தகு பெரும் பொறுப்பில் திறம்படச் செயலாற்றிய அரியநாதரே 72 பாளையப்பட்டுகளை மதுரை நாயக்கத்தில் ஏற்படுத்தியவராவார். பஞ்சபாண்டியரின் கலகத்தை அடக்குதல் முதலாக, தலைக்கோட்டைப் போர் வரை பல போர்களிலும் அரியநாதர் பங்கேற்றார். விசுவநாத நாயக்கர், முதலாம் கிருஷ்ணப்ப நாயக்கர், வீரப்ப நாயக்கர், இரண்டாம் கிருஷ்ணப்ப நாயக்கர் என நான்கு அரசர்கள் ஆட்சிக் காலத்தும் அரியநாதர் உடனிருந்து உதவினார். மதுரை மீனாட்சியம்மன் ஆலயத்தில் ஆயிரங்கால் மண்டபம், அறுபத்து மூவர் மண்டபம், காளீச்சுரன் கோயில் ஆயிரங்கால் மண்டபம், திருவரங்கம் ஆயிரங்கால் மண்டபம், திருச்சிராப்பள்ளி தளவாய் அக்ரகாரம் கல்மண்டபம், தெப்பக்குளம், திருநெல்வேலி நெல்லையப்பர் காந்திமதியம்மன் கோயில் ஆயிரங்கால் மண்டபம் ஆகியன அரியநாதர் கட்டியனவாகும். கி.பி.1600 இல் அரியநாதர் காலமானார்.

— அ.கி.பரந்தாமனார், மதுரை நாயக்கர் வரலாறு, பக்.106—111,

— சு.ந.சொக்கலிங்கம், தொண்டை மண்டல முதலியார் வரலாறு, பக்.52—72.

4. ஆயிரங்கால் மண்டபத்தின் முகப்பில், நுழைவாயிலின் இடதுபுறம் குதிரைமீது அமர்ந்து பாய்ந்துவரும் வீரன் ஒருவனின் சிற்பம் காணப்படுகிறது. இவ்வீரன் தளவாய் அரியநாதர் என்று பலரும் குறித்துள்ளனர். (அ.கி.பரந்தாமனார், 2004, ப.111; க.அப்பாதுரையார், 2009, ப.110, சு.ந.சொக்கலிங்கம், 1999, ப.70.) சிலர் இது திருவிளையாடற் புராணம் சார்ந்த சிற்பமாகலாம் என்றும் தெரிவித்துள்ளனர். (D.Devakunjari, 1979. பின்னிணைப்புப் புகைப்படக் குறிப்பு). ஆயிரங்கால் மண்டப முகப்பில் மிகப்பெரிய தூண் சிற்பங்கள் வரிசையாக வடிக்கப்பெற்றுள்ளன. கண்ணப்பர், அரிச்சந்திரன்—சந்திரமதி, குறவன் — குறத்தி, பூதத்தின் மீது நிற்கும் சிவன் ஆகியோரது உருவங்கள் உள்ளன. இவ்வாறு புராணப் பாத்திரங்களும் தெய்வ உருவும் இடம்பெற்றுள்ள வரிசையில் தளவாய் அரியநாதர் உருவம் அமைக்கப்பட்டுள்ளதாகக் கருதுவது பொருத்தமற்றது. பெரியபுராணத்திலிருந்து கண்ணப்பர் இங்கு வடிக்கப்பட்டிருப்பது போலவே திருவிளையாடற் புராணத்திலிருந்து சிவன் குதிரைச் சேவகனாகிய நிகழ்ச்சி வடிக்கப் பெற்றிருப்பதாகக் கருதுவதே பொருத்தமுடையதாகும். மேலும், அரியநாதர் சிற்பங்கள் எதிலும் அவர் தாடி — மீசையுடன் சித்திரிக்கப்படவில்லை. ஆகவே, இது அரியநாதர் உருவமன்று என்பது தெளிவு.

5. மேலது, ப.110.

6. கா.அப்பாதுரையார், தளவாய் அரியநாதர், பக்.102—103.

7. திருப்புடைமருதூர் புராணம், ஆத்திவனப் படலம், பாடல் எண்கள்: 83, 88, 89.

8. அ.கி.பரந்தாமனார், மேற்நூல், ப.107.

9. குடவாயில் பாலசுப்பிரமணியன், தஞ்சாவூர் நாயக்கர் வரலாறு, ப.40, 46.

சுவரோவிய உயரம் : 79'' அங்குலம்

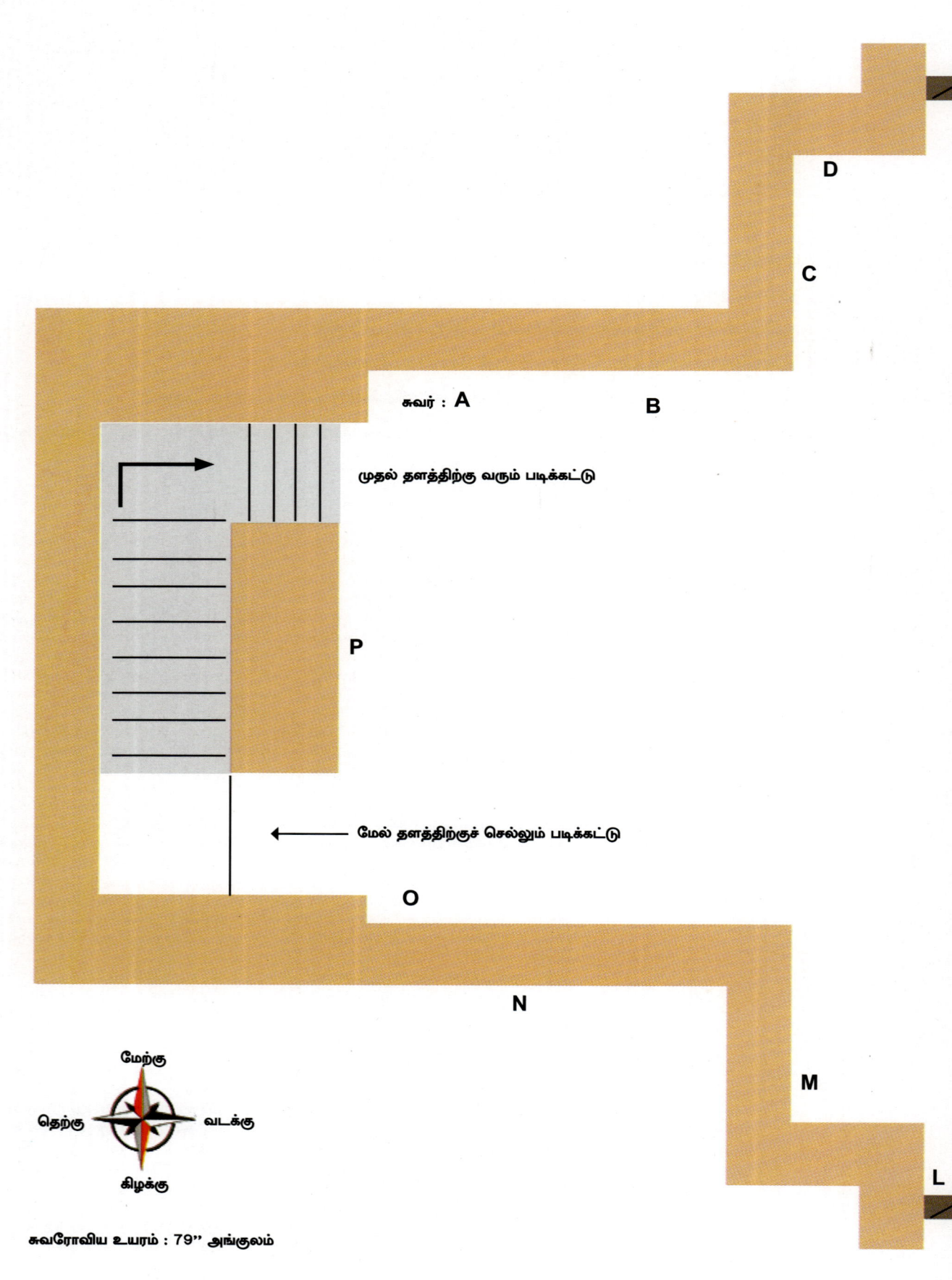

முதல்தளம்

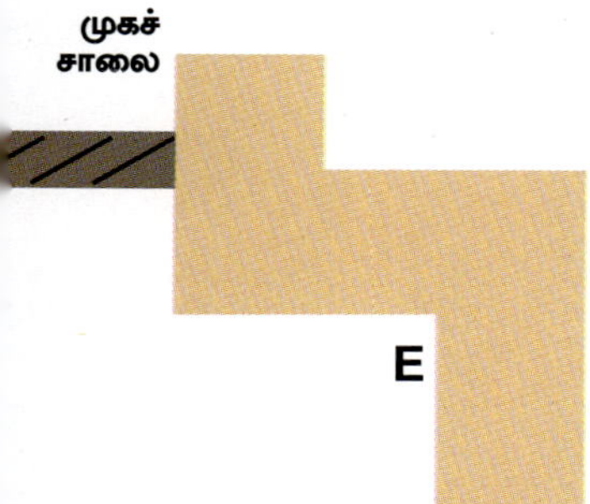

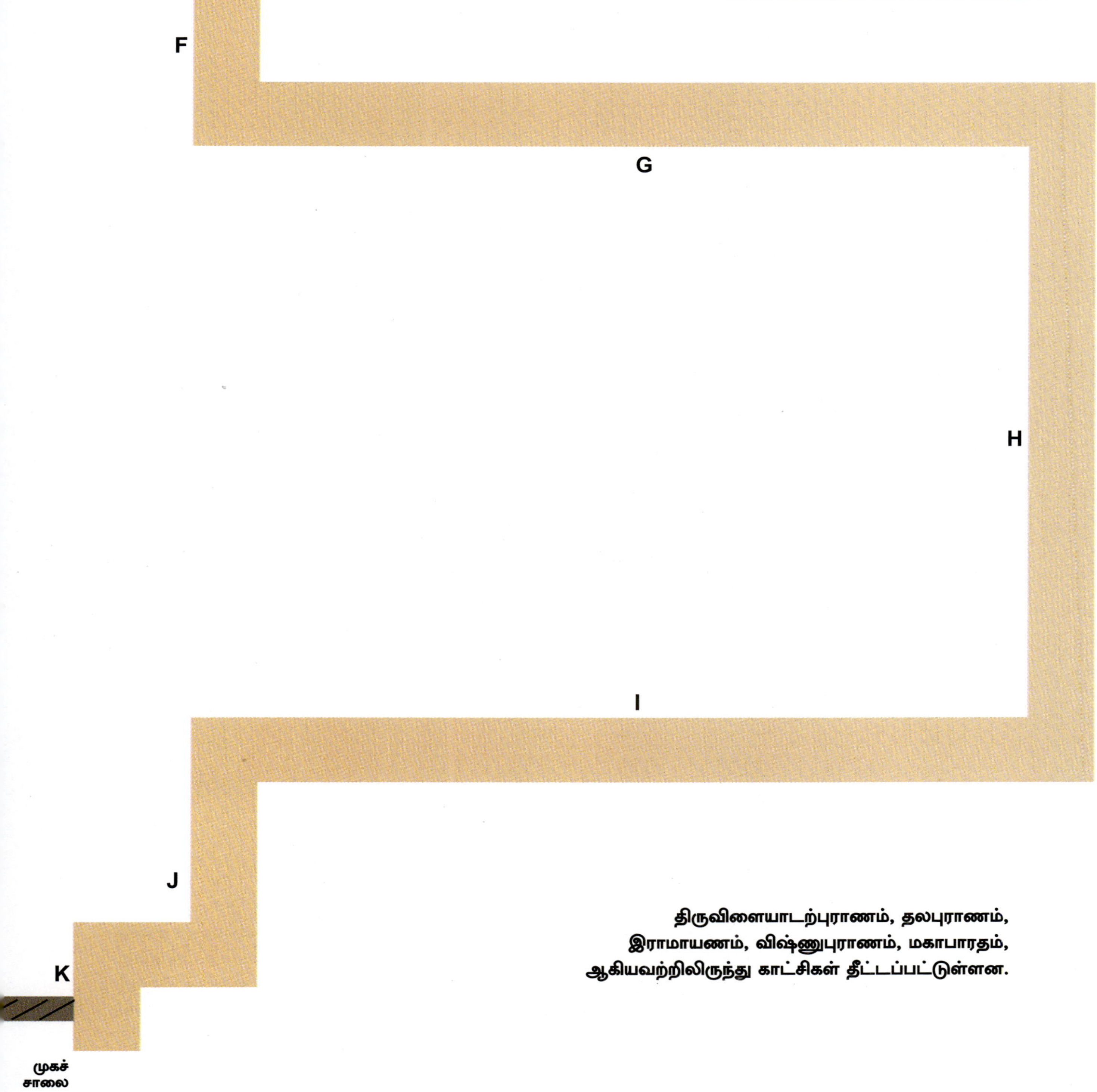

E

F

G

H

I

J

K

திருவிளையாடற்புராணம், தலபுராணம்,
இராமாயணம், விஷ்ணுபுராணம், மகாபாரதம்,
ஆகியவற்றிலிருந்து காட்சிகள் தீட்டப்பட்டுள்ளன.

சுவர் - A

சுவர்ப்பகுதி மூன்று
காட்சிகளாகப்
பகுக்கப்பட்டுக் குதிரை வீரர்கள்
சித்திரிக்கப்பட்டுள்ளனர்

காட்சி 1

வாளினை ஓங்கியவாறு, அலங்கரிக்கப்பட்ட குதிரையில் வீரன் ஒருவன் வருகின்றான். தலைப்பாகையும் முழங்கை மேற்சட்டையும் நீண்ட கால் சராயும் அணிந்துள்ள அவனது இடையிலும் தோளிலும் துண்டுகள் காணப்படுகின்றன. முகத்தில் தாடி அழிக்கப் பட்டுள்ளது. குதிரையின் பின் மற்றொரு குதிரை வருகிறது.

காட்சி 2

நடுவிலுள்ள கட்டத்தில் மேலுள்ளது போன்றே அலங்கரிக்கப்பட்ட குதிரைகளும் ஆடையணிந்த வீரனும் வருகின்றனர். வீரன் தாடியுடன் காணப்படுகிறான்; கையில் பூந்தலைக் குந்தம் உள்ளது.

காட்சி 3

இறுதிக் கட்டத்தில், மேலுள்ளவை போன்றே குதிரைகள் வருகின்றன. முன்வரும் குதிரைமீது வாளினை ஓங்கியவண்ணம் வீரனொருவன் அமர்ந்துள்ளான். இவனுக்குத் தாடியுள்ளது.

இவர்கள் மாணிக்கவாசகருக்காக நரிகளைக் குதிரை களாக்கிப் பாண்டியனிடம் கொணர்ந்து நடத்திக் காட்டும் குதிரைச் சேவகர்கள் ஆவர். நந்தி முதலிய கண நாதர்களான இவர்கள், அராபியக் குதிரை வணிகர்களின் தன்மையில் இங்குக் காட்டப்பட்டுள்ளனர். குதிரைச் சேவகர்களாக வந்த சிவபெருமானும் கணநாதர்களும் பாண்டியன் முன் குதிரைகளின் திறமைகளைக் காட்டிப் பரிசில் பெறும் நிகழ்ச்சி, இத்தளத்தின் மரச்சிற்பங்களிலும் செதுக்கப் பட்டுள்ளது.

சுவர் - B

நீண்ட நான்கு வரிசைகளாகப் பகுக்கப்பட்டுள்ள இச்சுவர்ப்பரப்பில், திருவிளையாடற்புராணத்திலிருந்து வாதவூரடிகளுக்கு உபதேசித்த படல நிகழ்ச்சிகளும் நரியைப் பரியாக்கிய படல நிகழ்ச்சிகளும் தீட்டப்பெற்றுள்ளன.

முதல் வரிசை ▶

குதிரை வாங்கவேண்டித் தளபதிகள் பாண்டியனிடம்
முறையிடலும் அரசன் மாணிக்கவாசகரைப் பணித்தலும்
இடமிருந்து வலமாகத் தீட்டப்பெற்றுள்ளன.

காட்சி 1

அலங்கரிக்கப்பட்ட மண்டபமொன்றில் பாண்டிய மன்னன் அமர்ந்துள்ளான். பீடத்தின் மீது வைக்கப்பட்டுள்ள திண்டில் சாய்ந்து கொண்டுள்ள அவன் கால்மீது காலிட்டு, இடது முழந்தாள்மீது இடது கையினை வைத்து, வலது கையிலுள்ள வாளினை வலது தோள்மீது சாய்த்து அமர்ந்துள்ளான். அவனது தலையில் மகுடமும் கழுத்திலும் கைகளிலும் அணிகலன்களும் இடையில் பூவேலைப்பாடுடைய அழகிய ஆடையும் காணப்படுகின்றன.

அதன் பின் அடைப்பைக்காரர் எனும் வெற்றிலை மடித்துத் தருபவர் நிற்கின்றார். தலைமுடி உச்சியில் சிறு கொண்டையாக இட்டுள்ள அவரது மார்பில் பூணூலும் தோளில் துண்டும் இடையில் எளிய ஆடையும் காணப்படுகின்றன. இடுப்பில் வெற்றிலைகள் உள்ள பையினைச் செருகியுள்ளார். இடது கரத்தில்

வெற்றிலைகளை வைத்துள்ள அவர், வலதுகரத்தால் வெற்றிலையை மடித்து மன்னனிடம் நீட்டிக் கொண்டுள்ளார்.

அவருக்குப் பின் வலதுகையில் பாத்திரத்தை உயர்த்திப் பிடித்து இடதுகையில் வாயினைப் பொத்தி ஒருவர் பணிவுடன் நிற்கிறார். கைகளில் கங்கணம் பூண்டுள்ள அவர் எளிய இடையாடை உடுத்துள்ளார்.

அவருக்குப்பின்னர் அரசனின் பாதுகாவலர் நிற்கிறார். அவர் வட்டமான பெரிய கேடயத்தையும் வலதுகரத்தில் வாளினையும் ஏந்தியுள்ளார். தலையின் மீது முடி முடிச்சிடப்பட்டுள்ளது. இடையில் பூவேலைப்பாடுடைய ஆடை காணப்படுகிறது.

அவரையடுத்து மற்றுமொரு வீரர் இடது கரத்தால் வாய்பொத்திப் பணிவுடன் நிற்கிறார். தலையில் தலைப்பாகையும் கழுத்தில் அணிகலன்களும் இடையில் அழகிய ஆடையும் கொண்டுள்ள அவர் தன் வலது கரத்தில் உள்ள வாளினைத் தரையில் ஊன்றி நிற்கிறார்.

அடுத்துநிற்பவரும் ஏறத்தாழ அதே தன்மைகளைக் கொண்டுள்ளார். பெரிய வாளினைத் தனது வலதுகரம் கொண்டு உடலோடு சேர்த்துப் பிடித்துள்ளார்.

மன்னரின் முன் நால்வர் நிற்கின்றனர். முதலில் நிற்பவர் முகம் இருந்த ஓவியப்பகுதி உதிர்ந்துள்ளது. கழுத்தில் நிறைய அணிகலன்களையும் பூவேலைப்பாடு மிக்க இடையாடையும் கொண்டு இருகரம் கூப்பி நின்று அரசருடன் உரையாடுகிறார்.

அடுத்துநிற்கும் மூவரின் தலைப்பகுதிகளும் அழிந்துபட்டுள்ளன. இரண்டாமவர் இடது கையில் உள்ள வாளினைத் தோளில் சேர்த்து வலதுகையில் வாய்பொத்தி நிற்கிறார். இடதுதோளில் சாமரை ஒன்று துண்டுடன் சார்த்தப்பெற்றுள்ளது. இடையில் வெற்றிலைப்பை போன்ற ஒன்றும் காணப்படுகின்றது.

மூன்றாமவர் கழுத்தில் மணிமாலைகளும் தோளில் துண்டும் இடையில் சிறு ஆடையும் உள்ளன. வலதுகரத்தில் வாய்பொத்தி நிற்கும் அவர் இடதுகரத்தில் பணப்பை போன்ற சிறு துணிப்பையைக் கொண்டுள்ளார்.

நான்காமவரின் மேற்பகுதி பெரிதும் சிதைவுற்றுள்ளது. அவர் கரம் கூப்பி நிற்பதாகத் தோன்றுகிறது. இடையாடை பூவேலைப்பாட்டுடன் காணப் படுகிறது.

இது குதிரைப் பந்தியினைக் காவல்காக்கும் காவலர்கள், புதிய குதிரைகள் வாங்க வேண்டுமென்று மன்னரிடம் எடுத்துரைக்கும் நிகழ்ச்சியாகும்.

அடுத்தகாட்சியில் மாறுபட்ட தொரு ஆசனத்தில் பாண்டியன் அமர்ந்துள்ளான். அவன்பின் அடைப்பைக்காரும் பாதுகாவலரும் நிற்கின்றனர். மன்னனுக்கு யோகபட்டம் ஒன்று இடையினையும் இடது முழந்தாளினையும் சூழ்ந்து அமைந்துள்ளது.

மன்னன் முன் அமைச்சர் திருவாதவூரார் என்னும் மாணிக்கவாசகர் இடது கரத்தால் வாயினைப் பொத்திப் பணிவுடன் நிற்கிறார். அவரது தலையில் உயர்ந்த இரு குஞ்சங்களுடன் குல்லாய் காணப்படுகிறது; கழுத்திலும் கரங்களிலும் அணிகலன்கள் உள்ளன. பூவேலைப்பாடு மிக்க இடையாடை அணிந்துள்ளார். அவர்பின் மார்பில் பூணூலும் இடதுகையில் வாளும் இடையில் வெற்றிலைப் பையும் இடையில் எளிய ஆடையும் கொண்டு தலைமேல் முடியினை முடிச்சிட்டுள்ள ஒருவர் வலதுகரத்தால் வாய்பொத்தி நிற்கிறார்.

இது மாணிக்கவாசகர் சென்று கடற்துறையில் குதிரை வாங்கிவருவது குறித்து பாண்டியன் உரையாடும் நிகழ்ச்சியாகும்.

அடுத்துள்ள காட்சியில் மன்னன் பாண்டியன் ஆசனத்தில் அமர்ந்துள்ளார். அவர் பின்னே அடைப்பைக்காரர் தோளில் சாமரத்துடன் நிற்கிறார். மன்னன் எதிரில் மாணிக்கவாசகர் நிற்கிறார். அவர்பின் இடதுகரத்தால் வாளினை உடலோடு சேர்த்துப் பற்றியுள்ள ஒருவர் வாய்பொத்தி நிற்கிறார். அவர் பின்னே வலதுகரத்தால் வாய்பொத்தி நிற்கும் ஒருவன் இடதுகரத்தில் நீண்ட ஓலைச்சுவடி யொன்றை வைத்துள்ளார். அவரது தலைமுடியும் உச்சியில் முடிச்சிடப் பட்டுள்ளது. மார்பில் பூணூலும் இடையில் எளிய ஆடையும் காணப்படுகின்றன.

இவர்கள் அமைச்சராகிய மாணிக்கவாசகரின் உதவியாளர்கள் ஆவர். முன்நிற்பவர்கள் கையில் இடுக்கிய வாள் மட்டுமின்றி வெற்றிலைப்பை ஒன்றை இடையில் கட்டியிருப்பதும் கையில் வெற்றிலை வைத்திருப்பதும் குறிப்பிடத் தக்கனவாகும். மன்னன் மாணிக்கவாசகருக்கு மணியாரம் ஒன்றினை அளிக்க, அவர் அதனை இருகரங்கள் நீட்டி வாங்குகிறார். அது குதிரை வாங்கும் செல்வம் எடுத்துச் செல்லக் கருவூலத் திறவுகோல் வாங்குவதையோ அல்லது செல்வம் வழங்குவதையோ குறிப்பிடுகிறது.

இரண்டாம் வரிசை ▸

குதிரை வாங்க மாணிக்கவாசகர்
பயணம் செய்யும் நிகழ்வுகள்
இடமிருந்து வலமாகத் தீட்டப்பட்டுள்ளன.

காட்சி 1

அலங்கரிக்கப்பட்ட பல்லக்கு ஒன்றினை இருவர் தோளில் சுமந்து வருகின்றனர். பல்லக்குத் தூக்கிகள் காதுகளில் மட்டும் அணிகலன்களும் இடையில் எளிய ஆடைகளும் அணிந்துள்ளனர்.

அவர்களுக்கு முன் மாணிக்கவாசகர் நிற்கிறார். தலையில் நீண்ட குல்லாயும் கழுத்தில் நிறைய அணிகலன்களும் மார்பில் பூணூலும் இடையில் அலங்காரமான ஆடையும் உள்ளன.

அவர் பின்னே அலுவலர் ஒருவர் நிற்கிறார். அவர் தலையில் தலைப்பாகையும் உடலில் அணிகலன்களும் புள்ளியிட்ட இடையாடையும் காணப்படுகின்றன. அவர் சற்றுக்குனிந்து இரண்டு கரங்களையும் நீட்டியுள்ளமை மாணிக்கவாசகரைப் பல்லக்கில் ஏற வேண்டுவதாக உள்ளது.

அவர்பின்னே ஏடும் எழுத்தாணியும் தாங்கி ஓலைநாயகம் நிற்கிறார். தலையில் தலைப்பாகை அணிந்துள்ள அவர், கழுத்திலும் காதிலும் அணிகலன்கள் பூண்டுள்ளார். இடையில் எளிய ஆடை காணப்படுகிறது.

அடுத்ததாக, மாணிக்கவாசகர் பல்லக்கில் பயணம் செய்யும் காட்சி இடம்பெற்றுள்ளது. பல்லக்கினுள் அவர் திண்டொன்றில் சாய்ந்து அமர்ந்துள்ளார். அலங்கரிக்கப்பட்ட அப்பல்லக்கை இருவர் சுமந்து செல்கின்றனர்.

அவர்பின் வாளினைத் தாங்கிய பாதுகாவலர் ஒருவர் செல்கின்றார். அவர் மாணிக்கவாசகருக்கு வெற்றிலை மடித்துத் தருகிறார். தலையின் மீது பெட்டிகளைச் சுமந்த வண்ணம் இருவர் செல்கின்றனர். குதிரை வாங்குவதற்குரிய நிதிகளைக் கொண்ட அவற்றைச் சுமந்து செல்பவர்கள், தலைமுடியினைப் பின்புறமாகக் கொண்டையிட்டு மார்பில் துணியினைக் கட்டியவர்களாகவும் இடையில் எளிய ஆடை உடுத்தியவர்களாகவும் காட்டப்பட்டுள்ளனர். அவர்கள் இருவரில் முன்செல்பவர் தலையில், பெட்டியினைத் தாங்கவும் தலையினை உறுத்தாதிருக்கவும் சும்மாடு வைக்கப்பட்டுள்ளது. மற்றவர் நேரடியாகப் பெட்டியினைத் தலையில் சுமந்துள்ளார்.

பல்லக்கு முன்பாக ஒருவர் ஊதுகுழலையும் மற்றொருவர் உருமியினையும் இசைத்துச் செல்கின்றனர்.

இரண்டாம் வரிசை ▶

குதிரை வாங்க மாணிக்கவாசகர்
பயணம் செய்யும் நிகழ்வுகள்
இடமிருந்து வலமாகத் தீட்டப்பட்டுள்ளன.

காட்சி 1

அலங்கரிக்கப்பட்ட பல்லக்கு ஒன்றினை இருவர் தோளில் சுமந்து வருகின்றனர். பல்லக்குத் தூக்கிகள் காதுகளில் மட்டும் அணிகலன்களும் இடையில் எளிய ஆடைகளும் அணிந்துள்ளனர்.

அவர்களுக்கு முன் மாணிக்கவாசகர் நிற்கிறார். தலையில் நீண்ட குல்லாயும் கழுத்தில் நிறைய அணிகலன்களும் மார்பில் பூணூலும் இடையில் அலங்காரமான ஆடையும் உள்ளன.

அவர் பின்னே அலுவலர் ஒருவர் நிற்கிறார். அவர் தலையில் தலைப்பாகையும் உடலில் அணிகலன்களும் புள்ளியிட்ட இடையாடையும் காணப்படுகின்றன. அவர் சற்றுக்குனிந்து இரண்டு கரங்களையும் நீட்டியுள்ளமை மாணிக்கவாசகரைப் பல்லக்கில் ஏற வேண்டுவதாக உள்ளது.

அவர்பின்னே ஏடும் எழுத்தாணியும் தாங்கி ஓலைநாயகம் நிற்கிறார். தலையில் தலைப்பாகை அணிந்துள்ள அவர், கழுத்திலும் காதிலும் அணிகலன்கள் பூண்டுள்ளார். இடையில் எளிய ஆடை காணப்படுகிறது.

அடுத்ததாக, மாணிக்கவாசகர் பல்லக்கில் பயணம் செய்யும் காட்சி இடம்பெற்றுள்ளது. பல்லக்கினுள் அவர் திண்டொன்றில் சாய்ந்து அமர்ந்துள்ளார். அலங்கரிக்கப்பட்ட அப்பல்லக்கை இருவர் சுமந்து செல்கின்றனர்.

அவர்பின் வாளினைத் தாங்கிய பாதுகாவலர் ஒருவர் செல்கின்றார். அவர் மாணிக்கவாசகருக்கு வெற்றிலை மடித்துத் தருகிறார். தலையின் மீது பெட்டிகளைச் சுமந்த வண்ணம் இருவர் செல்கின்றனர். குதிரை வாங்குவதற்குரிய நிதிகளைக் கொண்ட அவற்றைச் சுமந்து செல்பவர்கள், தலைமுடியினைப் பின்புறமாகக் கொண்டையிட்டு மார்பில் துணியினைக் கட்டியவர்களாகவும் இடையில் எளிய ஆடை உடுத்தியவர்களாகவும் காட்டப்பட்டுள்ளனர். அவர்கள் இருவரில் முன்செல்பவர் தலையில், பெட்டியினைத் தாங்கவும் தலையினை உறுத்தாதிருக்கவும் சும்மாடு வைக்கப்பட்டுள்ளது. மற்றவர் நேரடியாகப் பெட்டியினைத் தலையில் சுமந்துள்ளார்.

பல்லக்கு முன்பாக ஒருவர் ஊதுகுழலையும் மற்றொருவர் உருமியினையும் இசைத்துச் செல்கின்றனர்.

காட்சி 2

அடுத்தகாட்சியில் மதுரை மீனாட்சி சுந்தரேஸ்வரர் கோயிலில் மாணிக்க வாசகர் வழிபடுவது காட்டப்பட்டுள்ளது. கோயிலின் உள் தெரிந்த சிவலிங்கம் தற்போது அழிந்துபோயுள்ளது. முன்மண்டபத்தின்மீது அழகிய நந்தி காட்டப்பட்டுள்ளது. மாணிக்கவாசகர் தரையில் விழுந்து வணங்குகிறார். உடன் சென்றவர் வணங்கியெழுந்து அர்ச்சகரிடம் திருநீறு பெறுகிறார். அர்ச்சகரது இடதுகரத்தில் திருநீற்றுக் கிண்ணம் வைக்கப்பட்டுள்ளது. பின்னால் சற்று உருவத்தில் சிறிய ஒருவர் மாணிக்கவாசகர் அணிந்திருந்த குல்லாவினையும் அவரது மேற்துண்டையும் முறையே வலதுகரத்திலும் இடதுகரத்திலும் ஏந்தி நிற்கிறார்.

காட்சி 3

அடுத்தகாட்சியில் பல்லக்கின்றி மாணிக்கவாசகர் நடந்துசெல்கிறார். அவருக்கு ஒருவர் கொற்றக்குடை பிடித்து வருகிறார். முன்னால் இருவர், நிதியுள்ள பெட்டிகளைச் சுமந்து செல்கின்றனர். அவர்களுக்குப் பின் கனத்த பொருள் உள்ள பெட்டிகளை இருவர் இருவராகத் தோளில் சுமந்து செல்கின்றனர். மாணிக்கவாசகர் அருகில் ஒருவர், நீண்ட குழலை ஊதிச் செல்கிறார். மன்னரின் பிரதிநிதி என்பதால் மாணிக்கவாசகருக்குக் கொற்றக் குடை பிடிக்கப்படுகிறது.

மூன்றாம் வரிசை ▶

மாணிக்கவாசகர் பயணமும்
தடுத்தாட்கொள்ளப்படுதலும்.
இடமிருந்து வலமாகச்
சித்திரிக்கப்பட்டுள்ளன.

மாணிக்கவாசகர் மற்றுமொரு சிவன் கோயிலில் வழிபடுவது சித்திரிக்கப் பட்டுள்ளது. கோயிலுள் திருவாசியுடன் இலிங்கம் காட்டப்பட்டுள்ளது. கோயிலின் முன் அர்ச்சகர் நிற்கிறார். அவர் இடதுகையில் செம்பினைப் பற்றியுள்ளார். வலதுகரத்தால் ஒரு மலரை மாணிக்கவாசகரின் கையில் தருகிறார். வலதுகரத்தால் இடதுகரத்தைத் தொட்டவண்ணம் மாணிக்கவாசகர் அதனை வாங்கிக் கொள்கிறார். அவரை அடுத்துநிற்கும் ஒருவரும் இறைவனை வணங்கி நிற்கிறார். மரங்கள் சூழக் கோயில் காட்டப்பட்டுள்ளது.

காட்சி 2

மாணிக்க வாசகர் பல்லக்கில் தொடர்ந்து பயணம் செய்வது அடுத்தகாட்சியில் இடம் பெற்றுள்ளது. பல்லக்குத் தூக்கிகள் பல்லக்கைச் சுமந்து செல்கின்றனர். அதன்பின் வாளொடு ஒருவரும் நிதிப்பெட்டிகளோடு இருவரும் செல்கின்றனர். பல்லக்கின் முன் செல்பவர் நீண்ட குழலை ஊதிச் செல்கிறார். செந்நிற ஆடை அணிந்த துறவியொருவர் மாணிக்கவாசகரை எதிர்கொள்கிறார்.

அடுத்தகாட்சியில் குருத்த மரத்தடியிலிருந்து குருவாய் வந்த இறைவன் மாணிக்கவாசகரை ஆட்கொள்வது சித்திரிக்கப்பட்டுள்ளது.

காட்சி 3

முதலில் பல்லக்கிலிருந்து மாணிக்கவாசகர் இறங்கி நிற்கிறார். துணைவர், அவர் பின் நிற்கிறார். அடுத்து, குருவினைக் கண்டு மெய்சிலர்ந்து தலைமீது கைகுவித்து அவர் வழிபடுகின்றார்.

அதனை அடுத்து, குருந்தமரத்தடியில் இருக்கை மீது அமர்ந்துள்ள குரு அவருக்கு சூக்கும பஞ்சாட்சரத்தை உபதேசம் செய்து தீட்சை வழங்குகிறார். அவரது வலதுகரம் உபதேச முத்திரை காட்டுகிறது, இடது கரம் தொடைமீது வைக்கப்பட்டுள்ளது.

மாணிக்கவாசகர் குவித்தகரங்களுடன் தலை தாழ்ந்து பணிந்து உபதேசம் கேட்கிறார். குருவின் தலைமுடி உச்சியில் முடியப்பெற்றுள்ளது; இரண்டு உருத்திராட்ச மாலைகளும் பூணூலும் அணிந்துள்ளார்; கால்மீது காலிட்டு அமர்ந்து உபதேசம் வழங்குகிறார். பின்னால் இருக்கை மேல் இருவரும் தரையில் இருவருமாய் நான்கு சீடர்கள் சுவடிகளுடன் அமர்ந்துள்ளனர். மாணிக்கவாசகர் குருவினைக் காணுவது, அவரைச் சரணடைவது, உபதேசம் பெறுவது ஆகிய மூன்று நிலைகள் நுட்பமாக உணர்த்தப்பட்டுள்ளன. தட்சிணா மூர்த்தியாய் உபதேசிக்கும் இறைவனே ஞான ஆசிரியனாய் வந்திருக்கிறார் என்பது சனகாதி முனிவர்கள் நால்வரும் நான்கு சீடர்களாய் இங்கு அமர்ந்திருப்பதன் மூலம் உணர்த்தப்பட்டுள்ளது குறிப்பிடத்தக்கது.

நான்காம் வரிசை

மாணிக்கவாசகர் கோயில் கட்டுதலும்
மன்னனால் தண்டிக்கப்படுதலும் வலமிருந்து
இடமாகச் சித்தரிக்கப்பட்டுள்ளன.
(நரியைப் பரியாக்கிய படலம்)

காட்சி 1

திருப்பெருந்துறையில் மாணிக்கவாசகர் சிவனுக்குக் கோயில் எடுத்து வழிபடும் காட்சி உள்ளது. மாணிக்கவாசகர் தற்போது துறவிக் கோலத்தில் நின்று வழிபடுகின்றார். உடலின் மேற்பகுதி ஓவியம் அழிந்துள்ளது. கோயிலின் விமானம் மாறு பட்ட தோற்றத்தில் உள்ளது. கோயில் கட்டுமானப் பணி முழுவதும் முடிவுறாத நிலை உணர்த்தப் பட்டுள்ளது.

காட்சி 2

பாண்டிய மன்னன் குதிரை குறித்து அறிய அனுப்பிய வீரன் ஒருவன் மாணிக்கவாசகரிடம் கண்டிப்புடன் வாதம் புரிகிறான். ஆடி மாதத்தில் குதிரைகள் வந்துவிடும் என்று உறுதியாக மாணிக்கவாசகர் தெரிவிக்கிறார். மாணிக்கவாசகர் தலைமேல் ஜடாபாரமாக முடியினைக் கட்டியுள்ளார். கழுத்தில் உருத்திராட்ச மாலைகளும் இடையில் சிறுவேட்டியும் உள்ளன. தலைப்பாகையும் அணிகலன்களும் கொண்ட வீரன் தன் வலதுகரத்திலிலுள்ள வாளினைத் தோளில் சாய்த்துள்ளான். அவன் குறிப்பிடத்தக்க உயர்பதவியினன் என்பதை அவனது தோரணை காட்டுகிறது.

காட்சி 3

குதிரை வராதது கண்ட பாண்டியன் கட்டளைப்படி மாணிக்கவாசகர் வீரர்களால் இழுத்துச் செல்லப்படுகிறார். பின் நிற்கும் வீரன் அவரை வலிந்து தள்ளிச் செல்வதுபோல் உள்ளது. முன்னால் ஒரு வீரன் வாளுடன் செல்கிறான். ஓவியத்தின் நடுவே பெரும்பகுதி அழிந்துள்ளது.

காட்சி 4

பாண்டிய மன்னன் மாணிக்க வாசகரிடம் குதிரை தொடர்பாக விசாரிக்கிறான். நிறைந்த அணிகலன்கள் அணிந்து மகுடம் தரித்து ஓர் ஆசனத்தின்மீது தாடியுடன் உள்ள அரசன் சினந்து, மிகக் கடுமையாக மாணிக்கவாசகரிடம் கேட்கிறான். குதிரைகள் மூன்று நாட்களில் வந்துவிடும் என்று கூறி அவனைச் சமாதானம் செய்யும் வகையில் வலதுகரத்தை உயர்த்திய வண்ணம் மாணிக்கவாசகர் நிற்கிறார். மன்னன் பின் அடைப்பைக்காரரும் பாதுகாவலரும் நிற்கின்றனர்.

காட்சி 5

மாணிக்கவாசகர் கூறிய நாட்களில் குதிரைகள் வாராமையால் சினந்த பாண்டியன் ஆணைப்படி, அவரை வீரர்கள் தண்டிக்கின்ற காட்சி இடம்பெற்றுள்ளது. தண்டலர்கள் இருவர் நடுவில் மாணிக்க வாசகர் நிற்கிறார். அவருடைய வலது கரத்தைத் தன் இடதுகரத்தால் கோத்துப் பிடித்துக் கொண்ட ஒரு தண்டலன் அவரை வலதுகரத்தை உயர்த்தி அறைகிறான். அதுபோலவே அவரது இடது கரத்தைப் பற்றிய மற்றொரு தண்டலனும் அவரை அடிக்கிறான்.

காட்சி 6

ஆசனம் ஒன்றின்மேல் பாண்டியன் அமர்ந்து மாணிக்கவாசகருடன் உரையாடுகின்றான். அரசன் பின் அடைப்பைக்காரரும் பாதுகாவலரும் நிற்கின்றனர். அரசன்முன் நிற்கும் மாணிக்கவாசகர் 'குதிரைகள் வருகின்றன' என்று தெரிவிக்கிறார்.

வாதவூரடிகளுக்கு உபதேசித்த படலம்

திருவாதவூரார் என்றழைக்கப்பட்ட மாணிக்கவாசகர், பாண்டிய மன்னனிடம் தலைமை அமைச்சராகத் திகழ்ந்தார். சிறந்த சிவ பக்தராகவும் குதிரைப் பந்தியினைக் காவல்புரியும் வீரர்கள், குதிரைகள் வெள்ளத்தில் மூழ்கியதைக் கூறி, குதிரை வாங்கப்பட வேண்டும் என்பதையும் மன்னனிடம் தெரிவித்தனர். மாணிக்கவாசகரை அழைத்து, கருவூலத்திலிருந்து வேண்டிய பொருள் எடுத்துச் சென்று குதிரை வாங்கி வரும்படி மன்னன் பணித்தான். அதன்படி சென்ற மாணிக்கவாசகரை சிவபெருமான் குருவாய் வந்து, திருப்பெருந்துறையில் ஆட்கொண்டார். அவர் கருத்துப்படி, மாணிக்கவாசகர் பொருளனைத்தையும் கோவில் கட்டவும், அடியவர்களுக்காகவும் செலவிட்டார். மன்னன் ஓலை அனுப்பி குதிரை குறித்து வினவினான். விரைவில் குதிரை வரும் என விடை எழுதும்படி சிவன் கூறினார். அவ்வாறு ஓலை அனுப்பிய மாணிக்கவாசகர் பின்னர் இறைவன் கட்டளைப்படி மதுரை வந்து, மன்னனைக் கண்டு குதிரைகள் பின்னே வருகின்றன என்று கூறி, தன் மாளிகையில் கலக்கத்துடன் தங்கியிருந்தார்.

நரியைப் பரியாக்கிய படலம்

குதிரைகளை எதிர்பார்த்திருந்த பாண்டிய மன்னன், ஏமாற்ற மடைந்து மாணிக்க வாசகரைப் பலவகையிலும் தண்டித்துச் சிறையிலடைத்தான். இறைவன் காட்டில் உள்ள நரிகளைக் குதிரைகளாக்கி தனது கணங்களை குதிரைச் சேவகர்களாக்கி தானும் தலைமைச் சேவகனாய் அவற்றை வழிநடத்தி வந்தார். பாண்டிய மன்னனைச் சந்தித்து குதிரைகளின் திறன்களைச் செயல்முறையில் விளக்கிக் காட்டி, பரிசில் பெற்றுத் திரும்பினார்.

சுவர்-C

சுவர்ப்பரப்பு முழுமையும் இராவணன் தேர் ஏறிப் போருக்கு வரும் காட்சி சித்திரிக்கப்பட்டுள்ளது.

இராவணனின் பத்துத் தலைகள் மீதும் அலங்காரமான மகுடங்கள் துளங்குகின்றன. இருபது கரங்களிலும் வில், அம்பு, பாசம், ஈட்டி, சூலம், சக்கரம் போன்ற பல்வகையான ஆயுதங்கள் காணப்படுகின்றன. உடலில் பல்வேறு அணிகலன்கள் பூணப் பெற்றுள்ளன. அலங்காரமான தேரின்மீது தன் முதல் வலது கரத்திலுள்ள சூலத்தினைத் தலைகீழாய் ஊன்றி நிற்கிறான். இடதுகால் நன்கு ஊன்றியுள்ளது. வலதுகால் மேலெழுந்து நடக்கும் நிலையில் உள்ளது. யானை, யாளி சிற்பங்களால் தேர் அலங்கரிக்கப்பட்டுள்ளது. இராவணன் தலை, மார்பு, இடைப்பகுதிகள் அழிந்துள்ளன.

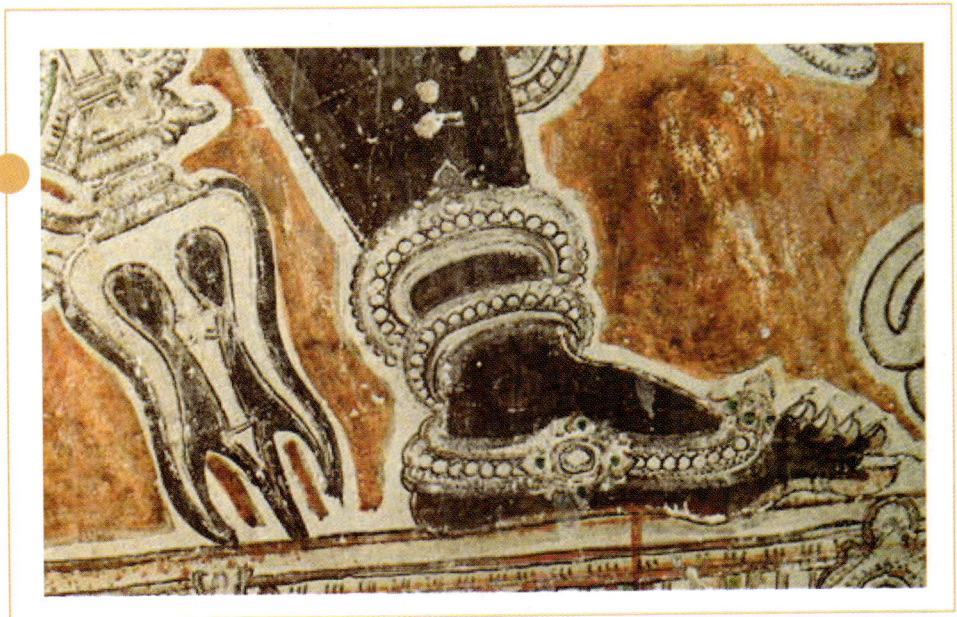

சுவர்-D ▶

இச்சுவர்ப்பரப்பில் இராவணனைவிடச் சிறிய அளவில் வரையப்பட்டுள்ளது இந்திரஜித்தாகலாம். அழகிய தேர்மீது நின்றுள்ள அவன், இடதுகையில் வில்லைத் தாங்கி வலது கையால் அம்புறாத் தூணியிலிருந்து அம்பினை எடுக்க முற்படுகிறான். தலையில் ஜுவாலா மகுடமும் உடலில் பல்வகை அணிகலன்களும் இடையில் அலங்காரமான ஆடையும் காணப்படுகின்றன.

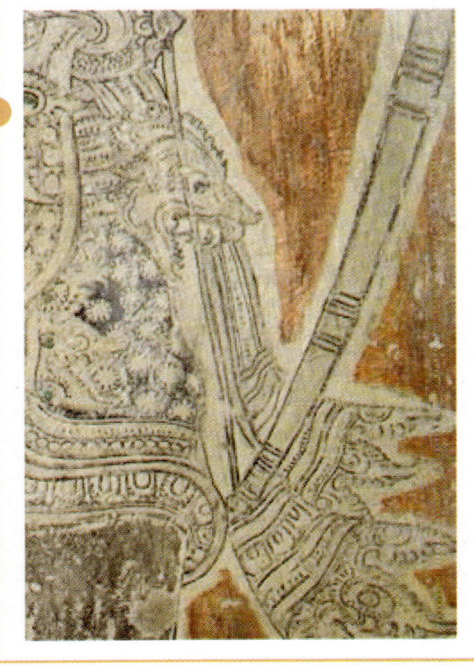

சுவர்-E

இச்சுவர்ப்பரப்பு இரண்டு காட்சிகளாகப் பகுக்கப்பட்டுள்ளது

காட்சி 1

இலட்சுமணனது போர்க்கோலம் தீட்டப் பட்டுள்ளது. தலையின்மீது முடியாக இடப்பட்டு கொண்டை ஒப்பனைகள் செய்யப்பட்டுள்ளன. உடலில் பல்வகை அணிகலன்களும் இடையில் அலங்காரம் மிக்க ஆடையும் காட்டப்பட்டுள்ளன. அவன் தரையில் நின்றவண்ணம் இடதுகரத்தால் வில்லினை ஏந்தி வலதுகரத்தால் அம்புறாத்தூணியில் உள்ள அம்பினை இரண்டு விரல்களால் எடுக்க முற்படுகிறான்.

காட்சி 2

சுக்ரீவனும் வீடணனும் போருக்கு வரும்காட்சி தீட்டப்பட்டுள்ளது.

முன்னால் நிற்கும் சுக்ரீவன் கடும் சினத்துடன் கர்ஜனை செய்தவண்ணம் இடதுகையில் கேடயமும் வலதுகையில் வாளும் கொண்டு வருகிறான். தலையில் மகுடமும் உடலில் அலங்கார அணிகலன்களும் ஆடையும் உள்ளன.

பின்வருவது வீடணன் ஆவான். தலையில் ஜுவால மகுடமும் உடலில் அணிகலன்களும் உள்ளன. வலதுகையில் கேடயமும் இடது கையில் வாளும் காணப்படுகின்றன. முகத்தில் மீசையும் வாயில் கோரைப் பற்களும் உள்ளன.

சுவர்-F

சுவர்ப்பரப்பு முழுவதும் அனுமன் மீதமர்ந்து இராமன் போருக்கு வரும்காட்சி தீட்டப்பட்டுள்ளது.

இராமன் மகுடமும் உடலில் அணிகலன்களும் அலங்காரமான ஆடையும் கொண்டுள்ளான். இடதுகரத்தில் வில் உள்ளது. வலதுகர விரல்கள் கீழ் நோக்கிக் காட்டப்பட்டுள்ளன. அது ஓர் அம்பினை எய்து விட்ட நிலையைக் காட்டுவதாகலாம். இராமனின் நெற்றியில் திருநாமம் இடப்பட்டுள்ளது. இராமனது இரண்டு திருவடிகளையும் தன் இரண்டு கைகளால் தாங்கியுள்ள அனுமன் மகுடம் அணிந்துள்ளான். மார்பில் ஆடை போன்ற கவசம் காணப்படுகிறது. வாயில் கோரைப்பல் உள்ளது. இடையில் அலங்காரமான ஆடையும் உடலில் அணிகலன்களும் கழுத்தில் மாலையும் காணப் படுகின்றன.

இடதுகாலினை ஊன்றியுள்ள அவனது வலது கால் மண்டியிட்டு மேல்நோக்கியுள்ளது. இதை வீரமண்டியிட்டிருப்பதாக உணர முடிகிறது.

இவர்களைச் சூழ்ந்து கொடி போன்ற மரங்கள் காட்டப்பட்டுள்ளன. அவற்றில் ஆறு குரங்குகள் காட்டப்பட்டுள்ளன. அனுமன் பின்னால் குரங்கு ஒன்று மரக்கிளையை ஒடித்து ஓங்கிய வண்ணம் எதிரிகளை நோக்கிச் செல்கிறது.

சுவர்-G

சுவர்ப்பரப்பு மூன்று நீண்ட வரிசையாகப் பகுக்கப்பெற்று
திருவிளையாடற் புராணத்திலிருந்து
பாண்டியன் சுரம் தீர்த்த படலம் மற்றும்
சமணரைக் கழுவேற்றிய படல நிகழ்ச்சிகள் தீட்டப்பட்டுள்ளன.

முதல் வரிசை ▶

திருஞானசம்பந்தர் பாண்டிய நாட்டிற்கு வருதலும் பாண்டியனைக் காணுதலுமாகிய நிகழ்ச்சிகள் வலமிருந்து இடமாகச் சித்திரிக்கப்பட்டுள்ளன.

காட்சி 1

மடத்தினுள் பீடத்தில் பிள்ளைப் பருவத்தினரான திருஞானசம்பந்தர் அமர்ந்துள்ளார். தலையில் முடி, கொண்டையாக இடப்பட்டுள்ளது. உடலில் அணிகலன்கள் உள்ளன. அருகில் அடியவர் ஒருவர் விசிறி கொண்டு வீசுகிறார். அவர் தலையிலும் கழுத்திலும் உருத்திராட்ச மாலைகள் உள்ளன. இடையில் எளிய ஆடையுள்ளது.

கட்டடத்தின் வெளியே மூன்று அடியவர்கள் அதே கோலத்தில் நிற்கின்றனர். முதலில் உள்ளவரும் மூன்றாமவரும் வணங்கி நிற்க, இடையில் உள்ளவர் சமணர்களால் இடப்பட்ட தீ, மடத்தின் மேல் பற்றி எரிவதைச் சுட்டிக்காட்டுகிறார்.

காட்சி 2

அமைச்சர் குலச்சிறையார் திருஞான சம்பந்தரை மன்னனிடம் அழைத்துச் செல்ல வருகின்றார்.

முதலில் இருவர் கொம்புகளை ஊதி வருகின்றனர். ஒருவர் வளைந்தகொம்பினை ஊத மற்றொருவர் நீண்ட கொம்பினை உயர்த்தி ஊதுகிறார்.

அவர்களைத் தொடர்ந்து அமைச்சர் வருகிறார். அவர் தலைமுடி கொண்டையாக இடப்பட்டுள்ளது. தலைமாலையும் கழுத்தில் மாலைகளும் அணிந்துள்ளார். இடையில் எளிய ஆடை அணிந்துள்ளார். அவர் பின்னால் வீரன் ஒருவன் கையிலுள்ள வாளினைத் தோளில் சார்த்தி நிற்கிறான்.

காட்சி 3

பல்லக்கில் திருஞானசம்பந்தர் பாண்டிய மன்னரைக் காணச் செல்கிறார்.

திருஞானசம்பந்தர் பல்லக்கில் அமர்ந்து திண்டில் சாய்ந்துள்ளார். இடதுகாலினை நீட்டி, வலதுகாலினை அதன் மீதிட்டு இடையில் சிறுபிள்ளைகளுக்கான ஆடை அணிந்து அமர்ந்துள்ளார். பல்லக்கின் பின் இருவர் திருச்சின்னங்களை ஊதி வருகின்றனர்.

காட்சி 4

பாண்டியன் சுரத்தினை சம்பந்தர் தீர்க்கும் நிகழ்ச்சி தீட்டப்பட்டுள்ளது. மண்டபமொன்றில் பாண்டியனும் திருஞானசம்பந்தரும் தனி தனி இருக்கைகளில் அமர்ந்துள்ளனர். இருவரும் வலதுகாலினை மடித்து இடதுகாலினைத் தொங்கவிட்டுள்ளனர். பாண்டியன் உயர்ந்த மகுடத்தையும் உடலில் அணிகலன்களையும் இடையில் பகட்டான ஆடையையும் கொண்டுள்ளான். ஏராளமான அணிகலன்களையும் இடையில் அலங்காரமான சிறிய ஆடையையும் அணிந்துள்ள சம்பந்தரும் பாண்டியன் போல் சுகாசனத்தில் அமர்ந்துள்ளார். அவர்கள் இருவருக்குமிடையே பாண்டிய அரசி மங்கையர்க்கரசி நிற்கிறாள். நிறைய அணிகலன்களுடன், வலதுகரத்தால் வாயினைப் பொத்திய வண்ணம் அரசன் முன் பணிவுடன் நிற்கிறாள்.

மண்டபத்தின் வெளியே அமைச்சரும் அடியவர் இருவரும் நிற்கின்றனர். அமைச்சர் வலதுகரத்தால் வாய்புதைத்து நிற்க, அடியவர்கள் வணங்கிய வண்ணம் நிற்கின்றனர். பாண்டியனின் பின்னால் மூன்று சமணர்கள் உள்ளனர். அவர்களுள் ஒருவர் சிறிய ஆசனத்தில் அமர்ந்துள்ளார். அவரது இடதுகரத்தில் மயிற்தோகைகள் உள்ளன. அவர் தலைமைப் பொறுப்பிலுள்ள துறவியாதல் வேண்டும். மற்றுமிருவர் தரையில் நிற்கின்றனர். மூவரின் தலைகளும் மழிக்கப்பட்டுள்ளன. முடி சிறிது வளர்ந்த நிலையில், முள்ளாகக் காட்டப்பட்டுள்ளது; இடையில் மரபட்டை போன்ற ஆடை அணிந்துள்ளனர்; நகைகளோ அல்லது சிறகு ஆடைகளோ ஏதுமில்லை.

பாண்டியனைச் சுரநோய் பற்றியது. சமணர்கள் அவனது வலப்புற நோயினைத் தாங்கள் தீர்ப்பதாகவும் இடப்புற நோயைச் சம்பந்தர் தீர்க்கட்டும் என்றும் கூறி, தங்கள் கடவுளைத் துதித்து மயிற்பீலியால் தடவினர். நோய் தீரவில்லை. சம்பந்தர் திருநீறிட இடப்புற நோய் தீர்ந்தது. இங்கு மயிற்பீலியால் வருடும் சமணரால் நலனில்லை என்று அவர்களைத் தடுப்பது பாண்டியன் வலதுகரத்தாலும் சம்பந்தரை நோய் நீக்குமாறு கூறுவது அவனது இடது கரத்தாலும் உணர்த்தப்பட்டுள்ளது. சம்பந்தர் தனது வலதுகரத்தால் திருநீற்றை மன்னன் மீது தூவுகிறார்.

காட்சி 4

பாண்டியன் சுரத்தினை சம்பந்தர் தீர்க்கும் நிகழ்ச்சி தீட்டப்பட்டுள்ளது. மண்டபமொன்றில் பாண்டியனும் திருஞானசம்பந்தரும் தனி தனி இருக்கைகளில் அமர்ந்துள்ளனர். இருவரும் வலதுகாலினை மடித்து இடதுகாலினைத் தொங்கவிட்டுள்ளனர். பாண்டியன் உயர்ந்த மகுடத்தையும் உடலில் அணிகலன்களையும் இடையில் பகட்டான ஆடையையும் கொண்டுள்ளான். ஏராளமான அணிகலன்களையும் இடையில் அலங்காரமான சிறிய ஆடையையும் அணிந்துள்ள சம்பந்தரும் பாண்டியன் போல் சுகாசனத்தில் அமர்ந்துள்ளார். அவர்கள் இருவருக்குமிடையே பாண்டிய அரசி மங்கையர்க்கரசி நிற்கிறாள். நிறைய அணிகலன்களுடன், வலதுகரத்தால் வாயினைப் பொத்திய வண்ணம் அரசன் முன் பணிவுடன் நிற்கிறாள்.

மண்டபத்தின் வெளியே அமைச்சரும் அடியவர் இருவரும் நிற்கின்றனர். அமைச்சர் வலதுகரத்தால் வாய்புதைத்து நிற்க, அடியவர்கள் வணங்கிய வண்ணம் நிற்கின்றனர். பாண்டியனின் பின்னால் மூன்று சமணர்கள் உள்ளனர். அவர்களுள் ஒருவர் சிறிய ஆசனத்தில் அமர்ந்துள்ளார். அவரது இடதுகரத்தில் மயிற்தோகைகள் உள்ளன. அவர் தலைமைப் பொறுப்பிலுள்ள துறவியாதல் வேண்டும். மற்றுமிருவர் தரையில் நிற்கின்றனர். மூவரின் தலைகளும் மழிக்கப்பட்டுள்ளன. முடி சிறிது வளர்ந்த நிலையில், முள்ளாகக் காட்டப்பட்டுள்ளது; இடையில் மரப்பட்டை போன்ற ஆடை அணிந்துள்ளனர்; நகைகளோ அல்லது சிறகு ஆடைகளோ ஏதுமில்லை.

பாண்டியனைச் சுரநோய் பற்றியது. சமணர்கள் அவனது வலப்புற நோயினைத் தாங்கள் தீர்ப்பதாகவும் இடப்புற நோயைச் சம்பந்தர் தீர்க்கட்டும் என்றும் கூறி, தங்கள் கடவுளைத் துதித்து மயிற்பீலியால் தடவினர். நோய் தீரவில்லை. சம்பந்தர் திருநீறிட இடப்புற நோய் தீர்ந்தது. இங்கு மயிற்பீலியால் வருடும் சமணரால் நலனில்லை என்று அவர்களைத் தடுப்பது பாண்டியன் வலதுகரத்தாலும் சம்பந்தரை நோய் நீக்குமாறு கூறுவது அவனது இடது கரத்தாலும் உணர்த்தப்பட்டுள்ளது. சம்பந்தர் தனது வலதுகரத்தால் திருநீற்றை மன்னன் மீது தூவுகிறார்.

காட்சி 3

பல்லக்கில் திருஞானசம்பந்தர் பாண்டிய மன்னரைக் காணச் செல்கிறார்.

திருஞானசம்பந்தர் பல்லக்கில் அமர்ந்து திண்டில் சாய்ந்துள்ளார். இடதுகாலினை நீட்டி, வலதுகாலினை அதன் மீதிட்டு இடையில் சிறுபிள்ளைகளுக்கான ஆடை அணிந்து அமர்ந்துள்ளார். பல்லக்கின் பின் இருவர் திருச்சின்னங்களை ஊதி வருகின்றனர்.

இரண்டாம் வரிசை ▶

அனல்வாத நிகழ்ச்சிகள் இடமிருந்து வலமாகத் தீட்டப்பட்டுள்ளன.

காட்சி 1

சம்பந்தர் சமணர்களுடன் அனல்வாதம் செய்யும் காட்சி சித்திரிக்கப்பட்டுள்ளது. குண்டமொன்றில் ஏற்றப்பட்டுள்ள தீ, கொழுந்துவிட்டு எரிகிறது. அதன் வலப்புறம் பீடத்தின்மீது நிற்கும் சம்பந்தர் ஓலையினை நெருப்பிலிட்டுவிட்டு, அடுத்தொரு ஓலையைக் கையில் கொண்டு நிற்கிறார்.

எதிரில் சமணத்துறவி ஒருவர் நிற்கிறார். அவரும் ஓலையை நெருப்பிலிட்டு மற்றொரு ஓலையைக் கையில்வைத்து நிற்கிறார். இவரும் சம்பந்தரும் இடது கரத்தில் உள்ள சிற்றகப்பையால் குண்டத்துள் நெய் பொழிகின்றனர்.

நெருப்பில் இடப்பட்டவற்றுள் சமணர் இட்ட ஓலை கறுப்பாகக் காட்டப்பட்டிருப்பதால், அது நெருப்பில் கரிந்து போவதும் சமணர் தோற்பதும் உணர்த்தப்பட்டுள்ளன.

சம்பந்தருக்குப் பின் அமைச்சரும் அடியவர் ஒருவரும் வணங்கி நிற்கின்றனர். அடுத்து, பாண்டிய மன்னன் நிற்கிறான். அவன் வலதுகரத்தை இடையில் வைத்து இடதுகரத்தை உயர்த்தி ஆணையிடும் பாவனையில் உள்ளான்.

அவன்பின் இரண்டு வீரர்கள் வாய்புதைத்து வலதுகரத்தில் வாட்களுடன் நிற்கின்றனர். அடுத்ததாக அடைப்பைக்காரர் நிற்கிறார். அவர்பின் கேடயமும் வாளும் ஏந்திய பாதுகாவலரும் அவரையடுத்து சம்புடத்தை ஏந்தியவரும் நிற்கின்றனர். பாதுகாவலர் மற்றும் அடைப்பைக்காரரின் நெற்றியில் திருநீறு துளங்குகிறது.

நெருப்பில் ஓலையிடும் சமணத் துறவிக்குப் பின்னர் மூன்று துறவிகள் நிற்கின்றனர். முதலாமவர் வலதுகரத்தில் குடையினைப் பற்றியுள்ளார். அவர் தனது வலக்கரத்தில் ஓலைச்சுவடியொன்றை இடுக்கிப் பிடித்துள்ளார். அவர்பின் இரண்டு துறவிகள் நிற்கின்றனர்.

காட்சி 2

சமணத்துறவிகள் ஐவர், அரசாங்க வீரர்கள் இருவர் முன் நிற்கின்றனர். ஐந்து துறவிகளில் இருவருக்குக் குடைகள் பிடிக்கப்படுகின்றன. அவர்கள் தலைவர்களாதல் வேண்டும். அரசு வீரர்கள் கைகளிலுள்ள வாட்களைத் தோளில் சாய்த்துள்ளனர். இது அனல்வாதத்தில் தோற்ற சமணர்கள், புனல் வாதம் செய்யவேண்டுமென அறிவிப்பதை உணர்த்துகிறது.

84

மூன்றாம் வரிசை ▶

புனல்வாத நிகழ்ச்சிகள் இடமிருந்து வலமாகத் தீட்டப்பட்டுள்ளன.

காட்சி 1

பாண்டியமன்னன் வலதுகரத்தை இடையில் வைத்து நின்றுகொண்டுள்ளான். அவனது நெற்றியில் தற்போது திருநீறு துளங்குகிறது. அனல் வாதத்திற்குப் பின் மனம் மாறிச் சமண சமயத்திலிருந்து சைவ சமயத்திற்கு அவன் மாறிவிட்டதை அது நுட்பமாக உணர்த்துகிறது.

அவன்பின் அடைப்பைக்காரரும் பாது காவலரும் நிற்கின்றனர். முன்னால் நிற்கும் அதிகாரி இடதுகையில் வலதுகையினைத் தொட்டவண்ணம் வைகையில் விடப் போகும் ஓலைகளைக் மன்னனுக்குக் காட்டுகிறார்.

காட்சி 2

புனல்வாதம் காட்டப்பட்டுள்ளது. மீன்களுடன் வெள்ளம் ஓடிக் கொண்டிருக்கும் வைகையாற்றில் சம்பந்தர் தனது ஓலையை இடுகிறார். அவர் இட்ட ஏடு தண்ணீரின் மேற்பரப்பில் நிற்கிறது; ஆற்றுநீரை எதிர்த்துச் செல்கிறது.

அடுத்து, சமணர் ஒருவர் ஏடுகளைத் தொடர்ந்து வைகையில் கொட்டுகிறார். அவரது கரங்களிலிருந்து ஏடுகள் தண்ணீரில் விழுந்து நீர் ஓட்டத்துடன் ஓடுவது மட்டுமன்றி, நீரில் மூழ்கியும் போகின்றன. சம்பந்தருக்கும் அவருக்கும் நடுவில் இரண்டு சமணத் துறவிகள் நிற்கின்றனர். நிற்கும் ஒருவர் ஏடுகள் அனைத்தும் மூழ்குவதுகண்டு கைகளை விரித்துத் துயரில் ஆழ்கிறார். மற்றுமொருவர் நீரினுள் கையைவிட்டு முழுகிய ஓலையைத் தேடுகிறார். சம்பந்தர் விட்ட ஏடு, மரத்தடியில் இலிங்கவடிவில் இறைவன் எழுந்தருளியுள்ள கோயில் படிகளில்

ஏறுகிறது. அதனைக் கண்டெடுத்து அமைச்சர் பரவசத்துடன் தலை மீது உயர்த்தி இறைவனை வழிபடு கிறார். ஆற்றிலுள்ள மீன்கள் நீரோட்டத்தினை எதிர்த்து ஏறுவ தால் நீரின் போக்கும் ஓலை எதிர்த்துச் செல்லுவதும் நுட்ப மாக உணர்த்தப்பட்டுள்ளன. சம்பந்தருக்குக் கொற்றக்குடை பிடிக்கப்படுகிறது. அடியவர் ஒருவர் வழிபட்டு நிற்க, கலை ஞர்கள் இருவர் கொம்புகளை ஊதுகின்றனர்.

காட்சி 3

பாண்டியனது கட்டளையை நிறைவேற்றும் அதிகாரிகள் இருவர் நிற்கின்றனர். முதலில் உள்ளவர் கோலினை உயர்த்தித் தெருட்டுகிறார். பின்னிற்கும் மற்றொருவர் வலக்கரத்தை இடுப்பில் வைத்த வண்ணம் இடக்கரத்தை உயர்த்தி ஏதோ கடுமையாக எச்சரிக்கிறார். அவருக்குப் பின்னால் அடைப்பைக்காரரும் நிற்கிறார். அதிகாரிகள் முன் சமணர்கள் ஐவர் நிற்கின்றனர். கீழே மூவரும் மேலே உட்காட்சியில் இருவரும் காட்டப்பட்டுள்ளனர். அவர்கள் தங்களுக்குரிய கழுமரங்களைத் தாங்களே சுமந்து கொண்டு நிற்கின்றனர். கழுமரம் மேலே கூர்மையாகவும் சற்று கீழே குறுக்குச் சட்டமொன்றையும் கொண்டு காட்சியளிக்கிறது. அதில் கீழே நிற்குமொரு சமணர் வலக்கரத்திலுள்ள கழுமரத்தைக் கீழே ஊன்றி இடதுகரத்தில் பசுக்கன்று ஒன்றினை ஏந்தியுள்ளார். கழுவேற அஞ்சுகின்ற அவர்தான் சைவத்திற்கு மாறிவிட்டதாகத் தெரிவிக்கிறார். அதற்கு அடையாளமாகச் சிவ சின்னங்களுள் ஒன்றான நந்திக் கன்றினை ஏந்தியிருப்பதாகக் கூறி, தண்டனையிலிருந்து விலக்களிக்க வேண்டுகிறார்.

காட்சி 4

ஐந்து சமணர்கள் கழுவேறியுள்ளனர். முதலில் உள்ள ஒருவர் கழுமரத்தின்மீது அமர்ந்த நிலையில் நிர்வாணமாய் இருக்கிறார். அவரது வயிற்றைக் கிழித்துக்கொண்டு கழுமுனை வெளியேறியுள்ளது. ஏனைய நால்வருக்கும் வயிற்றில் நுழைத்து முதுகில் கழுமுனைகள் வெளிவந்துள்ளன.

பாண்டியன் சுரம்தீர்த்த படலம்

பாண்டிய மன்னன் சமண சமயத்தைச் சார்ந்திருந்தான். ஆனால், அரசி மங்கையர்க்கரசியும் அமைச்சர் குலச்சிறையாரும் சைவ சமயத்தை ஏற்றிருந்தனர். அவர்கள், திருஞான சம்பந்தரை பாண்டிய நாட்டிற்கு வருமாறு அழைத்தனர். தனது அடியவர்களுடன் திருஞானசம்பந்தர். மதுரை வந்து மடத்தில் தங்கினார். சமணர்கள் அத்திருமடத்திற்கு தீயிட்டனர். 'நீ சென்று பாண்டியனைப் பற்றுவாயாக!' என்று திருஞான சம்பந்தர் தீயினை ஏவினார். அது சென்று அவனைப் பற்றியது. பாண்டியன் உடல் எரிச்சலில் சொல்லவொண்ணாத் துயரத்திற்கு ஆளானான். அவனது நோயினைச் சமணர்களால் போக்க இயலவில்லை. குலச்சிறையார் திருஞான சம்பந்தரை அழைத்து வந்தார். அவர், பாண்டியன் உடலில் திருநீற்றைப் பூசினார். குணமடைந்த பாண்டியன் சமணத்தை விடுத்து சைவத்தைத் தழுவினான்.

சமணரைக் கழுவேற்றிய படலம்

திருஞான சம்பந்தர் பாண்டியனை சைவத்திற்கு மாற்றியது கண்டு, சமணர்கள் வெகுண்டனர். அவரை வெல்ல முடிவு செய்தனர். அனல்வாதத்திற்கு அழைத்தனர். பெரும் தீ வளர்த்து மந்திரங்களை ஓலைகளில் எழுதி அதிலிட்டனர். ஆனால் அவை வெந்து கருகிச் சாம்பலாகின. திருப்பதிகப் பாடலொன்று எழுதப்பட்ட ஓலையை சம்பந்தர் தீயிலிட்டார். அது, பசுமை மாறாமல் இருந்தது. தோல்வியுற்ற சமணர், அவரைப் புனல்வாதத்திற்கு அழைத்தனர். ஏடுகளை எழுதி, வையை ஆற்றில் அவற்றை இட்டனர். அவை நீரில் அடித்துச் செல்லப்பட்டன. ஆனால், திருஞான சம்பந்தர் திருப்பதிகப் பாடல் எழுதியிட்ட ஏடு, வைகை நீரினை எதிர்த்துச் சென்றது. அடியவர்கள் மகிழ்ந்தனர். சமணர்களைச் சைவர்களாக மாறுமாறு சம்பந்தர் கூறினார். அதனை ஏற்க மறுத்த சில சமணர்கள் கழுவில் ஏறி உயிர் துறந்தனர். சமணர் பலரை அங்கிருந்தோர் கழுவிலேற்றினர். சில சமணர்கள் பசுக் கன்றினைத் தூக்கிக் கொண்டு தாங்கள் சைவராகி விட்டதாகக் கூறினர். சம்பந்தர் விட்ட ஏடு, வில்வ மரத்தடியிலிருந்த சிவன் கோவில் படிக்கட்டுகளில் ஏறியது.

சுவர்-H ▶

சுவர்ப்பரப்பு முழுவதும் பூவேலைப்பாடு செய்யப்பட்டுள்ளது. ஒரே வகையான பூக்கள் வரையப்பட்ட திரைச் சீலையைத் தொங்கவிட்டது போன்ற தன்மையில் திகழ்கிறது.

சுவர்-1

சுவர்ப்பரப்பு நீண்ட மூன்று வரிசைகளாகப் பகுக்கப்பெற்று, திருக்கோயில்கள் வரையப்பட்டுள்ளன.

94

முதல் வரிசை ▶

திருநெல்வேலி
நெல்லையப்பர் கோயில்
சித்திரிக்கப்பட்டுள்ளது.

இறைவனை வழிபடக் காசியிலிருந்து வரும்போது ஆதிமனு என்னும் அரசன் வழிபட்டு வந்ததாகத் திருப்புடைமருதூர்த் தலபுராணம் குறிப்பிடும் திருக்கோயில்களுள் ஆறு கோயில்கள் இங்கு வரையப்பெற்றுள்ளன.

கோயில் கருவறையில் இலிங்கத் திருமேனி திருவாசியுடன் காட்டப் பட்டுள்ளது. அதனை மலரிட்டு யானையொன்று வழிபடுகிறது.

கோயிலின் முன் மண்டபத்தில் அர்ச்சகர் பூசை செய்கிறார். முடி, தலையின் மேல் சிறுமுடிச்சாக இடப்பட்டுள்ளது. மார்பில் பூணூலும் இடையில் எளிய ஆடையும் உள்ளன. இடது கையிலுள்ள மணியினை ஒலித்தபடி வலது கரத்தால் தீப ஆராதனை காட்டுகிறார்.

அதற்குமுன் அழகிய தூண்கள் கொண்ட மகாமண்டபத்துள் நின்று, அடியவர் இருவர் இறைவனை வணங்குகின்றனர். அதற்கு முன்னுள்ள மண்டபப் பகுதியுள் ஒரு பெண்ணும் அவளது மகள் போலத் தோன்றுமொரு பெண்ணும் நிற்கின்றனர். இருவர் உடலிலும் அணிகலன்களும் அழகிய ஆடைகளும் காணப்படுகின்றன. மண்டபத்தில் கொடுங்கை கொண்ட வளைந்த கூரையும் நிற்கும் பெண்ணின் தலைக்குமேல் கூரையிலிருந்து தொங்கும் மணியொன்றும் காட்டப்பட்டுள்ளன.

கோயிலின் வெளியே இருவர் நின்று தோளிலிருந்து தொங்கவிடப்பட்டுள்ள உருமிகளை இசைக்கின்றனர். இடதுகையால் நேரடியாகவும் வலதுகரத்தால் வளைந்த குச்சியின் மூலமும் தட்டி ஒலி எழுப்புகின்றனர். இருவரும் உருமால் அணிந்துள்ளனர்; எளிய ஆடை உடுத்தியுள்ளனர். அவர்களுக்கு முன்பாகச் சற்று சிறு உருவமாய்க் காணப்பெறும் ஒருவர் இலைத் தாளத்தை இசைக்கிறார்.

கோயிலின் இடதுபுறம் நின்று ஆதிமனு வழிபடுகிறார். அவர் தலையில் நீண்ட குல்லாய் இரண்டு குஞ்சங்களுடன் காணப்படுகிறது. கழுத்தில் மணிமாலைகளும் பூணூலும் காணப்படுகின்றன. இடையில் எளிய ஆடை உள்ளது. அருகில் அவரது துணைவர் ஒருவர் உள்ளார். முடியினைத் தலையின் பின்புறம் முடிச்சிட்டுள்ளார். மார்பில் பூணூலும் எளிய இடையாடையும் உள்ளன.

அடுத்ததாகத் திகழ்வது அருள்மிகு நெல்லையப்பர் — காந்திமதியம்மன் திருக்கோயிலாகும்.

உயர்ந்த விமானம் கொண்ட கோயில் கருவறையில் இலிங்கத் திருமேனியாக நெல்லையப்பர் எழுந்தருளியுள்ளார். அர்த்தமண்டபத்தில் வலது கரத்தில் தீபமும் இடதுகரத்தில் மணியும் கொண்டு அர்ச்சகர் வழிபாடு செய்கிறார். அடுத்துள்ள மகாமண்டபத்துள் சிறு சிவன் கோயிலும் அதன் முன் நந்தியும் காட்டப்பட்டுள்ளன. தூண்கள் அழகுறத் திகழ்கின்றன.

அதனை அடுத்து இசைத்தூண்கள் கொண்ட மண்டப மேடையில்

தேவரடியார் ஒருவர் ஆடல் நிகழ்த்துகிறார். முடியினை உச்சியில் கொண்டையாக இட்டுள்ள அப்பெண்மணியின் மூக்கிலும் கழுத்திலும் கைகளிலும் அணிகலன்கள் காணப்படுகின்றன. அழகிய இடையாடையும் விளங்குகிறது.

கொடுங்கையுடைய அவ்வழகிய மண்டபத்தின் கீழ் இசைக்கலைஞர் ஒருவர் மிருதங்கம் இசைக்கிறார். அவர் தலையில் உருமால் உள்ளது; எவ்வித அணிகலன்களும் இல்லாமல் எளிய கோலத்துடன் காணப்படுகிறார்.

அடுத்துத் திருக்கோயிலின் உயர்ந்த கொடிமரம் அழகிய பீடத்தின்மீது அமைந்துள்ளது. அதன் உச்சியில் நந்தி படுத்துள்ளது. கோயிலுக்கும் பலிபீடத்திற்கு மிடையே ஐந்துநிலைக் கோபுரம் ஐந்து கலசங்களுடன் காட்டப்பட்டுள்ளது. கொடிமரத்தைச் சூழ்ந்து தென்னை, கமுகு போன்ற மரங்கள் உள்ளன. தென்னையிலும் கமுகிலும் முன்பு மட்டைகள் இருந்த வடுக்களும் நுட்பமாகக் காட்டப்பட்டுள்ளன.

நெல்லையப்பர் சன்னதியின் பின்புறமாக காந்திமதியம்மன் சன்னிதி காட்டப்பட்டுள்ளது. மூன்று கலசங்கள் கொண்ட விமானத்தின்கீழ் கருவறையுள் காந்திமதியன்னை நிற்கிறாள். அவளைச் சூழ்ந்து திருவாசி காட்டப்பட்டுள்ளது; வலதுகரத்தில் மலர் உள்ளது; திரிபங்கமாக ஒரு பத்ம பீடத்தின் மீது நிற்கிறாள். அர்த்தமண்டபத்தில் நின்று அர்ச்சகர் தீபாராதனை செய்கிறார். கோயிலின் முன் கமுகுமரமும் கோயில் இடதுபுறம் கோயில் தலமரமான மூங்கில்மரங்களும் காட்டப்பட்டுள்ளன. மூங்கிலின் கணுக்கள் சிறு பழுப்பு மட்டையுடன் நுட்பமாகத் தீட்டப்பட்டுள்ளன.

இரண்டாம் வரிசை

திருவரங்கம் அரங்கநாதர் மற்றும்
திருக்குற்றாலம் குற்றாலநாதர் கோயில்கள்
தீட்டப்பட்டுள்ளன.

காட்சி 1

அரங்கநாதர் பள்ளிகொண்ட திருவரங்கப் பெருங்கோயில் காட்டப் பட்டுள்ளது.

கோயிலின் கருவறையில் அரங்கன் ஆதிசேடனாகிய பாம்பணையில் பள்ளி கொண்டுள்ளான். நாபிக் கமலத்தில் நான்முகர் உள்ளார். அர்த்தமண்டபத்தில் அர்ச்சகர் குடதீபம் ஏந்தி தீபாராதனை செய்கிறார். மகாமண்டபத்தில் ஜீயர் ஒருவர் சீடருடன் நின்று வழிபடுகிறார். ஜீயரின் கையில் கோல் உள்ளது; மார்பில் பெரிய மணிமாலை உள்ளது. அது துளசி மணிமாலையாகலாம். உடலில் திருநாமச் சின்னங்கள் ஏதுமில்லை. முடி, தலையின் பின் முடிச்சிடப்பட்டுள்ளது. மார்பில் பூணூலும் இடையில் எளிய துவராடையும் உள்ளன. சீடரும் இதேபோன்ற எளிய கோலத்தில் உள்ளார். அடுத்த மண்டபத்தில் பெண் ஒருத்தி நின்று வழிபடுகிறார்.

கோயிலின் வெளியே மூன்று இசைக்கலைஞர்கள் கருவிகளை முழக்குகின்றனர். முதலில் உருவில் சிறிதாக உள்ளவர் தமுக்கு ஒன்றினை அடிக்கிறார். அடுத்துள்ளவர் இடது தோளில் கயிறால் தொங்கவிடப்பட்டுள்ள உருமியை இசைக்கிறார். அடுத்துள்ளவரும் அதே கருவியினை ஒருபக்கம் கையால் தட்டியும் மறுபக்கம் குச்சியால் அடித்தும் இசைக்கிறார்.

கோயிலின் வலப்புறம் மூவர் நின்று வழிபடுகின்றனர். சற்று உயரமாக, நடுவில் உள்ளவர் முடியைத் தலைமீது கொண்டையாக இட்டுள்ளார். அவரது கழுத்தில் மாலையும் இடையில் சிறிது பகட்டான ஆடையும் காணப்படுகின்றன. மற்றிருவர் தலையில் தலைப்பாகை உள்ளது; இடையில் துவராடை உடுத்தியுள்ளனர். கோயிலைச் சூழ்ந்து மரங்கள் காட்டப்பட்டுள்ளன.

காட்சி 2

அடுத்து, திரிகூடமென்னும் திருக்குற்றாலநாதர் ஆலயம் காட்டப் பட்டுள்ளது.

முதலில் திருக்கோயில் கருவறையில் இலிங்க வடிவில் குற்றாலநாதர் எழுந்தருளியுள்ளார். திருவாசி சூழ இலிங்கம் அமைக்கப்பட்டுள்ளது; ஆடையும் சுற்றிக் கட்டப்பட்டுள்ளது.

அர்த்தமண்டபத்தில் அர்ச்சகர் இருகைகளிலும் தீபத் தட்டினை ஏந்தி ஆராதனை செய்கிறார். தலைமுடியைப் பின்புறமாக முடிச்சிட்டுள்ள அவரது மார்பில் பூணூலும் இடையில் துவராடையும் காணப்படுகின்றன.

மகாமண்டபத்தில் ஒரு பெண் நடனமாடுகிறார். தலைமுடி உச்சியில் கொண்டையாக இடப்பட்டுள்ளது. கழுத்தில் அணிகலன்களும் இடையில் அழகிய ஆடையும் உள்ளன. அருகில் நிற்பவரின் உருவம் முற்றிலும் அழிந்து போயுள்ளது. அது இசைக்கலைஞர் ஒருவரின் உருவமாகலாம்.

அடுத்து நிற்பவரும் இசைக்கலைஞராவார். அவர் சிறு மத்தளத்தை இசைக்கிறார். அவரது உருவமும் மிகவும் சிதைவுற்றுள்ளது.

மண்டபத்தின் வெளியே யாளிப்படிகள் காட்டப்பட்டுள்ளன. அதனை அடுத்துக் கொடிமரமும் பலிபீடமும் அமைந்துள்ளன. சூழ்ந்து வளர்ந்து மரங்கள் செழித்துள்ளன. கோயில் கருவறையில் இடதுபுறம் ஆதிமனுவும் மற்றொருவரும் நின்று வழிபடுகின்றனர். அடுத்ததாக, அம்மன் சன்னிதி உள்ளது. இறைவி திரிபங்கமாக நின்ற கோலத்தில் காட்சி தருகிறார். அடுத்த மண்டபத்தில் பூசையில் இருவர் ஈடுபட்டுள்ளனர். முதலாமவர் இடதுகையில் மணியும் வலதுகையில் தீபமும் கொண்டு ஆராதனை செய்கிறார். அடுத்தவர் சிறுகுடையினை வலது கரத்தில் ஏந்தியுள்ளார். இருவரும் முடியினைத் தலைமீது முடிச்சாக இட்டுள்ளனர். மார்பில் பூணூலும் இடையில் துவராடையும் கொண்டுள்ளனர். கோயிலின் வெளியே அடியவர் ஒருவர் நின்று வழிபடுகிறார். மண்டபத்தின்மீது அழகிய நந்தி காணப்படுகிறது.

முதன்மை அருவி, குற்றாலம்.

இறைவன் சன்னதிக்கும் இறைவி சன்னதிக்குமிடையே குறும்பலா மரம் நிற்கிறது. அடிமரத்தைச் சூழ்ந்து மேடை அமைக்கப்பட்டுள்ளது. மரத்தில் பத்துப் பலாப்பழங்கள் காய்த்துத் தொங்குகின்றன. இறைவி சன்னதியினை அடுத்து மரமும் மரத்தினை அடுத்து மலையும் காட்டப்பட்டுள்ளன. மரத்தில் நான்கு வானரங்கள் கனிகளைப் பறித்துண்டு மகிழ்ந்து விளையாடுகின்றன. மரத்தின்கீழ் ஒரு வானரம் பாறையின்மீது அமர்ந்து திரும்பிப் பார்த்து மலையிலுள்ள பாறைகளின் மீது அமர்ந்தும் நின்றும் காணப்படும் இரண்டு குரங்குகளிடம் ஏதோ கூறுவது போலுள்ளது. மலையிலும் மரங்கள் காட்டப்பட்டுள்ளன. மலைமீதிருந்து அருவி பெருக்கெடுத்து வழிகிறது. அது இறைவி சன்னதி அருகில் செல்லுகிறது. அருவியில் ஆறு இலிங்கங்கள் வருவதாகக் காட்டப்பட்டுள்ளது. இவை அங்குப் பாறையில் வடிக்கப் பெற்றுள்ள இலிங்கங்களாகும்.

மூன்றாம் வரிசை

திருவையாறு ஐயாரப்பர் மற்றும்
மதுரை மீனாட்சி-சுந்தரேஸ்வரர் திருக்கோயில்கள்
இடமிருந்து வலமாகத் தீட்டப்பட்டுள்ளன.

காட்சி 1

சிவன் திருக்கோயிலொன்று காட்டப்பட்டுள்ளது. கோயிலின் உள் இலிங்க வடிவில் எழுந்தருளியுள்ள சிவனுக்கு அர்ச்சகர் மணியொலித்துத் தீபாராதனை செய்கிறார். மகாமண்டபத்தில் இரண்டுபேர் நின்று வழிபாடு செய்கின்றனர். இருவரும் தலைப்பாகை அணிந்துள்ளனர். முதலில் நிற்பவர் மட்டும் பூணூல் அணிந்துள்ளார். இடையில் அழகிய இடையாடைகள் உள்ளன. அடுத்து ஒரு தாயும் மகளும் நின்று வழிபாடு செய்கின்றனர். இருவரும் உடல் முழுவதும் அணிகலன்களும் அழகிய ஆடைகளும் அணிந்துள்ளனர். மகள் மார்பில் அழகிய கச்சுக் காணப்படுகிறது. இருவர் மூக்கிலும் புல்லாக்குப் போன்ற அணிகலன் உள்ளது. அழகிய தூண்கள் கொண்ட கோயிலின் வெளிப்புறம் இரண்டு பேர் இசைக்கருவிகைளை இசைக்கின்றனர். பெரிய உருவத்தில் உள்ளவர் இடது தோளில் தொங்கவிடப்பட்டுள்ள உருமியினை முழக்குகிறார். அடுத்துச் சிறு உருவமாக உள்ளவர் சேகண்டியை அடித்து ஒலியெழுப்புகிறார்.

கோயிலின் வலதுபுறம் ஆதிமனுவும் மற்றுமிருவரும் நின்று வழிபடு கின்றனர். ஆதிமனுவை அடுத்துள்ளவர் தலையில் குல்லாயும் உடலில் அணி கலன்களும் கொண்டுள்ளார். அவரை அடுத்து எளிய கோலத்தில் உருவில் சிறிதாக நிற்பவர், இடது தோளில் துண்டினைச் சார்த்தியுள்ளார்.

இது எவ்வூர்த் திருக்கோயில் என உறுதியாக அடையாளமேதும் ஓவியத்தில் இல்லையெனத் தோன்றுகிறது. திருப்புடைமருதூர்த் தல புராணப்படி இது ஐயாறப்பன் எழுந்தருளியுள்ள திருவையாற்றுத் திருத்தல மாகலாம்.

காட்சி 2

இதனையடுத்து மதுரை சோமசுந்தரேஸ்வரர் — மீனாட்சியம்மை ஆலயம் காட்டப்பட்டுள்ளது. அழகிய இந்திரவிமானத்தின் உள்ளே கருவறையில் சோமசுந்தரக் கடவுள் இலிங்க வடிவில் எழுந்தருளியுள்ளார். விமானத்தையும் அர்த்தமண்டபத்தையும் யானைகள் தாங்கியுள்ளன.

அர்த்தமண்டபத்தில் இடது கரத்தில் செம்பேந்திய அர்ச்சகர் மலரினை வழிபடும் அடியவருக்கு வழங்குகிறார். அதனை அவர் இரு கரங்களாலும் பணிவுடன் பெற்றுக்கொள்கிறார். அடுத்து மற்றுமொர் அடியவர் வழிபட்டு நிற்கிறார். இருவர் தலையிலும் தலைப்பாகைகளும் இடையில் எளிய ஆடைகளும் உள்ளன. மண்டபத்தின் வெளியே உயர்ந்த கொடிமரமும் பலிபீடமும் உள்ளன. மேலிருந்து கயிறு, கொடி மரத்தினைச் சூழ்ந்து வந்துள்ளது. கொடிமரத்தின் உச்சியில் நந்தி உள்ளது.

மீனாட்சியம்மை திரிபங்க நிலையில் கருவறையில் நிற்கிறார். மணியும் தீபமும் கொண்டு அர்ச்சகர் பூசை செய்ய மண்டபத்திலிருந்து மூன்றுபேர் வழிபாடு செய்கின்றனர். மூவரும் தலையில் தலைப்பாகையும் இடையில் எளிய ஆடையும் கொண்டுள்ளனர். முன்புறத்தில் கலைஞர் ஒருவர் மிருதங்கத்தை இசைக்கிறார். கோயிலின் இடதுபுறம் அடியவர் ஒருவர் தலைமீது கரம்குவித்து வணங்குகிறார். இசைக்கலைஞர்கள் நால்வர் இசைக்கின்றனர். முதலில் உள்ளவர் உருமியை வலப்புறம் கோலாலும் இடப்புறம் கையாலும் தட்டி இசைக்கிறார். அடுத்துள்ளவர் இலைத் தாளத்தை முழங்குகிறார். மற்றுமிருவர் பெரிய கொம்புகளை ஊதுகின்றனர்.

அவர்கள் இருவர்தம் இடதுகரங்களில் பெரிய கோல்கள் காணப்படுகின்றன. கோயிலைச் சூழ்ந்த ஒரே வகையான மரங்கள் காட்டப்பட்டுள்ளன. இவை கடம்ப மரங்களாக இருக்கலாம். வண்ணப்பயன்பாடு கொண்டு இச்சுவரிலுள்ள திருக்கோயில்களைக் காணும்போது மேல்வரிசையும் கீழ்வரிசையும் சிவப்பு வண்ணப் பின்புலங்கள் கொண்டும் இடையிலுள்ள வரிசை மஞ்சள் வண்ணப் பின்புலம் கொண்டும் காட்டப்பட்டுள்ளன.

ஆனால் தலபுராணத்தில் ஆதிமனு தரிசித்து வரும் திருக்கோயில்களின் வரிசைப்படி காணும்போது சுவரில் மரத்தூணின் வலப்புறம் உள்ளவற்றை மேலிருந்து கீழாகவும் இடப்புறம் உள்ளவற்றை அடுத்த நிலையில் மேலிருந்து கீழாகவும் கருதுவது பொருத்தப்பாடு உடையதாகும். அவ்வாறு கொண்டால் திருவானைக்கா, திருவரங்கம், திருவையாறு, திருநெல்வேலி, திருக்குற்றாலம், மதுரை என்ற வரிசையில் இவற்றைக் கொள்ளலாம். (ஆதிமனுப்படலம், பா.எ.26, 27)

சுவர்-J ▶ சுவர்ப்பரப்பு முழுவதும் தென்முகக் கடவுளான தட்சிணாமூர்த்தி உருவம் தீட்டப்பட்டுள்ளது.

இடது கோடியில் கல்லால மரம் விரிந்து பரந்த கிளைகளுடன் நிற்கிறது.

ஒருபாறையின்மீது நான்கு கரங்களுடன் தட்சிணாமூர்த்தி அமர்ந்துள்ளார். தலையில் ஜடாமகுடம் விரிந்த சடைக்கற்றைகளுடன் அழகுற அமைந்துள்ளது. அதில் பிறை நிலாவும் நெற்றியில் கண்ணும் திகழ்கின்றன. கழுத்தில் அணிகலன்கள் உள்ளன. பின்னிரு கரங்களில் மானும் மழுவும் உள்ளன. வலதுகாலின் மீது இடதுகாலினை இட்டு யோகபட்டமணிந்து அமர்ந்துள்ள அவர், வலதுகரத்தில் சின்முத்திரை காட்டியும் இடதுகரத்தை முழந்தாள்மீது வைத்தும் பாறையின்மீது விரிக்கப் பட்டுள்ள புலித்தோலின் மீது அமர்ந்துள்ளார். இடையில் அலங்காரமான ஆடை காணப்படுகின்றது. புலியின் தலை முன்புறம் இருக்க, வால் பகுதி சிவன் காலடி அருகிலுள்ளது. பாறையைச் சூழ்ந்து செடிகள் காட்டப் பட்டுள்ளன.

தட்சிணாமூர்த்தியின் முன் சனகாதி முனிவர் நால்வர் அமர்ந்துள்ளனர். மேலே முதலில் உள்ளவர் ஓலைச்சுவடியில் எழுத்தாணி கொண்டு எழுதுகிறார். ஏட்டில் சில எழுத்துக்கள் காணப்படுகின்றன. அவரது தலைமேல் ஜடாபாரமும் மார்பில் பூணூலும் உள்ளன. ஒரு பீடத்தின் மீது அமர்ந்துள்ள அவரது மடியில் ஓலைச்சுவடியொன்று வைக்கப்பட்டுள்ளது. அருகிலிருந்த மற்றொரு முனிவர் உருவம் முற்றிலும் அழிந்துள்ளது.

மற்றுமிரு துறவியர் கீழே பீடங்களில் அமர்ந்துள்ளனர். அவர்கள் கர முயர்த்தி இறைவனிடம் ஏதோ வினவும் பான்மையில் காட்சியளிக்கின்றனர். முதலாமவர் இடதுகரத்தில் சுவடியினை வைத்திருக்க மற்றவர் மடிமீது வைத்துள்ளார். இந்நால்வர் தவிர்த்த மேலும் இருவர் தலைமீது கைகூப்பி வணங்கும் நிலையில் உட்காட்சியாக மேலே தீட்டப்பெற்றுள்ளனர்.

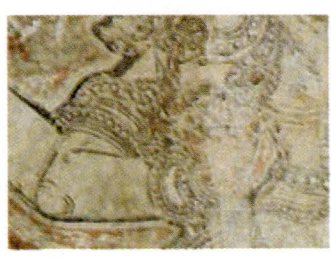

தட்சிணாமூர்த்தியின் முகத்தருகே சுவர்ப்பூச்சு உதிர்ந்து உள்ளிருக்கும் கோடுகள் தெரிகின்றன. இவ்விடத்தில் முதலில் வரையப்பட்ட ஓவியம் பழுதுற்றதால் மீண்டும் பூசப்பெற்று மேலே ஓவியம் வரையப் பெற்றிருக்கலாம்.

சுவர்-K

சுவர்ப்பரப்பு மூன்று கட்டங்களாகப் பகுக்கப்பெற்றுத் துறவிகளின் பல்வேறு நிலைகள் சித்திரிக்கப்பட்டுள்ளன.

முதற்கட்டத்தில் தலைமீது கைகுவித்து வணங்கியவர்களாய் மூன்று துறவிகள் நிற்கின்றனர். தலையில் ஜடாபாரமும் மார்பில் பூணூலும் இடையில் துவராடையும் கொண்டுள்ளனர். இடையில் உள்ளவர் உருவம் பாதிக்குமேல் சிதைவுற்றுள்ளது.

நடுக்கட்டத்தில் இரண்டு துறவியர் அமர்ந்துள்ளனர். இடப்புறமுள்ளவர் தண்டத்தை இடதுதோளில் சாய்த்துக் கை கூப்பி அமர்ந்துள்ளார். அடுத்துள்ளவர் இருகை களையும் விரித்து ஏதோ கூறும் பாவனையில் உள்ளார்.

கீழுள்ள கட்டத்தில் இரு துறவியர் ஏதோ ஒன்றினைக் குறித்து உரையாடிய வண்ணம் அமர்ந்துள்ளனர். வலதுபுறம் உள்ளவர் கையில் ஓலைச்சுவடி உள்ளது. அவர், தன் வலதுகைக் கட்டை விரலையும் சுட்டு விரலையும் தொட்டுக்காட்டியும் ஏடு பிடித்த வண்ணம் இடதுகரத்தில் மூன்று விரல்களை விரித்துக் காட்டியும் சின் முத்திரையைச் செய்து காட்டுகிறார். முதலில் உள்ளவர் அதனைக் கற்றுக்கொள்ள முயல்கிறார்.

இவர்களும் தட்சிணாமூர்த்திக் காட்சியுடன் தொடர்புடையவர்களாகத் தெரிகிறது.

சுவர்-ட

சுவர்ப்பகுதி மூன்று கட்டங்களாகப் பகுத்துக் கொள்ளப்பட்டுள்ளது.

மேல் கட்டடத்தில் சிவன் கோயில் ஒன்றில் நடைபெறும் வழிபாடு காட்டப்பட்டுள்ளது. கருவறையில் இலிங்க வடிவிலுள்ள இறைவனுக்கு அர்ச்சகர் இருவர் வழிபாடு செய்கின்றனர். முதலில் உள்ளவர் மணிமுழக்கி, தீப ஆராதனை செய்ய, பின்னுள்ளவர் குடை பிடித்து நிற்கிறார். தேவரடியார் ஒருவர் ஆட, மற்றொரு கலைஞர் மிருதங்கம் இசைக்கிறார். கோயிலின் இடதுபுறம் அடியவரொருவர் கைகூப்பி வணங்கி நிற்கிறார். கோயில் மண்டபத்தின் மீது பூதகணமும் நந்திகளும் காட்டப்பட்டுள்ளன.

அடுத்துள்ள கட்டத்தில் சிவனும் அம்மையும் இரண்டு கோயில்களில் எழுந்தருளியிருக்க அடியவர் இருவர் வழிபட்டு நிற்கின்றனர். இறைவனது ஆலயப் பகுதியில் ஓவியம் சிதைவுற்றுள்ளது.

மூன்றாவது கட்டத்தில் மாபலியின் கதை சித்திரிக்கப்பட்டுள்ளது. வாமன வடிவில் கையில் குடையுடன் பீடத்தின்மீது நிற்கும் திருமால் தன் இடதுக் காலினை உயர்த்தியுள்ளார். மாபலிச் சக்கரவர்த்தியும் அவன் மனைவியும் அவரது திருவடிக்குப் பாதபூசை செய்கின்றனர். அரசன் பின்னால் சாமரத்தைத் தோளில் சார்த்திய வண்ணம் பணியாளன் ஒருவன் நிற்கிறான். மாபலி தலையில் மகுடமும் உடலில் அணிகலன்களும் அலங்காரமான ஆடையும் உள்ளன. அரசியின் உருவம் அழிந்துபட்டுள்ளது.

கீழே இரண்டு யாளிகளின் உருவங்கள் அழகுறத் தீட்டப்பட்டுள்ளன. அவை முன் வலது காலினை உயர்த்தி ஒன்றுடன் ஒன்று ஏதோ கூறும் பாவனையில் தீட்டப்பட்டுள்ளன.

சுவர்-M

சுவர்ப்பரப்பு முழுதும் திரிவிக்கிரம அவதாரக் காட்சி சித்திரிக்கப்பட்டுள்ளது.

மையத்தில் நிற்கும் திரிவிக்கிரமனின் இடதுபுறம் வாமனன் குடையுடன் நிற்கிறான். இடதுகோடியில் தலையில் மகுடமணிந்து மாபலி நிற்கிறான். இருவருக்குமிடையே அரசி வாமனனின் கால்களை வணங்குவதாகத் தெரிகிறது. இந்நிகழ்ச்சி வாமனன், வேள்வி நிகழும் களத்திற்கு வருவதையும் அவன் மாபலியால் வரவேற்கப்பட்டு வழிபடப்படுவதையும் தான் விரும்பும் மூன்றடி மண் யாசகத்தை வாமனன் கேட்பதையும் சித்திரிப்பனவாகக் கொள்ளலாம். ஓவியம் பெரிதும் சிதைவுற்றுள்ளது.

திருவிக்கிரமனுக்கு வலதுபுறம் பீடங்களின்மீது மாபலிச் சக்கரவர்த்தியும் வாமனனும் எதிரெதிரே அமர்ந்துள்ளனர். மகுடமும் அழகிய அணிகலன்களும் தரித்து அலங்காரமான ஆடையுடன் கால்மீது காலிட்டு அமர்ந்துள்ள மாபலி கையிலுள்ள பாத்திரத்திலிருந்து நீரினைத் தாரை வார்க்க, அதனைக் குடையுடன் அமர்ந்திருக்கும் வாமனன் இருகைகளையும் ஏந்திப் பெற்றுக்கொள்கிறான். இது வாமனன் கேட்ட மூன்றடி மண் தானத்தைத் தர மாபலி ஒப்புக்கொள்வதை உணர்த்துவ தாகும்.

நீரினைத் ஊற்றித் தாரைவார்த்துத் தன் வேண்டுகோளை மாபலி ஏற்றதும் விசுவரூபமாக திரிவிக்கிரமன் மண்ணையும் விண்ணையும் அளக்கும்காட்சி மையத்தில் சித்திரிக்கப் பெற்றுள்ளது. எட்டுக்கரங்களுடன் நிற்கின்ற திரிவிக்கிரமனின் தலையில் நீண்ட கிரீட மகுடம் துளங்குகிறது. நெற்றியில் திருநாமம் திகழும் அவனதுடலில் பல்வகையான அணி கலன்கள் காணப்படுகின்றன. வலது முன்கரம் இடையில் வைக்கப் பட்டுள்ளது. ஏனைய கரங்களில் வாள், சுதர்சனச் சக்கரம் ஆகியன உள்ளன. நான்காவது கரம் அம்புறாத் தூணியிலிருந்து அம்பொன்றை உருவி எடுக்கும் பாவனையில் உள்ளது. இடதுகால் விண்ணளக்க உயர்ந்து செல்கிறது. அந்தத் திசையில் முன் இடதுகரம் நீண்டு சுட்டிக்காட்டுகிறது. ஒரு கரத்தில் கேடயம் இருக்க, மற்றொரு கரம் சாரங்க வில்லினை ஏந்தியுள்ளது. சங்கினை ஏந்திய கரம் அழிந்துபட்டுள்ளது. கீழிருக்கும் வாமனக் காட்சிகளுக்கு மேலாகத் திரிவிக்கிரமனுடன் தொடர்புடைய காட்சிகள் இருபுறத்தும் தீட்டப்பட்டுள்ளன.

திரிவிக்கிரமனின் வலதுபுறம் நான்கு துறவியர் அவரது விசுவரூபம் கண்டு வியந்து வணங்கிப் போற்றுகின்றனர்.

இடதுபுறம் சத்தியலோகத்திற்கு வரும் தன் தந்தையின் திருவடியைக் கமண்டலத்திலுள்ள நீரினை வார்த்து நான்முகன் வழிபாடு செய்கிறார். அவரது பின் இடதுகரத்தில் கமண்டலமும் பின் வலது கரத்தில் அக்கமாலையும் உள்ளன. அவர் நிற்பது உட்காட்சியாக அமைக்கப் பட்டுள்ளது. அவருக்குக்கீழ் தலைமீது உயரமாக முடியப்பெற்ற சடையுடன் ஒருவர் நிற்கிறார். அவர் இரண்டு கரங்களுடன் காட்டப்பட்டுள்ளார்; அணிகலன்கள் உள்ளன. அழிபட்ட அவ்வுருவம் தேவர் ஒருவரைச் சுட்டுவதாக இருக்கலாம்.

திரிவிக்கிரமனது இடையில் மணிகள் பதிக்கப்பட்ட அணிகலன்களும் அலங்காரமான ஆடையும் உள்ளன. அவர் ஓரடியால் பூமியை அளந்தார் என்பது இரண்டு கரங்கள் அவர் திருவடியைத் தாங்கி நிற்பதால் உணர்த்தப்பட்டுள்ளது. வளையல் அணிந்துள்ள அவை பூதேவியின் கரங் களாகும். ஓவியத்தின் கீழ் யாளி, சிங்கம், யானை, குதிரை முதலியன தீட்டப்பட்டுள்ளன.

சுவர்-N

சுவர்ப்பரப்பு, மையத்தில் இரண்டாகப் பகுக்கப்பெற்று, இடதுபுறம் திருக்கோயில் காட்சிகளும் வலதுபுறம் கிராதார்ச்சுனீய நிகழ்ச்சிகளும் தீட்டப்பெற்றுள்ளன.

> முதல் வரிசை

காட்சி 1

சிவன் கோயில் ஒன்று சித்திரிக்கப்பட்டுள்ளது. திருக்கோயில் கருவறையில் திருவாசியுடன் எழுந்தருளிய இலிங்கத்திற்கு அர்த்தமண்டபத்தில் நிற்கும் அர்ச்சகர் மணியொலித்துத் தீப ஆராதனை காட்டுகிறார். அவர்பின் இருவர் நின்று இறைவனைத் தொழுகின்றனர். அவர்கள் தலையிலும் கழுத்திலும் மாலைகள் அணிந்துள்ளனர். வேலைப்பாடு கொண்ட இடையாடை அணிந்துள்ளார்.

கோயிலின் முன் கொடிமரமும் பலிபீடமும் காட்டப் பட்டுள்ளன. அவற்றின் முன் நெடிதுயர்ந்த ஏழுநிலைக் கோபுரம் ஒன்று நுட்பமாகச் சித்திரிக்கப்பட்டுள்ளது. கோபுரத்தின் வலதுபுறம் கோயில் திருக்குளம் மீன்களுடன் காட்டப் பட்டுள்ளது.

திருக்கோயிலின் இடதுபுறம் ஒருவர் வணங்கி நிற்கிறார். இரு கலைஞர்களுள் முதலில் நிற்பவர் நீண்டகுழலினை ஊதுகிறார். அவர் தலைப்பாகையும் தோளில் துண்டும் அணிந்துள்ளார். அத்துண்டினைத் தனது இடதுகரத்தில் பற்றியபடி வலதுகரத்தில் நீண்ட கொம்பினை ஊதுகிறார். இடையில் துவராடை அணிந்துள்ளார்.

இரண்டாம் வரிசை

அவர்பின் நிற்பவர் மத்தளமொன்றை இசைக்கிறார். கோயிலைச் சூழ்ந்து கமுகு மரங்கள் காட்டப்பட்டுள்ளன.

முதலிரு காட்சிகளில் இரண்டு சிவன் கோயில்கள் தீட்டப்பட்டுள்ளன. முதலில் உள்ள கோயிலில் கருவறையில் எழுந்தருளியுள்ள இலிங்கத்தை அர்ச்சகர் இருவர் பூசை செய்கின்றனர். முதலில் உள்ளவர் மணியொலித்துத் தீப ஆராதனை காட்டுகிறார். அடுத்துள்ளவர் குடை காட்டுகிறார். மிருதங்கத்தைக் கலைஞர் ஒருவர் இசைக்கிறார்.

அர்த்தமண்டபத்தின் மீது நந்திகள் காட்டப்பட்டுள்ளன. செழிப்பான மரமொன்றும் காட்டப்பட்டுள்ளது.

அடுத்த மற்றொரு சிவன்கோயிலில் அர்ச்சகர் தீப ஆராதனை காட்டுகிறார். தேவரடியார் ஒருவர் ஆடல் நிகழ்த்த அருகில் ஒருவர் மிருதங்கம் வாசிக்கிறார். கோயில் முன் பலிபீடமும் திருக்குளமும் காட்டப்பெற்றுள்ளன. கோயிலைச் சூழ்ந்து வளமான மரங்கள் உள்ளன.

மூன்றாம் வரிசை

கோயிலின் இடதுபுறம் அடியவர் ஒருவர் வழிபாடு செய்ய இசைக்கலைஞர்கள் உருமியையும், திருச்சின்னம் போன்ற கருவியையும் இசைத்து நிற்கின்றனர்.

அம்மனுடன் கூடிய சிவன்கோயில் காட்டப்பட்டுள்ளது.

அழகிய விமானத்தின் கீழ் கருவறையில் இலிங்க வடிவில் சிவன் எழுந்தருளியுள்ளார். அர்த்தமண்டபத்தில் நிற்கும் அர்ச்சகர் மணியொலித்துத் தீப ஆராதனை காட்டுகிறார். கோயிலின் இடதுபுறம் பலிபீடமும் கொடிமரமும் காட்டப்பட்டுள்ளன. அவற்றை அடுத்து அம்மன் எழுந்தருளியிருக்கும் கோயிலொன்று காட்டப்பட்டுள்ளது.

அழகிய விமானத்தின் கீழ் கருவறையில் சமபங்கமாக அம்மன் எழுந்தருளியுள்ளார். அர்த்தமண்டபத்தில் அர்ச்சகர் மணியொலித்துத் தீப ஆராதனை காட்டுகிறார். தேவரடியார் ஒருவர் ஆடல் நிகழ்த்துகிறார். அருகிலுள்ள இருவரில் ஒருவர் கின்னரக் கருவி இசைக்க, மற்றொருவர்

கைத்தாலம் கொண்டு தாளமிடுகிறார் மண்டபத்தின் வெளியே நின்று மற்றுமொரு கலைஞர் மிருதங்கத்தை இசைக்கிறார். கோயிலை அடுத்து திருக்குளமொன்று மீன்களுடனும் சங்குகளுடனும் காட்டப்பட்டுள்ளது.

இரண்டாம் பகுதியில் கிரார்தார்ச்சுனீயக் கதை தொடங்கப்பெற்றுள்ளது. கௌரவர்களை வெல்ல வேண்டுமென்றால் அர்ச்சுனன் தவம்புரிந்து சிவனிடம் பாசுபதம் பெறவேண்டும் என்ற வியாசர் முடிவின்படி அர்ச்சுனன் தருமரிடம் விடையும் ஆசியும், பெற்றுப் புறப்படும் நிகழ்ச்சி இப்பகுதியில் தீட்டப்பட்டுள்ளது. தருமர் ஓர் அழகிய ஆசனத்தில் கால்மீது காலிட்டு அமர்ந்துள்ளார். இடதுகரம் இடையில் வைக்கப்பட்டுள்ளது. வலதுகரத்தை உயர்த்தி அவர் பாசுபதாஸ்திரம் குறித்துக் கூறி அறிவுறுத்துகிறார்.

தருமரது இடதுபுறம் பாண்டவர் மூவரும் தருமரின் முன் அர்ச்சுனனும் நிற்கின்றனர். இடதுபுறம் நிற்கும் மூவரும் மகுடம் பூண்டவர்களாய் உடல் முழுதும் அணிகலன்கள் மற்றும் பகட்டான ஆடைகள் அணிந்தவர்களாய் இடது கரங்களில் விற்களைத் தாங்கியவர்களாய்க் காட்டப்பட்டுள்ளனர்.

அவர்கள் மூவரும் வலதுகரத்தினால் வாய்களைப் பொத்திப் பணிவுடன் அறிவுரையைக் கேட்கின்றனர். இவர்கள் வீம, நகுல, சகாதேவர்கள் ஆவர்.

தருமரின் முன் அர்ச்சுனன் இரண்டு நிலைகளில் காட்டப்பட்டுள்ளான். முதலில், தன் கரங்களைத் தலைமீது குவித்து, உடல் வளைத்துப் பணிவுடன் தனது சகோதரரைப் பணிகின்றான். அடுத்து அவரது ஆணைப்படித் தவமியற்றச் செல்ல விடைபெறும் நிலையில் வலதுதோளில் சாத்திய வில்லுடன் மார்பருகே கரம் குவித்து வணங்குகின்றான். தலையில் மகுடமும் முகத்தில் தாடி, மீசையும்

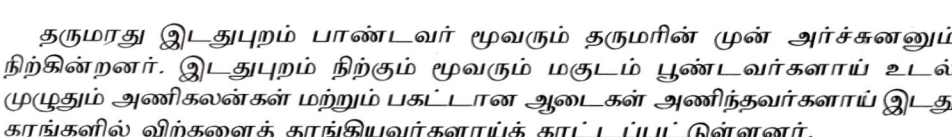

முதல் வரிசை

இரண்டாம் வரிசை

உடலில் அணிகலன்களும் கொண்டு, பகட்டான ஆடையுடன் அவன் காணப்படுகிறான். ஆகவே முன்னிற்கும் இருவரில் தலைமேல் கரம்குவித்துப் பணிபவரும் வில் தாங்கி நிற்பவரும் அர்ச்சுனனே ஆவர்.

அடுத்த வரிசையில் அர்ச்சுனன் இந்திர கீலமலையை அடைவது தீட்டப்பட்டுள்ளது.

பாசுபதாஸ்திரம் பெற சிவனை நோக்கித் தவம் செய்ய அர்ச்சுனன் வருகிறான். இங்கு இரண்டு உருவங்களாக அர்ச்சுனன் காட்டப் பட்டுள்ளான்.

வலதுகோடியில் நீண்ட சடாமகுடத்துடன் முகத்தில் தாடியுடன் உடலில் அணிகலன்கள் மற்றும் அழகிய ஆடையுடன் இடதுகரத்தில் வில்லினையும் வலதுகரத்தில் அம்பினையும் ஏந்தி அர்ச்சுனன் வருகிறான். மரங்களும் பாறை களும் நிறைந்துள்ள வனப்பகுதியில் மான் அவனைக் கண்டு அஞ்சி ஓடுகிறது. ஆகவே,

மூன்றாம் வரிசை

தவமியற்ற இமயமலையின் இந்திரகீலத்தை அர்ச்சுனன் அடைவதையும் அம்மலை நிறைந்த மரங்கள் மற்றும் விலங்குகளுடன் திகழ்வதையும் இவ்வோவியங்கள் சித்திரிக்கின்றன.

அடுத்த காட்சியில் அர்ச்சுனன் கடுமையான தவம் மேற்கொண்டுள்ளான். தலையின் மீது கரம்குவித்து, இடது காலினை ஊன்றி, வலது காலினை மேலுயர்த்தி ஏகபத ஸ்தானகமாக நின்று கடும் தவமியற்றும் அவனது விரிந்துள்ள சடை முடிகள் பலகாலம் அவன் தவமியற்றுவதைச் சுட்டுகின்றன. அத்துடன் அவன் தரையில் நிற்காமல் கொழுந்து விட்டெரியும் நெருப்பின் நடுவில் ஊசிமுனைமீது நின்று தவம்புரிவது குறிப்பிடத்தக்கது.

அர்ச்சுனன் பின் காட்டுப்பன்றியொன்று கழுத்தில் அம்பு தைத்து இரத்தம் பீறிட நின்று கொண்டுள்ளது. அது தனது என்று கூறியவண்ணம் சிவபெருமான் வேடவடிவில் அருகில் நிற்கிறார். அவரது தலையில் இறகுகள் அலங்காரமாகச் செருகப்பட்டுள்ளன. கழுத்தில் அணிகலன்கள் உள்ளன. இடது கரத்தில் வில்லினை ஏந்தியுள்ளார். இடையில் தழையாடை போன்றதொரு ஆடை காணப் படுகிறது.

அவரையடுத்து வேடுவச்சி வடிவில் கையில் முருகனாகிய குழந்தையுடன் பார்வதி நிற்கிறாள். அவளது தலை மற்றும் ஆடையலங்காரங்கள் சிவனைப் போன்றே உள்ளன. அவள் இடுப்பில் உள்ள குழந்தை நகைகள் அணியப்பெற்று, உச்சியில் கொண்டையிட்டுள்ளது.

வேடுவிச்சியாகிய பார்வதியின் கையில், வேட்டையாடப்பட்ட உடும்பொன்று உள்ளது.

அடுத்ததாக அர்ச்சுனனுக்கும் சிவனுக்கும் வாக்குவாதம் முற்றிச் சண்டை தொடங்குகிறது. இடதுபுறம் சிவபெருமான் வேடுவ வடிவத்தில் வில்லினைப் பிடித்துள்ளார். வலப்புறம் துறவி நிலையில் ஜடாமகுடத்துடனும் தாடியுடனும் அர்ச்சுனன் வில்லினை ஏந்தியுள்ளான். இருவர் வில்லும் எதிரெதிர் நிற்கும் நிலையும் கால்களை முன் வைத்துள்ள நிலையும் சண்டையிடுதலை உணர்த்துகிறது.

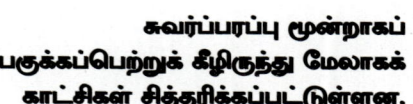 சுவர்-N

சுவர்ப்பரப்பு மூன்றாகப் பகுக்கப்பெற்றுக் கீழிருந்து மேலாகக் காட்சிகள் சித்தரிக்கப்பட்டுள்ளன.

கீழுள்ள மூன்றாம் கட்டத்தில் வேடனாக வந்த சிவ பெருமானும் அர்ச்சுனனும் சண்டையிடுகின்றனர். இருவரும் குறுவாள் போன்ற வாள் கொண்டு மோதுகின்றனர். அர்ச்சுனது இடதுகரத்தைத் தனது இடது கரத்தால் வேடன் பற்றியுள்ளான். அந்த நிலை அர்ச்சுனன் வேடனாக வந்த சிவனால் வெல்லப்படுவதை உணர்த்துகிறது.

நடுவிலுள்ள கட்டத்தில் சிவபெருமான் அர்ச்சுனனுக்குப் பாசுபதம் வழங்கும் காட்சி இடம்பெறுகிறது.

சிவபிரான் உமையோடு காளை வாகனத்தின்மீது அமர்ந்துள்ளார். அர்ச்சுனன் வலதுதோளில் வில்லினைத் தாங்கியவனாய் நிற்கிறான். சிவன் தன் கரத்தால் பாசுபத அம்பினை வழங்க அர்ச்சுனன் இரண்டு கரங் களாலும் பணிவுடன் அதனை வாங்குகிறான். சிவனது வாகனமான எருது சிறப்பாக அலங்காரம் செய்யப்பட்டுள்ளது.

முதற்காட்சியில் மரத்தடியில் பெண் ஒருத்தி தனித்து நிற்கிறார். அவரது கூந்தல் கொண்டையாக இடப்பெறாமல் சுற்றப் பட்டுத் தொங்கவிடப்பட்டதாக இருக்கிறது. அணிகலன்களும் அழகிய ஆடையும் அணிந்துள்ள இவர் தவம் செய்த அர்ச்சுனன் திரும்ப வருவதை எதிர்நோக்கி நிற்கும் திரௌபதியாதல் வேண்டும்.

திரௌபதியின் மாராப்பு இடமிருந்து வலமாக, வட இந்திய பாணியில் அமைந் திருப்பது குறிப்பிடத்தக்கது.

சுவர்-P

**சுவர்ப்பரப்பில்
பல்வேறு செயல்களில் ஈடுபட்டுள்ள
முனிவர்கள் தீட்டப்பட்டுள்ளனர்.**

முதற்காட்சியில் கையில் தண்டத்துடன் தலையில் ஜடாபாரத்துடன் மார்பில் பூணூலுடன் இடையில் துவராடையுடன் நிற்கும் துறவியொருவர் காட்டப் பட்டுள்ளார்.

அடுத்த கட்டத்தில் வலதுகையில் தண்டத் தினையும் இடது கையில் கமண்டலத்தையும் ஏந்திய துறவியொருவர் விரைந்து நடந்து செல்கிறார்.

அடுத்து மூன்றாம் கட்டத்தில் அதேபோன்ற துறவியொருவர் விரைந்து செல்கிறார்.

அடுத்தவரிசை நான்காம் கட்டத்தில் இடது கரத்தில் தண்டம் ஏந்திய துறவியொருவர் விரைந்து செல்கிறார்.

அடுத்தவரிசை முதற்கட்டத்தில் அதே துறவி வலதுகரத்தில் தண்டம் தாங்கி, இடதுகரத்தில் கமண்டலத் துடன் அமர்ந்துள்ளார். ஓவியத்தின் மீது சுண்ணாம்பு ஊற்றப்பட்டுள்ளது.

அதேவரிசை, கட்டம் ஆறில், அதே துறவி வலது கரத்தில் தண்டமும் இடதுகரத்தில் கமண்டலமும் தாங்கி விரைந்து நடந்து செல்கிறார்.

சுவரோவிய உயரம் : 82” அங்குலம்

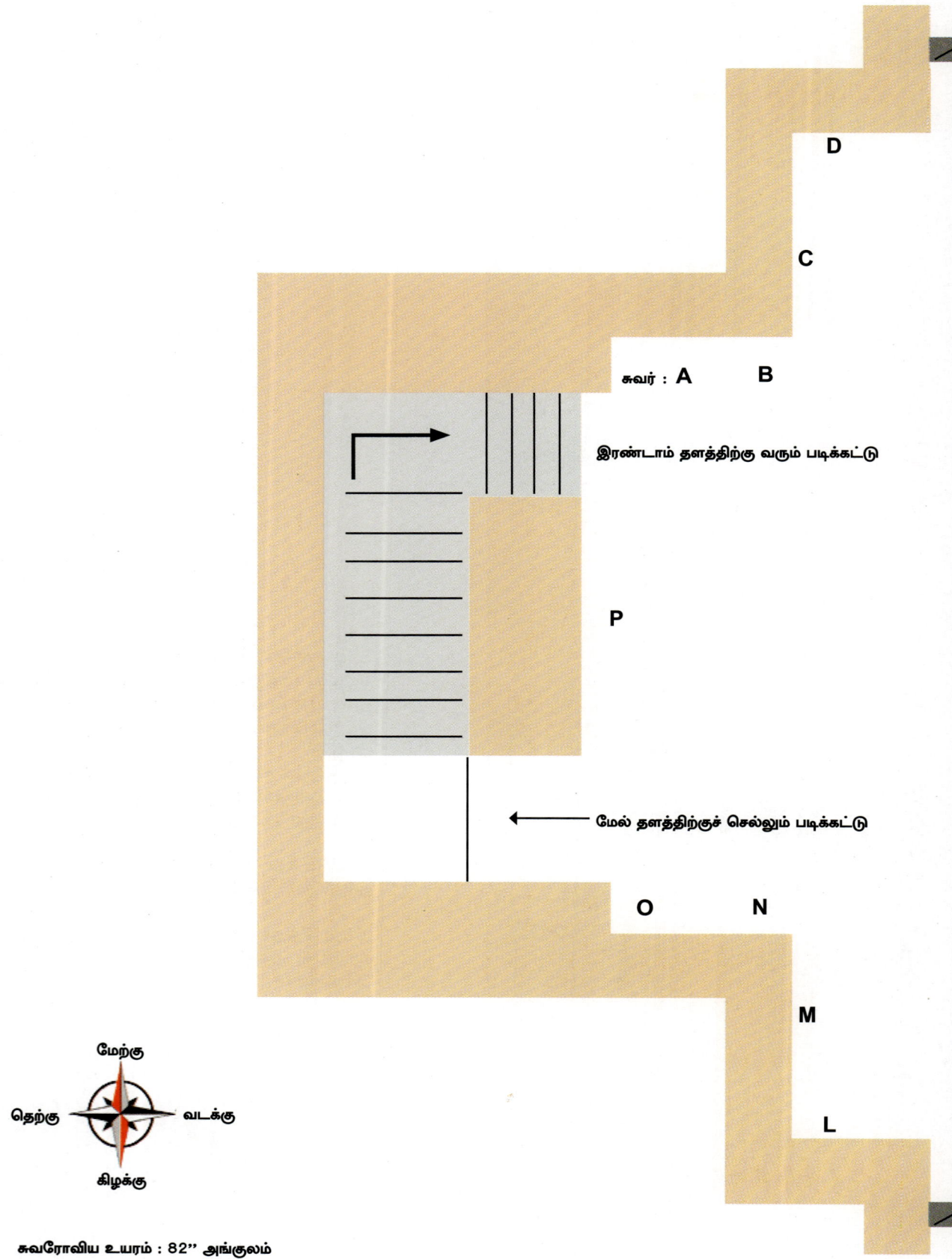

இரண்டாம் தளம்

முகச் சாலை

E

F

G

H

I

J

K

முகச் சாலை

விஜயநகரத்திற்கும் திருவிதாங்கூருக்குமிடையே நடைபெற்ற தாமிரபரணிப்போர் நிகழ்ச்சிகளும் விஷ்ணுபுராணம் நிகழ்ச்சியும் தீட்டப்பட்டுள்ளன.

இரண்டாம் தளம்

ஏனைய நான்கு தள ஓவியங்கள் பெரிதும் சமய உள்ளடக்கமே கொண்டிருக்க, இரண்டாம் தள ஓவியங்கள், சமயம் சார்ந்த சிலவற்றைத் தவிரப் பெரிதும் ஓர் வரலாற்று நிகழ்ச்சியைச் சித்திரிக்கின்றன.

இவ்வரலாற்று நிகழ்ச்சி, விஜயநகரத்திற்கும் திருவிதாங்கூருக்குமிடையே நடைபெற்ற போராகும். ஆகவே அப்போரின் காரணம், அதில் பங்கேற்றோர், அதன் விளைவு ஆகியன குறித்தறிதல் வேண்டப்படுவதாகும்.

அச்சுததேவராயர் (கி.பி.1529-1542)

நரசா நாயக்கருக்கு ஓபமாம்பா என்ற தேவி மூலம் பிறந்தவர் அச்சுத தேவராயர். விஜயநகரப் பேரரசின் புகழ்பூத்த அரசர் கிருஷ்ணதேவராயருக்கு இவர் தம்பி முறையினராதலால் அவருக்குப் பின் கி.பி.1529 இல் பட்டமேற்றார்.[1]

அச்சுததேவராயரின் ஆட்சிக்காலம் அன்னியப் படையெடுப்புகளாலும் உட்பூசல்கள் மிகுந்ததாலும் குழப்பம் நிறைந்ததாகவே இருந்துள்ளது.

அரியணை ஏறியபின் அரசர் அச்சுதராயர் கொடுங்கோலாட்சி புரிந்ததுடன் தீயவழிகளில் சென்றார். நேர்மையற்றவராக இருந்ததால் மக்களும் தளபதிகளும் அவர்மீது அதிருப்தி கொண்டனர். என்று ஃபெர்னாவோ நூனிஸ் குறிப்பிடுகின்றார்.[2]

போரில் நாட்டமற்றிருந்த அச்சுததேவராயர், விஜயநகரத்தின் மீது படையெடுத்து வந்த இஸ்மெயில் அடில்ஷாவுடன் உடன்படிக்கை செய்து போரினைத் தவிர்த்தார். ஆயினும் கி.பி.1534 இல் பீஜப்பூரைத் தன் ஆட்சிக்கு அடிவணங்கச் செய்தார். மதுரை நாயக்க அரசை ஆண்ட விசுவநாத நாயக்கரும் தளவாய் அரியநாதரும் அவ்வெற்றிக்குக் காரணமாக இருந்தனர். அச்சுததேவராயருக்கு ஐந்நூறு மனைவியர் இருந்தனர்[3] என்றும் அவர்தம் படையில் ஆறு இலட்சம் வீரர்களும் 24,000 குதிரை வீரர்களும் இருந்தனர்[4] என்றும் ஊதியம்பெறும் வீரர்கள் 50,000 பேர்களும் 20,000 ஈட்டி வீரர்களும் யானைகளைப் பராமரித்திட 1600 பேர்களும் இருந்தனர் என்றும் நூனிஸ் குறித்துள்ளார்.[5]

சலகம் சின்னத் திருமலை

அமைச்சராக விளங்கிய சலகம் சின்னத் திருமலை, அச்சுததேவராயருக்கு மைத்துனராவார். வடஆர்க்காடு, தென்னார்க்காடு, செங்கல்பட்டு, காஞ்சிபுரம் முதலிய வடதமிழகப் பகுதிகளைத் தன்கட்டுப்பாட்டில் அவர் வைத்திருந்தார்.[6]

சலக்ராஜு பெரிய திருமலை

அச்சுததேவராயரின் மற்றொரு மைத்துனரான இவர் சலகம் சின்னத் திருமலையின் மூத்த சகோதரர் ஆவார். ஆந்திராவின் கடப்பை மாவட்டப் பகுதி இவரது ஆளுகைக்கு உட்பட்டிருந்தது. இவர் அச்சுத தேவராயரின் பிரதானியாக இருந்தார்.[7] பிரதானி என்பது அரசின் வரவு—செலவுக் கணக்கைக் கவனிக்கும் பதவியாகும்.

செல்லப்பா

திருவிதாங்கூருடன் விஜயநகரப் போர் நிகழ, ஒரு முக்கியக் காரணமாக இருந்தவர் செல்லப்பா ஆவார்.

வீர நரசிம்மராய நாயக்கர் என்றும் பெயருடையவர். இவர், காஞ்சிபுரம் ஏகாம்பரநாதர் கோயிலில் தேவகன்மி எனும் அலுவலராகப் பணியாற்றிய சிவபிராமண குலத்தவரான தழுவக் குழைந்தான் பட்டர் என்பவரின் மகனாவார். இவர் பேரரசர் கிருஷ்ணதேவராயரிடத்தில்

அச்சுத தேவராயர்,
வேங்கடாசலபதி திருக்கோயில்,
திருமலை

உபைய பிரதானியாகப் பணியாற்றினார் சாளுவ நாயக்கர்; சுவாமி செல்லப்பா, செல்லப்பன் என்றும் காஞ்சீபுர வரதீஸ்வரன் என்றும் அழைக்கப்பெற்றார்.

சோழமண்டலம், நாகப்பட்டினம், தஞ்சாவூர், புவனகிரி, திருக்கோவிலூர் ஆகிய பகுதிகளுக்குச் சிறந்த ஆளுநராகத் திகழ்ந்தார். இவரது படையில் முப்பதாயிரம் காலாட் படை வீரர்களுடன் மூவாயிரம் குதிரைகளும் முப்பது யானைகளும் இருந்தன. கிருஷ்ணதேவராயரின் மதிப்புக்குரியவராகத் திகழ்ந்த இவரது செல்வாக்கு வடதமிழகத்திலிருந்து தெற்கே பாண்டிநாட்டுத் திருப்பத்தூர் வரை சிறந்திருந்தது.

கிருஷ்ணதேவராயரின் மறைவுக்குப் பிறகு அரியணையைக் கைப்பற்றுவதில் ஏற்பட்ட குழப்பங்களின்போது செல்லப்பா விஜயநகரத்தில் இருந்துகொண்டு, போட்டியாகச் செயல்பட்ட இராமராயருக்கு எதிராக முனைந்து அச்சுததேவராயரை அரியணையில் அமர்த்தினார்.[8]

ஆனால், செல்லப்பாவின் செல்வாக்கு, சலகம் சின்னத்திருமலைக்குப் பொறாமையை ஏற்படுத்தியது. அவர் செல்லப்பாவை ஒடுக்க வாய்ப்பை எதிர்நோக்கியிருந்தார்.

தொடக்கத்தில் அச்சுததேவராயருடன் மிக நெருங்கிய அன்புபூண்டிருந்த செல்லப்பா, ஒரு கட்டத்திற்குப் பிறகு அரசருக்கு எதிராக எழவேண்டிய வரானார். அவர்களது உறவில் பிளவு நேர்ந்தமைக்குப் பல காரணங்கள் சுட்டப்படுகின்றன.

செல்லப்பாவின் ஆட்சி அதிகாரத்தில் பேரரசர் அச்சுததேவராயர் தலையிட்டது ஒரு காரணமாகலாம். மேலும் தான் அரசாட்சி பெறுவதற்கு எதிராகச் செயல்பட்ட ஆரவீடு இராமராயரிடம் ஆட்சியொப்பந்தம் செய்து கொண்ட அச்சுததேவராயர், செல்லப்பாவைப் பதவியிறக்கம் செய்தது மற்றொரு காரணமாகலாம் என்று வெங்கட்ரமணய்யாவும் கிருஷ்ணதேவராயர் காலத்திலேயே பேரரசின் ஆணைக்குச் செல்லப்பர் கட்டுப்பட மறுத்து வந்தது அச்சுதராயர் காலத்திலும் தொடர்ந்ததால் அவர் செல்லப்பாவைப் பிரதானி மற்றும் ஆளுநர் பதவிகளிலிருந்து நீக்கி இருக்க வேண்டும்; இதனால் செல்லப்பா புரட்சியில் ஈடுபட்டிருக்க வேண்டும் என்று விருத்தகிரீசனும் குறிப்பிடுகின்றனர்.

காஞ்சிபுரம், ஏகாம்பரநாதர் திருக்கோயிலுக்கும் வரதராசர் திருக்கோயிலுக்கும் சமபங்காக அளிக்குமாறு அச்சுததேவராயர் வழங்கிய சில கிராமங்களை செல்லப்பர் ஏகாம்பரநாதருக்கு மிகுத்தும் வரதராசருக்குக் குறைத்தும் பிரித்து வழங்கியதால் அச்சுததேவராயரின் வெறுப்புக்கு ஆளானார் என்பர். இதுபோன்ற காரணங்களால் செல்லப்பாவின் பிரதானி மற்றும் ஆளுநர் பதவிகளை நீக்கியிருக்க வேண்டுமென்றும் இதனால் செல்லப்பா புரட்சியில் ஈடுபட்டிருக்க வேண்டுமென்றும் கூறப்படுகிறது.

சலக்கராஜு பெரிய திருமலை, சலக்கராஜு சின்னத்திருமலையாகிய இருவரும் அச்சுததேவராயரின் பட்டத்தரசி வரதாம்பிகை தேவியின் உடன்பிறந்தோராவர். இவர்களுள், செல்லப்பர் பெற்றிருந்த முக்கியத்துவத்தில் அழுக்காறு கொண்டிருந்த சின்னத்திருமலையே அச்சுததேவராயர் மனதில் செல்லப்பருக்கு எதிரான வெறுப்பை விதைத்து வளர்த்தவர் என்பர். ஆகவே, செல்லப்பர் விஜயநகரத்தை எதிர்த்த பரமக்குடி பாளையக்காரர் தும்பிச்சி

நாயக்கருடனும் திருவடி மன்னருடனும் இணைந்து அச்சுததேவராயருக்கு எதிரான கிளர்ச்சியில் ஈடுபட்டார்.[9]

சீவல்லபன்

ஜடிலவர்மன் சீவல்லபன் என்ற பெயர்கொண்ட பாண்டியனுக்கு 'இறந்த காலமெடுத்த', 'பாண்டிராஜ்ஜிய ஸ்தாபனாச்சார்ய' என்ற பட்டங்கள் வழங்கின. இவரது தென்காசி அரசு, திருவடி அரசர் உதயமார்த்தாண்டவர்மரால் கைப்பற்றப்பட்டதால் விஜயநகர அரசர் அச்சுததேவராயரின் உதவியை நாடினார். தற்காலத் திருநெல்வேலி மாவட்டத்தில் இவரது பன்னிரண்டு கல்வெட்டுகள் காணக்கிடைக்கின்றன. அவற்றுள் காலத்தால் முந்தையது 29 ஏப்ரல் 1534 ஆம் ஆண்டுக் கல்வெட்டாகும். தாமிரபரணிப் போருக்குப் பின்னர் இவர் மீண்டும் அரசராக சலக்கராஜு சின்னத்திருமலையால் அமர்த்தப்பட்டார். ஓர் ஆவணத்தின் படி, அவர் அஸ்வதியின் அஸ்தீரிசத்தில் பிறந்தவர் என்றும் திருக்கோயில்களுக்குப் பல மானியங்கள் வழங்கியவரென்றும் அறியமுடிகிறது.[10]

இவர் கொல்லம் முதல் கன்னியாகுமரி வரையிலும் தென்பாண்டி நாட்டில் காயல் எனும் துறைமுகம் வரையிலும் ஆட்சிபுரிந்தார்.

திருவிதாங்கூர்

இத்தகு சூழலில் விஜயநகரத்திற்கு அடங்கியதாகத் தென்தமிழகத்தில் இருந்த சிறுநாடு, வேணாடு எனும் திருவிதாங்கூர் நாடாகும். இதற்குத் 'திருவடி' என்ற பெயரும் வழங்கியது.

தமிழகத்தின் ஒருபகுதியாக, சேர நாட்டிலிருந்த நாடுகளில் வேணாடும் ஒன்றாகும். வேள்நாடு பிற்காலத்தில் திருவிதாங்கூர் என்றானது என்பர். சங்க கால ஆய் மன்னர்களே பிற்காலத்தில் 'வேள்' மன்னர்கள் என்றும் இவர்கள் சேர வேந்தரின் கிளை மரபினர் என்றும் கருதப்படுகிறது. இதற்கு மாறாக, 'வானவன் நாடு' என்பதே வேள்நாடு என்றாயிற்று என்ற கருத்தும் நிலவுகிறது.[11]

'வடக்கு கொச்சி இராச்சியமும் கோயம்புத்தூர் ஜில்லாவும் கிழக்கு மதுரை, இராமநாதபுரம், திருநெல்வேலி என்னும் மூன்று ஜில்லாக்களும் தெற்கும் மேற்கும் அரபிக் கடலும் (திருவிதாங்கூர்) இராச்சியத்தில் எல்லைகளாயிருக்கின்றன என்பர்.[12]

பூதலவீர உதயமார்த்தாண்ட வர்மர் (கி.பி.1501-1547)

விஜயநகரப் பேரரசர் அச்சுததேவராயர் காலத்தில், திருவிதாங்கூர் நாட்டின் அரசராக இருந்தவர் உதயமார்த்தாண்டவர்மர் ஆவார். அவர் சோழ அரசியை மணந்ததால் 'புலிமார்த்தாண்ட வர்மர்' என அழைக்கப்பட்டதாக ஜி.ரி.வேலுப்பிள்ளை கருதுகின்றார். ஆனால் அக்காலத்தில் சோழ அரசர் யாருமில்லை. ஆகவே, சோழநாட்டுப் பகுதிக்கு ஆளுநராக இருந்து ஆண்ட சாளுவ நாயக்கரே 'சோழர்' என அழைக்கப்பட்டிருக்கலாம். சாளுவ நாயக்கரே தன் மகளை உதயமார்த்தாண்டவர்மருக்கு மணம் செய்து தந்திருக்கலாம் என அரங்காச்சாரியார் கருதுகின்றார்.

பூதலவீர உதயமார்த்தாண்டவர்மர், சத்தியவாகீஸ்வர் கோயில், களக்காடு

மன்னரின் பாதுகாவலர்கள்

இத்திருவடி அரசர், பாண்டிய அரசர் சீவல்லபனுடன் போரிட்டுத் திருநெல்வேலிப் பகுதியின் பெரும் இடங்களைக் கைப்பற்றினார். அதனால் ‘வென்றுமண்கொண்ட பூதலவீரன் ‘ என்று பட்டமும் கொண்டார். தமிழ்நாட்டுப் பகுதிக்கான தலைநகராகக் களக்காட்டினைக் கொண்டிருந்தார். அங்குப் பலகாலம் வாழ்ந்து அம்பாசமுத்திரம், மன்னார்கோயில், களக்காடு ஆகிய ஊர்களிலிருந்த கோயில்களைச் சீர்படுத்தியதுடன் பல சிற்றூர்களையும் முன்னேற்றினார். கி.பி.1515க்கு முன்பாகவே அவர் பாண்டிய நாட்டினை வென்று கைக்கொண்டதாகத் தெரிகிறது. பிரமதேசத்திலுள்ள கல்வெட்டு அக்கோயில் மற்றும் ஊரின் வழிபாட்டிற்காகவும் சீர்திருத்தத்திற்காகவும் வேப்பங்குளம் எனும் கிராமத்தை மானியமாக விடுத்ததைக் குறிக்கிறது. விஜயநகரத்திற்குக் கீழ்ப்பட்டு ஆண்டிருந்த சீவல்லபனின் நாட்டின் பெரும்பகுதியை கி.பி.1515க்கும் இடைப்பட்ட காலங்களில் தொடர்ந்து படையெடுத்து இவர் கைக்கொண்டதாகத் தெரிகிறது. அத்துடன் இரண்டாம் தேவராஜர் காலத்திலிருந்து விஜயநகரத்திற்குக் கட்டிவந்த திறையை இவர் செலுத்த மறுத்துவிட்டார்.

பாண்டிய நாட்டுப் பகுதிகளை வெற்றி கொண்டதும் திறைசெலுத்த மறுத்ததும் அச்சுதராயரின் முக்கிய எதிரியாக மாற்றியதுடன் இயல்பாக சாளுவநரசிம்மருக்கும் இவருக்குமிடையே கூட்டினை ஏற்படுத்தியது. இதனால் காவிரியிலிருந்து குமரி வரை விஜயநகரத்திற்குக் கடும் எதிரிகள் தொடர்ச்சியாக ஏற்பட்டனர். காவிரிக்கரைப் பகுதிகளில் சாளுவநரசிம்மரும், வைகைக் கரைப்பகுதியில் தும்பிச்சி நாயக்கரும் தாமிரபரணிக்கரைப் பகுதியில் உதயமார்த்தாண்டரும் விஜயநகரத்தை எதிர்த்து நின்றனர்.[13]

தும்பிச்சி நாயக்கர்

பரமக்குடி தும்பிச்சி நாயக்கரே அச்சுதராயரை எதிர்க்க சாளுவ நாயக்கருக்கு உதவியவராவார். எரலிங்க நாயக்கரின் மகனான தும்பிச்சி நாயக்கர், பரமக்குடியைத் தலைநகராகக் கொண்டு மதுரைக்கும் திருநெல்வேலிக்கும் இடைப்பட்ட பகுதியை ஆண்டுவந்தார். தும்பிச்சி என்பது பரமக்குடி நாயக்கர்களின் குடும்பப் பெயரெனத் தோன்றுகிறது. கி.பி.1409 இல் இப்பகுதி நாயக்கதானமாக இக்குடும்பத்திற்கு வழங்கப் பெற்றதாகத் தெரிகிறது. கி.பி.1502 க்கும் 1535 க்கும் இடைப்பட்ட காலத்தில் குமாரலிங்க தும்பிச்சி ஆட்சியிலிருந்தார். அவரது பாளையம் பெறையூர், தும்மண்ண நாயக்கன்பட்டி மற்றும் மூன்று கிராமங்களை உள்ளடக்கியிருந்தது.

தும்பிச்சி நாயக்கர் அமைதியற்ற, பேராசை மிக்க போர் வீரராவார். தன் காலத்தில் தென்பகுதியில் கொந்தளிக்கின்ற நிலமானியத் தலைவராகவும் விளங்கியவர். அவர் தம் மனதிற்குற்ற தோழனாகவும் உடன்படிக்கை செய்து கொண்டு நெருங்கிவரக் கூடியவராகவும் சாளுவ நாயக்கரைக் கண்டார்.[14]

சாளுவ நரசிங்க நாயக்கர் கிளர்ச்சியின் தொடக்கப் படிநிலைகளை அறியவியலவில்லை. சலக்கராஜு பெரிய திருமலையே அவர்தம் கிளர்ச்சி குறித்து அச்சுததேவராயரிடம் தெரிவித்ததாகக் கவி இராஜநாத திண்டிமா கூறுகிறார். தொடக்கத்தில் பேரரசுப் படை நரசிங்கராயரைத் தோற்கடித்தது. ஆனால், தப்பிச் சென்ற அவர், திருவிதாங்கூர் மன்னரிடம் சரணடைந்ததாகத் தெரிகிறது. அவர்கள் இருவரும் இணைந்து பாண்டிய அரசர் மீது போர் அறிவித்து, அவர் பண்டுமுதல் உரிமை பெற்றிருந்த பகுதியிலிருந்து அவர் விரட்டியடித்தனர். ஆகவே, நாட்டைவிட்டு விரட்டப்பட்ட பாண்டிய மன்னரைக் காக்கவும் நேர்மையற்ற செல்லப்பாவையும் சேர அரசரையும் தண்டிக்கவும் கிளர்ச்சியை அடக்கவும் வேண்டும் என அமைச்சர் அச்சுதராயரை வேண்டினார். தும்பிச்சி நாயக்கர், சாளுவ நரசிங்க நாயக்கர், உதயமார்த்தாண்டன் ஆகிய மூவரின் கிளர்ச்சி குறித்து அறிந்து கடுஞ்சினமுற்ற அச்சுததேவராயர், கிளர்ச்சியாளர்களை எதிர்த்துப் படை நடத்தக் கட்டளையிட்டார். அவரது இளைய மைத்துனர் சாலகராஜு சின்னத்திருமலையின் தலைமையில் படைகள் புறப்பட்டன. படையினை அச்சுததேவராயர் ஊக்கமூட்டி வழிநடத்தினார்.

விஜயநகரத்திலிருந்து புறப்பட்ட பெரும்படை சில நாட்களில் சந்திரகிரியை அடைந்தது. படையை அங்கு நிறுத்தி அச்சுததேவராயர், திருப்பதி, காளஹஸ்தி கோயில்களில் வழிபாடு செய்துவந்தார். பின்னர் காஞ்சிபுரம் வந்து சேர்ந்த படையுடன் உள்ளூர்த் தலைவர்களும் இணைந்து கொண்டனர். அவர்களுடன் அரசர் திருவண்ணாமலையை அடைந்தார். அண்ணாமலையாரை வழிபட்டுப் பின்னர் சோழநாட்டுள் நுழைந்த அச்சுதராயர் சிலநாட்களில் திருவரங்கத்தை அடைந்தார். அப்படையெடுப்பு முடியும்வரை அச்சுததேவராயர் அங்கேயே

தமிழகத்தின் ஒருபகுதியாக, சேர நாட்டிலிருந்த நாடுகளில் வேணாடும் ஒன்றாகும். வேள்நாடு பிற்காலத்தில் திருவிதாங்கூர் என்றானது என்பர். சங்க கால ஆய் மன்னர்களே பிற்காலத்தில் 'வேள்' மன்னர்கள் என்றும் இவர்கள் சேர வேந்தரின் கிளை மரபினர் என்றும் கருதப்படுகிறது. இதற்கு மாறாக, 'வானவன் நாடு' என்பதே வேள்நாடு என்றாயிற்று என்ற கருத்தும் நிலவுகிறது.[11]

'வடக்கு கொச்சி இராச்சியமும் கோயம்புத்தூர் ஜில்லாவும் கிழக்கு மதுரை, இராமநாதபுரம், திருநெல்வேலி என்னும் மூன்று ஜில்லாக்களும் தெற்கும் மேற்கும் அரபிக் கடலும் (திருவிதாங்கூர்) இராச்சியத்தில் எல்லைகளாயிருக்கின்றன என்பர்.[12]

பூதலவீர உதயமார்த்தாண்ட வர்மர் (கி.பி.1501-1547)

விஜயநகரப் பேரரசர் அச்சுததேவராயர் காலத்தில், திருவிதாங்கூர் நாட்டின் அரசராக இருந்தவர் உதயமார்த்தாண்டவர்மர் ஆவார். அவர் சோழ அரசியை மணந்ததால் 'புலிமார்த்தாண்ட வர்மர்' என அழைக்கப்பட்டதாக ஜி.ரி.வேலுப்பிள்ளை கருதுகின்றார். ஆனால் அக்காலத்தில் சோழ அரசர் யாருமில்லை. ஆகவே, சோழநாட்டுப் பகுதிக்கு ஆளுநராக இருந்து ஆண்ட சாளுவ நாயக்கரே 'சோழர்' என அழைக்கப்பட்டிருக்கலாம். சாளுவ நாயக்கரே தன் மகளை உதயமார்த்தாண்டவர்மருக்கு மணம் செய்து தந்திருக்கலாம் என அரங்காச்சாரியார் கருதுகின்றார்.

பூதலவீர உதயமார்த்தாண்டவர்மர், சத்தியவாகீஸ்வர் கோயில், களக்காடு

மன்னரின் பாதுகாவலர்கள்

இத்திருவடி அரசர், பாண்டிய அரசர் சீவல்லபனுடன் போரிட்டுத் திருநெல்வேலிப் பகுதியின் பெரும் இடங்களைக் கைப்பற்றினார். அதனால் 'வென்றுமண்கொண்ட பூதலவீரன் ' என்று பட்டமும் கொண்டார். தமிழ்நாட்டுப் பகுதிக்கான தலைநகராகக் களக்காட்டினைக் கொண்டிருந்தார். அங்குப் பலகாலம் வாழ்ந்து அம்பாசமுத்திரம், மன்னார்கோயில், களக்காடு ஆகிய ஊர்களிலிருந்த கோயில்களைச் சீர்படுத்தியதுடன் பல சிற்றூர்களையும் முன்னேற்றினார். கி.பி.1515க்கு முன்பாகவே அவர் பாண்டிய நாட்டினை வென்று கைக்கொண்டதாகத் தெரிகிறது. பிரமதேசத்திலுள்ள கல்வெட்டு அக்கோயில் மற்றும் ஊரின் வழிபாட்டிற்காகவும் சீர்த்திருத்தத்திற்காகவும் வேப்பங்குளம் எனும் கிராமத்தை மானியமாக விடுத்ததைக் குறிக்கிறது. விஜயநகரத்திற்குக் கீழ்ப்பட்டு ஆண்டிருந்த சீவல்லபனின் நாட்டின் பெரும்பகுதியை கி.பி.1515க்கும் இடைப்பட்ட காலங்களில் தொடர்ந்து படையெடுத்து இவர் கைக்கொண்டதாகத் தெரிகிறது. அத்துடன் இரண்டாம் தேவராஜர் காலத்திலிருந்து விஜயநகரத்திற்குக் கட்டிவந்த திறையை இவர் செலுத்த மறுத்துவிட்டார்.

பாண்டிய நாட்டுப் பகுதிகளை வெற்றி கொண்டதும் திறைசெலுத்த மறுத்ததும் அச்சுதராயரின் முக்கிய எதிரியாக மாற்றியதுடன் இயல்பாக சாளுவநரசிம்மருக்கும் இவருக்குமிடையே கூட்டினை ஏற்படுத்தியது. இதனால் காவிரியிலிருந்து குமரி வரை விஜயநகரத்திற்குக் கடும் எதிரிகள் தொடர்ச்சியாக ஏற்பட்டனர். காவிரிக்கரைப் பகுதிகளில் சாளுவநரசிம்மரும், வைகைக் கரைப்பகுதியில் தும்பிச்சி நாயக்கரும் தாமிரபரணிக்கரைப் பகுதியில் உதயமார்த்தாண்டரும் விஜயநகரத்தை எதிர்த்து நின்றனர்.[13]

தும்பிச்சி நாயக்கர்

பரமக்குடி தும்பிச்சி நாயக்கரே அச்சுதராயரை எதிர்க்க சாளுவ நாயக்கருக்கு உதவியவராவார். எரலிங்க நாயக்கரின் மகனான தும்பிச்சி நாயக்கர், பரமக்குடியைத் தலைநகராகக் கொண்டு மதுரைக்கும் திருநெல்வேலிக்கும் இடைப்பட்ட பகுதியை ஆண்டுவந்தார். தும்பிச்சி என்பது பரமக்குடி நாயக்கர்களின் குடும்பப் பெயரெனத் தோன்றுகிறது. கி.பி.1409 இல் இப்பகுதி நாயக்கதானமாக இக்குடும்பத்திற்கு வழங்கப் பெற்றதாகத் தெரிகிறது. கி.பி.1502 க்கும் 1535 க்கும் இடைப்பட்ட காலத்தில் குமாரலிங்க தும்பிச்சி ஆட்சியிலிருந்தார். அவரது பாளையம் பெறையூர், தும்மண்ண நாயக்கன்பட்டி மற்றும் மூன்று கிராமங்களை உள்ளடக்கியிருந்தது.

தும்பிச்சி நாயக்கர் அமைதியற்ற, பேராசை மிக்க போர் வீரராவார். தன் காலத்தில் தென்பகுதியில் கொந்தளிக்கின்ற நிலமானியத் தலைவராகவும் விளங்கியவர். அவர் தம் மனதிற்குற்ற தோழனாகவும் உடன்படிக்கை செய்து கொண்டு நெருங்கிவரக் கூடியவராகவும் சாளுவ நாயக்கரைக் கண்டார்.[14]

சாளுவ நரசிங்க நாயக்கர் கிளர்ச்சியின் தொடக்கப் படிநிலைகளை அறியவியலவில்லை. சலக்கராஜு பெரிய திருமலையே அவர்தம் கிளர்ச்சி குறித்து அச்சுததேவராயரிடம் தெரிவித்ததாகக் கவி இராஜநாத திண்டிமா கூறுகிறார். தொடக்கத்தில் பேரரசுப் படை நரசிங்கராயரைத் தோற்கடித்தது. ஆனால், தப்பிச் சென்ற அவர், திருவிதாங்கூர் மன்னரிடம் சரணடைந்ததாகத் தெரிகிறது. அவர்கள் இருவரும் இணைந்து பாண்டிய அரசர் மீது போர் அறிவித்து, அவர் பண்டுமுதல் உரிமை பெற்றிருந்த பகுதியிலிருந்து அவர் விரட்டியடித்தனர். ஆகவே, நாட்டைவிட்டு விரட்டப்பட்ட பாண்டிய மன்னரைக் காக்கவும் நேர்மையற்ற செல்லப்பாவையும் சேர அரசரையும் தண்டிக்கவும் கிளர்ச்சியை அடக்கவும் வேண்டும் என அமைச்சர் அச்சுதராயரை வேண்டினார். தும்பிச்சி நாயக்கர், சாளுவ நரசிங்க நாயக்கர், உதயமார்த்தாண்டன் ஆகிய மூவரின் கிளர்ச்சி குறித்து அறிந்து கடுஞ்சினமுற்ற அச்சுததேவராயர், கிளர்ச்சியாளர்களை எதிர்த்துப் படை நடத்தக் கட்டளையிட்டார். அவரது இளைய மைத்துனர் சாலகராஜு சின்னத்திருமலையின் தலைமையில் படைகள் புறப்பட்டன. படையினை அச்சுததேவராயர் ஊக்கமூட்டி வழிநடத்தினார்.

விஜயநகரத்திலிருந்து புறப்பட்ட பெரும்படை சில நாட்களில் சந்திரகிரியை அடைந்தது. படையை அங்கு நிறுத்தி அச்சுததேவராயர், திருப்பதி, காளஹஸ்தி கோயில்களில் வழிபாடு செய்துவந்தார். பின்னர் காஞ்சிபுரம் வந்து சேர்ந்த படையுடன் உள்ளூர்த் தலைவர்களும் இணைந்து கொண்டனர். அவர்களுடன் அரசர் திருவண்ணாமலையை அடைந்தார். அண்ணாமலையாரை வழிபட்டுப் பின்னர் சோழநாட்டுள் நுழைந்த அச்சுதராயர் சிலநாட்களில் திருவரங்கத்தை அடைந்தார். அப்படையெடுப்பு முடியும்வரை அச்சுததேவராயர் அங்கேயே

ஆரல்வாய்மொழிக் கணவாயின் ஒரு பகுதி

தங்கியிருந்தார். 'செல்லப்பாவைப் போன்ற ஒரு சிறிய தலைவரை எதிர்த்துப் பேரரசர் போருக்கு வர வேண்டியதில்லை எனச் சின்னத்திருமலை மன்னருக்கு எடுத்துரைத்து அவரை ஏற்கச் செய்து, தான்மட்டும் படையை நடத்தி எவ்வித தடையுமின்றி மதுரையை விரைந்து கடந்து தாமிரபரணிக் கரையை அடைந்ததாகக் கூறப்படுகிறது.

பின்னர் தன்கீழுள்ள அதிகாரிகளைத் திருவடியை எதிர்த்துப் படை நடத்திச் செல்லக் கட்டளையிட்டார். தனது எதிரிகளை அறுவாய் மொழிக்கணவாய் (Aruvaymoli pass) அருகில் திருவடி மன்னர் உதயமார்த்தாண்டவர்மர் எதிர்கொண்டார்.[15] அங்கு நடைபெற்ற கடும்போரின் இறுதியில் திருவடி தோற்கடிக்கப்பட்டார்.

தனது தோல்வியை ஒப்புக்கொண்டு சின்னத்திருமலையைப் பணிந்த உதயமார்த்தாண்டவர்மர் செல்லப்பாவை அவரிடம் ஒப்படைத்ததுடன் தன் யானைகளையும் குதிரைகளையும் அவருக்கு வழங்கினார். அவற்றை ஏற்றுக்கொண்ட சின்னத்திருமலை, மீண்டும் தென்காசியில் சீவல்லப பாண்டியனை அரியணையில் அமர்த்தினார்.

அங்கிருந்து திருவனந்தபுரம் சென்று பத்மநாப சுவாமியை வழிபட்ட சின்னத்திருமலை படையுடன் இராமேஸ்வரம் சென்று இறுதியாகத் திருவரங்கம் வந்துசேர்ந்தார்.

செல்லப்பாவையும் உதய மார்த்தாண்டவர்மரையும் அச்சுததேவராயர் முன் நிறுத்திய சின்னத்திருமலை, போர் குறித்த அறிக்கையையும் அளித்தார். பாண்டியனது நாட்டைக் கைப்பற்றிய குற்றத்திற்காகத் திருவடி மன்னரைத் தண்டிக்குமாறு அச்சுததேவராயர் தன் அமைச்சருக்குக் கட்டளையிட்டார். அதன்பின் பாண்டியநாட்டு இளவரசியை அச்சுததேவராயர் மணம்புரிந்தார்.

காளஹஸ்தியிலும் காஞ்சிபுரத்திலும் காணப்படும் அச்சுததேவராயரின் கல்வெட்டுகள் மேற்குறித்த உண்மைகளைத் தெரிவிக்கின்றன.

பேரரசர், திருவடி அரசரைத் தோற்கடித்து, தாமிரபரணிக் கரையில் வெற்றித் தூணை நாட்டினார். பாண்டிய இளவரசியை மணந்தார். தன்நாட்டை மீட்டுத்தந்தற்கான நன்றியுணர்ச்சியாலும் மேலும் பேரரசுடன் தன் உறவை இணைத்துக் கொள்வதற்காகவும் சீவல்லபன் தன் மகளை அரசருக்கு மணம்

விஜயநகரப் படையின் திக் விஜயம்

செய்து வைத்தார். இப்பரிமாற்றத்தால் மீண்டும் தென்காசி ஆட்சியுரிமை பெற்ற சீவல்லபன் 'இறந்தகாலமெடுத்த' 'பாண்டிய ராஜ்ஜிய தாபனாச்சர்யா' என்ற பட்டங்களைப் பெற்றார்.[16]

கி.பி.1533 ஜூலை 18ஆம் நாள் வெள்ளிக்கிழமை திருவரங்கம் கோயிலில் பொறிக்கப்பெற்ற,

> ஸுபமஸ்த்து ஸ்வஸ்திஸ்ரீ ஸ்ரீமன்மகாராசாதிராச பரமேசுர ஸ்ரீ வீரப் பிதாப மூவராயர் கண்ட அரியராய விபாட அஷ்டதிக்குராய மனோ பயங்கர பூர்வ தெக்ஷண பச்சிம சமுத்திராதீசுர ஸ்ரீவீர அச்சுதைய்யா தேவ மகாராயர் பிறுதுவிராஜ்யம் பண்ணியருளா நின்ற சகார்தம் 1451 ன் மேல் செல்லாநின்ற விரோதி சங்கற்சரத்து விறிச்சிக றாயற்று அபரபக்ஷத்து பஞ்சமி யிலே பட்டாபிஷேகரான அபைய அஸ்தராயஸங்களுக்கு சரணாகதிராய் வந்ததுக்கேயுள்ள ராயண ராசர் உம்மத்தூர் மல்லராசர் வெங்கடாத்திரி முதலான பாளையத்து நாயக்க பாடிகளையும் பாவித்து முடுக்காயிருந்த அனந்தமான பேரையும் ரக்ஷித்து திருவடி ராஜ்யத்துக்கு மன்னயரையும் தளபாடம் அனுப்பியருளி தாம்மிரக் கன்னி கரையிலே செயஸ்தம்பம் நாட்டி திருவடிகையில் கப்பமும் வாங்கி பாண்டிய ராசாவின் குமாரத்தியையும் வாங்கிக் கொண்டருளி தும்பிச்சியையும் சாளுவ நாயக்கனையும் சாதிச்சு நன்தன சங்கற்சரத்து சிங்கநாயற்று பூறுவபக்ஷத்து ஏகாதெசி நாள் காஞ்சிபுரத்துக்கு எழுந்தருளி சுவாமி அம்மனவர்கள் வெங்கடாத்திரி சிக்கவுடையாருடன் முத்தின் தூலாபுருஷம் சொன்ன துலாபுருஷம் ஸகஸ்ரகோதானம் மகாபூத கடிதானம் நித்தியதானம் முதலான மகாதானமும் பண்ணியருளி விசையை சங்கவஸ்வரத்து ஆசாட வெகுள துதிகை நாள் சுவாமி அச்சுததேவமகாராயர் காமாக்ஷி உபையமாக கற்பித்துபொன்....

என்ற கல்வெட்டு இவ்வரலாற்று நிகழ்ச்சிகளைக் குறிப்பிடுகிறது. மேலும் காஞ்சிபுரம் அருளாளப் பெருமாள் கோயில் கல்வெட்டும் காமாட்சியம்மன் கோயில் கல்வெட்டும் இதே தகவல்களைத் தருகின்றன.[17]

பேரரசின் மேலாதிக்கத்தை ஏற்றுக்கொண்ட செல்லப்பாவும் தும்பிச்சி நாயக்கரும் மன்னிக்கப்பட்டு மீண்டும் தங்கள் முந்தைய பொறுப்புகளைப் பெற்றனர் என கி.கிருஷ்ணசுவாமி குறிப்பிடுகிறார்.[18]

தாமிரபரணிப் போரின் காலம்

கல்வெட்டுகள் குறிப்பிடும் காலங்களைக் கொண்டு சாளுவ நாயக்கர் கிளர்ச்சி செய்தது, திருவடி அரசரின் உதவியைப் பெற்றது, தாமிரபரணிப் போர் நடைபெற்றது கி.பி.1532 ஆம் ஆண்டு ஜனவரித் திங்களுக்கும் ஜூலைத் திங்களுக்கும் இடைப்பட்ட காலத்திலேயே என அறிஞர் கருதுகின்றனர்.[19]

அச்சுதராயப்யுதயம்

விஜயநகரப் பேரரசர் அச்சுததேவராயர் காலத்தில் வாழ்ந்த திண்டிம கவி என்பர் அச்சுதராயரின் வரலாற்றை அச்சுதராயப்யுதயம் என்று நூலில் சமஸ்கிருத சுலோகங்களால் பாடியுள்ளார்.

அச்சுதராயரின் தாமிரபரணிப் படையெடுப்பை இந்நூல் விரிவாகப் பேசுகிறது.

55

त्वय्युपेतकमलोदये ऽप्यहो
तोयदा इव शरद्दिनागमे ।
एष्यदाशुविलया यथापुरं
नार्पयन्ति कतिचिन्नृपाः करम् ॥

த்வயி உபேத கமலோகயேபி அஹோ
தோயதா இவ சரத்தினாகமே |
ஏஷ்யதா சுவிலயா யதாபுரம்
நார்பயந்தி கதிசிந்ருபா: கரம் ||

(சருக்கம்—4 சுலோகம்— 55)

தாமரை மலர்கள் மலரக் காரணமான மழைக்கட்டிகள் நிரம்பிய மேகங்கள் எவ்வாறு சரத்காலம் (இளவேனில்) வந்தவுடன் மழைக்கட்டிகள் இன்றி மறைகின்றனவோ, அவ்வாறு சில மன்னர்கள் தங்களிடமிருந்து செல்வங்களை முன்பு பெற்று, தற்போது தங்களுக்கு அளிக்கவேண்டிய வரிகளை அளிக்காமல் இருப்பது ஆச்சர்யத்திற்கும் வருத்தத்திற்கும் காரணமாகிறது.

56

छन्नविग्रहतया पलायित
श्चेल्लपो वसति चेरसीमनि ।
तच्छरण्यधरणीभुजा समं
शिष्य एव स चिरायुषा त्वया ॥

சன்ன விக்ரஹதயா பலாயித:
சேல்லபோ வஸதி சேரஸீமனி |
தச்சரண்ய தரணீபுஜா ஸமம்
சிஷ்ய ஏவ ஸ சிராயுஷா த்வயா || (4—56)

செல்லப்ப மன்னன் தங்களிடம் போரிடப் பயந்து, சேர மன்னனிடம் அடைக்கலம் புகுந்து பதுங்கியுள்ளான். ஆகையால் அடைக்கலம் தந்த சேரன், செல்லப்பன் இருவரையுமே தண்டிக்க வேண்டும்.

இவை, விஜயநகரத்தில் அச்சுதராயருக்கு அமைச்சர் எடுத்துக்கூறிய செய்திகளாகும்.

இவற்றைக் கேட்டுக் கொதித்தெழுந்த அச்சுதராயர் பகைவர்கள் அடங்கப் படைநடத்த உத்தரவிட்டார். தானே தலைமையேற்றுப் படையை வழி நடத்தினார்.

இந்நூலின் ஐந்தாம் சருக்கத்தில் அச்சுதராயர் சங்கு (1) பேரிகை முழங்கி (3) வெற்றிமுழக்கமிடும் (2) பெரும்படையுடன் சந்திரகிரி சென்ற காட்சி விவரிக்கப்பட்டுள்ளது. பின் திருமலை (22) சென்று வழிபட்டு இறைவனுக்கு, மணிக்கிரீடம், கடுக்கண், கழுத்தாரம் (42) முதலியன கொடுத்ததும் உரைக்கப்பட்டுள்ளது.

பின், குதிரையிலேறி பொன்முகலி (சொர்ணமுகி) ஆற்றைக் கடந்து (45) காளஹஸ்தியில் சிவபிரானை வழிபட்டதும் (46,47) பின்னர் தீ வடிவமான சிவபெருமானைத் திருவண்ணாமலையில் வழிபட்டதும் (51—54) கூறப்பட்டுள்ளன.

இறுதியாக, அகத்தியர் இருக்கும் தென்திசை நோக்கிப் பயணமாகி (54) வாழை, தென்னை, கதலி மலிந்திருக்கும் காவிரிக்கரையை (55) அடைந்ததும் விவரிக்கப்பட்டுள்ளன.

திருவரங்கத்தை அடைந்த அச்சுததேவராயர் வழிநடைக்களைப்பு நீங்கக் காவிரியில் நீராடி (57) மகிழ்ந்ததும் அரங்கப்பெருமானை வழிபட்டதும் (60) விவரிக்கப்பட்டுள்ளன.

64

प्रेम्णः पात्रीकुरुष्व प्रियरमण भुवः प्रेषणादेष दोर्भ्यां
नेष्ये प्रेष्यं हि गर्वग्रहिलमिह जवाच्चेल्लपं चेरसीम्नः ।
प्रस्थाप्येत्युक्तवन्तं सलगनृपसुतं पद्मनाभान्तरङ्गे
रङ्गे, भक्त्युत्तरङ्गः कतिचन दिवसान्स्थातुमैच्छन्महेच्छः ॥

ப்ரேம்ண: பாத்ரீகுருஷ்வ ப்ரியரமணபுவ:

ப்ரேஷணாதேஷ தோர்ப்யாம்

நேஷ்யே ப்ரேஷ்யம் ஹி கர்வக்ரஹிலமிஹ ஜவாத்

சேல்லபம் சேர ஸீம்ன : |

ப்ரஸ்தாப்ய இத்யுக்தவந்தம் ஸலக ந்ருபஸுதம்

பத்மநாபாந்தரங்கே

ரங்கே பக்தயுத்தரங்க: கதிசன திவஸாந்

ஸ்தாதும் ஐச்சத் மஹேச்ச: || (5—64)

ஓ! பூநாயகனே! அகந்தையுடன் சேரநாட்டில் அடியாள் போன்று ஒளிந்திருக்கும் செல்லப்ப அரசனை விரைவில் தங்களிடம் அழைத்து வந்து ஒப்படைத்தல் மூலம் தங்களின் அன்பிற்குப் பாத்திரமாக அருள்புரியுங்கள் என்றுரைக்கும் தன் மைத்துனன் ஸலகராஜகுமாரனை, அச்செயலை முடித்து வர அனுப்பி, திருவரங்கனிடத்தில் அலாதியான பக்தியும் ஈடுபாடும் உள்ள மாவீரனான அச்சுதராயன் சிறிது காலம் திருவரங்கத்தில் வாழ விழைந்தார். திருவரங்கத்தில் தங்கிய அச்சுதராயர், தனது மைத்துனர் சலகம் சின்னத்திருமலை தலைமையில் படையைத் தெற்கு நோக்கி அனுப்பினார்.

13

अदसीयरोधसि निवेशमसा
ववकल्प्य दर्पभरितस्य रिपोः ।
व्यसृजद्विमाथकरणाभिमनाः
पृतनापतिं स पुरतो नृपतिः

அதஸீயரோதஸி நிவே சம்ஸௌ

அவகல்ப்ய தர்ப பரிதஸ்ய ரிபோ: |

வ்யஸ்ருஜத் விமாத கரணாபிமனா:

ப்ருதனாபதிம் ஸ புரதோ ந்ருபதி: ||

(6—13)

ஸலகராஜகுமாரன் தாமிரபரணிக் கரையில் தனது சேனைகளை நிறுத்தி, கர்வம் படைத்த எதிரியை அழிப்பதில் உற்சாகத்துடன் தனது சேனாபதியை முதலில் அனுப்பினார்.

14

अथ निर्ययौ मतिविपर्ययतो
गिरिदर्यमेयजयतूर्यरवः
स च सङ्गराय चतुरङ्गगबलै
स्तिरयन्दिशस्तिरुवटिक्षितिपः ॥

அத நிர்யயௌ மதிவிபர்யயதோ
கிரதர்யமேய ஜயதூர்யரவ: |
ஸச ஸங்கராய சதுரங்கரகபாலை:
திரயந் திசஸ் திருவடி க்ஷிதிப: ||

(6—14)

பிறகு 'திருவடி' என்ற விருதுடன் விளங்கும் மதியிழந்த அனந்தசயன மன்னன் அளவிட முடியாத பேரி மற்றும் வெற்றி முரசுடன் நான்கு திசைகளிலும் நான்குவிதப் படை சூழ, மலைக்குகைகளிலிருந்து வெளிவந்தான். இவ்வாறு, விஜயநகரத்திற்கு அடிபணியும்படி கூறி, சலகராஜு பூதலவீரனுக்குத் தூது விடுத்ததும் அதனை ஏற்க மறுத்து பூதலவீரன் போருக்கு எழுந்ததும் உரைக்கப்பட்டுள்ளன.

இருதிறத்துப் படைகளும் மிகக் கடுமையாக மோதின.

15

उभयोर्व्यराजदुरुसैनिकयोः
क्षणमन्तरालवसुधा वितता ।
विहितोऽवकाश इव वीररमा
विबुधीस्वयंवरविहारकृते

உபயோர் வ்யராஜதுரு ஸைநிகயோ:
க்ஷணமந்தராள வஸுதா விததா |
விஹிதோ அவகாச இவ வீரரமா—
விபுதீ ஸ்வயம்வர விஹாரக்ருதே || (6—15)

திரண்ட இரு ஸேனைகள் நிறைந்த அந்தப் போர்க்களமானது தேவலோக அப்ஸர பெண்கள் வீரலக்ஷ்மியின் சுயம்பரத்திற்காக வந்து விளையாட ஏற்படுத்திய இடம் போன்று காட்சியளித்தது.

17

अविकुण्ठवेगहयमण्डलिका
खुरषण्डताण्डवितमुण्डशतम् ।
भुजदण्डकुण्डलितचण्डधनु
श्च्युतकाण्डहिण्डितविशुण्डगजम् ॥

அவிகுண்ட வேகஹய மண்டலிகா—
குரஷண்ட தாண்டவித முண்டசதம் |
புஜதண்ட குண்டலித சண்ட தனு:
ச்யுத காண்ட ஹிண்டித விசுண்ட கஜம் ||

(6—17)

அந்தப் போர்க்களமானது தடையின்றிச் சுழல்கின்ற குதிரைகளின் குளம்படிகளால் வீசி எறியப்பட்ட நூற்றுக்கணக்கான தலை முண்டங்கள் நிரம்பியதாகவும், வீரர்களின் சுழல்கிற கைகளிலிருந்து வெளிவரும் அம்புகளின் தாக்குதலால் வீசி எறியப்பட்ட கொடூரமான யானைகளின் அறுபட்ட துதிக்கைகளை உடையதாகவும் விளங்கிற்று.

26

कतिचित्करालकरवालिकया
कतिचिच्चि कुन्तलतया शितया ।
विशिखैः परे शितमुखैरभव-
न्विभुसेनया विदलिता विमताः

கதிசித் கரால கரவாலிகயா
கதிசிச்ச குந்தலதயா சிதயா
விசிகை: பரே சிதமுகைரபவந் || (6—26)

அச்யுதராயனின் சேனைகளால் ஒரு சில எதிரிகள் பயங்கரமான கத்திகளால் வெட்டப்பட்டனர். ஒரு சிலர் கூர்மையான ப்ராஸம் என்ற ஆயுதத்தாலும் மற்றும் சிலர் கூர்மையான அம்புகளாலும் கொல்லப்பட்டனர்.

27

अवकीर्णकर्णकनकाभरणा
हननाजहल्किणगणांसतटाः ।
करतो विनिर्गलितखड्गधनुः
परिघादिमप्रहरणप्रकराः

28

श्लथमौलिवेष्टनदुकूलशिखा
स्तरणे रणे कुणपभुक्छरणे ।
विपुलांसकूटविगलद्वलया -
श्चिरमस्वपन्सपदि चेरभटाः

அவகிர்ண கர்ண கனகாபரணா:
ஹனனாஜஹத் கிண கணாம்ஸதடா: |
கரதோ விநிர்கலித கட்கதனு:
பரிகாதிம ப்ரஹரண ப்ரகரா: ||
ச்லதமௌலி வேஷ்டன துகூல சிகா:
தரணே ரணே குணபபுக் சரணே |
விபுலாம்ஸ கூட விகலத் வலயா:
சிரமஸ்வபந் ஸபதி சேரபடா: || (6—27, 28)

அச்யுதராயனின் வீரர்களால் தாக்கப்பட்ட சேர நாட்டு வீரர்கள் தங்களுடைய தங்கத்தாலான காதணிகள், குண்டலங்கள், போர்த் தழும்புகள் நிறைந்த தலைகள்,

கைகள், கைகளிலிருந்து நழுவிய கத்தி, கேடயம். பரிகம், லகுடம் முதலிய ஆயுதங்கள் ஆங்காங்கே சிதறிக் கிடக்க மேலும் தோள்களிலிருந்து நழுவிய தோள் வளையல்கள் மற்றும் தலையிலிருந்து விழுந்த தலைப்பாகை முதலியவைகளுடன் பிணமாக மாமிசம் சாப்பிடும் நரி, கழுகு முதலியவைகளின் அடைக்கலத்திலோ அல்லது தங்களைக் காப்பாற்றுபவர்களின் நிழலிலோ அடைக்கலம் புகுந்தனர். போரில், பூதலவீர உதயமார்த்தாண்டவர்மர் தோல்வி அடைந்தார்.

30

अयमर्पितस्तव पदाम्बुजयो -
रधमः स तिर्वटिरधर्मपरः ।
इति तं निगद्य समदान्द्विरदा -
नुपदीचकार रयगांस्तुरगान्

அயமர்பிதஸ்தவ பதாம்புஜயோ:
அதம: ஸ திர்வடி: அதர்மபர: |
இதி தம் நிகத்ய ஸமாதாந்த்விரித
உபதீசகார ரயகாந் துரகாந் || (6—30)

நேர்மையற்ற, தாழ்ந்த திருவடி மன்னன், நான் தங்களைச் சரண் புகுந்தேன் என்று ஸலகராஜ குமாரனிடம் கூறி, மதம் கொண்ட பல யானைகள் மற்றும் விரைந்து செல்லும் குதிரைகளைப் பரிசாக அளித்தான்.

போரில் வெற்றிபெற்ற படைகள் தெற்கு நோக்கி பயணம் மேற்கொண்டு பொதிகை மலையைக் கடந்துசென்றன.

ஆவாஸபூ: சுலுக—தக்ன —மஹாம்புராசே:
அந்தர்முகஸ் ஹயரத்னகனி: ஸுமேஷோ: |
ஸாம்ராஜ்யபூ: அகரு—சந்தன— வாடிகாயா:
மார்கே — அஜனிஷ்ட மலயாத்ரிரமுஷ்ய த்ருஷ்ட்யோ ||

அகரு(குங்குலியம்), சந்தனம் முதலிய மரங்களின் வரிசையை உடையதும், சக்கரவர்த்திகளை உருவாக்கிய பூமியும், அகத்தியர் கடலையே உள்ளங்கையில் குறுக்கிப் பருகியதுமான, மன்மதனுடைய தேரான மலய மாருதம் பதிந்த உயர்ந்த ரத்தினம் போன்ற குதிரைகளின் குளம்படிக்கு ஒப்பான பூமியுமான மலய பர்வதத்தை அந்த அரசன் கண்டான்.

34

वीथीष्वम्बुरुहां विहारनिरता विक्षिप्य धूलीभरं
ताम्रायां तरलोर्मिकाविरचितप्रेङ्खोलिकाकेलिकाः ।
लक्ष्यालक्ष्यरवाः पयः कणा मिषाल्लम्बालकाः षट्पदैः
सेनाश्रान्तिमपहारन्ति शिशवः श्रीखण्डशैलानिलाः

அந்தப் போர்க்களமானது தடையின்றிச் சுழல்கின்ற குதிரைகளின் குளம்படிகளால் வீசி எறியப்பட்ட நூற்றுக்கணக்கான தலை முண்டங்கள் நிரம்பியதாகவும், வீரர்களின் சுழல்கிற கைகளிலிருந்து வெளிவரும் அம்புகளின் தாக்குதலால் வீசி எறியப்பட்ட கொடூரமான யானைகளின் அறுபட்ட துதிக்கைகளை உடையதாகவும் விளங்கிற்று.

26

कतिचित्करालकरवालिकया
कतिचिच्चि कुन्तलतया शितया ।
विशिखैः परे शितमुखैरभव-
न्विभुसेनया विदलिता विमताः

கதிசித் கரால கரவாலிகயா
கதிசிச்ச குந்தலதயா சிதயா
விசிகை: பரே சிதமுகைரபவந் || (6—26)

அச்யுதராயனின் சேனைகளால் ஒரு சில எதிரிகள் பயங்கரமான கத்திகளால் வெட்டப்பட்டனர். ஒரு சிலர் கூர்மையான ப்ராஸம் என்ற ஆயுதத்தாலும் மற்றும் சிலர் கூர்மையான அம்புகளாலும் கொல்லப்பட்டனர்.

27

अवकीर्णकर्णकनकाभरणा
हननाजहत्किणगणांसतटाः ।
करतो विनिर्गलितखड्गधनुः
परिघादिमप्रहरणप्रकराः

28

श्लथमौलिवेष्टनदुकूलशिखा
स्तरणे रणे कुणपभुक्छरणे ।
विपुलांसकूटविगलद्वलया -
श्चिरमस्वपन्सपदि चेरभटाः

அவகிர்ண கர்ண கனகாபரணா:
ஹனனாஜஹத் கிண கணாம்ஸதடா: |
கரதோ விநிர்கலித கட்கதனு:
பரிகாதிம ப்ரஹரண ப்ரகரா: ||
ச்லதமௌலி வேஷ்டன துகூல சிகா:
தரணே ரணே குணபபுக் சரணே |
விபுலாம்ஸ கூட விகலத் வலயா:
சிரமஸ்வபந் ஸபதி சேரபடா: || (6—27, 28)

அச்யுதராயனின் வீரர்களால் தாக்கப்பட்ட சேர நாட்டு வீரர்கள் தங்களுடைய தங்கத்தாலான காதணிகள், குண்டலங்கள், போர்த் தழும்புகள் நிறைந்த தலைகள்,

கைகள், கைகளிலிருந்து நழுவிய கத்தி, கேடயம். பரிகம், லகுடம் முதலிய ஆயுதங்கள் ஆங்காங்கே சிதறிக் கிடக்க மேலும் தோள்களிலிருந்து நழுவிய தோள் வளையல்கள் மற்றும் தலையிலிருந்து விழுந்த தலைப்பாகை முதலியவைகளுடன் பிணமாக மாமிசம் சாப்பிடும் நரி, கழுகு முதலியவைகளின் அடைக்கலத்திலோ அல்லது தங்களைக் காப்பாற்றுபவர்களின் நிழலிலோ அடைக்கலம் புகுந்தனர். போரில், பூதலவீர உதயமார்த்தாண்டவர்மர் தோல்வி அடைந்தார்.

30

अयमर्पितस्तव पदाम्बुजयो -

रधमः स तिर्वटिरधर्मपरः ।

इति तं निगद्य समदान्द्विरदा -

नुपदीचकार रयगांस्तुरगान्

அயமர்பிதஸ்தவ பதாம்புஜயோ:

அதம: ஸ திர்வடி: அதர்மபர: |

இதி தம் நிகத்ய ஸமாதாந்த்விரித

உபதீசகார ரயகாந் துரகாந் || (6—30)

நேர்மையற்ற, தாழ்ந்த திருவடி மன்னன், நான் தங்களைச் சரண் புகுந்தேன் என்று ஸலகராஜ குமாரனிடம் கூறி, மதம் கொண்ட பல யானைகள் மற்றும் விரைந்து செல்லும் குதிரைகளைப் பரிசாக அளித்தான்.

போரில் வெற்றிபெற்ற படைகள் தெற்கு நோக்கி பயணம் மேற்கொண்டு பொதிகை மலையைக் கடந்துசென்றன.

ஆவாஸபூ: சுலுக—தக்ன —மஹாம்புராசே:

அந்தர்முகஸ் ஹயரத்னகனி: ஸ¬மேஷோ: |

ஸாம்ராஜ்யபூ: அகரு—சந்தன— வாடிகாயா:

மார்கே — அஜனிஷ்ட மலயாத்ரிரமுஷ்ய த்ருஷ்ட்யோ ||

அகரு(குங்குலியம்), சந்தனம் முதலிய மரங்களின் வரிசையை உடையதும், சக்கரவர்த்திகளை உருவாக்கிய பூமியும், அகத்தியர் கடலையே உள்ளங்கையில் குறுக்கிப் பருகியதுமான, மன்மதனுடைய தேரான மலய மாருதம் பதிந்த உயர்ந்த ரத்தினம் போன்ற குதிரைகளின் குளம்படிக்கு ஒப்பான பூமியுமான மலய பர்வதத்தை அந்த அரசன் கண்டான்.

34

वीथीष्वम्बुरुहां विहारनिरता विक्षिप्य धूलीभरं

ताम्रायां तरलोर्मिकाविरचितप्रेङ्खोलिकाकेलिकाः ।

लक्ष्यालक्ष्यरवाः पथः कणा मिषाल्लम्बालकाः षट्पदैः

सेनाश्रान्तिमपहारन्ति शिशवः श्रीखण्डशैलानिला :

வீதீஷு அம்புருஹாம் விஹார நிரதா

விக்ஷிப்ய துலீபரம்

தாம்ராயாம் தரலோர்மிகா விரசித

ப்ரேங்கோளிகா கேளிகா: |

லக்ஷ்யா லக்ஷியரதா: பய கணாமிஷாத்

லம்பாலகா: ஷட்பதை:

ஸேனா ச்ராந்திம் அபாஹரந்தி சிசவஃ

ஸ்ரீகண்ட சைலாநிலா: || *(6—34)*

மெல்லிய இளம் தென்றல் காற்று தாமரை மலர் வரிசை நிறைந்த தாமிரபரணிக்கரையில் மண் திவலைகளை வாரி இரைத்து தாமிரபரணியின் அலைகளால் இரைக்கப்பட்ட நீர் திவலைகளில் விளையாட வந்த சிறுவர்களைப் போன்றும் ஆங்காங்கே சிதறிக் கிடக்கும் நீர் துளிகளால் பற்கள் முளைத்தும் முளைக்காததுமாய்க் காட்சியளிப்பது போன்றும் வண்டுகளால் உதிர்க்கப்பட்ட தாமரை இதழ்களுடன் கூடிய கரையில் சேனைகள் களைப்பாறின. விஜயநகரப்படைகள் கடற்கரையோரமாகச் சென்று இராமேசுவரம் அடைந்ததையும் பின்னர் வடக்கு நோக்கி திரும்பியதையும் திண்டிம கவி பதிமூன்று சுலோகங்களில் (1—13) வருணித்துள்ளார்.

परिकरच । शार्दूलविक्रीडितं वृत्तम् ॥

मैनाकप्रमुखैर्महीधरकुलैमहिन्द्रभीत्याकुलै-

र्मत्वा शोषमपामपाग्तिचमूराजीरजोमण्डलैः ।

अभ्युत्थानमिवाचरन्तमसकृत्प्रेंत्तरग्च्छला-

द्द्राक्षीत्रिधिमम्भसां स नयनायामं मिमानं किल ॥

பரிகரஷ்ச்ய ! ஷார்தூலவிக்ரீடிதம் வ்ருத்தம் !!

மைநாகப்ரமுகைர்மஹீதரகுலைர்மாஹேந்த்ரபீத்யாகுலை— |

ர்மத்வா ஷோஷமபாம பாங்கிதசமூராஜீரஜோமண்டலைஹி !

அப்யுத்தாநமிவாசரந்தமஸக்ருத்ப்ரேங்த்தரங்கச்சலா—

த்த்ராக்ஷீந்நிதிமம்பஸாம் ஸ நயநாயாம் மிமாநம் கில || *(6—35)*

சலகராசனின் மிகப்பெரிய படைகளால் எழுப்பப்பட்ட தூளிகளின் புகை மண்டலங்களால் வற்றிப் போய்விடுமோ என்ற அச்சத்தில் கிளம்புகின்ற அலைகளோடு கூடிய விசாலமான கடலைப் பார்த்தார். மேலும் இந்திரனின் பயத்தால் பதுங்கியுள்ள மைநாகம் முதலிய மலைக் கூட்டங்களாலும் கடல்நீர் வற்றுகிற பயத்தாலும் அலைகள் மேல் கிளம்பி மோதுவதுபோல் காட்சியளிக்கும் கடலைக் கண்டனர்.

13

अदसीयरोधसि निवेशमसा

ववकल्प्य दर्पभरितस्य रिपोः ।

व्यसृजद्विमाथकरणाभिमनाः

पृतनापतिं स पुरतो नृपतिः

மங்க்த்வா மாயா தம்ஷ்ட்ரிணோதஸ்ய மானாம்

மத்யேபாத: க்ஷமாமிவ ஆவிர்பவந்தீம் |

நேதுர்—பூஜாமாதுரிஷ்டானி தாதும்

ஸேதும் ஸீதாச்வாஸஹேதும் ய ஏதி || (7—13)

கடலில் இருக்கும் சேது, வராகத்தால்(பன்றி) மேற்கொண்டு வரப்பட்ட பூமிபோல் காட்சியளித்தது. மேலும், பூமி, குமாரியான சீதைக்கு ஆறுதல் அளிப்பதாகவும், பூமியின் மாப்பிள்ளையான ஸ்ரீராமனுக்கு அவரது மனோரதங்களை நிறைவு செய்யும் சேதுவாகவும் காட்சியளித்தது.

14
अथ निर्ययौ मतिविपर्ययतो
गिरिदर्यमेयजयतूर्यरवः
स च सङ्गराय चतुरङ्गबलै
स्तिरयन्दिशस्तिरुवटिक्षितिपः ॥

பின்னர் படைகள் வடக்கு நோக்கிப் புறப்பட்டன.

பூயோ வ்யாவர்த்யாபி பூம்னா சமூனாம்

பஸ்சாத் குர்வன் பாதஸாமேஷ ராசிம் |

ரங்க ஸ்தானம் ராஜ ஸம்ஸேவயா அக்ரே

வல்கச்சேதா: வாஸரை: கைச்சிதாப || (7—14)

விசாலமான படைகளால் கடலைத்தாண்டி குறுகிய காலத்தில் அச்சுதராயரைப் பார்க்கும் நோக்கத்தோடு ஸ்ரீரங்கம் வந்தடைந்தார்.

போரின் வெற்றியையும் பிற செய்திகளையும் சலகராஜு அச்சுத ராயருக்கு உரைத்தார். சேரன் அளித்த திறைப்பொருள்கள் அரசனிடத்தில் சமர்ப்பிக்கப்பட்டன. பூதல வீரனின் குற்றத்தை அச்சுதராயர் விசாரித்தார்.

नीत्या दण्डं नीयतां कं/देवेत्युक्त्वा दुब्न मन्त्रिहस्तेऽतनिष्ट ।

आक्रम्य त्वद्राज्यमाजानसिद्धं सीमालङ्घ शिक्षितचट्टुरभूपः ॥ २५ ॥

நீத்யா தண்டம் நீயதாம் கஞ்சிதேவ

இத்யுக்த்வா துஷ்டம் மந்த்ரிஹஸ்தே அதனிஷ்ட |

ஆக்ரம்ய த்வத் ராஜ்யமாஜான ஸித்தம்

ஸீமாலங்கீ சிக்ஷித: சேரபூப: || (7—25)

அச்சுதராயர் சேர மந்திரிகளைக் கண்டித்து, செய்த குற்றத்திற்கு ஏற்பச் சேரனுக்குத் தண்டனையளித்தார். மேலும் தன்னுடைய வரம்பை மீறியதைக் கண்டித்தார்.

பூதல வீரனால் கைப்பற்றப்பட்டிருந்த பாண்டிய நாட்டை ஸ்ரீவல்லபனுக்குத் திரும்ப வழங்கினார்.

आराध्या ते तावदाज्ञेति चोक्त्वा भक्त्या नत्वा प्रस्थितः पाण्ड्यभूपः ।

प्रस्थानाय श्रीपतेरभ्यनुज्ञां प्राप्तुं पाण्डयस्थापनाचार्य एषः ॥ २७

பாஹி க்ஷோணீம் ப்ராக்தனீம் இத்யபாணீத்

பாண்ட்யோர்வீசம் பாலகோ நீதிபாஜாம் ।

ராஜிவாக்ஷஸ்ய அச்சராஜ்யோபலம்பாத்

ஸேவா ச்லாக்யா ஸ்ரீமதங்க்ரியோ: அதாபி ॥ *(7—26)*

நீதி வழுவாத அச்சுதராயர் பாண்டியனுக்கு, அவனுடைய நாட்டைத் திருப்பி அளித்து, அதை நீதி வழுவாமல் ஆளும்படி உத்தரவிட்டார்.

27

अवकीर्णकर्णकनकाभरणा

हननाजहत्किणगणांसतटाः ।

करतो विनिर्गलितखड्गधनुः

परिघादिमप्रहरणप्रकराः

ஆராத்யா தே தாவதாக்ஞேதி சோக்த்வா

பக்தியா நத்வா ப்ரஸ்தித: பாண்ட்யபூப: ।

பரஸ்தானாய ஸ்ரீபதேரப்யனுநாம்

ப்ராப்தும் பாண்ட்ய ஸ்தாபனாசார்ய ஏஷ: ॥

(7—27)

பாண்டியனும் அச்சுதராயருடைய உத்தரவை மிகப் பணிவுடனும் பக்தியுடனும் ஏற்று, அவ்வாறே நடப்பேன் என்று உறுதியளித்து விடை பெற்றுக்கொண்டான். பாண்டிய நாட்டை நிறுவிய (பாண்டிய ஸ்தாபனாசார்யர்) அச்சுதராயர் அரங்கநாதனை வணங்கப் புறப்பட்டார். திருவடியை வென்றதன் அடையாளமாக வெற்றித்தூண் நிறுவியதும் பாண்டியநாட்டு இளவரசியை அச்சுதராயர் மணந்ததும் அச்சுதராயாப்யுதத்தில் கூறப்படவில்லை. ஆனால் கல்வெட்டுகளில் பதிவாகியுள்ளன.

வணிகக் கப்பல் காட்சி, மரச்சிற்பம், திருக்குறுங்குடி

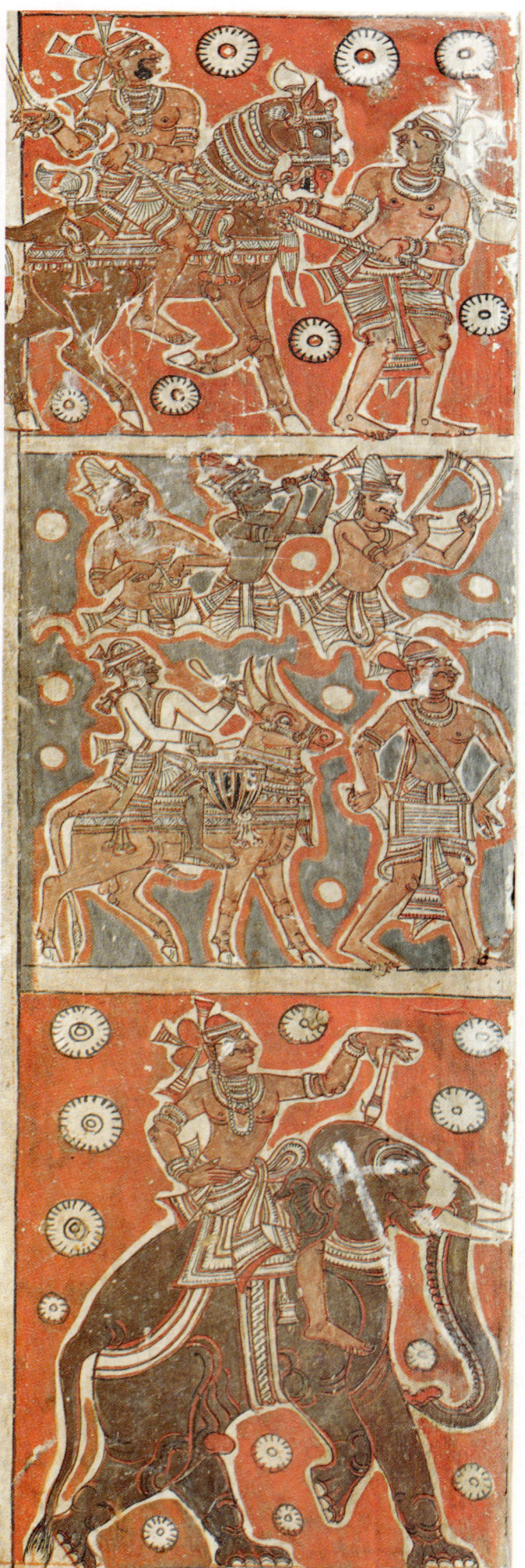

சுவர்-A

சுவர்ப்பரப்பு மூன்று கட்டங்களாகப் பகுக்கப்பட்டு, படைவீரர்களும் படைப்பாணர்களும் செல்லும் காட்சிகள் சித்திரிக்கப்பட்டுள்ளன.

முதற்கட்டத்தில் வாளினை ஓங்கிய வண்ணம் குதிரை மீதொரு வீரன் செல்கின்றான். கொண்டையிட்டது போன்ற சிவப்புநிறத் தலைப்பாகை அணிந்துள்ளான். மிகப்பெரிய மீசை காணப்படுகிறது. காது, கழுத்து, மார்பு, கைகளில் அணிகலன்கள் உள்ளன. மற்றொரு வீரன் குதிரையின் கழுத்திலிருந்து கயிற்றினைப் பற்றி அதை நடத்திச் செல்கிறான். அவன் இடதுகையருகில் நீர்ச் செம்பு காணப்படுகிறது. தலையில் குதிரை வீரனைப் போன்றே வெண்மைநிறத்தில் பாகை காணப்படுகிறது. முறுக்கிவிடப் பட்ட மீசை வைத்துள்ளான்.

அடுத்த கட்டத்தில் போர்ப்படை இசைக்குழுவினர் செல்கின்றனர். காளையின் மீது அமர்ந்த வண்ணம் நகாரை ஒருவன் முழக்க, மற்றொருவன் உருமி போன்ற கருவியை இசைத்த வண்ணம் முன்செல்கிறான்.

மேற்புறமாகக் காட்டப்பட்டுள்ள ஏனைய மூவரின் முதலாமவர் கொம்பினை ஊதிச் செல்கிறார். அடுத்தவர் கட்டைக்குழல் ஒன்றினை வாசித்துச் செல்கிறார். அடுத்துவரும் ஒருவர் தமுக்கினை அடித்து இசையெழுப்பி வருகிறார்.

அடுத்துள்ள கட்டத்தில், யானைப் படைத்தலைவர் ஒருவர் யானை மத்தகத்தின்மீது அங்குசத்தை ஊன்றிய வண்ணம் செல்கிறார். அவருடைய தலையிலும் சிவந்த தலைப்பாகை காணப்படுகிறது. செவி, கழுத்து, மார்பு, கைகளில் அணிகலன்களை அணிந்துள்ளார். வேலைப்பாடு மிகுந்த இடையாடை அணிந்துள்ளார்.

மேலே குதிரையில் செல்லும் வீரரும் படை இசை வழங்குவோரும் யானைமீது செல்கின்றவரும் பூதலவீர உதயமார்த்தாண்ட வர்மரின் தளபதிகளிடம் படைப் பாணர்களும் ஆவர்.

சுவர்-B

சுவர்ப்பரப்பு மூன்று நீண்ட வரிசைகளாகப் பகுப்பப்பெற்று பூதலவீர உதயமார்த்தாண்டவர்மர் தன் தளபதிகளுடன் உரையாடலும் போர்ச்சுக்கீசியர்களிடம் குதிரை வாங்குதலும் தீட்டப்பட்டுள்ளன.

144

முதல் வரிசை ▶

பூதலவீர உதயமார்த்தாண்டவர்மர் முப்படைத் தளபதிகளுடன் ஆலோசனை நிகழ்த்துதல்.

அழகிய மேற்கூரையிட்ட மண்டபத்துள் அலங்கரிக்கப்பட்ட ஆசனத்தில் வலது காலினை இடதுகால் மீதிட்டு, இடது கையினை முழந்தாள்மீது வைத்தும் வலக்கரத்தை இடுப்பில் ஊன்றியும் கம்பீரமாக அமர்ந்துள்ளவர் உதயமார்த்தாண்ட வர்மர் ஆவார். அவரது தலையில் சிவப்பு, பச்சை, மஞ்சள் கலந்த தலைப்பாகை காணப்படுகிறது. இடையில் பூவேலைப்பாடுகளுடன் கூடிய ஆடையை அணிந்துள்ளார். செவிகளில் குழையும் கழுத்தில் கண்டிகை போன்ற அணிகலனும் மார்பில் பதக்கத்துடனும் பதக்கமின்றியும் தொங்கும் மாலைகளும் சரிந்த தோள்களில் தோள்மாலைகளும் முழங்கைக்கு மேலாகக் கடகங்களும் முன்கையில் சூடகம் போன்ற வளைகளும் விரல்களில் மோதிரங்களும் அணிந்துள்ளார். மன்னர் பின்னால் நால்வர் நிற்கின்றனர். மன்னர் அருகில் நிற்பவர் அடைப்பைக்காரர் ஆவார். அவரது வலது கரத்தில் வெற்றிலைகள் இருக்க, இடதுகரம் வெற்றிலைச் சுருளைத் தரும் பாவனையில் உள்ளது. அவர், முடியைத் தலை உச்சியில் சிறு முடிச்சாக இட்டுள்ளார். காது, கழுத்து கைகளில் அணிகலன்கள் உள்ளன. வலது தோளில் நீண்ட துண்டொன்று காணப்படுகிறது. இடையில் மடிப்புகளுடன் வேட்டி உள்ளது.

அவருக்குப்பின் நிற்பவர்கள் மன்னரின் மெய்க்காவலர்கள். அமைச்சரை அடுத்து நிற்பவர் வலக்கரத்தில் வட்டமான பெரிய கேடயம் ஒன்றினை வைத்துள்ளார். இடதுகையில் உள்ள வாள் கேடயத்தின் மீது காட்டப்பட்டுள்ளது. அவரும் தலையின் மீது முடியினை முடித்துள்ளார்.

அவரை அடுத்து பச்சைநிறத் தலைப்பாகையுடனும் செவி, கழுத்து, கைகளில் அணிகலன்களுடனும் மற்றொரு வீரர் காணப்படுகிறார். அவரது இடையிலும் பெரும் வாளொன்று காணப்படுகின்றது. வரிகளுடன் கூடிய இடையாடையை அணிந்துள்ளார். இடது கரத்தில் ஏதோ ஒரு பொருளை உயர்த்திக் காட்டுகின்றார். முகத்தில் வளைந்த மீசை உள்ளது.

அவருக்குப்பின், இடதுகையில் வாளினைப் பற்றிய வண்ணம் மற்றொரு வீரர் நிற்கிறார். அவரது தலையிலும் தலைப்பாகை காணப்படுகிறது. சுவர் மடிந்து திரும்பும் கட்டைப் பகுதியில் இவ்வுருவம் வரையப்பட்டுள்ளது. மன்னருக்கு முன்னால் நிற்கும் ஓலைநாயகம், நீண்டதொரு ஓலையினை இருகைகளிலும் தாங்கிச் செய்தியினைப் படித்துக்காட்டுகின்றார். தலையில் தலைப்பாகையும் கழுத்தில் எளிய மாலையும் உள்ளன. அவர் தூணின் மறுபுறம் நின்று தலைப்பாகை தூணின் முன்பு வர, இடதுகை தூணினைச் சுற்றிவர ஓலையைப் பற்றிப் படிப்பது மாறுபட்ட தன்மையில் உள்ளது.

அவரை அடுத்து, இவர்களிடமிருந்து மாறுபட்ட சிவப்புத் தலைப் பாகையுடன் நிற்பவர் மன்னரிடமிருந்து வருகின்ற ஆணையைச் செவிமடுக்கும் பாவனையில், சற்றுக் குனிந்து வலது கையால் வாய்பொத்திப் பணிவுடன் நிற்கிறார். கழுத்திலும் கரங்களிலும் பல அணிகலன்கள் உள்ளன. இடதுகரம் வாளினைப் பற்றியுள்ளது. இருபெரும் முடிச்சுகளுடன் உள்ள தலைப்பாகையின் முனைகள் நிமிர்ந்து நிற்கின்றன. இடையில் பச்சை வண்ண ஆடை அணிந்துள்ளார்.

அவரையடுத்து, மற்று இருவர் வாய்பொத்தி நின்று பணிவுடன் மன்னர் கட்டளையைக் கேட்கின்றனர். முன் நிற்பவர் பச்சை நிறத்தாலான தலைப்பாகையும் அடுத்துள்ளவர் சிவப்பு வண்ணத்தாலான தலைப்பாகையும் அணிந்துள்ளனர். இருவரும் அலங்காரம் மிகுந்த இடை ஆடைகளையும் உடலில் பல்வகை அணிகலன்களையும் அணிந்துள்ளனர். இடதுகரத்தால் வாள்களைப் பற்றியுள்ளனர். இவர்கள் மூவரும் அணிவகுத்து நிற்கும் குதிரைப்படை, யானைப்படை, காலாட்படை ஆகிய முப்படைகளின் தலைவர்களாவர்.

இவர்களை அடுத்து, உருவில் சிறிய ஒருவர் கையில் அரசசின்னமான குடையொன்றினைப் பற்றித் திரும்பிப் பார்த்த வண்ணம் நிற்கிறார். மணிவடிவத்துடன் காணப்படும் அக்குடையின் கீழ் ஒலிக்கின்ற தகடுகள் அலங்காரமாகவும் தொங்குகின்றன.

அவரையடுத்து மூன்று வீரர்கள் குதிரை மீது அமர்ந்து வாளோங்கிய வண்ணம் காட்டப்பட்டுள்ளனர். முதலில் உள்ள வீரனின் தலையில் பச்சைநிறத் தலைப்பாகையும் உடலில் பலவகை அணிகலன்களும் காணப்படுகின்றன. அவர் இடதுகையால் கடிவாளத்தைப் பற்றி வலதுகையால் வாளை அரசருக்கு நேராக உயர்த்திக் காட்டுகின்றார். நுனியில் குஞ்சம் கட்டப்பட்ட மூங்கில் கழிகள் காணப்படுகின்றன.

அடுத்துள்ள வீரன் கொண்டைபோல் முடிச்சாக இடப்பட்ட சிவப்பு வண்ணத்தலைப்பாகையுடனும் உடலில் அணிகலன், அலங்காரமான இடையாடையுடனும் குதிரை மீது அமர்ந்து வலதுகை வாளை மன்னரை நோக்கிக் காட்டிய வண்ணம் நிற்கிறார்.

அடுத்துள்ள குதிரை வீரனும் வாளை உயர்த்திப் பிடித்துப் பின்வரும் யானையைத் திரும்பிப் பார்த்தவண்ணம் நிற்கின்றார். மூன்று குதிரைகளின் முகம், கழுத்து, உடலின் மேற்பகுதி, வால்கள், கால்கள் முதலியன ஏராளமான அணிகலன்களால் அலங்கரிக்கப்பட்டுள்ளன.

அடுத்து, துதிக்கையினை உயர்த்திநிற்கும் யானையின் மேல் அங்குசத்தை, மத்தகத்தின் மீது ஊன்றியவண்ணம் வெள்ளைத் தலைப்பாகையுடன் ஒருவர் அமர்ந்துள்ளார்; உடலில் அணிகலன்கள் விளங்குகின்றன. அவர்பின் அமர்ந்துள்ளவர் சிவப்புத் தலைப்பாகையுடன் காணப்படுகிறார். யானை விரைந்து செல்லத் தூண்டுவதற்கான குத்துக் கோலினைக் கையில் பற்றியுள்ளார். யானையின் கழுத்திலும் தந்தங்களிலும் அணிகலன்கள் காணப்படுகின்றன. சேணம் அலங்காரத்துடன் உள்ளது.

யானையின் பின்னால் மூன்று வீரர்கள் அணிவகுத்துள்ளனர். மூவரின் தலைப்பாகைகளும் முறையே பச்சை, சிவப்பு, வெள்ளை ஆகிய வண்ணங்களில் காணப்படுகின்றன. உடலில் ஓரளவு நகைகள் காணப்படுகின்றன. அலங்காரமான இடை ஆடைகளை அணிந்துள்ளனர். மூவரின் இடதுகரத்தில் நாண் ஏற்றப்பட்ட

விற்கள் உள்ளன. இக்காட்சி, இடமிருந்து வலமாக, உதயமார்த்தாண்ட வர்மர், ஒரு மடலைப் பெற்று அமைச்சர், படைத் தலைவர்களுடன் ஆலோசனை நடத்தி குதிரை, யானை, காலாட்படைகளுக்குப் போர் குறித்த கட்டளை இடுவதை உணர்த்துகின்றது. இவ்வோலையின் செய்தி, விஜயநகரப் படைகள் தெற்கு நோக்கி திக்விஜயம் வருவதைக் குறித்தது என்பதை ஊகிக்கமுடிகிறது.

யானை மற்றும் குதிரைகள் முழுமையாக அலங்கரிக்கப்பட்டுள்ளதும் காலாட்படை வீரர்கள் வில்லில் நாணேற்றி வைத்திருப்பதும் படை புறப்பட ஆயத்தமாக உள்ளதை உணர்த்துகின்றன. குதிரை வீரர்கள் வாளை உயர்த்தி நிற்கும் நிலை, சூளுரையோடும் வெற்றி முழக்கத்தோடும் படை புறப்படும் அடையாளக் குறியீடும் ஆகலாம்.

இரண்டாம் வரிசை ▶

தளபதியொருவர் படை நடத்திச் செல்லும்
காட்சி வலமிருந்து இடமாகச் சித்திரிக்கப்பட்டுள்ளது.

வாள், கேடயம் ஏந்திய வீரர்களும் வில்லினைத் தாங்கிய வீரர்களும் செல்லுகின்றனர். யானை, பாகனால் செலுத்தப்படுகின்றது. பாகனின் பின்புறம் ஈட்டியுடன் ஒரு வீரன் அமர்ந்துள்ளான். யானையொன்றினைப் படைத்தலைவர் செலுத்திச் செல்கிறார். அவரது தலைப்பாகை சிவந்த நிறத்தில் கொண்டை போன்ற வடிவத்துடன் காணப்படுகிறது. அருகில், குடை போன்ற சின்னமொன்று எடுத்துச் செல்லப்படுகிறது. யானையின் பின்னால் ஓங்கிய வாளுடனும் கேடயத்துடனும் வீரர்கள் செல்கின்றனர்.

வில்லில் அம்பினைப் பொருத்தி நாணினை இழுத்துத் தயார் நிலையில் வில்லேந்திய வீரர்கள் செல்கின்றனர். தனக்கு முன்னால் செல்லும் குதிரையின் காலில் தார்க்குச்சியால் குத்தி, விரைந்துசெல்லத் தூண்டும் ஒரு வீரனைக் குதிரையின் மேலுள்ள வீரன் பூந்தலைக் குந்தத்தால் குத்தி ஏதோ சொல்கிறான். குதிரை வீரன் தலையிலும் உடலிலும் கவசமணிந்துள்ளான். குதிரையின் முன் வாளும் கேடயமும் ஏந்திய வீரனும் ஈட்டிகளை ஏந்திய வீரர்களும் செல்கின்றனர்.

அனைவருக்கும் முன்னால் தலையிலும் மார்பிலும் கவசமணிந்த படைத் தலைவன் குதிரை மீது செல்கிறான். அவன் இடது கரத்தால் குதிரையின் கடிவாளத்தைப் பிடித்துள்ளான். வலக்கரத்திலுள்ள வாளை உயர்த்தி வழிநடத்திச் செல்கிறான். அவனது குதிரையின் வாய்ப்பகுதியிலுள்ள கடி வாளத்துடன் இணைந்த மற்றொரு கயிற்றை வீரன் ஒருவன் பற்றி முன் நடத்திச் செல்கிறான்.

மூன்றாம் வரிசை

உதயமார்த்தாண்ட வர்மர்
போர்ச்சுக்கீசியரிடம் குதிரை வாங்கும் காட்சி
இடமிருந்து வலமாகச் சித்திரிக்கப்பட்டுள்ளது.

அழகிய மண்டபத்தின் கீழ், திண்டுடன் கூடிய அலங் காரமான ஆசனத்தில் இடது காலை வலது கால் மீதிட்டுச் சாய்ந்த வண்ணம் இடது கரத்தை முழந்தாள் மீது வைத்த வண்ணம் கம்பீரமாக மன்னர் அமர்ந்துள்ளார்.

அவரது தலையில் உயரமான சிவப்புநிறத் தலைப்பாகை போன்ற மகுடம் காணப்படுகிறது. பச்சை வண்ண அழகிய துணியால் அது அழகாகச் சுற்றி, இறுக்கமாய் நிற்கும் வண்ணம் கட்டப்பட்டுள்ளது. அதன் ஒரு முனை தோள்மீது தொங்குகிறது. காதிலும் கழுத்திலும் நிறைய அணிகலன்கள் உள்ளன. முத்து, மணிகளால் செய்யப்பட்ட மாலைகள் மார்பில் தொங்குகின்றன. தோள் மாலைகளும் கடகங்களும் சூடகம் போன்ற வளைகளும் இடையில் பூவேலைப்பாடு மிகுந்த ஆடையும் உள்ளன.

அவர் முகத்தில் முறுக்கிவிடப்பட்ட மீசை காணப்படுகிறது; பெரிய சிறிய மணிகளைக் கோத்த வளையத்தைக் காதில் அணிந்துள்ளார்; நெற்றியில் பொட்டிட்டுள்ளார் ; கால்களில் வீரக்கழல்கள் அணியப்பெற்றுள்ளன. மன்னரின் இடதுபுறத்தில், கூரையிலிருந்து வளையம் சிறுதுண்டுடன் காணப்படுகின்றது. மன்னரின் பின்னால் அறுவர் நிற்கின்றனர். மன்னர் அருகிலுள்ளவர் எளியகோலத்தில் உயரம் குறைந்த உடலுடன் காட்டப்பட்டுள்ளார். தலையின் மீது முடியை நம்பூதிரிகள் போல் முடிந்துள்ள அவர் வலதுகரத்தில் வெற்றிலைகள் கொண்டும் இடதுகரத்தால் பணிவுடன் வாய்பொத்தியும் நிற்கின்றார்.

அவரையடுத்து படைத்தலைவர்கள் இருவர் நிற்கின்றனர். பச்சைத் தலைப்பாகையுடனும் அடுத்துள்ளவர் கொண்டை போலிடப்பட்ட தலைப்பாகையுடனும் உள்ளனர். இருவர் உடலிலும் பலவகையான அணிகலன்கள் காணப்படுகின்றன. வலதுகரத்தில் வாட்களை இடுக்கியுள்ள அவர்கள் இடதுகரத்தால் வாய்பொத்தி நிற்கின்றனர். பல மடிப்புகளுடன் இடையாடை விளங்குகிறது. அடுத்துள்ள ஒருவர் தலைமுடியினைப் பின்புறம் சிறுகுடுமியாக முடிந்துள்ளார். தோளில் துண்டும் மார்பில் பூணூலும் காணப்படுகின்றன.

எளிய இடையாடை உடுத்துள்ள அவர் எந்தவிதமான அணிகலனும் உடலிலின்றி, வலதுகரத்தில் வாளினைப் பற்றியவராய் நிற்கின்றார்.

அவரையடுத்து, சிவப்புவண்ணத்தில் பெரிய வட்ட வடிவமான சிவப்புநிறக் கேடயத்தையும் வாளினையும் ஏந்தி மன்னரின் மெய்க்காவலர் நிற்கின்றார். அவரது தலைமுடியும் பின்புறம் முடியப்பட்டுள்ளது. காதில் வளையமொன்று காணப்படுகிறது. கழுத்தில் அணிகலன் ஏதுமில்லை. முன்னிற்கும் படைத்தலைவர்கள் முறுக்கிவிடப்பட்ட மீசையுடன் இருக்க, இவர் மீசையின்றிக் காணப்படுகிறார்.

அவருக்கு பின் உள்ளவர் தலையில் சிவப்பு நிறத் தலைப்பாகையும் கழுத்தில் பட்டையான அணிகலன்களும் காணப்படுகின்றன. வலது முன்கரத்தில் மட்டும் சூடகம் போன்ற வளைகள் காணப்படுகின்றன. வலதுகரத்தில் சாமரம் வைத்துள்ளார். இடதுகரத்தில் துணியால் சுற்றப்பட்ட பாத்திரம் போன்ற பொருளை வைத்துள்ளார். வலது கைக் கக்கத்தில் வாளொன்றை வைத்திருப்பது போல் தோன்றுகிறது. மன்னரின் முன்னால் ஐரோப்பிய பாணியில் முழுக்கைச் சட்டையும் முழுக்கால் சராயும் அணிந்த ஒருவர் நிற்கிறார். அவரது தலையில் வேறுபட்ட வடிவத்தில் தொப்பியும் முகத்தில் மீசையுடன் நீண்ட தாடியும் காணப்படுகின்றன. பச்சைநிறச் சட்டையில் உள்ள வளையங்களில் வாளொன்று செருகப்பட்டுள்ளது. இடையைச் சுற்றிக்கட்டப்பட்டுள்ள துணியில் குறுவாளொன்று செருகப்பட்டுள்ளது. இக்கால பூட்ஸ் போன்ற சிவப்பு வண்ணக் காலணிகள் கால்களில் காணப்படுகின்றன.

அவர், இடது கையால் பின்னுள்ள குதிரையின் கடிவாளத்தைப் பற்றி, வலது கரத்தின் சுட்டுவிரலை உயர்த்தி மன்னரிடம் ஏதோ மொழிகின்றார். அவருக்குக் கீழ் குள்ளமான ஒருவர் முழுக்கை சட்டையும் நீண்ட முழுகால் சராயும் பூட்ஸ் போன்ற காலணியும் அணிந்துள்ளார், ஆடைகள், காலணிகள் வெண்மை நிறத்திலுள்ளன. அவர்தன் தலையில் பெட்டியொன்றை வைத்து, இரு கரங்களாலும் பற்றியுள்ளார். முதல் தள ஓவியத்தில் மணிவாசகர் குதிரை வாங்கப் பாண்டியனிடம் பொருள்பெற்றுச் செல்லும் போது இதுபோன்ற பெட்டியொன்றைப் பணியாள் சுமந்து செல்வது தீட்டப்பட்டுள்ளது. ஆகவே இங்குள்ளதும் பணப்பெட்டி ஆதல்வேண்டும்.

தொடர்ந்து, முன் நிற்பவனைப் போன்ற தோற்றத்துடன் நான்குபேர் நான்கு குதிரைகளில் அமர்ந்துள்ளனர். சிவப்பு, பச்சை, வெள்ளை, கருஞ்சிவப்பு, கறுப்பு நிறத்தாலான ஆடைகளை அணிந்துள்ள அவர்கள் இடைக்கச்சையில் வாட்களைச் செருகியுள்ளனர். இடது கரத்தில் கடிவாளத்தைப் பற்றி வலதுகரத்தில்

குதிரைச் சவுக்கை ஏந்தியுள்ளனர். குதிரைகளும் கருமை, மண்நிறம், கருப்பு சிவப்பு கலந்த நிறம் ஆகியவற்றுடன் காணப்படுகின்றன. மூன்றாவது குதிரையின் கடிவாளத்துடன் கூடிய கயிற்றினைக் கீழுள்ள ஒருவன் பற்றி, துள்ளும் குதிரையை அடக்கி நிற்கிறான். இவர்களின் அப்புறத்தில் தரையில் நிற்போராய் மூவர் உள்ளனர். அவர்கள் வலதுதோளில் வாட்களைச் சாத்தியவர்களாய் இடதுகரத்தில் விற்களுடன் காணப்படுகின்றனர்.

இக்காட்சி, இடமிருந்து வலமாக அரசர் முன்னிலையில் பிறர் நிற்கும் நிலைகள் சித்திரிக்கப்பட்டுள்ளன. இக்காட்சியில் உதயமார்த்தாண்ட வர்மருடன் வணிகத்தில் ஈடுபடுவோர் போர்ச்சுகீசியர்கள் ஆவர். இக்காலப்பகுதியில் மிகப் பெரும் போர் ஆயுதமாகத் திகழ்ந்த குதிரைகளை அனைத்து மன்னர்களுக்கும் விற்பனை செய்தோர் போர்ச்சுகீசியர்களே ஆவர். பதினாறாம் நூற்றாண்டின் தொடக்கத்திலிருந்தே போர்ச்சுக்கீசியர் முத்துக் குளித்துறையிலிருந்த துறைமுகங்களோடு தொடர்பு வைத்திருந்தனர். கி.பி.1525 ஆம் ஆண்டு கீழக்கரையையும் வேதாளையையும் ஆண்டுவந்த தும்பிச்சி நாயக்கரிடமிருந்து வேதாளை என்ற சிற்றூரை வாங்கி அதில் ஒரு கோட்டை கட்டினர். தும்பிச்சி நாயக்கர் முத்துக்குளிக்கும் இடங்களைப் பாதுகாக்கப் போர்ச்சுக்கீசியருக்கு மூவாயிரம் பர்தாக்கள் கொடுப்பதாக உறுதியளித்தார்.

தொடக்கத்தில் முத்துக்கள், சங்குகள் எனும் கடல்வளப் பொருட்களில் வணிகத்தைத் தொடங்கிய போர்ச்சுக்கீசியர் பின்னர் அரிசி, துணிகள் ஆகியவற்றை விற்பனை செய்தனர். பின்னர் ஒரு கட்டத்தில் ஆசியாவோடு வணிகத்தை ஏற்படுத்தி, மேற்கு ஆசியக் குதிரைகளையும் இறக்குமதி செய்து விற்றனர்.

இவற்றை விசயநகர, பாமினி அரசர்களும் பிற சிற்றரசர்களும் ஏராளமாக வாங்கினர்.

தொடக்க காலத்தில் கீழக்கரையில் குதிரைகள் வந்திறங்கின. தும்பிச்சி நாயக்கரின் கீழ் வேம்பார், வைப்பார் ஆகிய ஊர்கள் இருந்தன. இவர் விஜயநகர அரசின் எதிரிகளோடு நல்லுறவு கொண்டிருந்ததுடன் போர்ச்சுக் கீசியரிடமிருந்து குதிரைகளையும் இறக்குமதி செய்துவந்தார்.[25]

போர்ச்சுக்கீசியரின் கீழக்கரை இருப்பு என்பது பரமக் குடி தும்பிச்சி நாயக்கரின் ஆதரவையே சார்ந்திருந்தது என்று ஜெயசீல ஸ்டீபன் குறிப்பிடுகிறார்.[26]

அராபியாவிலிந்து ஒவ்வொரு ஆண்டும் கோவாவிற்கு இரண்டாயிரம் குதிரைகள் வந்திறங்கின. அவற்றைக் கொச்சியிலிருந்த காசாதுகள், கொச்சித் துறைமுகத்திலிருந்து திருவிதாங்கூர் அரசுக்கும் முத்துக் குளித்துறைக்கும் தும்பிச்சி நாயக்கரின் அரசிற்கும் வெட்டும் பெருமாளுக்கும் விநியோகம் செய்தனர் என்று டெக்லா குறிப்பிடுகிறார்.[27]

இத்தகைய வரலாற்றுக் குறிப்புகள் ஓவியத்தைத் தெளிவுறுத்த மிகவும் துணைசெய்கின்றன. குதிரை களைச் சூழ்ந்து, வில்லோடும் வாளோடும் நிற்கும் போர்ச்சுக்கீசியர்கள், வணிகக்குழுவின் பாதுகாப்பு வீரர்களாவர்.

சுவர்-C

சுவர்ப்பரப்பு மூன்று கட்டங்களாகப் பிரிக்கப்பட்டுள்ளது. மேற்புறம் பெரிதாக செவ்வகமாகவும் கீழே இரு கட்டங்கள் சதுரங்களாகவும் பகுக்கப்பட்டுள்ள . ஆயினும் கதை, கீழே இடதுபக்கம் தொடங்கி, வலது கட்டம் மற்றும் மேற்புறக் கட்டங்களில் கீழிருந்து மேலாகச் சித்திரிக்கப்பட்டுள்ளது.

கீழே இடதுபுறக் கட்டத்தில் பிரகலாதன் குருவிடம் பயிலும் காட்சி தீட்டப்பட்டுள்ளது. ஓர் ஆசனத்தில் இருவர் அமர்ந்துள்ளனர். பிரகலாதன் அரசகுலக் குழந்தையாதலால் உயர்ந்த ஆடை அணிகலன்களை அணிந்துள்ளான். அலங்கரிக்கப்பட்ட தலையின் மீது, உச்சியில் கொண்டையிடப்பட்டுள்ளது. வலது கரத்தில் சுவடியைத் தாங்கியுள்ள அவன், இடது கரத்தை நீட்டி ஆசிரி— யரிடம் ஏதோ வினவும் பாவனையில் உள்ளான். ஆசிரியர் காட்டப்படவில்லை.

அவன் பின்னால் எளிய கோலத்தில் அமர்ந்திருப்பவனும் மாணவன் என்றே தோன்றுகிறது. வலது கக்கத்தில் ஓலைச்சுவடி யொன்றை இடுக்கியுள்ள அவன் கைகளை நீட்டி, விரல் மடக்கி ஏதோ பேசும் பாவனையில் உள்ளான். மார்பில் பூணூலும் இடையைச் சூழ்ந்து யோக பட்டமும் காணப்படுகின்றன. இருவருக்குமிடையே மேற்கூரையிலிருந்து தொங்கும் வளையங்களுக்கிடையே ஓலைச் சுவடிக் கட்டுக்கள் வைக்கப்பட்டுள்ளன.

அடுத்து, இடப்பக்கமுள்ள கட்டத்தில் தூணிலிருந்து வெளிப்பட்ட நரசிம்மர் கடுஞ்சினத்துடன் இரண்யனை நோக்கிச் செல்லும் காட்சி தீட்டப்பட்டுள்ளது. இடதுகாலால் அவனை உதைத்த வண்ணம் கரத்தால் அவனைப் பற்ற முற்படுகிறார். இரண்யன் பின்னால் அரக்கன் ஒருவன் நிற்கிறான்.

சுவரின் (CL:I) மேற்புறம் கதையின் உச்சகட்டமான இரணிய வதை நிகழ்ச்சி சித்திரிக்கப்பட்டுள்ளது. இரண்யனை மடியில் கிடத்தி, ஒரு பீடத்தின் மீது வலதுகாலை ஊன்றி இடதுகாலை மடித்து, மடியாக்கி இரண்யனை அதில் கிடத்திப் பத்துக்கரங்களுடன் நரசிம்மர் நிற்கிறார். பகட்டான வேலைப்பாடுமிக்க ஆடையை அணிந்துள்ளார். உடலில் பலவகையான அணிகலன்களும் தலையில் மகுடமும் துளங்குகின்றன. சிலம்புகளும் தண்டைகளும் கிடக்கும் கால்களில் கூர்மையான நகங்கள் நீண்டு வளைந்து காணப் படுகின்றன.

முன்னிரண்டு கைகளும் இரண்யன் வயிற்றைக் கிழித்து உட் சென்றுள்ளன. அடுத்துள்ள வலதுகரம் இரண்யனது மகுடமணிந்த தலையை அழுந்தப் பற்றியுள்ளது. இடதுகரம் காலினைப் பற்றியுள்ளது. வேதனை பொங்கும் முகத்துடன் பற்கள் தெரியக் கிடக்கும் அவனது வலதுகரம் வாளினைப்பற்றிய வண்ணம் நரசிம்மனது வலது காலிற்குள் சிக்கிச் செயலற்ற நிலையில் தொங்குகிறது.

நரசிம்மனது மூன்றாவது வலதுகரம் முத்திரையொன்றைக் காட்டு கிறது. மூன்றாவது இடதுகரம், இரண்யனது உதவிக்கு ஓடிவரும் அரக்கன் ஒருவனது கரத்தைப் பற்றித் தடுத்துள்ளது. அவன் பல்வகை அணிகலன்களை அணிந்துள்ளான். நான்காம் வலதுகரத்தில் சுதர்சனமும் இடதுகரத்தில் சங்கும் ஏந்தப்பட்டுள்ளன. பின்னுள்ள இரண்டு ஐந்தாம் கரங்களும் இரண்யனது குடலினை விரல்களில் எடுத்துச் சுற்றிக்கொண்டுள்ளன.

நரசிம்மனது உக்கிரமும் கர்ஜனையும் முகத்தில் தெரிகின்றன.

ஓடிவரும் அரக்கன் உருவின் மேலாக அழகிய கிளியொன்றும் நரசிம்மனது இடதுபாதத்திற்குக்கீழ் கீரியொன்றும் காட்டப் பட்டுள்ளன.

சுவர்-D

சுவர்ப்பரப்பு இரண்டாகப் பகுத்துக் கொள்ளப்பட்டுள்ளது.

மேலுள்ள கட்டத்தில் இரண்யனோடு சண்டையிட்டு அவனைச் செயலற்ற நிலையில் தன் கரங்களால் பற்றி, மடியில் கிடத்த முயலும் நரசிம்மர் சித்திரிக்கப்பட்டுள்ளார்.

கீழுள்ள கட்டத்தில் நரசிம்மரைக் கண்ட அதிர்ச்சியுடனும் தங்கள் அரசனைக் காக்கும் அவசரத்துடனும் இரண்டு அரக்கர்கள் ஓடி வருகின்றனர். ஜுவாலா மகுடம் அணிந்து, பல்வகை அணிகலன்களைப் பூண்டு வரும் அவர்கள் தளபதிகளாகலாம். முதலில் உள்ளவர் கையில் வாளும் இரண்டாமவரின் வலது கையில் வாளும் இடதுகையில் கேடயமும் உள்ளன.

இரண்ய வதை நிகழ்ச்சி சுவர் CL:II இல் தொடங்கிச் சுவர் DL:I மற்றும் DL:II இல் தொடர்ந்து CL:I இல் முடிக்கப்பட்டுள்ளது. உச்சக்கட்ட நிகழ்ச்சியான இரண்ய வதை முக்கியத்துவம் கருதி, பெரிய சுவர்ப்பரப்பு இவ்வாறு தேர்ந்துகொள்ளப்பட்டுள்ளது.

முகச்சாலைச் சாளரத்தினைச் சுற்றிலும் பூவேலைப்பாடு செய்யப்பட்டுள்ளது.

சுவர்-E

சுவர்ப்பகுதி இரண்டாகப் பகுக்கப்பட்டுள்ளது.

மேற்பகுதியில் வினாயகர் உருவம் தீட்டப் பட்டுள்ளது. அழகிய பீடத்தின் மீது நான்கு கரங் களுடன் அவர் அமர்ந்துள்ளார். முன் வலதுகரத்தில் ஒடிக்கப்பட்ட தந்தத்தையும் முன் இடதுகரத்தில் மோதகத்தையும் ஏந்தியுள்ளார். பின் வலதுகரத்தில் மழுவாயுதமும் பின் இடதுகரத்தில் பாசமும் உள்ளன. அழகிய ஆடை அணிகலன்கள் பூண்டு, தலையில் மகுடமுடன் காட்சிதரும் அவரது தலையில் பின்புறம் கலைநயப்படுத்தப்பட்ட அரச மரம் காணப்படுகின்றது.

கீழுள்ள கட்டத்தில் நால்வர் உள்ளனர். வலப்புறம் நான்கு கரங்களுடன் அதிகாரநந்தி நிற்கிறார். முன்னிருகரங்கள் இறைவனது ஆடல் கண்டு வணங்குகின்றன. பின்னிருகரங்கள் மானையும் மழுவையும் ஏந்தியுள்ளன. தலையில் பிறையுடன் சடாமகுடமும் உடலில் ஏராளமான அணிகலன்களும் அலங்காரமான ஆடையும் காணப்படுகின்றன. அவரது இடது புறம் நிற்கும் குள்ளபூதம் அவருக்குக் கொற்றக்குடை பிடித்து நிற்கிறது. நந்திதேவரின் வலதுபுறம் இரண்டு முனிவர்கள் நிற்கின்றனர். ஒருவர் பெரிய உருவத்துடனும் மற்றொருவர் சிறிய உருவத்துடனும் காட்டப் பட்டுள்ளனர். ஜடாபாரமாக முடியினைக் கட்டியுள்ள பெரிய உருவினரது உடலில் மணி மாலையும் பூணூலும் இடையில் எளிய ஆடையும் உள்ளன. தலைமீது கைகுவித்து இறைவனை வணங்குகின்றார். சிறிய உருவினர் மார்பில் பூணூல் காட்டப்பட்டுள்ளது. அவரும் தலைமீது கைகுவித்து வணங்குகிறார். இருவரும் தாடியுடன் காணப் படுகின்றனர்.

சுவர்-F

சுவர்ப்பரப்பு முழுவதும் சிவனது ஆனந்த மாநடனக் காட்சியையும் அதைக் கண்டு மகிழும் சிவலோகத்தாரும் சித்திரிக்கப்பட்டுள்ளன.

அழகிய பீடத்தின்மீது கிடக்கும் முயலகன்மேல் வலதுகாலினை ஊன்றி இடதுபாதத்தை எடுத்து, சிவன் ஆனந்த மாநடனம் புரிகின்றார்.

ஜடாமகுடமும் விரிந்த சடைகளும் தலையில் திகழ்கின்றன. புன்னகை ததும்பும் முறுவலுடன் காணப்படும் அவர்தம் முன்வலதுகரம் அபயமுத்திரை காட்ட, இடதுகரம் எடுத்த பொற்பாதத்தைச் சுட்டுகிறது. பின் வலக்கரத்தில் தமருகமும் இடக்கரத்தில் தீயும் உள்ளன. தீச்சுடர்களுடன் திருவாசி துளங்குகிறது.

சிவபெருமானது இடதுபக்கம் உமையன்னை நின்று, நடனத்தைக் கண்டு மகிழ்கிறாள். தலையில் மகுடமும் உடலில் அணிகலன்களும் இடையில் அலங்காரமான ஆடையும் கொண்டுள்ள அவள், திரிபங்க நிலையில் ஒயிலாக நிற்கிறாள். இடதுதொடையின் மீது இடதுகரம் இருக்கிறது. வலதுகரப் பகுதியில் ஓவியம் சிதைந்துள்ளது. உமையின் உருவத்திற்கு மேலாகக் கின்னரர் ஒருவர் கின்னரம் இசைக்கிறார்.

சிவன் நின்றாடும் பீடத்தின் வலதுபுறம் படமெடுத்த நிலையில் நாகமொன்று உள்ளது. இடதுபுறம், ஒட்டி உலர்ந்த உடலுடன் பொற்தாளமிட்டுப் பாடும் காரைக்கால் அம்மையாரும் உள்ளார்.

திருவாசியின் மேலாக இருபுறமும் ஒளிவட்டத்துள் சூரியனும் சந்திரனும் காட்டப்பட்டுள்ளனர். சிவபிரானது வலதுபுறம் வியாக்கிரபாதரும் பதஞ்சலியும் கைகூப்பி வணங்கிய வண்ணம் நிற்கின்றனர். பதஞ்சலியின் உடலைச் சூழ்ந்து ஐந்துதலை நாகம் காட்டப்பட்டுள்ளது. அவர்களுக்குக் கீழாக மூன்று குள்ளபூதங்கள் காட்டப்பட்டுள்ளன. முதலில் உள்ள பூதம் குடமுழாவை இசைக்கிறது. நடுவில் உள்ள பூதம் சங்கு முழங்குகின்றது. அடுத்துள்ள பூதம் திமிலையை இசைக்கிறது.

இவை தவிர திருவாசியின் மேற்புறமும் கீழ்ப்புறமும் உருவங்கள் தீட்டப் பட்டுள்ளன.

மேல் வரிசையில் மூன்று பூதங்கள் தாளம், மத்தளம் ஆகிய இசைக்கருவிகளை இசைக்க, கின்னரர் ஒருவர் கின்னரக் கருவியை இசைக்கிறார்.

கீழ்ப்புறம் எட்டு முனிவர்கள் ஆனந்தத்தாண்டவம் கண்டு பரவசத்துடன் துதிக்கின்றனர். ஒருவர் கைகளை அசைத்து ஆடுகின்றார். அலங்காரமான ஆடை அணிகலன்களைக் கொண்டுள்ள இரண்டு பூதங்கள் நிற்கின்றன. பெரிய பூதம் திருச்சின்னம் ஊத, குள்ளபூதம் சங்கு ஊதுகிறது.

சுவர்-G

நீண்ட இச்சுவர்ப் பரப்பு
நீளமான மூன்று பகுதிகளாகப் பகுக்கப்பட்டு
திருவடியின் தோல்வியும் விஜயநகரத்தின் வெற்றியும்
சித்திரிக்கப்பட்டுள்ளன.

170

முதல் வரிசை ▶

விஜயநகரப் பிரதிநிதிகள் பூதளவீர உதயமார்த்தாண்டவர்மரைச் சந்தித்து பாண்டிய நாட்டைவிடுத்து, பேரரசுக்குப் பணியுமாறு மன்னர் அச்சுதராயர் அனுப்பிய செய்தியைக் கூறுதலும் அதனை அவர் மார்த்தாண்டவர்மர் மறுத்தலும் சித்திரிக்கப்பட்டுள்ளன.

மண்டபத்தில் உள்ள முக்கால்களைக் கொண்ட அழகிய ஆசனத்தில் தன் இடக்காலை வலக்கால் மீது வைத்தும் வலக்கையினை இடையில் ஊன்றியும் மன்னர் கம்பீரமாக அமர்ந்துள்ளார்.

நீண்ட தலைப்பாகை போன்ற சிவப்பு வண்ண மகுடம் தலைமீது துளங்குகிறது. காது, கழுத்து, கைகள், விரல்கள் ஆகியனவற்றில் பல நகைகளை அணிந்துள்ளார். கழுத்தணிகளின் மேல் பெரிய முத்துமாலையும் அதனினும் நீண்டு மூன்று பதக்கங்களுடன் மாலையும் உள்ளன. கைகளில் மூன்று பெரிய கங்கணங்கள் உள்ளன. முன்கையில் கடகம் போன்ற வளைகள் உள்ளன. பூவேலைப்பாடுகள் மிக்க அழகிய ஆடை இடையில் உள்ளது. மன்னர் செவியில் பொன் உருண்டைகளைக் கோத்த அணிகலன் உள்ளது. மீசை முறுக்கப்பட்டுள்ளது. தாடையில் சில நாட்களாக மழிக்காத முடிகள் காட்டப்பட்டுள்ளன.

மன்னரின் பின் பதிமூன்று பேர் நிற்கின்றனர். அரசரை அடுத்துச் சிறுவன் போன்ற தோற்றத்துடன் நிற்கும் அடைப்பைக்காரரின் இடதுகையில் வெற்றிலைகள் சில காணப்படுகின்றன. வலதுகையில் வெற்றிலையை மடித்து மன்னரிடம் நீட்டிய வண்ணம் நிற்கின்றார். அவரது தலைமுடி தலைமேல் சிறு கொண்டையாக முடியப்பட்டுள்ளது. மார்பில் பூணூல் காணப்படுகிறது.

அவரை அடுத்து நிற்பவரின் தலையில், கொண்டை யிடுவது போன்ற வடிவில் தலைப்பாகை காணப்படுகிறது. கழுத்தில் பல முத்துமாலைகள் உள்ளன. வலது கையால் வாளினை இடுக்கியுள்ள அவர் இடதுகையால் வாய் பொத்திப் பணிவுடன் சிறிது முன் குனிந்து நிற்கின்றார். அவர் அமைச்சராக இருக்கலாம். முகத்தில் மாறுப்பட்ட தன்மையுடன் மீசை காணப்படுகிறது.

அவரையடுத்து கையில் கத்தியோடும் வட்டமான கேடயத்தோடும் அரசரின் மெய்க்காவலர் நிற்கிறார். அவருக்குப் பின்னால் உயர்ந்த வெள்ளைத் தலைப் பாகையுடனும் கழுத்தில் மாலைகள், கைகளில் கங்கணங்கள், வளைகள் முதலியன காணப்படுகின்றன. இடது தோளில் சாமரமொன்றைச் சாய்த்துள்ளார். இடக்கரத்தில் துணி சுற்றப்பட்ட பாத்திரம் போன்ற பொருள் காணப்படுகின்றது. அவரையடுத்து சிவப்புத் தலைப்பாகை, செவி, கழுத்தணிகளுடன் எளிய மனிதர், நீர்ப் பாத்திரம் ஒன்றைக் கயிற்றில் கட்டி வலது தோளின் பின்புறமிட்டுப் பிடித்துள்ளார்.

அவருக்குப் பின்னுள்ளவர் ஒருவகையான நீலம் கலந்த பச்சை வண்ணத் தலைப்பாகை கட்டியுள்ளார். செவியிலும் மார்பிலும் அணிகலன்கள் உள்ளன. வலது கையிலுள்ள வாளினை வலது தோள்மீது சாய்த்து இடது கையிலுள்ள கேடயத்தை உயர்த்திப் பிடித்துள்ளார். வண்ணப் பூவேலைப்பாடுகளைக் கொண்ட இடையாடை காட்டப்பட்டுள்ளது.

அவருக்குப்பின் இடது கரங்களில் கேடயமும் வலது கரங்களில் வாளும் ஏந்தி நால்வர் நிற்கின்றனர். சற்று உயரமான தலைப்பாகை, வெள்ளை, பச்சை, சிவப்பு ஆகிய வண்ணங்களில் உள்ளன.

அவர்களுக்குப் பின்னர் மூன்று வில் வீரர்கள் உள்ளனர். அவர்கள் வலது கரத்தில் வில்லினைத் தாங்கி இடது கரத்தில் அம்புகளை உயர்த்திக் காட்டுகின்றனர்.

அம்மூவரில் நடுவிலுள்ளவர் தலையில் இளஞ்சிவப்பு வண்ணத் தொப்பி, அலங்காரமாகச் சில குஞ்சங்கள் பின்தொங்கக் காட்சியளிக்கின்றது. செவியிலும் உருள்மணிகளைக் கோத்த அணிகலனை அணிந்துள்ளார்.

அவருக்கு முன்பாக சிறிய உருவில் ஓலை நாயகம் நிற்கின்றார். தலைமுடியினைப் பெரும் கொண்டையாக இட்டுள்ளார். வலக்கையில் கங்கணமும் கழுத்திலும் மார்பிலும் அணிகலன்களும் உள்ளன. வலது கரத்தில் நீண்ட எழுத்தாணி உள்ளது. இரண்டு கரங்களிலும் நீண்ட ஓலையினைத் தாங்கி மன்னருக்கு வாசித்துக் காட்டுவதுபோல் நிற்கிறார்.

அவரையடுத்து மூன்றுபேர் விசயநகரத் தொப்பியுடன் காணப் படுகின்றனர். அவை ஒன்றுபோல் தோன்றினாலும் அவற்றின் உட்புறம் செய்யப்பட்டுள்ள பூவேலைப்பாடுகள் மாறுபட்டுள்ளன. மூவர் செவிகளிலும் கழுத்துகளிலும் ஒரே மாதிரியான அணிகலன்கள் காணப்படுகின்றன. மூவரும் முழுக்கைச் சட்டை அணிந்துள்ளனர். முதலில் உள்ளவர், சிவப்பு நிறச்சட்டையின் மீது பச்சை நிறத்துண்டும் நடுவிலுள்ளவர் வெண்மை நிறச்சட்டையின்மீது சிவப்பு நிறத்துண்டும் இறுதியில் உள்ளவர் பச்சை கலந்த நீல நிறச்சட்டையின் மீது வெள்ளைநிறத் துண்டும் அணிந்துள்ளனர். துண்டுகள் தோள்வழியாக கீழ்வர அவற்றை இடதுகரங்களில் தாங்கியுள்ளனர். இடையாடைகள் பூவேலைப்பாடுகளுடன் செல்வவளத்தைக் காட்டுவதாக அமைந்துள்ளன.

முதலில் நிற்பவர் இடதுகரத்தால் வாயினைப் பொத்தி வலதுகரத்தில் சுட்டுவிரலையும் கட்டைவிரலையும் சேர்த்து ஏதோ ஒரு செய்தியைப் பணிவுடன் அரசருக்குத் தெரிவிக்கிறார். ஏனைய இருவரும் கையில் இதே போன்ற விரல் முத்திரை கொண்டு ஏதோ உரைக்கும் பான்மையில் உள்ளனர்.

இவர்களை அடுத்து விசயநகரத் தொப்பியணிந்த பணியாளர் சாமரையுடன் நிற்கிறார். அவரையடுத்து யானையின் முன் மூன்று விசயநகர வீரர்கள் பூந்தலைக் குந்தத்தைத் தாங்கி நிற்கின்றனர். முதலில் நிற்பவர் தொலைவிலுள்ள ஏதோ ஒன்றினை அடுத்தவருக்குச் சுட்டிக்காட்டுகிறார். மூன்றாமவர் யானைப்பாகராவார். அவர் அங்குசமுள்ள இடதுகரத்தால் யானையின்

174

துதிக்கையைப் பற்றியும் யானையின் கால் மீது தன் இடதுகாலினை ஊன்றி யானையைக் கட்டுப்படுத்திய வண்ணம் திரும்பிப் பார்க்கிறார்.

கால்தூக்கி அசைந்து கொண்டுநிற்கும் யானையின்மீது அமரும் இருக்கை உள்ளது. அதன் கழுத்தில் அணிகலன் இருக்க உடலிலும் பின்புறமும் இரும்புச் சங்கிலிகள் உள்ளன. மணியொன்றும் தொங்கிக் கொண்டுள்ளது. யானையைக் கட்டும் சங்கிலி அதன்பின்காலில் சுற்றிவிடப்பட்டுள்ளது.

யானையை அடுத்து வெண்ணிறமும் இளஞ்சிவப்பு வண்ணமும் கொண்ட அலங்கரிக்கப்பட்ட இரண்டு குதிரைகள் சேனைகளுடன் நிற்கின்றன.28 கையில் குதிரைச் சவுக்கு கொண்ட காப்பாளர்கள் அவற்றைப் பற்றிய வண்ணம் நிற்கின்றனர். இறுதியில் ஒருவன் பூந்தலைக் குந்தத்தைத் தோளில் சார்த்தி வலக்கரம் நீட்டி ஏதோ கூறுகின்றான்.

திருவடி மன்னனின் பின், வாள் கேடயம் ஏந்திய வீரர்களும் வில் வீரர்களும் நிற்பதும் அவர்கள் அம்புகளை உயர்த்திக் காட்டி முழக்க மிடுவதும் திருவடியின் வீரர்கள் இப்போரில் கலந்து கொள்வதற்கான உடன்பாட்டைத் தெரிவிப்பதாகும். திருவடி மன்னரின் பின் யானை, குதிரைகள் காட்டப்படவில்லை.

175

> இரண்டாம் வரிசை

திருவிதாங்கூர் படைக்கும் விசயநகரப் படைக்குமிடையே நிகழ்ந்த கடுமையான போர் சித்திரிக்கப்பட்டுள்ளது.

இடதுபக்கம் முதலில் உள்ள குதிரைவீரன் கரிய நிறத்திலான முழுக்கைச் சட்டையினையும் நீண்ட கால் சராயினையும் அணிந்துள்ளான். மார்பினைச் சுற்றியிருக்கும் மேல் துண்டும் இடையிலுள்ள ஆடையும் வெண்மை நிறத்தில் உள்ளன. தலையில் கோடுகளிட்ட வட்டமான பாகை அணிந்து அதன்மீது பின்புறம் தொங்கும் வண்ணம் சிவப்புத் துணியொன்று கட்டப்பட்டுள்ளது. முகத்தில் மீசையும் தாடியும் காணப்படுகின்றன. இடது கையில் கடிவாளத்தைப் பற்றி, பின்புறம் திரும்பி வலது கையிலுள்ள குதிரைச் சமட்டியால் குதிரையின் பின்புறத்தில் அடித்து விரைவாகச் செல்லக் குதிரையைத் தூண்டுகிறான். வலிகொண்ட குதிரை முன்னங்கால்களை உயர்த்தி ஆர்ப்பரிக்கிறது. இவர் இசுலாமிய வீரராவார்.[29]

அடுத்துள்ள காட்சியில், விசயநகரத் தளபதி ஒருவரால் வேணாட்டுத் தளபதி வீழ்த்தப்படும் காட்சி சித்திரிக்கப்பட்டுள்ளது. பழுப்பு வண்ணக் குதிரை மீதிருந்து வேணாட்டு வீரனும் வெண்குதிரை மீதிருந்து விசயநகரத் தளபதியும் பூந்தலைக் குந்தங்களைக் கொண்டு கடுமையாகப் போரிடுகின்றனர். சுழன்று திரும்புகின்ற விசயநகரத் தளபதி எறியும் பூந்தலைக் குந்தம் வேணாட்டுத் தளபதியின் வலது

மார்பில் பாய்ந்து முதுகுப்பக்கம் வெளி வந்து குருதி பீறிடுகிறது. குதிரையிலிருந்து தலைகீழாக அவர் சாய்கிறார். ஆயினும் அவரது கரம் பூந்தலைக் குந்தத்தை விடாமல் பற்றியுள்ளது.

குதிரைகளின் கீழே தரையில் மண்டியிட்ட வண்ணம் வேணாட்டு வீரனும் விசயநகர வீரனும் ஈட்டிகளைக் கொண்டு போரிடுகின்றனர். இடப்புறமுள்ளவர் வேணாட்டையும் வலப்புறமுள்ளவர் விசயநகரத்தையும் சார்ந்தோர் என்பதைத் தலையலங்காரங்கள் காட்டுகின்றன. அடுத்து, வேணாட்டு மன்னர் பூதலவீர உதய மார்த்தாண்டவர்மரும் விசயநகரத் தளபதியும் கடுமையாகப் போரிடுகின்ற காட்சி தீட்டப்பட்டுள்ளது. இருவருக்கும் கீழ் நிற்கும் பணியாளர்கள் கொற்றக்குடையினைப் பிடித்துள்ளனர். தரையில் நின்று இரண்டு வாள் வீரர்கள் கேடயங்களுடன் சண்டையிடுகின்றனர்.

அடுத்து, வேணாட்டுப் படைத்தளபதி ஒருவருடன் விசயநகரத் தளபதி சண்டையிடுகிறார். கரியநிறக் குதிரையின் மீது பச்சை வண்ண மார்புக் கவசத்துடன் வேணாட்டுத் தளபதி வாள் சண்டையிடுகிறார். தலையில் உறுதியான இரும்புக்கவசம் பெரிய குஞ்சத்துடன் மாறுபட்ட தோற்றத்தில் காணப்படுகிறது. இடையில் வாளின் உறை தொங்குகின்றது. கறுப்புநிறத் தொப்பியும் சிவப்பு வண்ண மேற்சட்டையும் அணிந்துள்ள விசயநகரத் தளபதி, வெண்குதிரை மேலிருந்து போரிடுகிறார். கீழே இரண்டு ஈட்டி வீரர்கள் மண்டியிட்டுச் சண்டையிடுகின்றனர்.

அவர்களை அடுத்து இரண்டு சிவப்புக் குதிரைகளின் மீதிருந்து வேணாட்டுத் தளபதியும் விசயநகரத் தளபதியும் சண்டையிடுகின்றனர். வேணாட்டுத் தளபதி சிவப்புத் தலைப்பாகையும் வெண்மை நிற மார்புக் கவசமும் அணிந்துள்ளார். கழுத்தின் பின்புறம் குஞ்சம் தென்படுகிறது. இடதுகரத்தில் கடிவாளத்தைப் பற்றியுள்ள அவர் வலது கரத்திலுள்ள பூந்தலைக் குந்தத்தால் எதிரியைக் குத்திட முனைகிறார்.

ஆனால், நீண்ட விசயநகரத் தொப்பியும் செந்நிற ஆடையுமணிந்த விசயநகரத் தளபதி தன் பூந்தலைக் குந்தத்தை எதிரியின் இடது முழங்கையுள் குத்திவிடுகிறார். குருதி பீறிட்டு வருகின்றது.

வேணாட்டு வீரனொருவர் மண்டியிட்ட வண்ணம் தன் ஈட்டியால் விசயநகரத் தளபதி குதிரையின் காலில் குருதி பாயக் குத்தி விடுகிறார். அவர் எதிரே அவரைத் துப்பாக்கியால் சுட்டு வீழ்த்த விசயநகர வீரனொருவன் வலது கையால் துப்பாக்கிக் குழலைத் தாங்கி இடது கையால் விசையை இயக்க முற்படுவது குறிப்பிடத்தக்கது.

எதிரெதிர் திசை நோக்கி நிற்கும் இரு குதிரைகளில் கறுப்புக் குதிரையின் மீது கருநிற மார்புக் கவசமும் செந்நிறத் தலைக்கவசமும் அணிந்த வேணாட்டு வீரனும் வெண்குதிரை மீது பச்சைநிற ஆடை அணிந்து தலைப்பாகை மீது சிவப்புத் துணி சுற்றிக் கட்டியுள்ள வீரனும் கடுமையாகப் போரிடுகின்றனர்.

வேணாட்டு வீரனின் பூந்தலைக் குந்தம், விசயநகர வீரனின் வலது முழங்கையருகில் துளைத்து மறுபுறம் வெளிவருகிறது. செந்நீர் சிந்திய வண்ணம் அவன் தன் பூங்குந்ததை எதிரியின் மார்பில் பாய்ச்சி விடுகிறான்.

அதே வேளையில் கீழே நிற்கும் விசயநகரக் காலாட் படை வீரனொருவன் தன் வலதுகரத்திலுள்ள வாளை வேணாட்டு வீரனது மார்பில் பாய்ச்சுகிறான்.

182

முதுகுப்புறமாக அவ்வாள் செந்நீர் சீற வெளிவருகிறது. மார்பிலும் குருதி பாய்ந்து வருகிறது.

அவன் தன் இடது கரத்தில் உள்ள இரும்புத்தடியாலும் எதிரியைத் தாக்க முனைகிறான். அவ்வாயுதம் இடையிலுள்ள வளையத்துள் கைப்பிடி கொண்டிருப்பது குறிப்பிடத்தக்கது.

இவ்வாறு வாளாலும் தடியாலும் தாக்கும் இவனது தொடையில் கீழிருந்து வேணாட்டு வீரனொருவன் வாளினைப் பாய்ச்சுகிறான் அவனை விசயநகர வீரனொருவன் துப்பாக்கியால் சுட முனைகிறான்.

இரண்டாம் வரிசை

திருவிதாங்கூர்ப் படைகள் பின்வாங்கிச் செல்வதும் அவர்களைத் துரத்திய வண்ணம் விசயநகரப் படைகள் முன்னேறி வருவதும் சித்திரிக்கப்பட்டுள்ளது.

இடதுகோடியில் வேணாட்டுப் படைவீரர்கள் மேலும் கீழுமாக இரண்டு வரிசைகளில் காட்டப்பட்டுள்ளனர். மேலுள்ள வரிசையில் முதலில் நான்கு வீரர்கள் வாளுடனும் கரியநிறக் கேடயத்துடனும் காணப்படுகின்றனர். தலையின் பின் பெரிய கொண்டையிட்டு, சிவப்புக் கயிற்றால் கட்டியுள்ள அவர்கள் திரும்பிப் பார்த்த வண்ணம் ஓடுகின்றனர்.

அவர்களைத் தொடர்ந்து ஐந்து வில் வீரர்கள் புறமுதுகிட்டு ஓடி வருகின்றனர். இறுதியாக வரும் வீரன், தன்னிடமுள்ள கடைசி அம்பினை எதிரிகள் மீது எய்தவனாய்ச் சிறிது தடுத்து நிறுத்த முயல்கிறான். கீழே முதலில் கேடயம் வாளேந்திய இரண்டு வீரர்களும் அடுத்து துப்பாக்கி தூக்கிய வண்ணம் ஐந்து வீரர்களும் வருகின்றனர். முதலில் வருபவன் மிக நீண்ட துப்பாக்கியினை ஏந்தியுள்ளான். அவனது இடையில் துப்பாக்கிக் குண்டுகள் வைக்கும் குழாய் உள்ளது.

அடுத்து வருகின்றவன் தன் துப்பாக்கியினை இடது தோளின்மீது வைத்த வண்ணம் ஓடி வருகிறான். அவனது வயிற்றில் பாய்ந்து வெளிவந்துள்ள அம்பினை, ஓடும்போது வலிக்காமலிருக்க வலது கையால் பற்றிய வண்ணம் விரைகிறான்.

அவனை அடுத்து, மூன்று துப்பாக்கி வீரர்கள் பின் வாங்கி ஓடி வருகின்றனர். அதில் இரண்டாமவர் எதிரிகள் நெருங்கிவிட்டதை அச்சத்துடன் சுட்டிக்காட்டுகிறார். அவரை அடுத்து வருகின்றவன், துப்பாக்கியைத் தரையில் ஊன்றி இழுத்தவண்ணம் ஓடிவருகின்றான். எதிரியின் அம்பு அவனது வயிற்றில் பாய்ந்து வெளிவந்துள்ளது. குருதி வெளிப்பட, அதனைத் தன் இடதுகையால் அசையாமல் பிடித்தவண்ணம் ஓடுகிறான்.

அவர்களை அடுத்து தன்னைத் துரத்தும் எதிரிகளிடமிருந்து பின்வாங்கி வெள்ளைக் குதிரையின் மீது திருவடி மன்னர் புறமுதுகிட்டுத் திரும்புகிறார். அவர் தன்னைத் துரத்திவரும் விசயநகரத் தளபதியுடன் பூந்தலைக் குந்தத்தால் சண்டையிட்ட வண்ணம் பின்வாங்குகிறார். விசயநகரத் தளபதியின் கரும்பழுப்புநிறக் குதிரை இரு முன்கால்களையும் தூக்கிப்பாய்ந்து வருகின்றது.

இருவருக்கும் கொற்றக்குடை பிடிக்கப்படுகிறது. விசயநகர வில் வீரன் ஒருவன் வில்லில் அம்பினைத் தொடுப்பது கண்டு வேணாட்டு வேந்தனுக்குக் குடைபிடிப்பவன் அச்சத்தால் அலறுகின்றான்.

அவர்களைத் தொடர்ந்து நான்கு யானைகள் மீது விசயநகரத் தளபதிகள் விரைந்து முன்னேறி வருகின்றனர்.

முதலிலுள்ள யானைமீது மேல்துண்டும் இடையாடையும் மகுடமுமணிந்து மார்பில் இரட்டை வடமாலையுடன் விசயநகரத் தளபதி அமர்ந்து, அங்குசத்தை யானையின் மத்தகம் மீது ஊன்றி அமர்ந்துள்ளார். அவர் பின்னால் சிறிய உருவத்துடன் விசயநகரத் தொப்பியணிந்து ஒருவன் அமர்ந்துள்ளான். அவன் வலது கரத்தில் வெற்றிலைச் சுருளை மடித்து நீட்டுகிறான்; தோளில் சாமரம் சாய்த்துள்ளான். வெற்றிலை வைத்துள்ள இடது கையிலுள்ள இரண்டு முனைச் சூலத்தால் யானையைக் குத்துகின்றான். அவன் கூர்மையான முனைகொண்ட மற்றொரு பொருளையும் வைத்துள்ளான்.

அடுத்துவரும் யானையின் மீது மற்றொரு விசயநகரத் தளபதி அமர்ந்துள்ளான். அவரது இடையில் குறுவாள் உள்ளது. அவருக்குப்பின் குற்றேவலாளன் ஒருவன் அமர்ந்திருக்கிறான். அவனும் வலது கரத்தில் வெற்றிலை மடித்துத் தருகிறான். இடது கரத்தில் அதேபோல் வெற்றிலைகளும் யானை குத்தும் கருவியும் வைத்துள்ளான்.

எதிரி புறமுதுகிட்டுச் செல்ல, துரத்திச் செல்லும் விஜயநகரத் தளபதிகள் வெற்றிலை மென்றவண்ணம் செல்லுவது, போர் ஏறக்குறைய முடிவுக்கு வந்துவிட்டதையும் மிக எளிதாகப் பகை வெல்லப்பட்டுவிட்டதையும் உணர்த்துகின்றது.

அவர்களை அடுத்து, பச்சைநிறச் சட்டையும் சிவப்பு இடையாடையும் தலைப்பாகையும் கொண்ட விசயநகரத் தளபதியொருவர் ஏவலாளனுடன் யானையில் வருகிறார். யானைக்குக் கருஞ்சிவப்பு வண்ணம் கொடுக்கப் பட்டுள்ளது. ஏவலாளன் தன் கையிலுள்ள இருமுனைச் சூலத்தால் யானையைக் குத்தித் தூண்டுகிறான்.

அவர்களின் பின்னால் வெள்ளைச்சட்டையும் பச்சைத் தொப்பியுமணிந்த விசயநகரத் தளபதி யானைமீது வருகிறார். தலையில் பச்சைநிறத் தொப்பி காணப்படுகிறது. கீழே விழுந்துவிட்ட அங்குசத்தை யானை எடுத்துத்தர அவர் அதனை வாங்குகிறார். பின்னர் அமர்ந்துள்ள பணியாளன் இருதலைச் சூலத்தால் யானையைக் குத்தி முடக்குகிறான்.

அவர்களின் பின்னால் இரண்டு குதிரை வீரர்கள் வருகின்றனர். குதிரையின்மீது நீண்ட தாடியுடன் வெள்ளையாடை, இடையில் கறுப்புநிற ஆடை அணிந்து, தோளில் சிவப்புத் துண்டுடன் வீரர் காணப்படுகிறார். அவர் குதிரைச் சவுக்கால் பின்புறம் அடித்துக் குதிரையை மேலும் ஊக்குகிறார். குதிரையின் கீழுள்ள ஒருவன் அதனைக் கட்டுப்படுத்தி நடத்துகிறான். அவனது இடைக்கச்சையில் குறுவாள் உள்ளது. அவர்பின், கரும்பழுப்பு வண்ணக் குதிரையின்மீது, வெள்ளை நிற ஆடையும் தலைப்பாகையும் அணிந்த ஒருவர் வலக்கையில் வாளினை உயர்த்திய வண்ணம் வருகிறார்.[30]

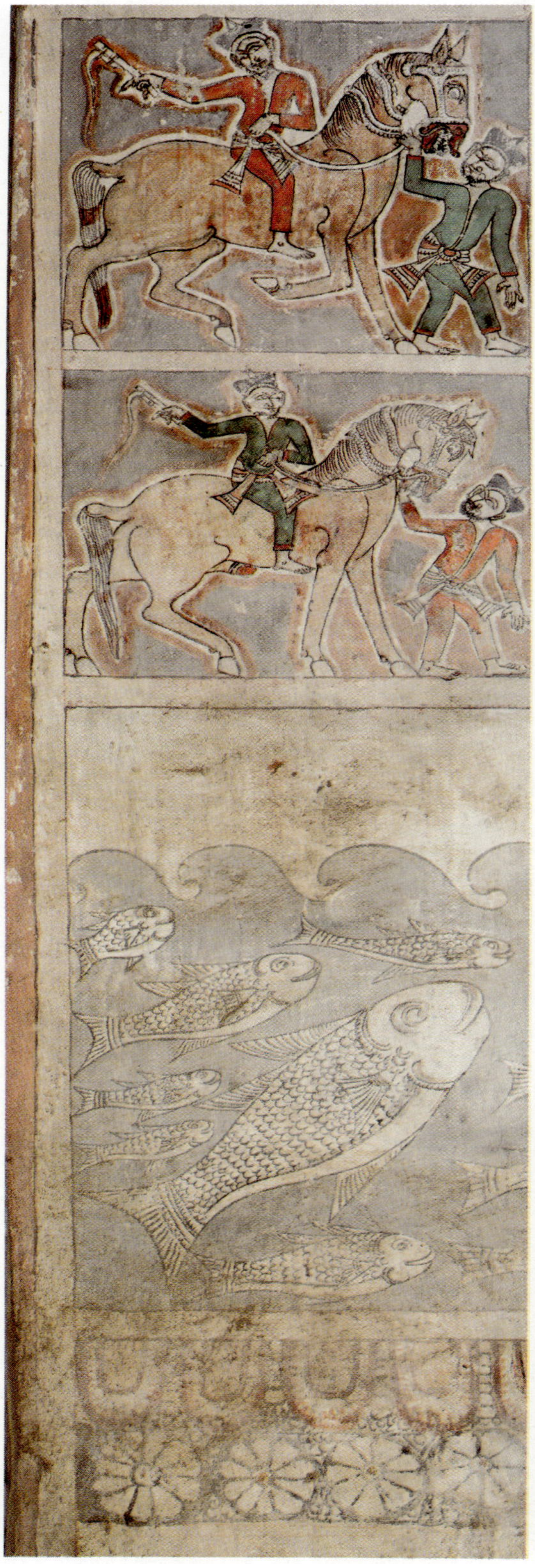

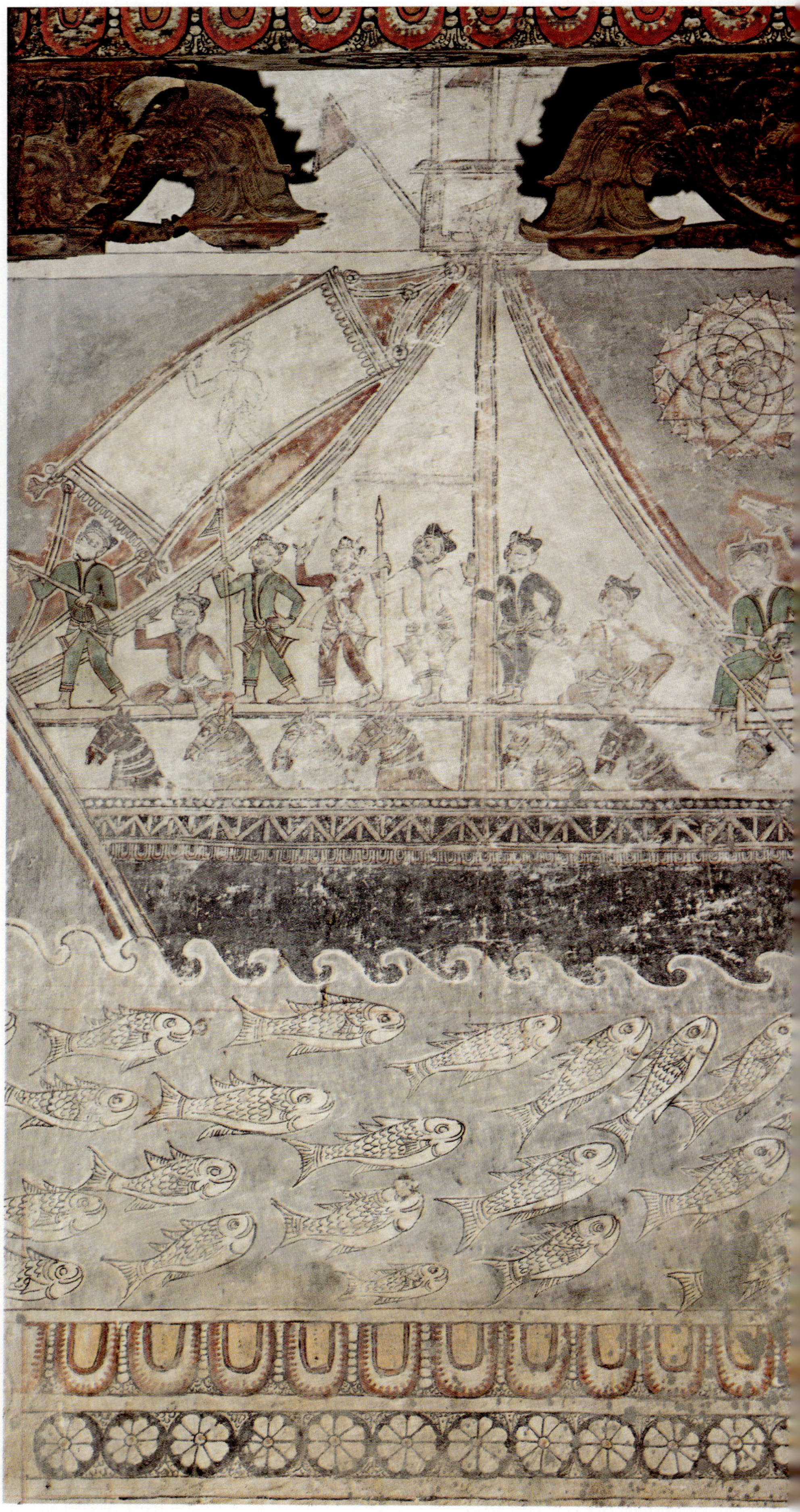

சுவர்-H

அராபியரின் குதிரை வணிகக் கப்பல்

இச்சுவர்ப் பரப்பில் அரேபிய வணிகக் கப்பலொன்று குதிரைகளைச் கொணர்ந்து கீழைத் துறைமுகத்தில் இறக்கும் காட்சி பெரிதாகவும் விரிவாகவும் சித்திரிக்கப் பட்டுள்ளது. சுவர்ப்பரப்பு நீளவாக்கில் இரண்டாகப் பகுக்கப்பட்டுக் கீழ்ப் பகுதியில் அலைகளுடன் கூடிய கடல் காட்டப் பட்டுள்ளது. அதன் மீது இடதுபுறம் சிறிது அதிக இடத்தை எடுத்துக்கொண்டு மையமாகக் கப்பல் காட்டப்பட்டுள்ளது. கப்பலின் வலதுபுறம் பொருட்களை இறக்கிக் கரைக்குக் கொண்டு செல்லும் சிறுபடகு காட்டப்பட்டுள்ளது. கப்பலின் இடதுபுறம் மூன்று கட்டங்களும் வலதுபுறம் நீண்ட அமைப்பில் இரண்டு கட்டங்களும் பகுக்கப்பட்டுள்ளன.

இடதுபக்கம் இரண்டு கட்டங்களாய் வகுக்கப் பட்டவற்றுள் மேலே உள்ள முதற் கட்டத்தில் குதிரை செலுத்தி வரப்படுகிறது. அலங்காரமின்றிக் கடிவாளமட்டுமிடப்பட்ட குதிரையின் மீது சிவப்புவண்ண ஆடையணிந்த அராபியன் அமர்ந்து சாட்டையினால் குதிரையை அடித்துச் செலுத்துகின்றான். கீழே பச்சைவண்ண ஆடை அணிந்த அராபியனொருவன் அதன் கடி வாளத்தைப் பற்றி நடத்தி வருகிறான். இருவர் தலைமீதும் தொப்பிகள் உள்ளன. இருவரும் தாடி, மீசையுடன் உள்ளனர். அடுத்த இரண்டாம் கட்டத்திலும் இதே காட்சி உள்ளது. அராபியர்களின் ஆடை வண்ணங்கள் மட்டும் மாறி உள்ளன. குதிரை மீதுள்ளவன் பச்சை வண்ணத்திலும் கீழுள்ளவன் சிவப்பு வண்ணத்திலும் ஆடை அணிந்துள்ளான். மேலுள்ள கட்டத்தில் பெண்குதிரையும் நடுவிலுள்ள கட்டத்தில் ஆண்குதிரையும் காட்டப்பட்டுள்ளன.

(கப்பலின் இடதுபுறம் உள்ள மேல் வரிசையில்) இரண்டு குதிரைகளை மூன்று அராபியர்கள் நடத்தி அழைத்து வருகின்றார். குதிரைகள் கடிவாளமும் அணியப்பெறாதனவாய்க் கழுத்தில் கட்டிய கயிற்றால் அழைத்துவரப்படுகின்றன. முதலில் உள்ள குதிரை பழுப்பு நிறத்திலும் அடுத்துள்ளது சாம்பல் நிறத்திலும் காணப்படுகின்றன. அராபியர்கள் பச்சை, சிவப்பு முதலிய வண்ணங்களில் ஆடைகளை அணிந்துள்ளனர். முதலில் வழிநடத்திச் செல்வோன் இடையில் உடைவாள் ஒன்றினை வைத்துள்ளான். அடுத்துள்ளவன் கையில் குதிரைச் சவுக்குக் காணப்படுகிறது.

அடுத்துள்ள வரிசையில் கடிவாள மிட்ட மூன்று குதிரைகளின் மீதமர்ந்து அராபியர்கள் அவற்றைச் செலுத்தி வருகின்றனர். அவர்கள் சவுக்குகளைக் கையில் வைத்துள்ளனர்.

அடுத்துள்ள கப்பல்களில் இரண்டு குதிரைகளின் மீதமர்ந்தும் கடிவாளத்தைப் பற்றி நடத்தியும் அராபியர்கள் குதிரைகளைச் செலுத்தி வருகின்றனர். குதிரைகள் பழுப்பு வண்ணத்துடன் காட்டப்பட்டுள்ளன. சிவப்பு மற்றும் பச்சை வண்ண ஆடைகளில் அராபியர்கள் காணப்படுகின்றனர்.

கடலின் மீது பெரிய அளவில் கொடி மரமும் பாய்மரமும் கொண்ட கப்பல் காட்டப்பட்டுள்ளது. பாய்மரத்தின் மேல் ஒருவன் அமர்ந்துள்ளான். மேலே மூன்று கொடிகள் பறக்கின்றன. பாய்மரத்தின் மீதிருந்து இருபுறமும் கயிறுகள் கப்பலில் கட்டப்பட்டுள்ளன. பாய்மரத்தின் இடது புறம் பாய் விரிந்தநிலையில் கப்பலின் மேல் தளத்தின் முனையில் உள்ள வளையத்தில் கட்டப்பட்டுள்ளது.

கப்பலின் மேல்தளத்தில் பத்து அராபியர்கள் உள்ளனர். இடதுகோடியில் நின்று கொண்டுள்ள அராபியன் கையில் துப்பாக்கிவைத்துள்ளான். அவனிடம் பேசும் பாவனையில் உள்ள அடுத்த அராபியன் தளத்தில் அமர்ந்துள்ளார். அடுத்து நான்கு அராபியர்கள் நின்று கொண்டுள்ளனர். முதலில் பச்சைநிற ஆடை அணிந்துள்ளவர் கையில் ஈட்டியுடன் நிற்கின்றார். அடுத்து, பச்சைநிற ஆடையணிந்துள்ளவர் இடது

கையில் துப்பாக்கியை ஏந்தி, வலதுகையை மேலுயர்த்தி ஏதோ கூறும் பாவனையுடன் காணப்படுகிறார். அடுத்து, வெள்ளாடை அணிந்து ஈட்டியுடன் நிற்பவரும் ஏதோ சொல்லும் தன்மையில் நிற்கிறார். அடுத்து, கருநிற ஆடை அணிந்த அராபியர் வலதுகரத்தால் கொடிமரத்தினைப் பற்றி நிற்கிறார். அடுத்து, தளத்தின்மீது அமர்ந்துள்ள அராபியர் ஒரு காலினை மடித்து அமர்ந்து நிற்போரிடம் ஏதோ கூறிக் கொண்டுள்ளார்.

இவர்களை அடுத்து பச்சை ஆடையணிந்து அமர்ந்துள்ள அராபியர் கீழிருந்து வரும் கயிறொன்றைப் பற்றியவராய்க் காணப்படுகிறார். அவருக்குச் சற்று உயரமான இடத்தில் சிவப்பு ஆடை அணிந்து அமர்ந்துள்ள அராபியர் கையில் துப்பாக்கியுடன் காணப்படுகிறார். அவரை அடுத்துப் பச்சை நிற ஆடையுடன் மற்றொரு அராபியர் காணப்படுகிறார்.

மேல் தளத்தின் கீழே குதிரைகள் நின்று கொண்டுள்ளன. ஆறு குதிரைகளும் அவற்றினை அருகிருந்து பார்த்துக் கொள்ளும் வெள்ளாடை அணிந்த அராபியர் ஒருவரும் உள்ளனர். குதிரைகள் கழுத்து வரையில் வரிசையாகக் காட்டப்பட்டுள்ளன.

அராபியர்கள் அனைவரும் முழுக்கைச் சட்டையும் முழுக்கால் சராயும் அணிந்துள்ளனர். இருவர் வெண்ணிற ஆடையும் ஏனையோர் பச்சை, சிவப்பு வண்ணத்தில் ஆடையும் அணிந்துள்ளனர். இடையில் அழகிய துண்டு போன்ற ஆடையினைச் சுற்றிக் கட்டியுள்ளனர். தலையில் ஒரே வகையான தொப்பியினை வைத்துள்ளனர்.

தாடியும் மீசையும் கொண்டவர்களாகக் காணப்படுகின்றனர். தாடி வரையப்பட்டுள்ள தன்மை உற்று நோக்கத்தக்கது. பொதுவாக, தாடைக்குக் கீழாக இசுலாமியர் வைத்துக் கொள்ளும் தாடிபோன்று இங்கு வரையப்பட்டுள்ளமை கவனிக்கத்தக்கது.

கப்பலிலிருந்து குதிரைகளைக் கரைக்குக் கொண்டு செல்ல வரும் படகு ஒன்று கப்பலின் அருகில் காட்டப்பட்டுள்ளது. சற்றுப் பெரிதான அப்படகில் ஐந்து பேர் அமர்ந்துள்ளனர். இடதுபுறம் அமர்ந்துள்ள மூவரின் தொப்பி ஒருவகைப்பட்டதாகவும் வலதுபுறமுள்ள இருவர் தொப்பி, கப்பலிலுள்ள அராபியர் தொப்பி போலவும் காணப்படுகின்றன. இவர்கள் அனைவரும் மேற்சட்டை ஏதும் அணியாதவர்களாய் இருப்பது கவனிக்கத்தக்கது. இடது வலது கோடிகளில் உள்ளவர்கள் துடுப்புகளை வைத்துள்ளனர்.

ஆகவே, வலதுபக்கமுள்ள இருவர் அராபியர்களாகவும் அவர்களுடன் வருகின்றவர்கள் கப்பலிலிருந்து பொருட்களை இறக்குவதற்கு வரும் கூலிகளாகவும் இருத்தல் வேண்டும். அவர்கள் மேலாடை இல்லாமலிருப்பது, குதிரைகளைக் கப்பலிலிருந்து இறக்கிக் கரைசேர்க்கும் கடுமையான பணிக்காகவே என்று எண்ணுவதில் தவறில்லை.

கடலில் நிறைய மீன்களும் கீழே சங்குகளும் காட்டப்பட்டுள்ளன.

கப்பலின் இருபுறங்களிலும் அராபியர் குதிரைகளைக் கொண்டு செல்லும் காட்சியில் இருவகைத் தன்மைகள் உள்ளன. கயிற்றினைப் பற்றிய வண்ணம் குதிரைகளை அவர்கள் நடத்திச் செல்லும் காட்சியில் அவை கடிவாளமற்றவையாகக் காணப்படுகின்றன. பின்னர் கடிவாளத்துடன் உள்ள குதிரைகளில் அவர்கள் அமர்ந்து செல்லுகின்றனர். விரைவாகச் செல்லுவதற்குச் குதிரைகளைச் சவுக்கால் அடித்துத் தூண்டுகின்றனர். முதலில் கடிவாளமின்றி இருப்பது கப்பலிலிருந்து இறங்கிக் குதிரைகளைத் துறைமுக ஊருக்குள் நடத்தி அழைத்துச் செல்வதாகலாம். அடுத்து அவற்றின் களைப்பைப் போக்கி, கடிவாளமிட்டு அரசர்களிடம் விற்பதற்குத் தொலைதூரம் அழைத்துச் செல்லுவதை இரண்டாவது வகையாக அடுத்துக் கீழுள்ள கட்டத்தில் காட்டப்பட்டுள்ள தன்மையிலிருந்து உய்த்துணரமுடிகிறது.

இக்குதிரை வணிகக் கப்பல் இந்த இடத்தில் வரையப்பட்டிருப்பதற்கான காரணம் சுவையானது. பொதுவாக, விசயநகர நாயக்கர் காலத்தில் கப்பல் மூலம் நிகழ்ந்த குதிரை வணிகத்தை இதுகாட்டுகிறது என்பதோடு அமைதி கொள்வது வழக்கமாக உள்ளது. ஆனால் இண்டாம் தளத்து ஓவியங்கள் சுட்டும் வரலாற்று நிகழ்ச்சியான திருவிதாங்கூர் — விசயநகரப் போர் நிகழ்வோடு இது தொடர்புடையதாகும். தாமிரபரணிக்கரையில் திருவிதாங்கூர் படைகளை

விசயநகரப் படைகள் வெற்றிகண்டன. திருவடி மன்னன் சரணடைந்து, தன்னுடன் இருந்த செல்லப்பா மற்றும் பரமக்குடி தும்பிச்சி நாயக்கரைச் சரணடையச் செய்தார். பின்னர் திருவடி மன்னனால் கைக்கொள்ளப்பட்டிருந்த பாண்டிய நாடு மீட்கப்பெற்று மீண்டும் பாண்டிய மன்னரிடம் ஒப்படைக்கப் பட்டது.

இதனைச் செய்த சலக்கராஜு சின்னத் திருமலை திருவனந்தபுரம் சென்று அனந்த பத்மநாப சுவாமியை வணங்கினார். அங்கிருந்து இராமேசுவரம் சென்று, திருவரங்கம் திரும்பி அச்சுதராயரிடம் பயணத்தின் வெற்றியை எடுத்துரைத்தார். இந்நிகழ்ச்சியில் திருவனந்தபுரத்திலிருந்து புறப்பட்ட படையினர், செல்லும் போது மலைய பர்வதத்தையும் (பொதிகைமலை) தென்றல் காற்று உலவும் இடத்தையும் சந்தனமரங்கள் நிறைந்த இடத்தையும் பார்த்தவண்ணம் சென்று கடலைக் கண்டனர் (6—35) என்று அச்சுதராயாப்யுதயம் குறிப்பிடுகின்றது.

தாமிரபரணிக் கரைவழியாகச் சென்ற படைகள் காயல், புன்னைக்காயல், வேதாளை ஆகியனவற்றின் வழியாக இராமேசுவரம் சென்றுள்ளமையை ஊகிக்கமுடிகிறது.

இத்திக்விஜயம் நிகழ்ந்த காலத்தில் போர்ச்சுக்கீசியர் முத்துக்குளித் துறையைத் தங்கள் ஆதிக்கத்தின்கீழ் கொண்டுவந்திருந்தனர். வேம்பாரிலிருந்து மணப்பாடுவரை அமைந்திருந்த ஏழு துறைமுகங்கள் மீது கவனம் செலுத்தினர். அந்த ஏழு கிராமங்களுக்கும் வணிகரீதியில் தலைநகரமாக விளங்கியது புன்னைக்காயல். ஏனெனில் அது முத்துக்குளித்துறையின் மையப்பகுதியில் அமைந்திருந்தது. போர்ச்சுக்கீசியரின் முக்கியக் குடியேற்றப்பகுதியாகப் புன்னைக்காயல் ஐம்பது ஆண்டுகளாகச் செயல்பட்டது. தாமிரபரணி ஆற்றின் வடபகுதியில் பழையகாயலும் தென்பகுதியில் புன்னைக்காயலும் அமைந்திருக்கின்றன. தாமிரபரணி இங்குத்தான் கடலில் கலக்கிறது. கி.பி.1582ஆம் ஆண்டு வரை புன்னைக்காயல் மிக முக்கியமான துறைமுகமாக விளங்கியது. பிரான்சிஸ் சவேரியர் 1542 ஆம் ஆண்டு முத்துக்குளித்துறையை அடைந்தார். அதற்கு முன்பே இப்பகுதியில் முஸ்லீம்களின் ஆதிக்கம் காணப்படவில்லை.[31]

அதேபோல் இராமேசுவரம் தீவிற்கு மிக அண்மையிலேயே வேதாளை என்ற சிற்றூரும் துறைமுகமாக இருந்தது.[32]

கி.பி.16ஆம் நூற்றாண்டில் போர்ச்சுக்கீசியர் கடல் வணிகத்தில் தங்கள் ஆதிக்கத்தை நிறுவியிருந்தனர்.அவர்கள் இந்துமாக் கடலில் காலடி எடுத்து

வைத்ததும் அடிமை வியாபாரத்தில் தங்களின் உரிமைகளை நிலைநாட்டினர். இந்தியாவில் பல காரணங்களுக்காக அடிமைகளைக் கொண்டுவந்து இறக்கினர். அடிமைகள் தொழிலாளர்களாக, வீடுகளில் பணிபுரிபவர்களாக, சண்டைகளில் போரிடும் போர் வீரர்களாக, கப்பல்களில் வேலை செய்பவர்களாகப் பயன்படுத்தப்பட்டனர். பதினாறாம் நூற்றாண்டில் அடிமைகள் கப்பல்களிலிருந்து பொருட்களை இறக்கவும் ஏற்றவும் பயன்படுத்தப்பட்டனர் என டெக்லா குறிப்பிடுகிறார்.[33]

போரில் பயன்படுத்தப்படும் விலங்குகளை வணிகம் செய்யப் போர்ச்சுக்கீசியர் ஆர்வம் காட்டினர். கிருஷ்ணதேவராயர் பாரசீகத்திலிருந்தும் அராபியாவிலிருந்தும் வரும் குதிரைகளைத் தாமிரபரணி ஆற்றின் டெல்டா பகுதியில் இறக்குமளவிற்கு அப்பகுதியை விரிவாக்கவும் திட்டமிட்டார் எனத் தெரிகிறது. வடக்கிலுள்ள டெல்லி சுல்தான்களும் தக்காண பீடபூமியிலுள்ள விசயநகரப் பேரரசும் பாமினி சுல்தான்களும் தெற்கிலுள்ள உள்நாட்டு அரசர்களும் குதிரைகளை இறக்குமதி செய்வதன் மூலம் தங்கள் குதிரைப்படையை வலிமைப்படுத்திக் கொள்ள முயன்றனர்.

உள்நாட்டு வியாபாரிகளும் போர்ச்சுக்கீசிய கடற் தளபதிகளும் குதிரை வணிகத்தில் இறங்கி நல்ல இலாபம் ஈட்டினர்.

குதிரை வணிகத்தின் மீது போர்ச்சுக்கீசியர் ஏகபோக உரிமை வைத்திருந்தனர். இவர்களைத் தவிர மற்றவர்கள் வியாபாரம் செய்ய விரும்பினால் அவர்கள் போர்ச்சுக்கீசியரின் உத்தரவைப் பெறவேண்டும் என்ற நிலையிருந்தது. போர்ச்சுகீசியர் வருகையால் முஸ்லீம் ஆதிக்க வளர்ச்சிக்குத் தடையேற்பட்டது. மேலும், அரேபிய வாணிகமும் அழிந்தது என்று கே.ஏ.நீலகண்டசாஸ்திரி குறிப்பிடுவது ஈண்டு கருதத்தக்கது.[34] குதிரைகள் ஓர் இடத்திலிருந்து வேறோர் இடத்திற்கு எவ்வாறு கொண்டு வரப்பட்டன என்பதற்குப் போதுமான அளவு சான்றுகள் இல்லை. ஏறக்குறைய நூற்றிருபத்தைந்து டன்கள் எடையுள்ள ஒரு கப்பல், எழுபது போர்க் குதிரைகளையும் நூறு மனிதர்களையும் ஏற்றக்கூடியதாக இருந்தது என்றும் இம்மனிதர்களில் போர் வீரர்கள் கப்பலில் பணிபுரிவோர் மற்றும் பயணிகள் அடங்குவர் என்றும் அப்துர் ரஸக் கூறுகிறார்.[35]

போர்ச்சுக்கீசியர் இவ்வாறு அரேபியாவிலிருந்தும் பெர்சியாவிலிருந்தும் குதிரைகளை இறக்குமதி செய்த நிகழ்ச்சியே கலைகளிலும் பிரதிபலித்தது.

வணிகக் கப்பல், மரச்சிற்பம், திருக்குறுங்குடி.

திருக்குறுங்குடி அழகியநம்பி திருக்கோயிலில் உள்ள சிற்பம் குதிரை வணிகத்தைச் சித்திரிக்கிறது.[36]

ஆகவே, குதிரை வணிகத்தில் தங்கள் ஆதிக்கத்தை நிலைநிறுத்தியிருந்த போர்ச்சுக்கீசியர்கள் அரேபியாவிலிருந்து குதிரையை இராமேசுவரத்திற்கு அருகிலுள்ள புன்னைக்காயல் துறைமுகத்திற்குக் கொண்டுவந்திறக்கிய காட்சியே திருப்புடைமருதூர் ஓவியத்தில் சித்திரிக்கப்பட்டுள்ளதென்பதில் ஐயமில்லை.

தற்காலத்தில் புன்னைக்காயல், துறைமுகம்

சுவர்-I

சுவர்ப்பரப்பு மூன்று நீண்ட வரிசைகளாகப் பகுக்கப்பட்டு, தாமிரபரணிப் போரில் வெற்றிபெற்ற விஜயநகரப்படை தென்திசைநோக்கிப் புறப்பட்டுச் செல்வது சித்திரிக்கப்பட்டுள்ளது.

முதல் வரிசை

தளபதி முதலானோருடன்
சின்னத் திருமலை உரையாடுதலும்
படை பரிவாரத்துடன் புறப்பட்டுச் செல்வதும்
வலமிருந்து இடமாகச் சித்திரிக்கப்பட்டுள்ளன.

காட்சி-1

அலங்கரிக்கப்பட்ட ஒரு மண்டபத்தில் வலது காலைத் தொங்கவிட்டு இடதுகாலை மடித்துச் சுகாசனமாக, திண்டுடன் கூடிய ஆசனத்தில் சலக்கராஜூ சின்னத் திருமலை அமர்ந்துள்ளார். நீண்டுயர்ந்த விசயநகரத் தலைப்பாகை கரிய வண்ணத்தில் காட்சியளிக்கிறது. சிவப்புநிற முழுக்கைச் சட்டை அணிந்துள்ள அவரது கழுத்தில் நீண்ட மணியாரம் தொங்குகிறது. அழகிய வேலைப்பாடுகள் கொண்ட இடையாடை அணிந்துள்ளார். வலதுகையை உயர்த்தி, சுட்டுவிரல் நீட்டி ஏதோ உறுதியான ஆணையொன்றைப் பிறப்பிக்கின்றார். அவரது இடப்புறத்தில் சற்று வயதான ஒருவர் நிற்கிறார். அவரது வலக்கரம் மேல்துண்டினால் மறைக்கப்பட்டுள்ளது. அவரையடுத்து வெண்ணிற மேலாடையிலும் பூவேலைப்பாடு கொண்ட இடையாடையுடனும் நிற்கும் ஓலைநாயகம் இடதுகையில் ஓலையும் கையில் நீண்ட எழுத்தாணியும் கொண்டுள்ளார். அவரை அடுத்து, வளைந்த விசயநகரத் தொப்பி அணிந்தவர்களாக நால்வர் முன்பின்னாக நிற்கின்றனர். முதலில் சிவப்புநிறத் துண்டணிந்தவர் தோளில் சாமரை வைத்துள்ளார். இறுதியில் நிற்பவர் வலதுகையில் பாத்திரம் ஒன்றை ஏந்தியுள்ளார். இவர்களுக்கு மேலாக அரையுருவில் நால்வர் காட்டப்பட்டுள்ளனர். அவர்களில் நடுவிலுள்ள இருவர் குத்தீட்டிகளை வைத்துள்ளனர். முதலிலும் இறுதியிலும் உள்ள இருவரும் வெள்ளைநிற மேலாடையுடன் உள்ளனர். நால்வரின் தலைப்பாகையும் ஒரே மாதிரி உள்ளன. நால்வரும் இடதுகையை உயர்த்தி நிற்கின்றனர். இது ஏதேனும் குறியீட்டு அடையாளமாகவோ அல்லது பேசுவதைக் குறிப்பதாகவோ இருக்கலாம். சின்னத்திருமலையின் முன்னர் மூன்று தளபதிகள் நீண்ட தலைப்பாகையுடனும் அலங்காரமான ஆடையுடனும் நிற்கின்றனர். முதலாமவர் வாய்பொத்தி நின்று பணிவுடன் கேட்கிறார். பின்னுள்ள இருவரும் கரங்களை உயர்த்தி ஏதோ கூறுகின்றனர். அவர்களின் பின்னர் ஆறுபேர் நிற்கின்றனர். அவர்கள் தளபதிகளுக்கு அடுத்த நிலையினர் என்பதை அவர்கள் ஆடையலங்காரமும் அணிகலன்களும் காட்டுகின்றன. இறுதியில் நிற்கும் இருவர் எவ்வித அணிகலனும் அணியாமல் உள்ளனர். இக்காட்சி, திருவிதாங்கூர் போர் வெற்றியின் பின்னர் சலக்கராஜூ சின்னத்திருமலை திருவரங்கத்திலுள்ள அச்சுததேவராயருக்கு மடல் மூலம் வெற்றிச்செய்தியைத் தெரிவிப்பதையும் திக்விஜயத்தில் அடுத்தகட்டமாகப் படை செல்ல வேண்டிய இடம், முறை குறித்துத் தளபதிகளுக்கும் பிற அதிகாரிகளுக்கும் கட்டளை இடுவதையும் உணர்த்துகிறது.

காட்சி-2

அடுத்த காட்சியில் படை புறப்பட்டுச் செல்லத் தொடங்குவது காட்டப் பெற்றுள்ளது. முதலில் குதிரைமீதமர்ந்து தளபதி வழிநடத்திச் செல்கிறார். அவருக்குக் கொற்றக்குடை பிடிக்கப்படுகிறது.

பின்னர் விஜயநகரத்தின் வளைந்த தொப்பியணிந்த வீரர்கள் வருகின்றனர். முதலில் இருவர் பறை இசை எழுப்பியவண்ணம் வர, மற்றும் இருவர் புல்லாங்குழல்களை இசைத்து வருகின்றனர். அவர்களின் பின் நான்குபேர் பலவகைக் கொடிகளுடன் வருகின்றனர்.

மேல் வரிசையில் ஆறு வாள்வீரர்கள், இடதுகையில் கேடயங்களை ஏந்தி வருகின்றனர். அடுத்து பச்சை வண்ணப் பல்லக்குச் சுமந்துவரப்படுகிறது. மிக அலங்காரமுடைய பல்லக்கில் ஆசனமும் இரண்டு திண்டுகளும் காணப்படுகின்றன. சுமக்கும் தண்டு, உள்ளே உட்காருவதற்கு வசதியாக நடுவில் உயர்ந்து வளைந்து காணப்படுகிறது. இருமுனைகளும் அழகிய தகடுகளால் மூடப்பட்டுள்ளன.

பல்லக்கின் இருபுறமும் பச்சைநிறத்தில் இரண்டு கவைக்கோல்கள் உள்ளன. பல்லக்கைச் சுமப்போர் தோள்மாற்றிக் கொள்ளும் போதும் ஆள்மாற்றிக் கொள்ளும்போதும் தரையில் வைக்காமல் நிறுத்திவைத்து, மீண்டும் சுமந்து செல்ல வாய்ப்பாக அவை பயன்படுவன. விரைவாகப் பல்லக்குச் செல்லும் போது அமர்ந்துள்ளவர் சமநிலைக்காகப் பற்றிக் கொள்ளத் தண்டில் குஞ் சத்துடன் கயிறொன்று கட்டப்பட்டுள்ளது.

பல்லக்கை முன்னால் இருவரும் பின்னால் இருவரும் சுமந்து செல்கின்றனர். இவர்களுக்கு முன்னால் இடதுகையால் பல்லக்கைத் தாங்குவதுபோல் தொட்டவண்ணம் ஒருவர் நிற்கின்றார். அவரே தோள் மாற்றிக்கொள்ளத் தேவைப்படும்போது உதவுகின்றவராவார். அவர் இடையில் குறுவாள் ஒன்றினை வைத்துள்ளார். அவர் மட்டும் கழுத்தில் மாலை அணிந்துள்ளார். ஆதலால் அப்பல்லக்குச் சுமப்போர் குழுவிற்கு அவர் தலைவராகவும் இருக்கலாம். பல்லக்கின் திண்டில் சாய்ந்து மடக்கியுள்ள வலதுகால் மீது கை வைத்தவண்ணம் வருபவர் கருநிறத் தலைப்பாகை அணிந்த சலக்கராஜு சின்னத் திருமலையாவார்.

அவருக்கும் பல்லக்குத் தூக்கும் முதல் ஆளுக்குமிடையே சிறிய உருவில் மற்றொருவர் வருகிறார்.

இவர்களின் பின்னர் இதே போன்றதோரு பல்லக்குச் சுமந்து வரப்படுகிறது. பல்லக்குத் தண்டின் இருமுனைகளிலும் தகடுகள் பொருத்தப்படவில்லை. திண்டின்மீது சாய்ந்து, வலதுகாலை மடித்து அமர்ந்து மேலுள்ள கயிற்றைப் பிடித்தவண்ணம் ஒருவர் அமர்ந்துள்ளார். வெள்ளை மேற்சட்டையும் வெள்ளைத் தலைப்பாகையும் கழுத்தில் இரட்டைவட முத்துமாலையும் பதக்கத்துடன் கூடிய மாலையும் அணிந்துள்ள அவர் சற்றுப்பருத்த வயிற்றுடன் காணப்படுகிறார். இடையாடை வேலைப்பாடுகளுடன் விளங்குகின்றது.

இவரது தோற்றம் இவர் ஓர் அமைச்சராக இருக்கலாம் என்று எண்ணச் செய்கிறது. மரத்தூண் மீது தீட்டடப்பட்டிருந்த ஓவியங்கள் பூச்சுடன் உதிர்ந்து விழுந்துள்ளன.

பல்லக்கைச் சூழ்ந்து ஐந்து வாள்வீரர்களும் மூன்று வில் வீரர்களும் வருவது மேற்புறம் காட்டடப்பட்டுள்ளது.

> இரண்டாம் வரிசை

விசயநகரப் படைகள் அணிவகுத்துச் செல்லும் காட்சி வலமிருந்து இடமாகச் சித்திரிக்கப்பட்டுள்ளது.

காட்சி வலமிருந்து இடமாகச் சித்திரிக்கப்பட்டுள்ளது. தொடக்கத்தில் படையணியின் இசைக் குழுவினர் இசைத்தவண்ணம் செல்கின்றனர்.

முதலில் அலங்கரிக்கப்பட்ட நான்கு குதிரைகள் செல்கின்றன. முதலிலுள்ள குதிரையில் வளைந்த தொப்பியுடன் உள்ளவர் அலங்கரிக்கப்பட்ட நகராவை முழக்குகிறார்.

அவருக்குப் பின்வரும் குதிரையில் வெள்ளை ஆடை அணிந்தவர் தவில் போன்ற கருவியை இசைக்கின்றார். இவர்களுக்கு இணையாகப் பின்வரும் குதிரைகளில் உள்ள இருவர் கட்டக்குழல் எனும் சத்தக் குழல்களை ஊதுகின்றனர்.

அவர்களை அடுத்து ஒருவர் இலைத்தாளத்தை இசைத்த வண்ணம் நடந்து வருகிறார். குதிரைகளுக்குப் பின்னால் காளையின் மீது அமர்ந்த ஒருவர் கைகளை உயர்த்தி நகராவை அடித்து முழக்கி வருகிறார். காளை நன்கு அலங்கரிக்கப்பட்டுள்ளது. கழுத்தில் பட்டைகளும் மணிகள் நிறைந்த பட்டையும் கொம்புகளுக்குக் கொப்பும் இடப்பட்டுள்ளன. தவில் மற்றும் கட்டைக்குழல் வாசிக்கும் இருவரின் தலைப்பாகைகள் வேறுபட்ட தன்மையுடன் காணப்படுகின்றன. இவர்களைச் சூழ்ந்து ஈட்டிகளுடன் வீரர்கள் வருவது, ஈட்டிகள் மட்டுமே காட்டப்பட்டு உணர்ந்தப்பட்டுள்ளது. இசைக் குழுவினரின் பின்னால் வாளும் கேடயமும் தாங்கிய வீரர்கள் வருகின்றனர்.

அவர்களின் பின்னால் குதிரைமீது தளபதி ஒருவர் கையுயர்த்தி ஏதோ கூறிய வண்ணம் வருகிறார். அக்குதிரையை வீரர் ஒருவர் பற்றி அடக்கி நடத்திவருகிறார். ஆனால் அக்குதிரை பாய்ந்து செல்லவே விரும்பித் தாவுகிறது. தளபதிக்குக்

கொற்றக்குடை பிடிக்கப்படுகிறது. குதிரையின் கீழ் வலக்கையில் வெற்றிலை கொண்டு ஒருவர் வருகிறார். அவரைத் தொடர்ந்து தளபதியொருவர் வருகிறார். வெண்மை நிறமேற்சட்டை அணிந்துள்ள அவர் கையில் உயர்த்திய வாளுடன் காட்சியளிக்கிறார். அவருக்குக் கொற்றக்குடை பிடிக்கப்படுகிறது. குடை சுமப்பவர் முன்னர் அடைப்பைக்காரர் வருகிறார். அவர் இடுப்பில் ஒரு பை போன்ற துணி அமைப்புக் காணப்படுகிறது. அது தாம்பூலத்திற்குத் தேவையான வெற்றிலை, பாக்கு, சுண்ணாம்பு முதலியன வைப்பதற்கு உரியதாகும்.

இவர்களைத் தொடர்ந்து ஏழு குதிரைகளில் படைத்தலைவர்கள் வருகின்றனர். முதலில் உள்ள இருவரும் தாடியுடன் காணப்படுகின்றனர். அவர்கள் இசுலாமியர்களாகலாம். அவர்கள் வாளையும் பூந்தலைக் குந்தத்தையும் ஏந்தியுள்ளனர். அடுத்துள்ளவர்கள் வாட்களை உயர்த்திப் பிடித்துள்ளனர்.

இவர்களின் பின்னர், ஈட்டி ஏந்திய ஐந்து வீரர்கள் அணிவகுத்து வருகின்றனர். ஆயினும், ஆயிரக்கணக்கில் வீரர்கள் வருவது பின்புலமாகக் காட்டப்பட்டுள்ள ஈட்டிகளால் உணர்த்தப்பட்டுள்ளது.

அடுத்ததாக, மூன்று வில் வீரர்கள் வருகின்றனர். வீரர்களின் கால்கள் ஒரே தன்மையில் அசைவதாகக் காட்டப்பட்டுள்ளதால் அவர்கள் பயிற்சி பெற்ற குறிப்பிட்ட முறை சார்ந்து நடந்துவருவதை உணரமுடிகிறது. அத்துடன் நடப்பதற்கு ஏற்ற வண்ணம் இடையாடை முழந்தாளின் மேல், தொடையோடு முடிகிறது. இவர்களின் முதலிலிருந்து மூன்று, நான்கு, ஆறாவதாகச் செல்வோர் மேற்சட்டை அணிந்துள்ளனர். ஏழாவதாகச் செல்லும் வில் வீரரின் சட்டை மார்பு வரையில் மட்டுமே உள்ளது குறிப்பிடத்தக்கது.

அவர்களுக்குப் பின்னால் நான்கு யானைகள் வருகின்றன. நடத்திவரும் பாகர்களின் கைகளில் அங்குசங்கள் உள்ளன. இதில் நான்காவது யானைமீது மூவர் அமர்ந்துள்ளனர். இடையில் உள்ளவர் பிறை வரையப்பட்ட கொடியை ஏந்தியுள்ளார். அவர்பின்னர் சிறிய உருவத்துடன் அமர்ந்துள்ள ஒருவர் கீழே விழுந்துவிடாமலிருக்க அவரது இடையைச் சுற்றிக் கயிறிடப்பட்டு அது யானையின் கழுத்தினைச் சூழ்ந்து வருவதாகக் கட்டப்பட்டுள்ளது.

மூன்றாம் வரிசை ▶

விசயநகரத் தளபதிகளும் படையினரும்
அணிவகுத்துச் செல்லும் காட்சி,
வலமிருந்து இடமாகத் தீட்டப்பெற்றுள்ளது.

ஆறு தளபதிகள் குதிரைகளில் விரைகின்றனர். முதலில் பச்சைநிற ஆடையணிந்து வாளினை உயர்த்திச் செல்லுகின்றவர் வழிகாட்டிச் செல்லும் பாவனையில் உள்ளார். அவருக்குக் கொற்றக்குடை பிடித்தவாறு பணியாளன் முன்செல்கிறான்.

அடுத்து, கரிய குதிரைமீதும் சிவப்பும் வெண்மையும் கலந்த குதிரைமீதும் சிவப்பு, வெள்ளை ஆடைகளையணிந்த விஜயநகரத் தளபதிகள் வாளோங்கிச் செல்கின்றனர்.

அவர்களின் பின்னர் கரும்பழுப்பு வண்ணக் குதிரைமீது பூவேலைப்பாடு மிகுந்த ஆடையணிந்து விஜயநகரத் தளபதி பூந்தலைக் குந்தத்தை ஓங்கிய வண்ணம் செல்லுகிறார். அவரையடுத்து இரு சிவப்புநிறக் குதிரைகளில் இளஞ்சிவப்பு மற்றும் அடர்நீல வண்ண ஆடையணிந்து வாளோங்கிய வண்ணம் தளபதிகள் செல்லுகின்றனர். இளஞ்சிவப்பு வண்ண ஆடை அணிந்துள்ளவர் தலையிலுள்ள வட்டமான தலைப்பாகை ஏனையோரிடமிருந்து மாறுபட்டுள்ளது.

215

அவர்களைத் தொடர்ந்து நான்கு யானைகள் மீது வீரர்கள் வருகின்றனர். முதலில் வரும் யானை, மரத்தூண் மீது தீட்டப்பட்டதால் தற்போது உதிர்ந்து போயுள்ளது.

அடுத்துவரும் கரிய யானை மீது நால்வர் அமர்ந்துள்ளனர். செலுத்தும் பாகர் கையில் அங்குசம் வைத்துள்ளார். நடுவிலுள்ளவர் இளஞ்சிவப்பு வண்ணக் கொடியினை ஏந்தியுள்ளார். இறுதியில் சிறிய உருவில் அமர்ந்துள்ளவன் ஒரு கயிறால் இடுப்பினைச் சூழ்ந்து, யானைக் கழுத்துடன் பிணைத்துக் கட்டிக் கீழே விழாமல் அமர்ந்துள்ளான். அடுத்துவரும் யானை விரைந்து வந்து மோதாமல் அதனைக் கையில் உள்ள தடியினைக் காட்டி மிரட்டிய வண்ணம் அமர்ந்துள்ளான்.

அடுத்து, கருஞ்சிவப்பு வண்ண யானைமீது மூவர் அமர்ந்துள்ளனர். முதலில் உள்ள பாகன் அங்குசத்தால் யானையின் மத்தகத்தில் குத்தி அதனை விரைந்து செல்லத் தூண்டுகிறான். நடுவில் உள்ளவன் வெண்மை நிறக் கொடியினைப் பிடித்துள்ளான். இறுதியில் விழுந்துவிடாமல் கயிறு கட்டி அமர்ந்திருப்பவன் தடியினைக் காட்டிப் பின்வரும் யானையை மிரட்டிய வண்ணம் அமர்ந்துள்ளான்.

இறுதியில் வரும் கரிய யானை மீதும் மூவர் அமர்ந்துள்ளனர். முதலில் உள்ளவன் அங்குசத்தை மத்தகத்தின் மீது ஊன்றியுள்ளான். இடையில் அமர்ந்துள்ளவன் கறுப்பு வண்ணக்கொடியினைக் கையில் ஏந்தியுள்ளான். இறுதியில் ஒருவன் கயிற்றால் யானையுடன் தன்னைப் பிணைத்து அமர்ந்துள்ளான். யானையின் பின் நிற்கும் ஒருவன், கவைபோல இரட்டை முனை கொண்ட சூலத்தால் யானையின் காலில் குத்தி விரைந்து செல்லத் தூண்டுகிறான்.

217

சுவர்-J

நாறும்பூநாதரை
விஜயநகரத் தளபதிகள்
வழிபடல்

இச்சுவர் பரப்பு மூன்றாகப் பகுக்கப்பட்டு, யானைகள், குதிரைகளில் பயணம் செய்துவரும் விசயநகரத் தளபதிகள் திருப்புடைமருதூர் வந்து, நாறும்பூநாத சுவாமியை வழிபடுவது சித்திரிக்கப்பட்டுள்ளது.

மேல்வரிசை

மூன்று யானைகள் மீது விசயநகரத் தளபதிகள் அமர்ந்து வருகின்றனர். அவர்கள் கரங்களில் உள்ள அங்குசத்தை யானையின் மத்தகத்தின் மீது ஊன்றியுள்ளனர். தளபதிகளுடன் அமர்ந்துள்ள பணியாளர்களில் முதல் யானையில் வருபவன் மட்டும் ஈட்டியை ஏந்தியுள்ளான்.

யானைகளின் பின் விசயநகர வீரனொருவன் ஈட்டியுடன் நடந்து வருகிறான்.

நடுவரிசை

    குதிரைகளில் தளபதிகள் வர, உடன் வீரர்கள் நடந்து வருகின்றனர். முதல் குதிரை தளபதி வாளினை ஓங்கிய வண்ணம் வருகிறார். அவருக்குக் கொற்றக்குடை பிடிக்கப்படுகிறது. வீரனொருவன் கையில் வாளும் கேடயமும் ஏந்தி வருகின்றான். பின்னால் ஒருவன் இடதுகையில் பாத்திரம் போன்ற ஒன்றை ஏந்தியுள்ளான். குதிரையின் கீழ் மண்டியிட்டு ஒருவன் ஈட்டியால் குதிரையைக் குத்தி விரைந்து செல்லத் தூண்டுகிறான். மேலே கேடயமும் வாளும் ஏந்தி ஒரு வீரன் வருகிறான்.

    அடுத்து, கருஞ்சிவப்பு வண்ணக் குதிரையில் வரும் தளபதி தனக்கு அடுத்துவரும் தளபதியுடன் வாட்போர் செய்கிறார். இருவருக்கும் கொற்றக்குடைகள் பிடிக்கப்படுகின்றன. பின்னால் ஒருவன் மற்றொருவனை ஈட்டியால் குத்துகிறான். அந்த ஈட்டி அடுத்தவன் கையில் துளைத்து நிற்கிறது. அவன் கைகூப்பி வணங்கித் தன்னை விட்டுவிட வேண்டுகிறான். மூன்றாம் குதிரையின் காலடியிலும் ஒரு வீரன் ஈட்டியால் குதிரையைத் தூண்டுகிறான்.

கீழ்வரிசை

நாறும்பூநாத சுவாமி திருக்கோயில் அழகுடன் காணப்படுகிறது. விமானமும் தூண்களும் நுட்பமாகச் சித்திரிக்கப்பட்டுள்ளன. கருவறை மேடையில் சாய்ந்த இலிங்க வடிவத்தில் நாறும்பூ நாதர் காட்சியளிக்கிறார். இலிங்கத்தைச் சூழ்ந்து பிரபை விளங்குகிறது. கோயிலின் அருகில் மரமொன்று காணப்படுகிறது. அது மருத மரத்தைக் குறிப்பதாகலாம்.

கோயிலின் முன் அர்ச்சகர் நிற்கிறார். தலையில் மேல் முடியினை முடிச்சிட்டுள்ள அவர் உடலில் அணிகலன் ஏதுமில்லை. மார்பில் பூணூல் காணப்படுகிறது. இடது கையில் தீர்த்தச் செம்பினை வைத்துள்ளார். பிடியேதுமற்ற மற்ற செம்பினுள் கையினை விட்டு இயல்பாகப் பற்றியுள்ளார். இடையில் ஒப்பனையற்ற ஆடை உள்ளது. வலது முன்கையில் கங்கணம் காணப்படுகிறது. அவர் உருத்திராட்ச மாலை போன்ற மாலையொன்றினை ஐந்து விசயநகரத் தளபதிகளுள் முன்னிற்கும் தளபதியிடம் வழங்குகிறார். சாமியின் சார்பில் வழங்கப்படும் அம்மாலையை இருகைகளாலும் பணிவுடன் அவர் வாங்கிக் கொள்கிறார். ஏனைய தளபதிகள் நால்வரும் நாறும்பூ நாதனைக் கரம் கூப்பித் தொழுது நிற்கின்றனர்.

இச்சுவர்க் காட்சிகள் இடையில் இரண்டு தளபதிகளும் வீரர்களும் சண்டையிடுவது போல் உள்ளது. திருவிதாங்கூர்ப் போர் முடிந்து திருப்புடைமருதூர் வந்து தளபதிகள் வழிபாடு செய்யும் இடைப்பட்ட பகுதியில் சண்டையேதும் நடைபெற வில்லை.

ஆகவே, இங்குத் தளபதிகளும் வீரர்களும் சண்டையிடுவது வழியில் கேளிக்கைக்காகச் செய்யப்பெற்ற சண்டை என்று கொள்ள வேண்டியுள்ளது. அது ஒரு மன மகிழ்ச்சிக்கான செயல்பாடென்பதைப் பிறர் யாரும் சண்டையிடாமல் தொடர்ந்து பயணம் செய்வதிலிருந்து உணரமுடிகிறது.

சலக்கராஜூ பாண்டிய மன்னரை அழைத்து வரச் சொல்லல்

சுவர்ப்பரப்பு மூன்று கட்டங் களாகப் பகுக்கப்பட்டுள்ளது. இராமேஸ் வரத்திலிருந்து விஜயநகர படை திரும்புவதையும் பாண்டிய மன்னனை அழைத்துவருமாறு சலக்கராஜூ கட்டளையிடுவதையும் காட்சிகள் விவரிக்கின்றன.

மேல் கட்டத்தில் விசயநகரத் தளபதி ஒருவர் யானைமீது விரைந்து வருகிறார். அவர்பின்னால் ஈட்டியுடன் வீரனொருவன் அமர்ந்துள்ளான். முன்னால் ஒருவன் கொற்றக்குடையுடன் செல்ல, பின்னால் ஒருவன் கையிலுள்ள பாத்திரம் போன்ற பொருளை உயர்த்திப் பிடித்து வருகிறான்.

அடுத்துள்ள நடுக்கட்டத்தில் வாளோங்கிய வண்ணம் விஜயநகரத் தளபதி குதிரைமீது வருகின்றார். முன்னால் ஒருவர் குடைபிடித்துச் செல்ல மற்றிருவரும் பின்னால் ஒருவருமாக மூவர் ஈட்டியினை ஏந்திச் செல்கின்றனர். கீழே ஒருவன் மண்டியிட்டு ஈட்டியால் குதிரையைத் தூண்டுகிறான்.

கீழ்க் கட்டத்தில் விசய நகரத் தளபதியொருவர் மற்றொரு தளபதிக்கு ஏதோ கட்டளையிடுகிறார். அதனை அவர் வாய்பொத்தி நின்று பணிவுடன் கேட்கிறார். மற்றும் இருவர் பின் நிற்கின்றனர். அவர்களும் ஏதோ கூறும்பான்மையில் கைகளை வைத்துள்ளனர்.

நடுவில் உள்ளவர் உயர்ந்த தொப்பி யும் கழுத்தில் மணிமாலைகளும் கைகளில் அணிகலன்களும் அணிந்துள்ளார். தோளில் பெரிய துண்டினையிட்டு அதனை வலது கரத்தில் ஏந்தியுள்ளார். இடையிலும் பகட்டான பூவேலைப்பாடுகளை உடைய ஆடை காணப்படுகிறது. காலில் கட்டையாலான மிதி யடியை அணிந் துள்ளார். அவர் சலக்கராஜூ வாகலாம். அவர் தளபதியிடம் பாண்டிய மன்னரை அழைத்து வரக் கட்டளையிடுகிறார்.

சுவர்-L

சுவர்ப்பகுதி மூன்று கட்டங்களாகப் பகுக்கப்பட்டு பாண்டியன் சீவல்லபனின் வருகை சித்திரிக்கப்பட்டுள்ளது.

மேற்கட்டத்தில் ஓவியமிருந்த பூச்சுப்பகுதி முற்றும் உதிர்ந்து ஒருவர் கால் மட்டும் தெரியும் சிறு துணுக்கு மட்டும் எஞ்சியுள்ளது. விசயநகரத் தளபதி பாண்டியன் சீவல்லபனைப் பல்லக்கில் அழைத்துவரும் காட்சி சித்திரிக்கப் பட்டுள்ளது.

நடுக் கட்டத்தில் விசயநகரத் தளபதி ஒருவர் யானை மீது அமர்ந்து வருகிறார். கையிலுள்ள அங்குசத்தை யானைமீது ஊன்றியுள்ள அவர் சிவப்புவண்ண மேலாடையும் புள்ளிகளைக் கொண்ட துண்டும் கட்டமிட்ட இடையாடையும் அணிந்துள்ளார்.

அவர் பின்னால் அமர்ந்துள்ளவன் வெற்றிலை மடித்துத் தருகின்றான். மேலொரு வீரன் வாள் மற்றும் கேடயத்துடன் காட்டப்பட்டுள்ளான். யானையின் முன்னால், எருதின்மீது அமர்ந்து திடுமனை அடித்தபடி ஒருவன் செல்கிறான். அவன் முன், கொண்டை போலிட்ட தலைப்பாகையுடன் ஒருவன் செல்கிறான். மேற்பகுதி உதிர்ந்து போயுள்ளது. முன்நடப்போன் மீது சுண்ணாம்புப் பூச்சுப் பூசப்பட்டுள்ளது.

கீழ்க் கட்டத்தில் பாண்டிய மன்னர் சீவல்லபன் பல்லக்கில் வருகின்றார்.

அலங்கார வேலைப்பாடு மிகுந்த பல்லக்கில் இடதுகாலினை மடித்து, வலது காலினைக் குந்தவைத்துத் தன் வலக்கரத்தை அதன்மீது வைத்துப் பெரிய திண்டில் சாய்ந்த வண்ணம் பாண்டியர் வருகிறார். திருவடி மன்னரிடம் நாடிழந்திருந்த சீவல்லபன், மகுடமின்றி வெறும் தலைப்பாகையுடன் காணப்படுகிறார். கழுத்திலும் மார்பிலும் முத்துமாலைகள் காணப்படுகின்றன. வெள்ளைநிறச் சட்டையின் மீது பூவேலைப்பாடுடைய பெரிய துண்டினை இட்டுள்ளார். இடையாடையும் அதிக அலங்காரமின்றி இருக்க, மன்னர் எளிமையாகக் காணப்படுகிறார்.

நான்கு விஜயநகரப் பணியாளர்கள் பல்லக்கைச் சுமந்து செல்கின்றனர். பின்னால் உள்ள பணியாளன் இடுப்புக் கச்சையில் குறுவாள் ஒன்று செருகப்பட்டுள்ளது.

காளையின் மீது அமர்ந்து ஒருவன் திடுமனை முழக்கிக் கொண்டு வருகின்றான். பல்லக்கின் கீழ் பெரிய கொம்புகளை உடைய செம்மறிக் கிடாயொன்று நடந்து வருகிறது. கொம்புகள் அலங்கரிக்கப்பட்டு நுனியில் பூவேலைப்பாடு உடைய வில்லை தொங்குகிறது. உடலில் கயிறொன்று கட்டப்பட்டுள்ளது. இது மன்னரின் செல்ல விலங்காகும்.

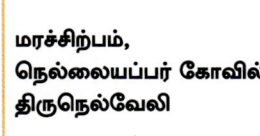

மரச்சிற்பம்,
நெல்லையப்பர் கோவில்,
திருநெல்வேலி

திருநெல்வேலி அருள்மிகு நெல்லையப்பர் திருக்கோயில் தாமிரசபையில் செதுக்கப்பட்டுள்ள தலபுராணம் குறித்த மரச்சிற்பத்தில், பாண்டிய மன்னன் முழுதுங்கண்ட இராமகோனுக்குப் பால் கொணரும் பணி செய்த இராமக்கோன் என்ற ஆயன் நாள்தோறும் வேணுவனத்தின் வழியாக வரும்போது மூங்கில் முளை தடுக்கிப் பால்சிந்த நேர்ந்தார். மூங்கிலை வெட்டிப்பார்க்க, அதிலிருந்து செந்நீர் வழிய இதனைப் பாண்டியனிடம் தெரிவிக்க, அதிசயத்த பாண்டியன் பல்லக்கில் விரைந்து வந்து காண்கிறான். பாண்டியர் வரும் அப்பல்லக்கின் கீழ் இதே போன்ற ஆடொன்று வருகின்ற காட்சி வடிக்கப்பெற்றுள்ளது.

16ஆம் நூற்றாண்டில் வாழ்ந்த பாண்டிய மன்னன் குறிப்பாக சீவல்லபன் செல்ல விலங்காகச் செம்மறி ஆட்டுக்கிடாயை வளர்த்தும் அது அவர் பயணத்தின்போது உடன்வருகின்ற பழக்கத்திலும் இருந்திருக்கவேண்டும் என்று தெரிகிறது. அதன் விளைவே நெல்லையில் பாண்டிய மன்னன் வரும் தலபுராணக் காட்சியிலும் இது பாண்டிய மன்னனை அடையாளப்படுத்தும் ஒரு குறியீடாகக் கலைஞர்களால் படைக்கப்பட்டுள்ளது என்பதில் ஐயமில்லை.

சுவர்-M

அச்சுததேவராயர் பாண்டிய இளவரசியை மணத்தலும் பாண்டியன் முடிசூடித் திரும்பலும்

மூன்றாகப் பகுக்கப்பட்டுள்ள இச்சுவர்ப்பகுதியில் அச்சுத தேவராயர் பாண்டிய நாட்டு இளவரசியை மணப்பதும் திருவடி மன்னனிடமிருந்து மீட்ட பாண்டிய நாட்டிற்கு மீண்டும் பாண்டியனை அரசனாக முடிசூட்டுவதும், அரசர் கொடை வழங்குவதும் சித்திரிக்கப்பட்டுள்ளன.

மேல் வரிசையில் மிக்க அலங்காரமுடைய மணவறையில் பேரரசர் அச்சுததேவராயர் திண்டில் சாய்ந்த வண்ணம், நீட்டிய இடது காலின்மீது வலதுகாலினை மடித்து வைத்து அமர்ந்துள்ளார். நீண்ட தலைப்பாகையும் மார்பில் நீண்ட மாலைகளும் முழங்கையில் கங்கணமும் முன்கையில் மணிகள் பதித்த திரண்ட வளைகளும் காணப்படுகின்றன. பூவேலைப்பாடு மிக்க துண்டொன்றினைத் தோளிலிருந்து மார்பின் குறுக்காக அணிந்துள்ளார். மடித்துவைத்துள்ள வலதுகாலினையும் இடுப்பினையும் சூழ்ந்து வீர பட்டம் போன்றதொரு பட்டை காணப்படுகிறது. பூவேலைப்பாடுமிக்க இடையாடை அணிந்துள்ளார். மார்பில் முடிச்சிட்ட பூணூல் காணப்படுகிறது.

அச்சுததேவராயர் அமர்ந்திருப்பது மணமேடை என்பதை அருகிலுள்ள தூண் உணர்த்துகிறது. ஆகவே, பெரியதொரு மண்டபத்துள் மணமேடை அமைக்கப்பட்டுள்ளதையும் குலைகளுடன் கூடிய வாழை மரங்கள் மணவறையின் தூண்களில் கட்டப்பட்டிருப்பதையும் அறியமுடிகிறது. மணமேடையின் முகப்பில் முக்கோண வடிவத்துள் அழகிய கோலமிடப்பட்டுள்ளது. மணவறைமேல் குரங்கொன்று விளையாடிக் களித்து மகிழ்ச்சியினை வெளிப் படுத்துகிறது.

அச்சுததேவராயர் வீர பட்டம் போன்றதொரு பட்டையை இடுப்புடன் சேர்த்துக் காலில் கொண்டிருப்பதும் பூணூல் அணிந்திருப்பதும் திருமணத்தின்போது மணமகன் அணிந்துகொள்வதாக இருக்க வேண்டும்.

அச்சுததேவராயர் முன் நான்கு விஜயநகரத்தார் நிற்கின்றனர். முதலில் நிற்கும் தளபதி வாய்பொத்தி நின்று, ஏதோ தெரிவிக்கும் பாவனையில் வலது கரத்தினை வைத்துள்ளார். இடையிலுள்ள இருவர் உருவங்களும் உதிர்ந்து போயுள்ளன. இடை ஆடையிலிருந்து அவர்களும் தளபதிகளாக இருக்கலாமென ஊகிக்க முடிகிறது.

இறுதியில் நிற்பவர், கையில் கம்பொன்றுடன் நிற்கிறார். அவரும் இடதுகரத்தை மேலுயர்த்தி ஏதோ சொல்லும் பாவனையில் நிற்கிறார். மன்னரின் பின் வெற்றிலைச் சுருளை மன்னரிடம் தந்தவண்ணம் அடைப்பைக்காரர் நிற்கிறார். அவரது தோளில் சாமரையும் கையில் வெற்றிலைப் பெட்டியும் உள்ளன. அடுத்து நிற்பவர் பாத்திரம் போன்ற ஒன்றினை வலது கரத்தில் உயர்த்திப் பிடித்தவண்ணம் நிற்கிறார்.

அவரையடுத்து, ஓலைநாயகம் இடதுகையிலுள்ள பெரிய ஓலையில் நீண்ட எழுத்தாணிகொண்டு மணச்செய்தியை எழுதிய வண்ணம் உள்ளார். அவரது தலையில் வேறுவகையான தலைப்பாகை காணப்படுகிறது. முழுக்கையை உடைய வெண்ணிற மேற்சட்டை அணிந்துள்ளார். அழகிய இடையாடை பூவேலைப்பாடுகளுடன் காணப்படுகிறது. இடையில் எழுத்தாணி இட்டுவைக்கும் உறையினைச் செருகியுள்ளார்.

இவர்களையடுத்து விஜயநகரத் தளபதிகள் இருவர் நிற்கின்றனர். முதலில் நிற்பவர் ஏதோ சொல்லும் பாவனையில், இடதுகரத்தினை உயர்த்தியும் வலதுகரத்தைத் தொடைமீதும் வைத்தும் உள்ளார். அடுத்து நிற்பவர் வாய்புதைத்துப் பணிவுடன் நிற்கிறார். பணிவின் அடையாளமாகத் தோள் துண்டினை இடது கரத்தில் ஏந்தியுள்ளார்.

அச்சுததேவராயரின் மணவறையை ஒட்டி நிற்கின்றவர்களாக மூன்றுபேர் மேலே தனியாகத் தீட்டப்பட்டுள்ளனர். அவர்களின் முதலில் நிற்பவர் மீசையுடன் காணப்படுகிறார். தலைமுடி பின்புறம் பெரிய கொண்டையாகக் காட்டப்பட்டுள்ளது. ஏதோ ஒரு பொருளை வைத்துள்ள அவரது இடதுகரம் ஒயிலாக இடுப்பிலிருந்து அடுத்து நிற்பவரின் தலைப்பகுதியில் சுவர்ப் பூச்சு உதிர்ந்துள்ளது. வலது கரத்திலுள்ள பாத்திரத்தை வயிற்றோடு சேர்த்து இடுக்கியவண்ணம் நிற்கிறார். இவரது இடதுகரமும் ஒயிலாக வளைந்துள்ளது. அவர்களை அடுத்து நிற்பவரின் தலை மின்குழாய் அமைந்துள்ளதன் காரணமாகத் தெரியவில்லை. வலதுகரத்தில் பெட்டியொன்றைப் பிடித்துள்ள அவரது இடக்கரம் இடையில் உள்ளது.

இவர்கள் ஆணுருவிலிருந்தும் உடல்வளைவும் கரங்களின் அமைப்பும் பெண் தன்மையைக் காட்டுகின்றன. இவர்கள் திருநங்கையர் ஆவர். விஜயநகர அரண்மனையில் ஏராளமான திருநங்கையர் பணியாற்றியதையும் போருக்குச் செல்லும்போது அரசனது விருப்பத்திற்குரிய திருநங்கையர் உடன்சென்றதையும் நூனிஸ் குறித்துள்ளார்.[37]

இவர்களை அடுத்து நிற்பவர், பாண்டிய நாட்டு இளவரசியாவாள். தலையலங்கரத்துடனும் மூக்கில் புல்லாக்குடனும் கழுத்து, காது, தோள், கைகளில் நிறைந்த அணிகலன்களுடனும் பருத்த மார்புகளுடனும் காணப்படுகின்ற அவள் மணவறைக்கு அழைக்கப்படுவதை எதிர்நோக்கிக் காத்திருக்கிறாள் என உணரமுடிகிறது.

அடுத்த நடுக்காட்சியில் மிக அலங்காரமான பெரிய மண்டபத்தில் மூவர் அமர்ந்துள்ளனர். நடுநாயகமாக வீற்றிருப்பவர் பேரரசர் அச்சுததேவராயராவார். அவரது இடதுபுறத்தில் அமர்ந்திருப்பவர் சலக்கராஜு சின்னத்திருமலையாவார். அவர் கையில் சுவடியொன்று காணப்படுகிறது. அச்சுததேவராயரின் வலப்புறத்தில் அமர்ந்து அவருடன் உரையாடுகின்றவர் பாண்டியன் சீவல்லபன் ஆவார். தலையில் மகுடம் திகழ்கிறது. நீண்ட செவிகளிலும் கழுத்திலும் மார்பிலும் கைகளிலும் ஏராளமான அணிகலன்கள் காணப்படுகின்றன. அழகிய வேலைப்பாடுடைய ஆடைகளை மார்பிலும் இடையிலும் அணிந்துள்ளார். தன் இடதுகரத்தை உயர்த்தி அச்சுததேவராயரிடம் ஏதோ உரையாடும் பான்மையில் உள்ளார்.

மன்னரின் கீழ் சிற்றுருவில் சாமரம் வீசுபவன் நிற்கின்றான். அவனை அடுத்து, வணங்கிய கரங்களுடன் நிற்பவர், பாண்டியனின் அமைச்சராக இருக்கலாம். தலையிலும் உடலிலும் வெண்மையான தலைப்பாகையும் மேற்சட்டையும் அணிந்துள்ள அவர் இடையில் வேலைப்பாட்டுடன் கூடிய ஆடையை அணிந்துள்ளார். அவரையடுத்து இருவர் நிற்கின்றனர். அவர்களும் பாண்டியனது அரசவையைச் சேர்ந்த அதிகாரிகளாக இருத்தல் வேண்டும். இறுதியாக, சாமரம் வீசுவோன் தோளில் அதனைச் சாய்ந்தவண்ணம் நிற்கிறான். இவர்களுக்கு மேலாக உட்காட்சியாக ஓர் உருவம் வரையப்பட்டுள்ளது. ஆனால், பூச்சு இடைவரை உதிர்ந்துபோயுள்ளது. இருப்பினும் இடையாடையில் செருகப்பட்டுள்ள உறையைக் கொண்டு அவன் ஓலைநாயகமாக இருக்கலாம் என்ற ஊகிக்கமுடிகிறது. அச்சததேவராயர் அமர்ந்துள்ள இடத்திற்குக் கீழிருந்து அடைப்பைக்காரர் அவருக்கு வெற்றிலை மடித்துத் தந்துகொண்டுள்ளார். அவரது உருவம் மிகச் சிறியதாகச் சித்திரிக்கப்பட்டுள்ளது. சலக்கராஜு சின்னத்திருமலையின் இடதுபுறம் நிற்போரின் உருவங்கள் சிதைந்துள்ளன. அக்காட்சி பாண்டிய மன்னனுக்கு மீண்டும் நாட்டினை வழங்கி, முடிசூட்டி, உடன்படிக்கை செய்துகொள்ளும் நிகழ்ச்சியை விளக்குகிறது. அலங்கரிக்கப்பட்ட பெரியமண்டபம் முடிசூட்டு விழாவின் சிறப்பினை உணர்த்துகின்றது.

அடுத்தவரிசையில் பாண்டிய நாட்டு அரசப் பிரதி— நிதிகளுக்கு அச்சுததேவராயர் பட்டாடைகளைப் பரிசளித்துச் சிறப்பிப்பதும், பாண்டியன் சீவல்லபன் மதுரை திரும்புவதும் சித்திரிக்கப்பட்டுள்ளன.

அழகியதொரு ஆசனத்தில் கால்மீது காலிட்டு அச்சுததேவராயர் அமர்ந்துள்ளார். அவரது இடது புறம் மற்றொரு ஆசனத்தில் சலக்கராஜு சின்னத் திருமலை அமர்ந்துள்ளார். அரசர் முன்பாக நால்வர் நிற்கின்றனர்.

முதலில் நிற்பவர் தன் இருகைகளையும் ஏந்தி மன்னர் தரும் பட்டாடையைப் பெற்றுக்கொள்கிறார். அடுத்துள்ள மூவரும் மன்னரை வாழ்த்திய வண்ணம் மன்னர் செய்யும் சிறப்பைப் பெற்றுக்கொள்ள வரிசையில் பணிவுடன் நிற்கின்றனர்.

இவர்களை அடுத்து, பாண்டியன் சீவல்லபன் மதுரை திரும்பும் காட்சி தீட்டப்பட்டுள்ளது. அலங்கரிக்கப்பட்ட குதிரையின் மீது அமர்ந்துவரும் மன்னரது வலக்கரத்தில் சவுக்கு உள்ளது. மீண்டும் மன்னராகப் பட்டம் பெற்றதன் அடையாளமாகக் கொற்றக்குடை பிடிக்கப்படுகிறது. முன்னால் காளையின்மீது ஒருவர் திடுமனை முழங்கிச் செல்ல மற்றொருவர் செண்டையை இசைத்து வருகிறார். மேலே உள்ள உட்காட்சியில் இரண்டு விஜயநகர வீரர்கள் வாளினையும் கேடயத்தினையும் ஏந்தி வருகின்றனர். மற்றொரு பாண்டிய நாட்டு வீரன் வேலினைத் தோளில் சாய்த்து மன்னர் வருகையை அறிவித்தவண்ணம் வருகிறான்.

வீரர்களைப் பாராட்டிப் பட்டுச் சால்வை யைப் பரிசளிக்கும் வழக்கம் அச்சுதராயரிடம் இருந்ததை நூனிஸ் குறிப்பிடுகிறார். இங்குப் பாண்டிய நாட்டு அரசப் பிரதிநிதிகளைச் சிறப்பித்து அச்சுத தேவராயர் பரிசு வழங்குவது சித்திரிக்கப்பட்டுள்ளது. அதேபோல் மதுரை திரும்பும் பாண்டியனை விஜயநகர வீரர்கள் அழைத்துச்செல்வது பாண்டியனுக்கு அச்சுத தேவராயர் செய்யும் அரச மரியாதையினைச் சுட்டுகிறது.

சுவர்-N

சுவர்ப் பரப்பு நீண்ட மூன்று வரிசைகளாகப் பகுக்கப்பட்டு விசய நகரப் பேரரசரும் தளபதிகளும் படையினரும் ஆலோசிப்பதும் விஜயநகரம் திரும்புவதும் சித்திரிக்கப்பட்டுள்ளன.

முதல் வரிசை ▶

பிரதிநிதிகளுடன் மன்னர்
ஆலோசனையையும் புறப்பாடும்
வலமிருந்து இடமாகச்
சித்திரிக்கப்பட்டுள்ளன.

மேல்வரிசையில் அலங்காரமான பெரியதொரு மண்டபத்தில் திண்டில் சாய்ந்து, கால்மீது காலிட்டு, வலது முழங்காலில் கையினை வைத்து அச்சுத தேவராயர் கம்பீரமாக அமர்ந்துள்ளார். கீழே அமர்ந்து, அவரது காலினை ஒருவன் பிடித்து விட்டுக்கொண்டுள்ளான். அவரை அடுத்து சலக்கராஜு சின்னத் திருமலையும் மற்றொரு தளபதியும் ஆசனத்தில் சம்மணமிட்டு அமர்ந்து அரசரிடம் ஏதோ உரைக்கும் பான்மையில் அமர்ந்துள்ளனர். மன்னரின் ஆசனத்தருகில் அடைப்பைக்காரன் நிற்கிறான்.

மன்னரின் முன் ஓலைநாயகம் நின்று ஓலையொன்றை மன்னருக்கு வாசித்துக் காட்டுகிறார். மூன்று தளபதிகளும் நான்கு அரசப்பிரதிநிதிகளும் அரசரை வணங்கிய வண்ணமும் வாய்புதைத்த வண்ணமும் பணிவுடன் நிற்கின்றனர். இரு தளபதிகள் மரியாதை நிமித்தம் தோள் துண்டினைக் கைகளில் தாங்கியுள்ளனர்.

மூவரில் முதலில் நிற்பவர் சிவப்பு வண்ண மேற்சட்டையும் அடுத்தவர் வெள்ளை நிறச்சட்டையும் மூன்றாமவர் பூ வேலைப் பாடு மிகுந்த பச்சைவண்ண ஆடையும் அணிந்துள்ளனர்.

இவ்வரிசையினரை அடுத்து இடது பக்கத்தில் பூவேலைப்பாடு நிறைந்த பச்சைவண்ண மேற்சட்டை அணிந்த தளபதி அலங்கரிக்கப்பட்ட குதிரைமீது அமர்ந்து செல்கிறார். அவருக்குக் கொற்றக்குடை பிடிக்கப்படுகிறது. குதிரையின் முன்னால் சாமரையைத் தோளிட்டு ஒருவன் செல்கிறான். வலதுகையில் குதிரைச்

சவுக்கை வைத்துள்ள மற்றொருவன் குதிரையின் முகத்தருகில் கடிவாளம் பற்றி வழிநடத்திச் செல்கிறான். அவனுக்கு முன்பாக வாளும் கேடயமும் ஏந்திய ஒரு வீரனும் மற்றொரு கரியநிற வீரனும் செல்கின்றனர். இன்னும் பலர் தொடர்ந்து உடன் வருவது பூந்தலைக் குந்தங்களைக் காட்டியிருப்பதிலிருந்து உணரமுடிகிறது.

மன்னருக்கு வாசிக்கப்படும் ஓலை விசயநகரத்திலிருந்து வந்ததாகலாம். அங்குள்ள நிலவரத்தை உணர்த்தும் அம்மடலைக் கண்டதும் முன்னர் ஒரு தளபதியை விஜயநகரம் நோக்கி அனுப்பிவைப்பதை இக்காட்சி உணர்த்துகிறது. யானை, குதிரை முதலிய படைகளுடன் பின்னர் அனைவரும் திரும்பும் கால நீட்சியைக் கருத்தில் கொண்டு இங்கு ஒரு தளபதியை விரைந்து செல்ல மன்னர் பணித்துள்ளதாகக் கருதுவதில் பிழையில்லை.

இரண்டாம் வரிசை ▶

(நடுவரிசையில்) மன்னர் அரசப்பிரதிநிதிகளுடன் ஆலோசித்தலும் வீரர்கள் புடைசூழப் பல்லக்கில் விஜயநகரம் திரும்பலும் சித்திரிக்கப்பட்டுள்ளன.

அழகிய மண்டபத்தில் திண்டில் சாய்ந்தவண்ணம் அச்சுதராயர் அமர்ந்துள்ளார். அவர்பின்னால் அடைப்பைக்காரனும் தளபதி ஒருவரும் மூன்றுவீரர்களும் பணிவுடன் நின்றுள்ளனர். மன்னரின் முன்னால் சம்மணமிட்டு அமர்ந்துள்ளவர் மன்னருக்கு ஏதோ ஆலோசனை கூறுகிறார். சிறுதொப்பையுடன் இளம்மஞ் சள்வண்ண ஆடை அணிந்துள்ள அவர் அமைச்சர் போன்ற ஒருவராகலாம். அவரை அடுத்து மூன்று தளபதிகள் நிற்கின்றனர். முதலிலுள்ள இருவர் அரசரிடம் ஏதோ கூறுகின்றனர். இறுதியிலுள்ள ஒருவர் வாய்புதைத்துப் பணிவுடன் நிற்கிறார்.

மண்டபத்தின் வெளியே நிற்கும் ஓலைநாயகம் ஏதோ ஒரு செய்தியை ஓலையில் எழுத்தாணி கொண்டு எழுதுகிறார். அவரை அடுத்து நிற்பவர் கையில், கரிய நிறமான ஏதோ ஒரு பொருள் செவ்வக வடிவில் உள்ளது. அவர் அதனைக் காட்டிய வண்ணம் உள்ளார். அது, ஓலை எழுதும் எழுத்தாணியைக் கூர்தீட்டும் கல்போல் ஒன்றாக இருக்கலாம்.

இதனை அடுத்து பல்லக்கில் அரசர் செல்லும் காட்சி சித்திரிக்கப் பட்டுள்ளது. அழகிய பல்லக்கில் திண்டில் சாய்ந்து மன்னர் அமர்ந்துள்ளார். பல்லக்கினைப் பின்னால் இருவரும் முன்னால் இருவரும் இருந்து நால்வர் சுமந்து செல்கின்றனர். பல்லக்கை வழிநடத்தும் தலைவன் அவர்களைப் பின்னால் திரும்பிப் பார்த்தவண்ணம் வழிநடத்திச் செல்கிறான். அவன் தோள்மாற்றிச் சுமந்து செல்பவனாகவும் இருத்தல் வேண்டும். கழுத்தில் மாலை அணிந்துள்ளான். பல்லக்கின்பின் அடைப்பைக்காரனும் பல்லக்குத் தூக்கிகளுக்குப்பின் தோள்மாற்றிச் சுமக்கும் ஒருவனும் செல்கின்றனர். ஈட்டி தாங்கிய வீரர்கள் நால்வர் உடன் வருகின்றனர். பல்லக்கின்முன் கேடயமும் வாளும் ஏந்திய இருவீரர்களும் அவர்கள்பின் சாமரை வீசுகின்ற ஒருவனும் செல்ல, ஐந்து வில் வீரர்கள் இடதுகையில் வில்லும் வலதுகையில் அம்பும் தாங்கிச்செல்கின்றனர்.

மூன்றாம் வரிசை

படைகள் விஜயநகரத்திற்குத்
திரும்பும் காட்சி இடமிருந்து வலமாகச்
சித்திரிக்கப்பட்டுள்ளது.

முதலில் போர்ப்படை இசைக்குழுவினர் படை இசையை இசைத்த வண்ணம் செல்லுகின்றனர். அலங்கரிக்கப்பட்ட காளையின் மீது அமர்ந்து ஒருவன் நகராவை முழக்கி செல்கிறான். அவன்பின்னர் மற்றொருவர் பிரம்ம தாளம் கொட்டிவர அடுத்து இருவர் திமிலைகளை இசைக்கின்றனர். மேற்பகுதியில் காட்டப்பட்டுள்ளோரில் முதலில் ஒருவன் சிறு தவிலை வாசித்துச் செல்கிறான். பின்வரும் இருவரின் முதலாமவர் இடதுகையில் பற்றிய சேகண்டியை வலதுகையில் உள்ள கோலால் அடித்து இசைக்கிறார். அடுத்தவர் கழுத்திலிட்டு முன்புறமாகத் தொங்கவிடப்பட்டுள்ள சிறு திடுமனை அடித்துச் செல்கிறார். பின்வரும் இருவர் நீண்ட தாரை ஊதுகின்றனர். மற்றுமொருவர் இலைத்தாளம் வாசிக்கிறார். அவரை அடுத்துத் தளபதியொருவர் வெண்ணிறக் குதிரைமீது வலதுகையில் வாளினை ஓங்கிய வண்ணம் செல்கிறார். அவருக்குக் கொற்றக்குடை பிடிக்கப்படுகிறது. குதிரையின் முன் தோளில் பூவேலைப்பாடு மிக்க துண்டொன்றை அணிந்து பணியாளன் செல்கிறான். குதிரைக்குப் பின்னால் சாமரையுடன் ஒருவர் செல்கிறார். அவரது முடி தலைமீது முடிச்சாக இடப்பட்டுள்ளது. தோளில் சாமரையைச் சாய்த்துள்ள அவரது இடக்கரத்தில் வெற்றிலையும் இடுப்பில் வெற்றிலைப் பையும் உள்ளன. மார்பில் பூணூல் உள்ளது. அவருக்கு மேலாக பாத்திரம் போன்ற ஒன்றினையும் சாமரையை ஏந்தி

இருவர் செல்கின்றனர். இருவரும் அணிகலன் இல்லாத நீண்ட காதுகளுடன் காணப்படுகின்றனர். அடுத்துவரும் கரிய குதிரையின்மீது தளபதியொருவர் வருகிறார். இருகால்களையும் உயர்த்திப் பாயும் அலங்காரமான குதிரையை இரு வீரர்கள் பற்றிக் கட்டுப்படுத்தி நடத்திச் செல்லுகின்றனர். தளபதிக்குக் கொற்றக்குடை பிடிக்கப்படுகிறது.

அவர்பின்னர் அலங்காரமிக்க குதிரையின்மீது தளபதி ஒருவர் வாளை வலது தோளில் சாய்ந்த வண்ணம் கொற்றக்குடை பிடிக்கப்படச் செல்கிறார். அவரையடுத்து மற்றொருவர் வலதுகையினை உயர்த்திக்காட்டிய வண்ணம் செல்கிறார். அவரைத் தொடர்ந்து இரண்டு வீரர்கள் ஈட்டியுடன் செல்லுகின்றனர். அடுத்துவரும் யானைமீது அங்குசத்தை ஏந்திய வண்ணம் ஒருவர் அமர்ந்திருக்க நடுவில் ஒருவர் சாமரையுடன் அமர்ந்துள்ளார். இறுதியில், யானையுடன் சேர்த்துக் கட்டிய கயிற்றை இடுப்போடு கட்டிச் சரிந்து விழாமல் அமர்ந்துள்ளவன், தன் இடதுதோளில் கொடியொன்றைச் சாய்த்தவண்ணம் அமர்ந்துள்ளான். யானையின்பின் வீரர் இருவர் வருகின்றனர். ஒருவர் ஈட்டியினைப் பற்றியுள்ளார். மற்றொருவர் கரத்திலுள்ள ஈட்டியால் யானையின் காலில் குத்தி, விரைந்து செல்லத் தூண்டுகிறார்.

245

சுவர்-0

சுவர்ப் பகுதி மூன்று கட்டங்களாகப் பகுக்கப்பட்டு உருவங்கள் வரையப்பட்டுள்ளன.

மேல்கட்டடத்தில் இரண்டு வீரர்கள் வாள்களைக் கைகளில் தாங்கி நிற்கின்றனர்.

நடுக்கட்டடத்தில ஒரு வீரன் வலதுகை வாளினை இடது தோள்பக்கம் உயர்த்திய வண்ணம் நிற்கின்றார்.

கீழ்க் கட்டடத்தில் இரண்டு ஈட்டி வீரர்கள் செல்கின்றனர்.

இச்சுவர்ப்பகுதி உருவங்கள் சுவர் N பகுதிக் காட்சியுடன் இணைந்ததாகும். முதலில் உள்ள இரண்டு வீரர்களும், அடுத்துள்ள ஒரு வீரனும் பேரரசர் ஆலோசனை செய்யும் காட்சியில் உள்ளோர் ஆவர். மூன்றாவது கட்டடத்தில் உள்ள இருவீரர்கள், விஜயநகரப் படையில் இறுதியாகச் செல்லும் யானையின் பின் செல்வோராவர்.

சுவர்-P

சுவர்ப்பரப்பில், விஜயநகரப் படையினர் புறப்பட்டு, விஜயநகரம் திரும்பும் நிகழ்ச்சிகள் எட்டுக் கட்டங்களில் சித்திரிக்கப்பட்டுள்ளன. நடுவில் உள்ள தூணின் மேற்பகுதியில் விநாயகர் உருவமும் நடுப்பகுதியில் நாட்டுப்புற ஆடற்கலை உருவமும் தீட்டப்பட்டுள்ளன.

சுவர்ப்பரப்பின் மேற்கட்டங்களில் ஆசனத்தில் அமர்ந்து திண்டில் சாய்ந்துள்ள அரசரிடம் ஒருவர் பணிவுடன் ஆலோசனை கூறுகிறார். அரசரின் பின்னால் அடைப்பைக்காரர் இடதுகரத்தில் வெற்றிலையோடும் வலதுகரத்தில் மடிக்கப்பட்ட வெற்றிலைச் சுருளோடும் நின்றுகொண்டுள்ளார். இரண்டாம் கட்டத்தில் இருவர் இருவகையான பாத்திரங்களை உயர்த்திப் பிடித்துள்ளனர். ஒன்று ஆலத்தியாகவும் ஒன்று உமிழ்நீர் துப்பும் பாத்திரமாகவும் இருத்தல்வேண்டும். இருவரும் நிறைய அணிகலன்களையும் இடையில் வேலைப்பாடு மிகுந்த ஆடையினையும் அணிந்துள்ளனர்.

அடுத்த வரிசையில் இரண்டு கட்டங்களிலும் தளபதிகள் தம்முள் ஆலோசனை செய்யும் காட்சிகள் இடம்பெற்றுள்ளன.

முதற்கட்டத்தில், இரண்டு தளபதிகள் இடதுகரங்களை உயர்த்திய வண்ணம் தம்முள் உரையாடுகின்றனர். அவர்களுக்கு வெற்றிலை தரும் அடைப்பைக்காரர் சிற்றுருவில் காட்டப்பட்டுள்ளார்.

அருகில் மற்றொருவர் வாய்புதைத்து நின்றவண்ணம், தளபதிகளின் உரையாடலைக் கூர்ந்து கேட்கிறார்.

அடுத்த கட்டத்தில் (3) அமர்ந்துள்ள தளபதியிடம் மற்றொரு தளபதி வாய்புதைத்து நின்று, அவரிடும் கட்டளையைக் கேட்கிறார்.

அடுத்த வரிசையில் முதற்கட்டத்தில் யானை ஒன்று பின்காலை மடித்து உடலினைக் கீழே தாழ்த்தி நிற்கிறது. கையில் அங்குசத்துடன் தளபதியொருவர் யானையின் கால்மீது தன் காலினை வைத்து யானை மீதேறுகின்றார். மற்றொரு கட்டத்தில் (6) தளபதியொருவர் வாளினை ஓங்கிய வண்ணம் குதிரைமீது செல்கிறார்.

அடுத்த வரிசையில் இருவர் சுமந்து செல்லும் பல்லக்கில் திண்டில் சாய்ந்த வண்ணம் ஒருவர் பயணம் செய்கிறார். அடுத்த கட்டத்தில் (8) தளபதி ஒருவர் நின்று வலது கரத்தை உயர்த்தி ஏதோ கூறுகிறார். அவருக்கு வெற்றிலை மடித்துக் கொடுத்த வண்ணம் அருகில் அடைப்பைக்காரர் நிற்கின்றார்.

முதல்வரிசை, அரசரிடம் விஜயநகரம் திரும்பவேண்டிய தேவை உணர்த்தப் படுவதாகவும் அடுத்து, அம்முடிவு குறித்துத் தளபதிகள் ஆலோசிப்பதும் சலக்கராஜு திருமலையிடம் தெரிவிக்கப்படுவதும் மூன்று, நான்காம் வரிசை களில் யானை, குதிரை, பல்லக்குகளில் தளபதிகளும் அரசரும் திரும்புவதும் சித்திரிக்கப்பட்டு நீண்ட பல நிகழ்ச்சிகள் இங்குச் சுருங்கிய வடிவில் உணர்த்தப்பட்டுள்ளன.

ஏனைய சுவர்களில் சுவரிலேயே அமைந்திருந்த மரத்தூண்களில் பூச்சுச் பூசப்பட்டு ஓவியம் தீட்டியதால் அவை மரப்பகுதியில் பிடிமானமற்று உதிர்ந்துள்ளன. ஆனால் இங்குள்ள மரத்தூண் எட்டுப்பட்டைகளைக் கொண்டு மூன்று பட்டைகள் முன்துருத்தி நிற்பதால் அதன் மீது பூச்சிட்டு ஓவியம் தீட்டப்படவில்லை. மாறாக, பூச்சின்றி மரத்தின்மீது நேரடியாக உருவங்களும் பூவேலைப்பாடுகளும் தீட்டப்பட்டுள்ளதால் அவை பழுதின்றிக் காணப்படுகின்றன.

குறிப்புகள்

1. குடவாயில் பாலசுப்பிரமணியன், தஞ்சாவூர் நாயக்கர் வரலாறு, ப.37.

2. சா.தேவதாஸ், (மொ.ஆ), விஜயநகரப் பேரரசு, ப.73.

3. மேலது, ப.76.

4. மேலது, ப.78.

5. மேலது, ப.84.

6. குடவாயில் பாலசுப்பிரமணியன், தஞ்சாவூர் நாயக்கர் வரலாறு, ப.46.

7. மேலது, ப.45.

8. மேலது, பக்.35—38.

9. மேலது, பக்.42—43.

10. A.Krishnaswami, The Tamil Country under Vijayanagar, p.206.

11. அ.கா.பெருமாள், தென்குமரியின் கதை, ப.60.

12. ....History of Tiruvithangore, p.1.

13. A.Krishna swami, The Tamil Country under Vijayanagar, pp.207- 208.

14. மேலது, ப.205.

15. ஆரல்வாய்மொழி—இவ்வூர் தோவாளை வட்டத்தில் நாகர் கோவில்—திருநெல்வேலி சாலையில் மேற்குத்தொடர்ச்சி அடிவாரத்தில் திருநெல்வேலியிலிருந்து நாகர்கோவில் நுழையும் இடத்தில் அமையப்பெற்றுள்ளது. மக்கள் வழக்கில் ‘ஆராம்பொழி’ என அழைக்கப்படுகிறது. மலையாளத்தில் ‘அருவாமொழி’ எனவும் அழைக்கப்படுகிறது. நாஞ்சில் நாட்டுக்கும் பாண்டி நாட்டுக்கும் இடையிலான எல்லையாக இவ்வூர் இருந்துள்ளது. குமரி மாவட்டப் பகுதியில் மீது பாண்டியர், சோழர், விசயநகரர் மற்றும் நாயக்கர் படையெடுப்புகள் ஆரல்வாய்மொழிக் கணவாய் வழியாக வந்தே நடைபெற்றுள்ளது. .....கி.பி.17ஆம் நூற்றாண்டு கல்வெட்டுகள் இவ்வூரை ‘ஆரல்வாய்மொழி’ என்றும் கி.பி.19 ஆம் நூற்றாண்டு கல்வெட்டுகள் இவ்வூரை ‘ஆரை’ என்றும் குறிப்பிடுகின்றன.

தே.கோபாலன், கன்னியாகுமரி மாவட்டத் தொல்லியல் கையேடு, பக்.40—41.

16. A.Krishnaswami, The Tamil Country under Vijayanagar, p.208- 211.

17. குடவாயில் பாலசுப்பிரமணியன், தஞ்சாவூர் நாயக்கர் வரலாறு, ப.40,46..

18. மேற்படி, ப.211.

19. மேற்படி, ப.212.

20. அச்சுதராயாப்யுதம், சமஸ்கிருத நூல், பல பக்கங்கள்.

21. படைகள் செல்லும்போது போர் இசையைக் கலைஞர்கள் வாசித்துச் செல்லும் வழக்கம் இருந்துள்ளது. அப்போது இசைக்கப்படும் கருவிகளாக குழல், சங்கு, தாளம், நமரி, கைத்தாள், தப்பு, இடக்கை, வில்சின்னம், வீராணம், மத்தளம், தொண்டிய மேளம், திடுமன் முதலியனவற்றை நாட்டுப்புறக் கதைப்பாடல்கள் சுட்டுகின்றன.

(ஐவர் ராசாக்கள் கதை, அடிகள், 100—112, 132).

விஜயநகர மன்னர் பவனி செல்லும்போது எக்காளங்களையும் முரசுகளையும் முழக்கிக் கொண்டு செல்லும் வழக்கம் இருந்தது. (விஜயநகரப் பேரரசு, ப.77)

போர் தொடங்குவதற்கு முன் பாசறையில் இசைக்கருவிகள் எவ்வாறு முழக்கப்பட்டன என்பதை நூனிஸ், காலைப்பொழுது புலர்ந்து கொண்டிருந்ததைக் கண்ட, மன்னர் முகாமிருந்த முரசுகளும் எக்காளங்களும் இதர இசைக்கருவிகளும் ஒலியெழுப்பத் தொடங்கின. வீரர்களும் ஒலியெழுப்பினர்; வானமே இடிந்து விழும் போலிருந்தது; அப்புறம் குதிரைகளின் கனைப்பும் யானைகளின் பிளிறலும் எழுந்தன. இச்சப்தங்களைக் கேட்டவரிடத்தே உண்டான பயமும் பீதியும் கண்டு, சப்தங்களை எழுப்பியவர்களே கலவரப்படும்படியிருந்தது என்பதை நம்ப இயலாது போகலாம். எதிரிகளும் தம் பங்கிற்கு எழுப்பிய இரைச்சல் குறைவானதில்லை

— விஜயநகரப் பேரரசு, ப.46.

22. ச.டெக்லா, முத்துக்குளித்துறையில் போர்ச்சுக்கீசியர், ப.19.

23. மேலது, ப.21.

24. மேலது, ப.42.

25. மேலது, ப.44.

26. S.Jeyaseela Stephan, Portuguese in the Tamil Coast, p.69.

27. மே. நூ., ப.45.

28. குதிரைகளின் அலங்காரம் குறித்த வருணனைகள் நாட்டுப்புறக் கதைப் பாடல்களில் விரிவாக இடம் பெற்றுள்ளன.

கல்லணை வைக்கச் சொல்லுவராராம்

சொன்ன பொழுதந்தச் சரணியும்

கொதுக்கப் பரிதன்னை அலங்கரித்தார்

மின்னை யொத்த ஆசனமிட்டான்

மிகத் துட்டக் கடிவாளங் கட்டி

பச்சை நித்திலம் அல்ல வைத்தான்

பதித்த முத்தில் கல்லணை பதித்தான்

கச்சையொத்த வார் இறுக்கிக் கட்டி

கால் படியும் தாழ் வைத்தான்

வெள்ளியாலே சூத்திரமான

விளக்கிய வன் முகரை யிட்டான்

உள்ளிய செம்பூண் தண்டையாம்

மாணிக்க முத்தினால் பைக்கு உரையும்

மரகதத்தால் சுவடுகளாம்

ஆணிப் பொன் நுரையிலையாம்

நுரையிலையால் தூக்குகளாம்

சதங்கை தண்டை தப்பிணி வார்

இலங்க மாண்டிலந்தான்

நாலு காலுக்குங் சிலம்பணிந்து

நடுகாலுக் குஞ்சல்லி கட்டி

தட்டுப் புனுகு சந்தனம் கொண்டு

கெட்டிக் குதிரை முகத்திலிட்டான்

வட்ட மிட்டோடி வலக்காலை

வடதிசையை நோக்கிடுமாம்

எட்டு திக்கிலும் யானை யஞ்சும்

எட்டடி எட்டி மிதித்திடுமாம்

கோல வண்ணப் புரவிதனை

குறையறவே அலங்கரித்து

—நா.வானமாமலை (பதி.ஆ), ஐவர் ராசாக்கள் கதை, அடிகள்: 942—970.

29. விஜயநகரப் படையில் ஏராளமான இசுலாமியர்களும் படை வீரர்களாகப் பணியாற்றியுள்ளனர்.

கி.பி.1564 இல் நிகழ்ந்த தலைக்கோட்டைப் போரில் விஜயநகரம் வீழ்ந்ததற்கு விஜயநகரப் படையைச் சார்ந்த முஸ்லீம் படைத்தலைவர் இருவர் செய்த துரோகச் செயலும் காரணம் என்பர்.

—அ .கி. பரந்தாமனார், மதுரை நாயக்கர் வரலாறு, ப.56.

நாயக்கர் மன்னர்களிடமும் இசுலாமியர் படைவீரர்களாகப் பணியாற்றினர். இவர்களைத் துலுக்கர், ராகுத்தர் (ராவுத்தர்) என நாட்டுப்புறக் கதைப்பாடல்கள் அழைக்கின்றன.

—நா.வானமாமலை, ஐவர் ராசாக்கள் கதை, அடி.1152.

வேணாட்டின் மீது திருமலை நாயக்கர் நிகழ்த்திய படையெடுப்பின்போது திருவடி அரசர் உண்ணி கேரள வர்மனின் தளபதி இரவிக்குட்டிப் பிள்ளை இராவுத்தப் படைவீரர்களால் கொல்லப்பட்டார். இதனை,

மிக்கமான போர்க்களத்தில் விண்ணவரெல் லாருங்காண

வேகத்துடன் ஆடற்பரி மீதில் வாற பேரைக் குத்தப்

பக்கத்தில் குதிரைவிட்டுப் பட்டாணித் துரையை வெட்டப்

பற்றியே ராவுத்தன்மார்கள் சுற்றியே வளைத்துக் கொண்டார். (பா.எ.265)

என்று நாட்டுப்புறக் கதைப்பாடல் பாடுகின்றது.

வேணாட்டுப் படையிலும் இசுலாமியர் பங்கேற்றதைக் கதைப்பாடல் குறிப்பிடுகிறது. (பா.எ.214)

— எஸ்.வையாபுரிப்பிள்ளை, (பதி,ஆ) இரவிக்குட்டிப் பிள்ளை போர், சிற்றிலக்கியத் திரட்டு, தொகுதி—2.

திருநெல்வேலி நாங்குனேரி வட்டம் விஜய நாராயணத்திலுள்ள விஜயரங்க சொக்கநாத நாயக்கர் காலக் கல்வெட்டில் மிருகான், இப்ராகிம்கான், தாவூத்கான் ஆகிய இசுலாமியப் படைத் தலைவர்களின் பெயர்கள் குறிப்பிடப் பட்டுள்ளன.

— திருநெல்வேலி மாவட்டக் கல்வெட்டுகள், (முதல் தொகுதி, ப.289)

30. இக்காலப் பகுதியில் நடைபெற்ற போர்களில் பயன்படுத்தப்பட்ட ஆயுதங்கள் குறித்த விரிவான தகவல்கள் நாட்டுப்புறக் கதைப்பாடல்களில் இடம்பெற்றுள்ளன.

வல்லயம், குத்தீட்டி, கட்டாரி, வாள், வில், வேல்.

(இரவிக்குட்டிப் பிள்ளை போர், பா.எ.189—193)

பரிசை, குந்தம் மற்றும் வாணம், அம்பு வெடி, பீரங்கி வெடி, பார்வளையம், சுரிசை, வளைதடி, நூலப்பரிசை.

(ஐவர் ராசாக்கள் கதை, பல பக்கங்கள்)

குண்டுபரிசை, குத்தும் பரி, கொந்தளவில், தண்டுமீட்டி, மாத்தாரிவில், கேடயம், பட்டையம், பலகை, பார வளையம், வழுதடி, சுரிகை, முட்டி, கட்டாரி, இரும்புத் தடி, தோல், மர உலக்கை.

(கன்னடியன் போர், அடிகள்.939—946)

31. மேலது, பக்.24, 25.

32. S.Jeyaseela Stephan, Portuguese in the Tamil Coast, p.69.

33. மேநூ., பக்.36—37.

34. கே.ஏ.நீலகண்டசாஸ்திரி, தென்னிந்திய வரலாறு, (இரண்டாம் பகுதி) ப.212)

35. மேலது, பக்.45—46.

36. திருக்குறுங்குடியில் உள்ள அழகிய நம்பிராயர் கோவிலுள்ள ஒரு சிற்பம் குதிரை வணிகத்தை எடுத்துச் சொல்கிறது. மரங்களால் ஆன அகன்ற ஒற்றைப் பாய்மரம் கொண்ட ஒரு கப்பலில், கப்பல் மேலதிகாரி ஒருவர் காணப்படுகிறார். அவர் முன்னால் இரண்டு குதிரைகள், ஒட்டகம் ஒன்று, யானை ஒன்று ஆகியவை மற்ற பொருட்களோடு இறங்குவதைப் போன்று காணப்படுகின்றன. இக்கப்பலில் காணப்படுகின்ற மனிதர்கள் முழுக்கை சட்டை அணிந்தவர்களாயும், மடிப்புள்ள வேஷ்டி அணிந்தவர்களாயும் காணப்படுகின்றனர். ஜீன் டெலோச்சி இச்சிற்பத்தைப் பற்றிப் பின்வருமாறு விளக்குகிறார். இம்மனிதர்கள் அணிந்திருந்த

ஆடை, இவர்கள் கரங்களில் துப்பாக்கி இல்லாததும் இக்கப்பலில் போர் வீரர்கள் இல்லாததும் பின்வரும் கருத்துகளை நம்முன் வைக்கின்றன. இக்கப்பல்கள் பதினைந்தாம் நூற்றாண்டு அல்லது பதினாறாம் நூற்றாண்டின் தொடக்க காலத்தைச் சார்ந்ததாக இருக்கவேண்டும். இக்கப்பல் 'சகுனா' வகையைச் சார்ந்ததெனினும் இத்தகைய கப்பல்கள் சிவப்புக் கடல் மற்றும் ஏடன் வளைகுடாவிலும் காணப்பட்டன. (மேலது, ப.47)

37. சா.தேவதாஸ் (மொ.ஆ), விஜயநகரப் பேரரசு, பக்.38, 42, 76.

38. மேலது, ப.82.

சுவரோவிய உயரம் : 78" அங்குலம்

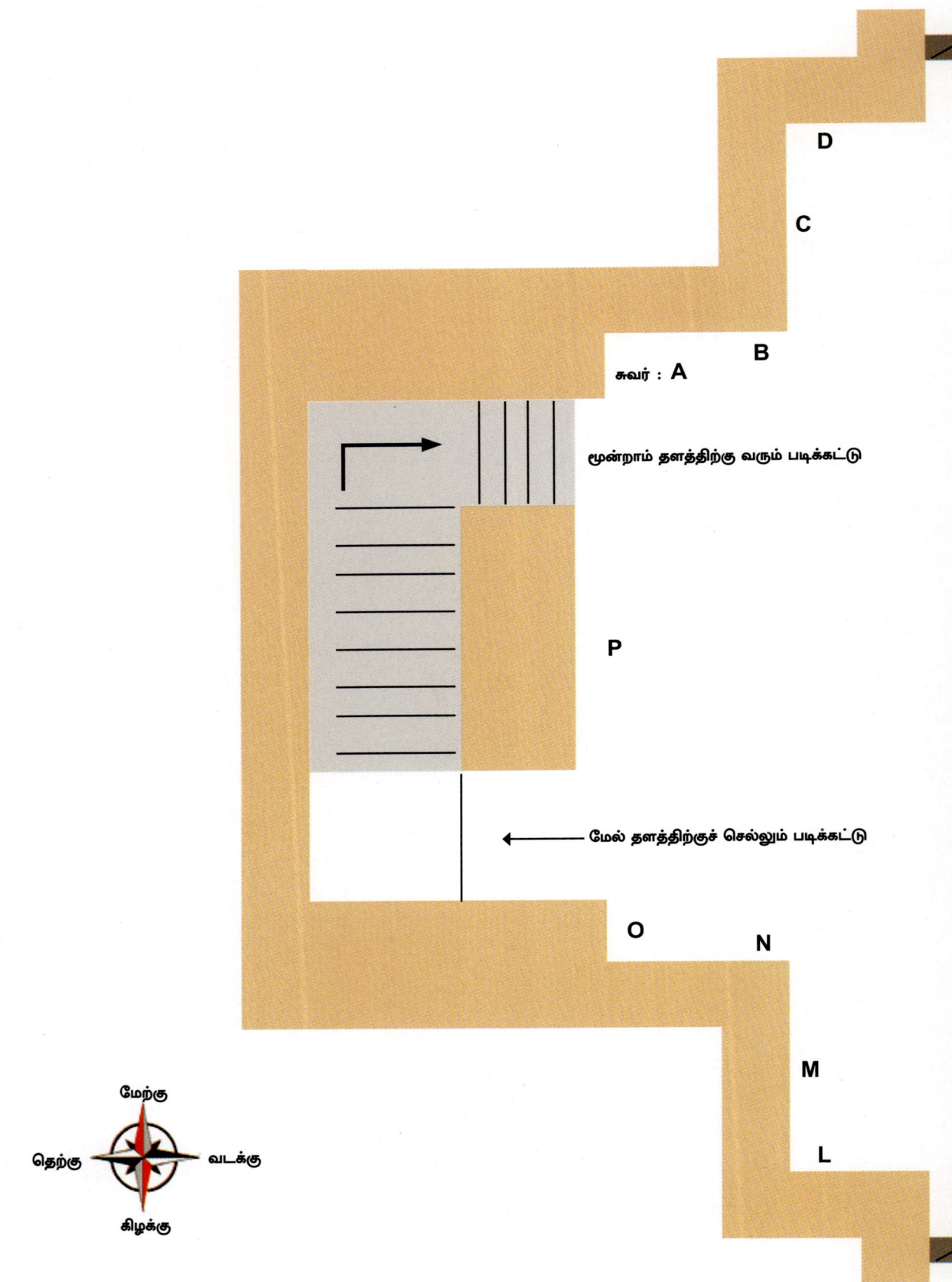

முகச்
சாலை

மூன்றாம் தளம்

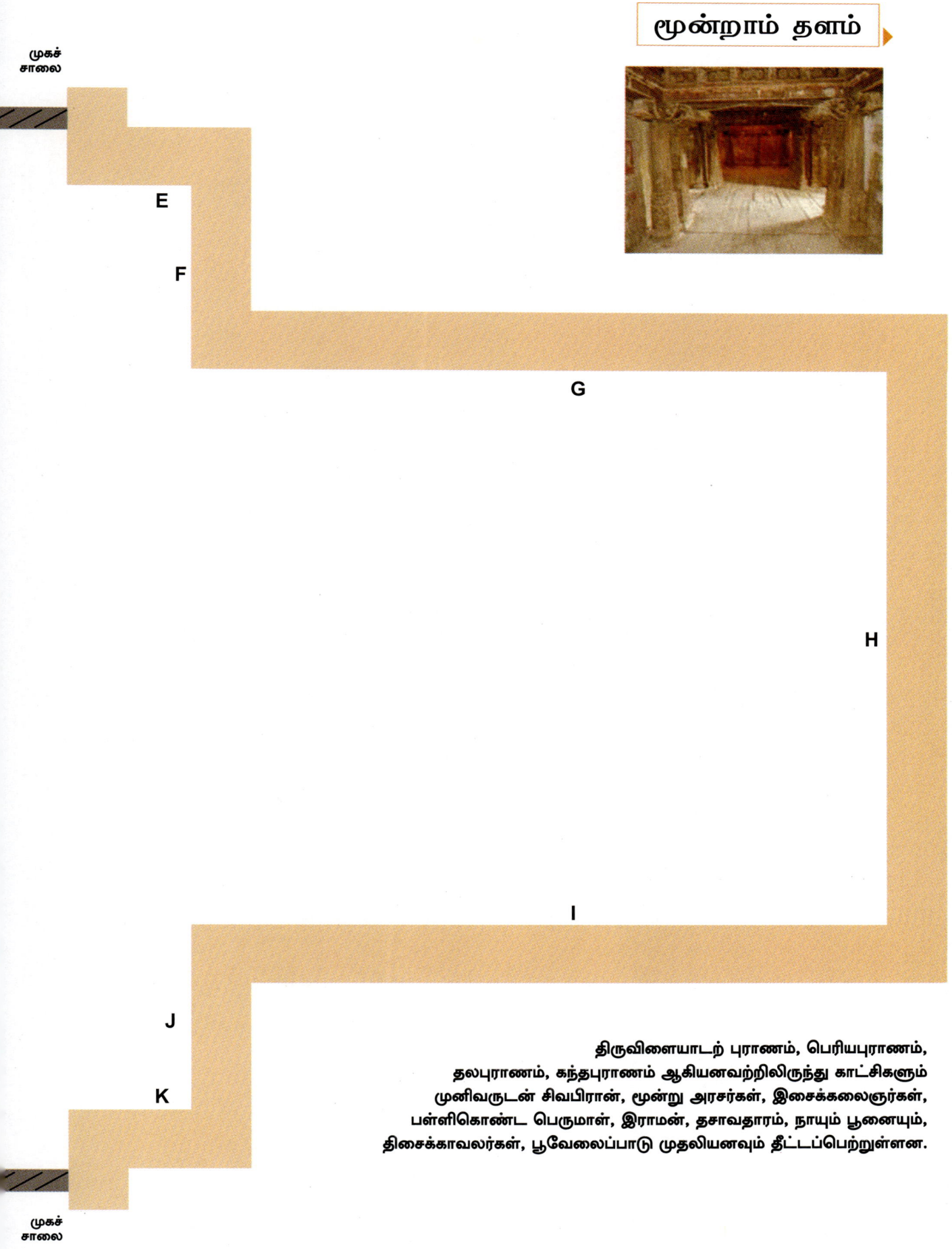

E

F

G

H

I

J

K

திருவிளையாடற் புராணம், பெரியபுராணம்,
தலபுராணம், கந்தபுராணம் ஆகியனவற்றிலிருந்து காட்சிகளும்
முனிவருடன் சிவபிரான், மூன்று அரசர்கள், இசைக்கலைஞர்கள்,
பள்ளிகொண்ட பெருமாள், இராமன், தசாவதாரம், நாயும் பூனையும்,
திசைக்காவலர்கள், பூவேலைப்பாடு முதலியனவும் தீட்டப்பெற்றுள்ளன.

முகச்
சாலை

 சுவர்-A

சுவர்ப்பரப்பில் இரண்டு அலங்காரப் பூவேலைப்பாடுகள் செய்யப்பெற்றுள்ளன.

சுவர்-B

சுவர்ப்பரப்பு நான்கு வரிசைகளாகப் பகுக்கப்பட்டு, திருவிளையாடற் புராணக் கதை நிகழ்ச்சிகள், வரையப்பெற்றுள்ளன.

260

முதல் வரிசை ▶

திருவிளையாடற் புராணத்திலிருந்து
ஏழுகடல் அழைத்தது, மலையத்துவனை
அழைத்தது, உக்கிரபாண்டியன் திருவவதாரம்,
உக்கிரபாண்டியனுக்கு வேல்வளை கொடுத்தது
ஆகிய நான்கு படல நிகழ்ச்சிகள்
இடமிருந்து வலமாகத் தீட்டப்பட்டுள்ளன.

தன் மாமியார் காஞ்சனமாலையின் கடலாடும் விருப்பத்தினை நிறைவேற்ற இறைவன் ஏழுகடல்களை அழைத்தார்.

ஏழுகடல்களும் ஏழுவண்ணங்களில் பொய்கையில் நிரம்பி, அதன் வெண்மை வண்ணத்துடன் எட்டாகக் காட்சியளித்த நிகழ்ச்சிக்கேற்ப, எட்டு வண்ணங்கள் வரிசையாகக் காட்டப்பெற்றுள்ளன. அவற்றுள் மீன்களும் நீர்ப்பூக்களும் காணப்படுகின்றன. பொய்கையின் கரைகளில் நான்கு அழகிய மரங்கள் நிற்கின்றன. இடது புறம் முதலில் சிவனும் தடாதகைப் பிராட்டியும் ஒரே ஆடையைச் சுற்றிக்கொண்டு நீராடுகின்றனர்.

ஏழுகடல் அழைத்த படலம்

சிவபெருமானின் மாமியாகிய காஞ்சனமாலைக்குக் கடல் நீராடுவதன் பெருமையைக் கௌதம முனிவர் விளக்கிக்கூறினார். கடலாட வேண்டும் என்ற தன் அவாவினைத் தன் மகள் தடாதகைப் பிராட்டியிடம் காஞ்சனமாலை வெளிப்படுத்தினாள். தன் தாயின் ஆவலினைத் தன் கணவராகிய சிவபெருமானிடம் தடாதகை எடுத்துரைத்தாள். அதனைக் கேட்ட சிவபிரான் ஒரு கடலுக்குப் பதிலாக ஏழு கடல்களையும் அழைத்தார். அவ்வேழு கடல்களும் மதுரைக்குக் கீழ்த்திசையிலிருந்த பொய்கையில் நிரம்பி, ஏழு வண்ணங்களுடன் மின்னின. அத்துடன் பொய்கையின் வண்ணமாகிய வெண்மையான நீருடன் எட்டு வண்ணங்களில் அவை காட்சியளித்தன. தாயின் வருத்தத்தைத் தடாதகை சொல்ல இறைவனால் சொர்க்கத் திலிருந்து அழைக்கப்பட்ட மலயத்துவசனும் காஞ் சனமாலையும் நீராடுகின்றனர். அவர்கள் ஒரே ஆடையைத் தங்களைக் சுற்றிக் கட்டிக்கொண்டு நீராடுகின்றனர். அனைவரும் நீராடுவதன் அடையாளமாக இடுப்பளவு நீரில் நின்று மூழ்கி எழுந்து தங்கள் நீண்ட தலைமுடிகளைப் பிழிந்துகொண்டுள்ளனர். மேலே நீராடியவர்களுக்கு வழங்குவதற்காகப் பணிப்பெண்ணொருத்தி உடல் துவட்டும் ஆடையோடு நிற்கிறாள். அவள் நீரினைக் கடந்து கரையில் நிற்கும் பாவனையில் வண்ணக்கோடு வரையப்பட்டுள்ளது. அவற்றுள் ஒன்று காய்க்குலையுடன் உள்ள கமுகு மரமாகும்.

மலையத்துவசனை அழைத்த படலம்

தனக்காகத் தன் மருகர் எழுகடல்களை அழைத்தமை கண்டு காஞ்சனமாலை மகிழ்ந்தாள். ஆயினும், சாத்திரங்கள் கூறுவதன்படி தன்னுடனிருந்து நீராடத் தன் கணவன் தற்போது உயிருடன் இல்லையே என்றெண்ணி மனம் வருந்தினாள். தன் தாய் கொண்ட அந்தத் துயரைப் பிராட்டி சிவபெருமானிடம் உரைத்தாள். அவர் உடனே சொர்க்கத்திலிருந்த மலையத்துவசனைப் பூமிக்கு வரப்பணித்தார். வந்து சேர்ந்த கணவனைக் கண்டு பேருவகை கொண்ட காஞ்சனமாலை, கணவன் கரம்பற்றிக் கடலாடிக் களிப்புற்றாள்.

இவர்களை அடுத்து உக்கிரபாண்டியன் திருவதாரம் காட்டப்பட்டுள்ளது. அழகிய மண்டபத்தில் இடப்பட்ட நீண்ட ஆசனத்தில் தடாதகைப் பிராட்டி கால்நீட்டி அமர்ந்து, குழந்தையை மடியில் வைத்து உணவூட்டுகிறாள். இருபுறமும் பணிப்பெண்கள் நிற்கின்றனர். இடதுபக்கம் நிற்பவள், கையில் ஏதோ ஓர் உணவுப்பொருள் அல்லது குழந்தைக்கு விளையாட்டுக் காட்டுவதற்கான பொருளை ஏந்தியுள்ளாள். வலப்புறமிருப்பவள் வலது கையினை உயர்த்தி ஏதோ கூறுகிறாள் அல்லது பாடுகிறாள். குழந்தை உண்பதற்காக இருவரும் விளையாட்டுக் காட்டி நிற்பதாகக் கொள்ளலாம்.

நால்வரும் ஏராளமான அணிகலன்களைத் தலை முதல் கால் வரை அணிந்துள்ளனர்.

அதேகாட்சியில் உக்கிரபாண்டியன் தவழ்வதும் நடைபயில்வதும் காட்டப் பட்டுள்ளன. உக்கிரபாண்டியன் வளர்வதை இவை உணர்த்துகின்றன.

அடுத்து, உக்கிரபாண்டியன், வளர்ந்து இளைஞனாகியதும் அவனுக்கு மணிமுடி சூடப்பெறுகிறது. ஆசனத்தில் சுகாசனமிட்டு அமர்ந்துள்ள உக்கிரபாண்டியன் வலது கரத்திலுள்ள வாளினைத் தரையில் ஊன்றியுள்ளான். அவனுக்கு முடிசூட்டுகின்றவர் பெரிய மீசையுடனும் மகுடத்துடனும் காணப்படுகிறார். அவர் தலைமை அமைச்சர் சுமதி ஆகலாம். இருபுறமும் பணியாட்கள் நின்று சாமரம் வீசுகின்றனர்.

உக்கிரபாண்டியன் திருவவதாரப்படலம்

சிவபெருமான், ‘சுந்தரபாண்டியன்’ என்னும் பெயரில் பாண்டிய நாட்டை ஆண்டார். அவருக்கும் தடாதகைப் பிராட்டிக்கும் முருகப் பெருமான் மகனாகத் தோன்றினார். முருகனாகி அக்குழந்தைக்கு ‘உக்கிரவர்மன்’ எனப் பெயர் சூட்டினர். அக்குழந்தைக்கு வியாழபகவான் குருவாகவிருந்து பல்கலைகளையும் கற்பித்தார்.

அடுத்தகாட்சியில் உக்கிரபாண்டியனுக்கு சிவபெருமான் ஆயுதம் வழங்குகின்றார். ஆசனத்தில் நான்கு கரங்களுடன் அமர்ந்துள்ள அவரது இடது மடியில் தடாதகைப் பிராட்டி அமர்ந்துள்ளாள். அவர்கள் முன் உக்கிர பாண்டியன் பணிவுடன் குனிந்து, சிவபெருமான் அளிக்கும் வளை என்னும் ஆயுதத்தை இரண்டு கைகளையும் ஏந்திப் பெற்றுக்கொள்கிறான். அவன் பின்னர் வாளினையும் சாமரையையும் தாங்கி ஒரு பணியாளன் நிற்கிறார்.

உக்கிரபாண்டியனுக்கு வேல் வளை செண்டு கொடுத்த படலம்

உக்கிரவர்மன் வளர்ந்து இளைஞனாகியதும் சூரிய குலத்தைச் சேர்ந்த 'காந்திமதி' என்னும் பெண்ணை மணம் செய்வித்தனர். பின்னர் உக்கிரப்பெருவழுதிக்கு மகுடம் சூட்டப்பட்டது. சுந்தரபாண்டியன் அவனுக்கு வேல், வளை, செண்டு என்னும் மூன்று ஆயுதங்களை அளித்து, நாடாளப் பணிந்துவிட்டுத் தான் தன் துணைவியோடு திருக்கோயிலுள் கொலுவீற்றிருந்து அருளினார்.

இரண்டாம் வரிசை ▸

மேருவைச் செண்டாலடித்த படல நிகழ்ச்சிகள் இடமிருந்து வலமாகத் தீட்டப்பட்டுள்ளன.

முதற்காட்சியில், மதுரை மீனாட்சி சோமசுந்தரர் திருக்கோயிலில் பாண்டியன் வழிபடுகிறான். சோமசுந்தரர் இலிங்கமாக எழுந்தருளியுள்ள திருக்கோயில் ஒற்றைக் கலசம் கொண்ட விமானம் யானைகளால் தாங்கப்படுகிறது. கோயில் கொடிமரத்திற்கு முன் முன்மண்டபத்தில் நின்று ஒருவர் கையில் நீர்ச் செம்புடன் பூசை செய்கிறார்.

மீனாட்சியம்மன் நின்றுகொண்டுள்ள கருவறை மீது மூன்று கலசங்களுடன் சாலை விமானம் காட்சியளிக்கிறது. இடதுகையில் நீர்ச்செம்பினை ஏந்தியுள்ள அர்ச்சகர் வலது கரத்தில் மலர்மாலையை இறைவிக்குச் சார்ந்தும் தன்மையில் நிற்கிறார். இரண்டு பூசகர்களும் சிவப்பு வண்ண வேட்டியும் தலைப்பாகையும் பூணூல் போலப் பட்டையான துணியை மார்பில் கொண்டுள்ளனர்.

சோமவார விரதமிருக்கும் பாண்டியன் தலையிலும் கழுத்திலும் உருத்திராட்ச மாலை அணிந்து இடையில் காவி வேட்டியை முழங்கால் வரையிலும் கட்டி, இறைவனையும் இறைவியையும் வணங்கிப் பிள்ளைவரம் வேண்டி நிற்கிறான்.

கோயிலைச் சூழ்ந்து நான்கு மரங்கள் உள்ளன. அவற்றுள்ள ஒன்று கமுகு மரமாகும். அதனருகில் நீண்ட தலைக்குல்லாவுடனும் கழுத்தில் மாலைகளுடனும் அரசவையைச் சேர்ந்த ஒருவர் கைகூப்பி வணங்கி நிற்கிறார்.

269

மேருவைச் செண்டாலடித்த படலம்

உக்கிரபாண்டியன் ஆட்சிக்காலத்தில், ஒருமுறை பருவமழை பொய்த்தது. நீரின்றி உயிரினங்கள் வருந்தித் துடித்தன. செய்வதறியாது திகைத்த பாண்டியன் இறைவனிடம் முறையிட்டான். அவன் கனவில் சித்த மூர்த்தியாய் சோமசுந்தரக் கடவுள் தோன்றி, மேரு மலைக்குச் சென்று அங்குள்ள குகையில் மறைத்துவைக்கப்பட்டுள்ள செல்வத்தைக் கொணர்ந்து பஞ்சம் தீர்க்குமாறு கூறினார். பெரும் படையுடன் பல நாடுகளையும் கடந்து சென்று, மேரு மலையை அடைந்த பாண்டியன், மேருவை அழைத்தான். அது வரத் தாமதமாகியது. கடுஞ் சினமுற்ற பாண்டியன் மேருவைச் செண்டாலடித்தான். அதன் சிகரங்கள் குலுங்கின. மேரு, தெய்வ வடிவில் வந்து மன்னிப்பு வேண்டியது : செல்வமுள்ள இடத்தையும் பாண்டியனுக்குக் காட்டியது. அதனை எடுத்துக்கொண்டு நாடு திரும்பிய பாண்டியன், அதனைக் குடிமக்களுக்கு வழங்கித் துயர் துடைத்தான்.

270

அடுத்தகாட்சியில், மிகவும் அணி செய்யப்பட்ட மண்டபத்தில் வலது காலின்மீது இடதுகாலினை வைத்துத் திண்டின் மீது சாய்ந்த வண்ணம் உக்கிரபாண்டியன் செம்மாந்த தோற்றத்தோடு அமர்ந்துள்ளான். தலைமீது மணி முடி கொண்டுள்ள அவன், கழுத்திலும் கைகளிலும் ஏராளமான அணிகலன்களை அணிந்துள்ளான். இடையிலும் கைமீதும் உள்ள துணிகள் விரிந்துபரந்த முனைகளோடு விளங்குகின்றன.

மிக்க அணிகலன்களை அணிந்த பணிப் பெண்ணொருத்தி அவனுக்குச் சாமரை வீசுகிறாள்; நெகிழம் போன்ற கொண்டை அழகுற விளங்குகிறது.

அடுத்தகாட்சியில், அலங்கார மண்டபத்தில் பாண்டியன் மனைவி காந்திமதி சுகாசனமாக அமர்ந்துள்ளாள். அவள் மடியில் குழந்தை வீரபாண்டியன் அமர்ந்துள்ளான். இருபுறமும் நிற்கும் பணிப்பெண்கள் ஏதோ பொருட்களைக் கொண்டு குழந்தைக்கு, விளையாட்டுக் காட்டுகின்றனர். அவற்றைக் கவனிக்குமாறு இடதுகையை உயர்ந்தி அரசி குழந்தையிடம் பேசுகிறாள். அனைவரும் மிகுந்த அணிகலன்களைப் பூண்டுள்ளனர்.

அடுத்ததாக, நாட்டின் வறட்சி நிலை குறித்துத் தன் அரசியல் அலுவலர் களிடம் பாண்டியன் உரையாடும் காட்சி இடம்பெறுகிறது.

காட்சியின் மையத்தில், ஆசனத்தில் பாண்டியன் அமர்ந்துள்ளான். அவனது வலதுபுறம் நிற்பது அமைச்சராகலாம். அவரையடுத்து ஏதோ ஒரு பொருளை வலதுகரத்தில் உயர்த்திய வண்ணம் ஒருவர் நிற்கிறார். அவரை அடுத்து மன்னரின் பாதுகாவலர் வட்டமான பெரிய கேடயமும் வாளும் ஏந்தி நிற்கிறார்.

மன்னனது காலருகில் ஓலைநாயகம் கையில் எழுத்தாணியும் சுவடியும் கொண்டு நிற்கிறார். அவரையடுத்து வாளுடன் தளபதியும் யானைப்படைத் தளபதியும் வணங்கி நிற்கின்றனர்.

மேலே படைப்பிரிவுத் தலைவர்கள் மூவர் அரையுருவமாகக் காட்டப் பட்டுள்ளனர். நாட்டின் வறுமையை நீக்க, மேருமலையின் குகையிலுள்ள செல்வத்தை எடுத்துவரப் படைகள் புறப்பட பாண்டியன் கட்டளை இடுகின்ற காட்சியாக இது திகழ்கிறது.

பாண்டியன் மகுடத்துடன் ஏராளமான அணிகலன்களை அணிந் துள்ளான். யானைப்படைத் தளபதியின் தலைப்பாகை இரண்டாம் தள ஓவியத்தில் உள்ளதுபோல் பக்கவாட்டில் பெரிய முடிச்சிட்டு அழகுறக் காணப்படுவது குறிப்பிடத்தக்கது. ஏனையோரின் தலையலங்காரங்களும் ஆடை, அணிகளும் இரண்டாம் தளத்தில் உள்ளவர்களைப்போலக் காணப்படுகின்றன.

மூன்றாம் வரிசை ▶

எல்லாம் வல்ல சித்தரான படல நிகழ்ச்சிகள்
இடமிருந்து வலமாகச் சித்திரிக்கப்பட்டுள்ளன.

மீனாட்சி — சுந்தரேஸ்வரர் திருக்கோயில் விரிவாக வரையப்பெற்றுள்ளது. மீனாட்சியம்மனுக்கு அர்ச்சகர் பூமாலை சூட்டும் பாவனையில் கையில் நீர்ச்செம்புடன் நிற்கிறார். இலிங்க வடிவிலுள்ள சுந்தரேஸ்வரர் கோயில் மண்டபத்தில் நிற்கும் அர்ச்சகர் வலது கையினை நீட்டி இறைவனிடம் ஏதோ உரைக்கும் பாவனையில் உள்ளார். இருவர் மார்பிலும் பூணூலும் இடையில் சிவப்பு வண்ண ஆடையும் காணப்படுகின்றன. துளைக்காது நீண்டு தொங்குகிறது. தலையின் மீது முடி முடிச்சிடப்பட்டுள்ளது.

வலப்புறக்கோடியில் கோயிலை நோக்கி ஒருவர் வருகிறார். சுவர்ப்பூச்சு உதிர்ந்துள்ளதால் பாதி உருவம் மட்டும் தெரிகிறது. அவரும் அர்ச்சகர் போலக் காணப்படுகிறார். மார்பில் பூணூல் இருப்பதுபோல் தெரிகிறது. ஆயினும் இடையாடை மாறுபட்டு வெண்மை நிறத்தில் உள்ளது. கோயிலைச் சூழ்ந்து மூன்று மரங்கள் உள்ளன.

அடுத்தகாட்சியில், சித்தர் நடனமாடும் பாவனையில் நிற்கிறார். தலையின்மீது முடி கொண்டையாக இடப்பட்டுள்ளது. முகம் ஒப்பனை செய்யப்பட்டுள்ளது. கழுத்திலும் கைகளிலும் அணிகலன்கள் அணியப்பெற்றுள்ளன. இடதுதோளில் திருநீற்றுப் பொக்கணம் தொங்குகிறது. இரண்டு கரங்களாலும் கின்னரம் போன்ற இசைக் கருவியைப் பற்றி மீட்டுகிறார். மாறுபட்ட விந்தையான இடையாடை உடுத்தியுள்ளார்.

அவருக்கு முன்பாக, அலங்கரிக்கப்பட்ட மண்டபத்தில் அபிஷேகப் பாண்டியன் அமர்ந்துள்ளான். அவன் இடதுபுறம் அடைப்பைக்காரரும் வெண்சாமரம் வீசுபவரும் நிற்கின்றனர். அரசன் முன்னால் அரசு அதிகாரி ஒருவர் கையால் வாய்புதைத்து நிற்கிறார். அரசன் ஒரு விரல் உயர்த்தி ஏதோ கட்டளையிடுகிறான். மதுரை வீதியில் சித்தர் ஒருவர் வந்து சித்தாடல்கள் புரிவது அரசனுக்கு அறிவிக்கப்படுவதை இக்காட்சி சித்திரிக்கிறது.

அடுத்த காட்சியில், இரண்டு பெண்கள் வீட்டினுள் அமர்ந்து வெளியே நடக்கும் விந்தையைக் காண்கின்றனர்.

வெளியே மண்திட்டுப் போன்ற ஒன்றின்மீது யோக பட்டத்துடன் அமர்ந்துள்ள சித்தமூர்த்தி, கொடிய பெரிய நாகமொன்றைக் கையில் எடுத்துக் கொஞ்சி விளையாடுகின்றார். அவரருகில் கைக்குழந்தையுடன் ஒரு பெண் அச்சத்துடன் அக்காட்சியைக் கண்டு நிற்கிறாள். பெண்டிர் மூவரும் மிகுந்த அணிகலன்களை அணிந்துள்ளனர். பெண்ணின் கையிலுள்ள குழந்தையும் சித்தமூர்த்தியின் செய்கையை வியந்து நோக்குகிறது.

அடுத்தகாட்சியில், இரண்டு வீடுகள் காட்டப்பட்டுள்ளன. முதல் வீட்டில் கணவனும் மனைவியுமாக இருவர் அமர்ந்துள்ளனர். அவர்களுக்கு இடையே ஒரு பொருள்வைக்கும் அமைப்பின்மீது உணவு வைக்கப்பட்டிருக்கிறது. அதனைச் கரண்டியால் அப்பெண் எடுக்கிறாள். ஆனால் அதில் ஒரு பருக்கையினை எடுத்துப் பார்த்து, அது மணியாக இருக்கக்கண்டு ஆண் வியப்படைகிறார்.

அடுத்துள்ள இல்லம் சிறிதாக உள்ளது. எளியவரின் வீடாதலால் மண் பானைகள் ஒன்றின் மீது ஒன்றாக அடுக்கப்பட்டுள்ளன. மூன்று உரிகளிலும் ஒரு பெரிய பானையின் சோறாக்கப்பட்டுள்ளது. அதைச் சித்தமூர்த்திக்கு வழங்குவதற்காக ஒரு பெண் கரண்டியால் எடுத்துவருகிறாள்.

இருவீடுகளுக்கு இடையில் சித்தமூர்த்தி நடனமிடுகிறார். இடதுகரத்தில் கின்னரக் கருவி உள்ளது. வறிய அப்பெண்ணிற்கு வழங்குவதற்காக வலதுகரத்தில் ஒரு பாத்திரத்தில் மணிகள் வைத்துள்ளார்.

கூரைகள் அழகிய ஓடுகளால் வேய்ப்பட்டுள்ளன. ஆடவரும் அவர் மனைவியும் நிறைந்த அணிகலன்களை அணிந்துள்ளனர்.

எல்லாம் வல்ல சித்தரான படலம்

அபிசேகப் பாண்டியன் ஆண்டிருந்தபோது, சிவபெருமான் ஒரு சித்தர் வடிவெடுத்து மதுரைக்கு வந்து சேர்ந்தார். நீண்ட சடை, படிகமாலை, வலது தோளில் திருநீற்றுப் பொக்கணம், இடதுதோளில் யோகபட்டம், கையில் பிரம்பு, புலித்தோலாகிய கோவணம் ஆகியவற்றுடன் தோன்றிய அவர் நகரின் பல்வேறு இடங்களிலும் திரிந்தார். அத்துடன் தோன்றி மறைதல், ஆணைப் பெண்ணாக்குதல், மலையை அருகில் வரச் செய்தல் எனப் பல்வேறு சித்தாடல்கள் புரிந்து மக்களை அதிசயிக்கச் செய்தார். அவற்றைக் கேள்வியுற்ற பாண்டிய மன்னன் அவரைக் காணவிழைந்தான்; அழைத்து வருமாறு அமைச்சர்களை அனுப்பினான். ஆனால் ‘எமக்கு மன்னனால் ஆவது யாதொன்றுமில்லை’ என்று கூறி, வரமறுத்துவிட்டார்.

நான்காம் வரிசை

கல்லாணைக்குக் கரும்பருந்திய படல நிகழ்ச்சிகள் இடமிருந்து வலமாகச் சித்திரிக்கப்பட்டுள்ளன.

முதற்காட்சியில் மீனாட்சி அம்மன் ஆலயம் காட்டப்பட்டுள்ளது. அர்ச்சகர் அம்மனுக்கு மாலை சமர்ப்பிக்கிறார். கோயிலின் இடதுபுறம் தலைமீது ஒருவர் அம்மனுக்கு வழங்கும் பிரசாதத் தட்டினைத் தலைமீது சுமந்து நிற்கிறார். அவரும் அர்ச்சகர் என்பது ஆடை, பூணூல் மற்றும் தலையலங்காரத்தால் தெரிகிறது. மேலே உட்காட்சியில் கோயில் பூசை நேர இசைக் கருவிகள் இசைக்கப்படுகின்றன. ஒருவர் சங்கினை ஊதுகிறார். மற்றொருவர் தவில் போன்ற கருவியை அடிக்கிறார். மேற்பகுதி உதிர்ந்துள்ளது. கோயிலின் முன் மரமொன்று காட்டப்பட்டுள்ளது.

அடுத்தகாட்சி, பாண்டியன் கேட்டதற் கிணங்கச் சித்தமூர்த்தி கல்யானையைக் கரும்பு தின்ன வைக்கும் சித்தாடலை விவரிக்கிறது. சோமசுந்தரர் திருக்கோயில் இந்திர விமானத்தில் உள்ள கல்யானை சித்த மூர்த்தியின் கட்டளைக்கேற்பக் கரும்பினைக் கட்டாக எடுத்து உண்ண முற்படுகிறது. சித்தர் வேறுவகையாகக் கோவணம் மட்டும் தரித்தவராய், உடலில் அணிகள் விளங்கக் கையில் கோலுடன் நிற்கிறார். கல்யானை உயிர்பெற்றுக் கரும்பருந்தும் காட்சிகண்டு விழிகள் விரியப் பாண்டியன் கைகூப்பி நிற்கிறான். அவனை அடுத்து மெய்க்காவலர் கத்தி கேடயத்துடனும் அடுத்துள்ளவர் பையொன்றோடும் நிற்கின்றார். அது நீர்க்குடுவையாகவும் இருக்கலாம். சித்தருக்குமேல் உட்காட்சியாக மற்றுமொரு துறவி காட்டப்பட்டுள்ளார். தாடிமீசையுடன் சிவந்த இடையாடையுடன் கழுத்தில் உருத்திராட்ச மாலையுடன் தலைமேல் துணியால் கட்டியுள்ள அவர், திருக்கோயிலில் இருக்கும் அடியவராதல் வேண்டும். அவரும் யானை கரும்பருந்துவதைக் கண்டு வியந்து இறைவனைத் தொழுகிறார்.

அடுத்தகாட்சியில், அலங்கரிக்கப்பட்ட மண்டபத்தில் ஆசனமொன்றின் மீது கால்மீது காலிட்டுத் தடியினை ஊன்றிச் சித்தர் அமர்ந்துள்ளார்.

அவரெதிரில் பாண்டிய மன்னனும் அடைப்பைக்காரரும் பாதுகாவலரும் கையில் காளஞ்சி ஏந்தியுள்ளவரும் நிற்கின்றனர். மற்றுமொருவர் ஏதோ ஒரு பொருளை ஏந்தி நிற்கிறார்.

பாண்டியனது கழுத்து முத்துமாலையைப் பறித்துக் கல்யானை விழுங்கியது. அதனைக் கண்ட பாதுகாவலர்கள் சித்தமூர்த்தியை அடிக்கவர, அவர் அவர்களை அசைவற்று நிற்கும்படி கையசைத்தார். பிழையுணர்ந்த பாண்டியன் மன்னிப்பு வேண்டினான். இங்குப் பாண்டியன் சித்தரிடம் மன்னிப்பு வேண்டும் பாவனையில் நிற்கிறான். சித்தருக்குப் பின்னால் கையில் ஏதோ பொருளுடன் அர்ச்சகர் நிற்கிறார்.

இறுதிக்காட்சியில் இந்திர விமானத்திலுள்ள கல் யானை மீண்டும் சித்தர் கட்டளைப்படி முத்துமாலையைப் பாண்டியனிடம் கொடுத்தது. பாண்டியன் அதனைப் பெறும் பாவனையில் பணிவுடன் நிற்கிறான். அவன் பின் மெய்க்காவலரும் மற்றிருவரும் நிற்கின்றனர். கோயிலின் இடதுபுறமும் மேலும் துறவியர்கள் இவ்வரிய காட்சியினைக் கண்டு இறையருளை வியந்து தலைமீது கைகுவித்துத் துதிக்கின்றனர்.

கல்லானைக்குக் கரும்பருத்திய படலம்

தன் அமைச்சர்கள் சென்றழைத்தும் சித்தமூர்த்தி வராததைக் கண்ட பாண்டியன் தன் பிழையை உணர்ந்தான். தானே நேரில் சென்றிருக்க வேண்டும் என்பதை உணர்ந்தான். அவரைக் காணத் திருக்கோயிலுக்கு வந்தான். முன்னமே அங்குவந்து வீற்றிருந்த சித்தமூர்த்தியைக் கண்டு உரையாடினான். அப்போது அங்கு ஒருவர் கொண்டுவந்த கரும்பினை வாங்கி, 'இதனை இந்தக் கல்யானை உண்ணுமாறு செய்ய முடியுமா?' என்று அவரை வினவினான். அவனது ஆவலைத் தீர்க்கவெண்ணிய சித்தர், அருகிலிருந்த கல்யானையைத் தன் கடைக்கண்ணால் நோக்கினார். உடனே கல்யானை உயிர்பெற்றுக் கண்திறந்தது; பிளிறியது; பாண்டியன் கையிலிருந்த கரும்பினை வாங்கி உண்டது.

284

285

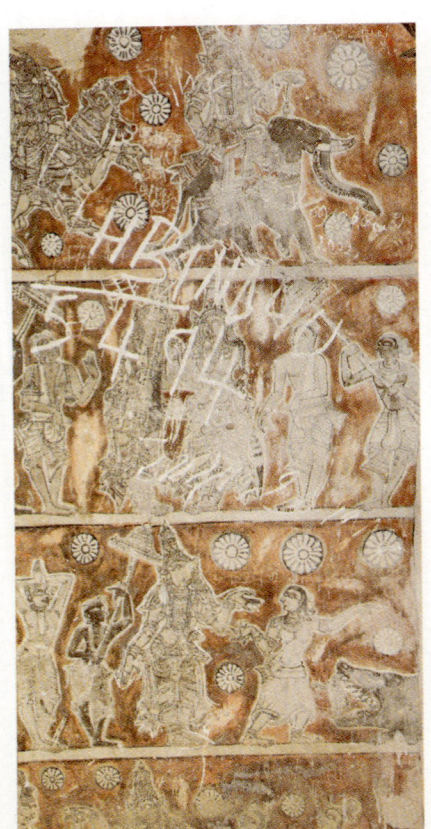

சுவர்-C

சுவர்ப்பரப்பு நான்காகப் பகுக்கப்பட்டு பெரியபுராணத்திலிருந்து சுந்தரமூர்த்தி நாயனார் வரலாற்று நிகழ்ச்சிகள் கீழிருந்து மேலாக நிகழ்ச்சிகள் தீட்டப்பட்டுள்ளன.

இக்காட்சியில் ஆசனத்தில் ஓர் அரசன் அமர்ந்துள்ளான். அவன்பின் கையில் சாமரத்துடன் பணியாளரும் கேடயம், வாளுடன் பாதுகாவலரும் நிற்கின்றனர். அரசன் ஓர் மாலையைத் தருகிறான். அவனுக்கு முன்னுள்ள வேடர் தலைவன் அதனை இரண்டு கைகளாலும் பணிவுடன் வாங்குகிறான். சுந்தரர் தம்மிடம் திரும்ப வரவேண்டுமென நினைத்த சேரமான் பெருமாள் வேடர்களை அனுப்பிச் சுந்தரரது பொருள்களைக் கொள்ளையிடச் செய்தார். அதனை நிறைவேற்றியதற்காக வேடர் தலைவனுக்குப் பரிசு வழங்குகிறார். வேடனின் தலையலங்காரம் அவன் காட்டுவாசி என்பதை உணர்ந்துகிறது. அவ்வுருவம் உள்ள இடத்தில் சுவர்ப்பகுதி உதிர்ந்து போயுள்ளது.

மேலுள்ள காட்சியில், அவினாசியில் முதலையுண்ட பாலகனைச் சுந்தரர் மீண்டும் அழைத்த காட்சி இடம்பெற்றுள்ளது. மகுடத்துடனும் மிக்க அணிகலன்களுடனும் விளங்கும் சுந்தரமூர்த்தி நாயனார் குளக்கரையில்

நிற்கிறார். முதலை தான் முன்னர் உண்ட பாலகனைத் திரும்பக் கொண்டுவந்து கரையில் உமிழ்கிறது. அக்காட்சியைக் கண்டு மிக்க மகிழ்ச்சியுடன் அத்தாய் சுந்தரரிடம் ஏதோ கூறுகிறாள். சுந்தரருக்குக் கொற்றக்குடை பிடிக்கப்படுகிறது. இவ்வரிய நிகழ்வினைக் கண்ட அடியவர் தலைமீது கைகுவித்து இறைவனை வாழ்த்துகிறார்.

சேரமான் பெருமாளும் சுந்தரமூர்த்தி நாயனாரும் சந்தித்துக்கொள்கின்றனர். அன்பினால் இருவரும் கரம் பற்றிக் கொள்கின்றனர். சுந்தரர் பின்னும் அரசன்பின் வெற்றிலை மடித்துக் கொடுப்போரும் கொற்றக்குடை பிடிப்போரும் நிற்கின்றனர். சேரமான் பின்னால் உள்ள அடைப்பக்காரர் வலதுதோளில் துண்டும் பூணூலும் தவிர மற்றுமொரு பொருளைத் தோள்களில் தாங்கியுள்ளார். குடைபிடிப்பவரின் உருவம் உதிர்ந்து போயுள்ளது.

சேரமான் பெருமாளும் சுந்தரமூர்த்தி நாயனாரும் திருக்கயிலை செல்லும் காட்சி தீட்டப்பட்டுள்ளது.

இறைவனால் அனுப்பப்பட்ட யானையின் மீது சுந்தரர் அமர்ந்துள்ளார். வலது கரத்தை இடையில் வைத்துள்ள அவரது இடது கரத்தில் உள்ள அங்குசத்தை யானையின் மத்தகத்தின் மீது ஊன்றியுள்ளார். யானையின் கழுத்து, உடற்பகுதிகள், தந்தம் ஆகியன அலங்கரிக்கப்பட்டுள்ளன. பின்னால், மிக்க அலங்காரம் செய்யப்பட்ட தன் குதிரையில் சேரமான் பெருமாள் யானையைத் தொடர்ந்து வருகிறார். குதிரை விண்ணில் பறக்க எத்தனித்து முன்னங்கால்களை உயர்த்துகின்றது.

சுவர் - D,E

பெரியபுராணம் - சுந்தரர் வரலாற்று நிகழ்ச்சிகள் **ஓவியங்கள் இல்லை**

திருவாரூரில் வாழ்ந்த சுந்தரர், மலைநாட்டிற்குப் பயணம் மேற்கொண்டு சென்று, தன் நண்பரான சேரமான் பெருமாளைக் கண்டு மகிழ்ந்திருந்தார். பின்னர் சேரமான் தனக்களித்த பெரும்பொருளைப் பணியாட்கள் மூலம் கொணர்ந்தார். பணியாட்கள் கொங்குநாட்டைச் சேர்ந்த திருமுருகன்பூண்டியை அடைந்தனர். அப்போது, சிவபெருமான் தன் பூதகணங்களை வேடுவர் வடிவில் அனுப்பி அப்பொருட்களை வழிப்பறி செய்துவரச் செய்தார். வேடுவ வடிவில் வந்த கணங்கள் பொருள் பொதிகளைப் பறித்துச் சென்று கோயிலின் வாயிலில் திரும்பக் குவித்துச் சென்றன. சில காலம் சென்றபின்னர் மீண்டும் மலைநாட்டிற்குப் பயணம் மேற்கொண்டார் சுந்தரர். வழியில் கொங்குநாட்டைச் சேர்ந்த அவினாசி என்னும் ஊரை அடைந்தார். அவர், வீதியின் வழியே நடந்து சென்றபோது ஒரு வீட்டிலிருந்து மங்கலஒலியும் அதன் எதிர்ப்புறமிருந்த வீட்டிலிருந்து அழுகையொலியும் ஒருசேரக் கேட்டார். வியப்படைந்த சுந்தரர் அவ்வூராரைக் காரணம் வினவினார்.

ஐந்து வயது உடையவர்களாய் இருவீடுகளிலும் இருந்த சிறுவர்கள் மடுவில் குளிக்கச் சென்றதாகவும் அவர்களுள் ஒருவனை முதலைபிடித்து உண்டு விட்டதாகவும் பிழைத்த ஒருவனுக்குத் தற்போது உபநயனச் சடங்கு நிகழ்வதைக்கண்டு மகனைப் பறிகொடுத்த இல்லத்தினர் அவன் நினைவால் கதறி அழுவதாகவும் கூறினர். இறந்த குழந்தையின் பெற்றோர் வந்து சுந்தரரிடம் அழுதுநின்றனர். சுந்தரர் மனம் உருகினார்; அவர்களது துயரைத் தீர்க்க விழைந்தார்; அந்த மடுவை நோக்கி விரைந்தார். அனைவரும் அவரைப் பின்தொடர்ந்தனர். மடுக்கரையை அடைந்த சுந்தரர், மகனைத் திருப்பித்தர எமனுக்குக் கட்டளையிடுமாறு இறைவனை வற்புறுத்திப் பாடினார். மடுவிலிருந்து முதலை வெளிப்பட்டது. கடந்த நாள்களுக்குமான உடல் வளர்ச்சியுடன், பிள்ளையைக் கரையில் உமிழ்ந்தது. பின்னர் சேரனுடைய அரண்மனையில் தங்கியிருந்த சுந்தரர் உலகப்பற்றிலிருந்து நீங்கினார்.

இறைவனை அடையவேண்டுமென்று உள்ள வேட்கை கொண்டார். அவரது எண்ணத்தை உணர்ந்த சிவபெருமான் வெள்ளையானையைத் தேவர்களுடன் அனுப்பி வைத்தார். சுந்தரர் அவ்வெள்ளையானை மீதேறியதும் அது வானில் பறந்து, கைலை நோக்கிச் சென்றது. இதனைக் கண்ட சேரமான்பெருமாள் நாயனார் குதிரையின் மீதேறி வந்தார். அவர் தன் குதிரையின் காதில் திருவைந்தெழுத்தை ஓதினார். அதனால் அது வானில் செல்லும் ஆற்றல் பெற்று விண்ணேறிச் சென்றது. சுந்தரர் சென்ற யானையை வலம் வந்த சேரமான், யானையின்முன் சென்றார். இருவரும் கைலையை அடைந்து இறைவனைத் தொழுதனர்.

சுவர்-F

சுவர்ப்பரப்பு மூன்றாகப் பகுக்கப்பட்டுள்ளது.

மேலே முதற்கட்டத்தில் (ஊஃ:ஐ) மும்மூர்த்தியாய் அமர்ந்துள்ள சிவபெருமானிடம் துறவியொருவர் உரையாடுகின்றார்.

சிவபெருமான் யோகபட்டத்துடன் இருக்கையில் சுகா சனத்தில் அமர்ந்துள்ளார். மூவருக்கும் ஒரேமாதிரியான மகுடங்கள் தீட்டப்பட்டுள்ளன. சிவன் நெற்றிக் கண்ணோடும் கழுத்திலும் கரங்களிலும் ஏராளமான அணிகலன்களோடும் காட்சி தருகிறார். இடதுகரம் இடது முழந்தாள் மீது வைக்கப் பட்டிருக்க வலதுகரம் சின்முத்திரை காட்டுகிறது. பின் வலது கரத்தில் மழு இல்லாமல் மேலே முடிச்சிடப்பட்ட கோல் உள்ளது. பின் இடது கரத்தில் ஏடுகள் உள்ளன. அது பிரம்மனுக்கு உரியதாகலாம். சிவனது ஆடையும் மிக்க அலங்கார வேலைப் பாட்டுடன் திகழ்கிறது. காலடியில் இடதுபுறம் அமர்ந்திருந்த ஒருவரது வலதுகரமும் இடது கரத்திலிருந்த ஓலைச் சுவடியின் ஒரு பகுதியும் தெரிகின்றன. ஏனைய பகுதி உதிர்ந்துபோயுள்ளது.

மும்மூர்த்திகளின் வலதுபுறம் ஆசனத்தில் முனிவர் அமர்ந்துள்ளார். அவர் தொங்கும் காதுடனும் நீண்ட தாடி யுடனும் காணப்படுகிறார். முடி, தலையின் மீது பாரமாக முடியப்பெற்றுள்ளது. வலதுகரத்தில் ஓலைச்சுவடியுடன் இடதுகரத்தின் ஒருவிரல் உயர்த்தி ஏதோ சொல்லும் பாவனையில் உள்ளார். சுகாசனமாக அமர்ந்துள்ள அவரது இடையாடையின் முனைப்பகுதி மார்பின் ஒருபுறம் படர்ந்துள்ளது.

நடுப்பகுதியில் அரசர்கள் நால்வர் நிற்கின்றனர். நடுவில் ஆளுயர அளவிலான குத்துவிளக்குப் போன்ற கம்பம் உள்ளது. மேலே மாவிலைகளின் நடுவில் ஏதோ ஒரு பொருளும் குவித்து வைக்கப்பட்டுள்ளது.

வலது கோடியில் இருந்தவரின் உருவம் ஏறத்தாழ முழுவதும் உதிர்ந்து, வலதுகரமும் சிறிது ஆடையும் தென்படுகின்றன. இடது ஓரத்தில் மரம் ஒன்றுள்ளது. மூவரும் நீண்ட தலைப்பாகையுடனும் அணிகலன்களுடனும் அலங்கார ஆடைகளுடனும் காணப்படுகின்றனர். அவர்கள் நடுவில் வைக்கப்பட்டுள்ள மங்கலப் பொருளை வணங்கி நிற்கின்றனர். இவர்களுக்கு மேலாக '...துவட்டாத ராசன், மனுக்கேரல இராசன், மயனாதராசன்' என்று நாயக்கர் கால எழுத்தமைதியில் ஓவியக் குறிப்பு எழுதப்பட்டுள்ளது. இன்னொரு பெயரும் இருந்து உதிர்ந்து போயிருக்க வேண்டும். வீரமார்த்தாண்டன், அரியநாயக மன்னன், சுந்தரேசமாறன், சௌந்தரராச பாண்டியன், சண்பகமாறன், பராக்கிரம பாண்டியன் எனப் பல அரசர்கள் இத்தலத்திற்குத் திருப்பணி செய்து வழிபட்ட செய்திகளைத் தலபுராணம் கூறுகின்றது. அவ்வடிப்படையில் நோக்கும்போது இங்குக் குறிப்பிடப்பட்டுள்ள அரசர்கள் இத்தலத்திற்கு வந்து வழிபட்டவர்கள் எனத் தோன்றுகிறது.

கீழுள்ள கட்டத்தில் இசைக்குழுவினர் இசைத்துச் செல்லுகின்றனர். வலது கோடியில் இருப்பவரில் உடல் பாதி உதிர்ந்து போயுள்ளது. அவர் தண்ணுமையை வாசிக்கிறார். அடுத்து வருபவர் இடுக்கியை இசைக்கிறார். இடதுகர விரல்கள் கருவியின் வார்கள் ஊடாகச் சென்று இறுகப்பற்றியிருக்க வலது கரத்தில் உள்ள நுனிவளைந்த சிறுகுச்சியினால் அடித்து இசைக்கிறார்.

மூன்றாவதாக வருபவர் வளைந்த கொம்பினை இருகரங்களாலும் பற்றி ஊதி வருகிறார். அவரை அடுத்து வருபவர் வலது தோளில் மாட்டித் தொங்கவிடப்பட்ட செண்டையைக் கைகளால் தட்டி ஒலியெழுப்பி வருகிறார். நால்வர் தலையிலும் தலைப்பாகை உள்ளது, கழுத்திலும் கரங்களிலும் அணிகள் விளங்கின்றன; அழகிய இடையாடை காட்டப்பட்டுள்ளது. மன்னர்கள் நடத்தும் மங்கல வழிபாட்டிற்காக இவர்கள் இசைப்பவர்களாகலாம்.

APR
ASM
NPC
PAPR

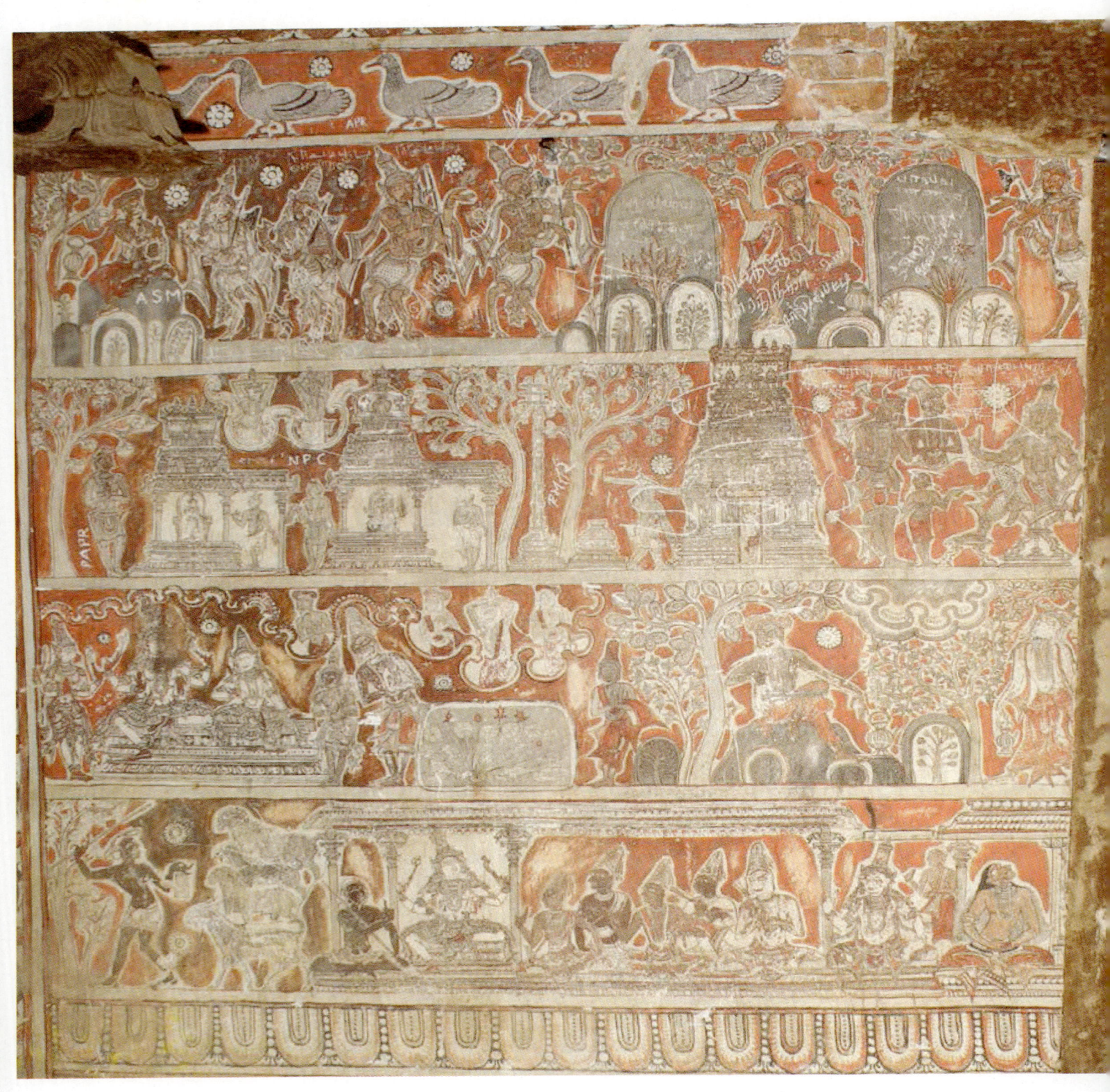

சுவர்-G

சுவர்ப்பரப்பு நான்கு நீண்ட வரிசைகளாகப் பகுக்கப்பட்டு திருவிளையாடற் புராணக் காட்சிகள் தீட்டப்பட்டுள்ளன.

ASM

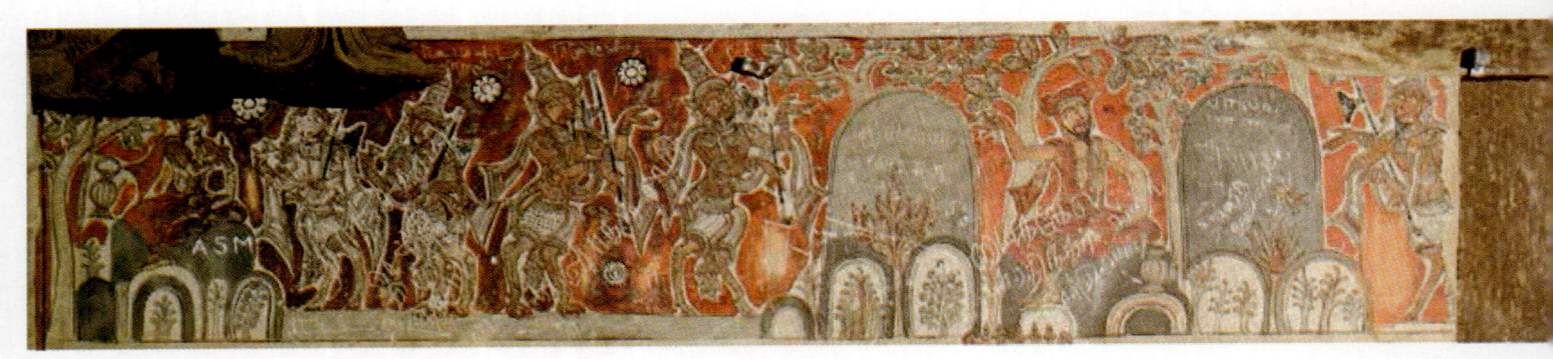

முதல் வரிசை

தருமிக்குப் பொற்கிழியளித்த படல நிகழ்ச்சிகள் இடமிருந்து வலமாகச் சித்திரிக்கப்பட்டுள்ளன

முதல்காட்சியில் முனிவர் ஒருவர் பாறை மீது அமர்ந்துள்ளார். அருகில் கமண்டலமும் கோலும் வைக்கப்பட்டுள்ளன. அவரிடம் இருவர் உரையாடுகின்றனர். மேற்பாகம் மனித உடலுடனும் கீழ்ப்பாகம் மாறுபட்டும் உள்ளனர். ஒருவர் மான் போன்ற கால்களுடனும் மற்றொருவர் புலிபோன்ற கால்களுடனும் காணப்படுகின்றனர்; கைகளில் பொற்றாளங்கள் வைத்துள்ளனர்; ஒரு குடம் கொண்ட கின்னர இசைக்கருவிகளைத் தோளில் சாய்த்துள்ளனர்; தலையில் மகுடம் சூடியுள்ளனர்; மிக்க அலங்கார ஆடையினையும் அணிகலன்களையும் அணிந்துள்ளனர்.

அடுத்த காட்சியில், பாறைகளுக்கு நடுவில் ஒரு துறவி அமர்ந்துள்ளார். அங்கு கின்னரர் மூவர் நின்று அவருடன் உரையாடல் நிகழ்ந்துகின்றனர். பாறைகள் புதர்களின் இடையே இருப்பதாக அவற்றின்மீது வரையப்பட்டுள்ள செடிகளால் உணர்த்தப்பட்டுள்ளது. பின்னணியாக மரங்கள் காட்டப்பட்டுள்ளன.

அடுத்தகாட்சியில், துறவி பாறைமீது அமர்ந்துள்ளார். அவர் கையில் சிறுபாத்திரம் ஒன்று உள்ளது. கீழுள்ள பாறையின் மீது கமண்டலம் உள்ளது. அவருக்கு அருகில் மற்றொரு பாறையின்மீது சித்தர் அமர்ந்துள்ளார். அவரது தோற்றம் எல்லாம் வல்ல சித்தரான படலக் காட்சியில் இருந்தது போலவே உள்ளது. அவர்கள் முன் ஒரு மண்டபம் உள்ளது. அதன் நடுவில் சதுர வடிவில் கண்ணாடி போன்ற ஒருபொருள் தாங்கியின் மீது உள்ளது.

அடுத்தகாட்சியில், அலங்கரிக்கப்பட்ட மண்டபமொன்றில் அரசியும் அரசனும் உரையாடுகின்றனர். மன்னர், ஒரு காலினை நீட்டி மற்றொரு காலினை அதன்மீது மடித்துவைத்து அமர்ந்துள்ளார். அரசி, தன் இடதுகரத்தைக் கீழே ஊன்றியவளாய் வலதுகரத்தை உயர்த்தி மன்னனுக்கு ஏதோ கூறுகிறார். இது செண்பகப் பாண்டியனுக்கு 'பெண்களின் கூந்தலுக்கு இயற்கையிலேயே மணம் உண்டா? என்ற ஐயப்பாடெழுந்த நிகழ்ச்சியை விவரிப்பதாகும்.

அடுத்தகாட்சியில் ஆசனத்தில் ஒருகால் மீது ஒருகாலிட்டுப் பாண்டிய மன்னன் அமர்ந்துள்ளான். அவனது வலதுபுறம் ஒருவர் வெற்றிலை மடித்துத் தருகிறார். அவர் அருகில் மற்றொரு பணியாள் வாய்பொத்தி நிற்கிறார். மன்னனுக்கு இருவர் சாமரை வீசுவது மேலே காட்டப்பட்டுள்ளது. எதிரில் மூவர் நிற்கின்றனர்.

முன்னே சிறிய வடிவில் நிற்பவரை அடுத்துப் பெரிய மீசையுடன் உள்ள ஒருவர் பணிவுடன் சற்றே குனிந்து ஒருவிரல் காட்டி மன்னனிடம் ஏதோ கூறுகிறார். அவர் பின்னால் அடைப்பைக்காரர் நிற்கிறார். இது தன் ஐயப்பாட்டை நீக்குவோருக்குப் பொற்கிழி பரிசு என்று பாண்டியன் அறிவித்திடும் நிகழ்வாகும்.

300

இரண்டாம் வரிசை ▶

தருமிக்குப் பொற்கிழியளித்த படலம் மற்றும் கீரனைக் கரையேற்றிய படல நிகழ்ச்சிகள் சித்திரிக்கப்பட்டுள்ளன

முதலில் மீனாட்சி - சொக்கநாதர் திருக்கோயில் காட்டப்பட்டுள்ளது.

மீனாட்சி கோயிலின் வெளியே ஒருவர் நின்று வழிபட்டுக் கொண்டுள்ளார். மண்டபத்தின் வெளியே பூக்குடலையோடு அர்ச்சகர் நின்று கொண்டுள்ளார்.

முன்மண்டபத்துள் தருமி நின்று மீனாட்சியிடம் வேண்டுகிறார். அதேபோல் சொக்கநாதரிடம் தருமி வேண்டுகின்றார். துறவிகள் இறைவனைத் துதிப்பது கோயிலின் மேல் உட்படமாகக் காட்டப்பட்டுள்ளது. கோயில் கொடி மரம், பலிபீடம் ஆகியவற்றின் பின்புறமும் மீனாட்சி ஆலயம் அருகிலும் மரங்கள் காட்டப்பட்டுள்ளன.

அடுத்தகாட்சியில், இறைவன் வழங்கிய செய்யுள் ஓலையைத் தலைமீது சுமந்த வண்ணம் கோபுரத்தைக் கடந்து தருமி செல்கிறான்.

அடுத்தகாட்சியில் பாண்டியன் இருக்கையில் ஒருகாலினை ஒருகால் மீதிட்டு அமர்ந் துள்ளான். அமைச்சர் போன்றோர் அவன் முன் நிற்கின்றனர். ஒருவர் வாய்பொத்தியும் மற்றொருவர் வணங்கிய வண்ணமும் நிற் கின்றனர். சிறிய உருவத்துடன் தருமி தான் கொணர்ந்த நீண்ட ஓலையிலிருந்து செய்யுளை வாசித்துக் காட்டுகிறான். மன்னன், மற்றும் அமைச்சர் முகங்கள் மகிழ்வோடு மலர்ந்துள்ளன. மன்னனுடைய பாதுகாவலர் உருவம் உதிர்ந்துள்ளது. கேடயத்தின் சிறுபகுதி மட்டும் தெரிகிறது. பின்னால் ஒருவர் பாத்திரம் போன்ற ஒன்றை உயர்த்திப்பிடித்துள்ளார்.

அடுத்தகாட்சியில், ஓர் அழகிய மண்டபத்தில் நான்கு புலவர்கள் அமர்ந்திருக்க, முதலாமவரிடம் தருமி உரையாடுகிறான்.

இவர்கள் சங்கப் புலவர்களாவர். இடது கோடியிலிருப்பவர் நீண்ட குல்லாய் அணிந்துள்ளார். இடது கையில் ஏடுகள் பிடித்து வலதுகையினை உயர்த்தி ஏதோ சொல்ல முற்படுகிறார்.

அடுத்துள்ளவர் கையிலுள்ள ஏட்டினைப் பார்த்து ஏதோ கூற, அவருக்கு அருகிலுள்ளவர் ஓலைச்சுவடியில் எழுத்தாணி கொண்டு ஏதோ எழுதுகிறார்.

முதலில் அமர்ந்துள்ளவர் வலது கையில் எழுத்தாணி வைத்துள்ளார். இடது கரத்தை உயர்த்தி தருமியிடம் ஏதோ கூறுகிறார். அவர் முன்னால் புத்தகப்பலகை மீது கட்டப்பட்ட ஓலைச்சுவடி உள்ளது. அவரிடம் தருமி தான் கொணர்ந்த ஓலையைக் காட்டிய வண்ணம் நிற்கிறான்.

உரையாடுபவர் நக்கீரராவார். தருமி கொணர்ந்த பாடல் 'பொருட் குற்றம் உடையது பரிசுக்குத் தகுதியற்றது' என அவர் பாண்டியன் முடிவை எதிர்த் துரைக்கிறார். புலவர்கள் எடுப்பான அழகிய ஆடைகளையும் தலையில் குல்லாயும் கொண்டுள்ளனர்.

அடுத்தகாட்சி, சிவனிடம் திரும்பிச்சென்று தருமி முறையிடுவதைச் சித்திரிக்கிறது. அபயம் மற்றும் வரத முத்திரைகளோடும் மான், மழு ஏந்திய கரங்களோடும் சிவபெருமான் சுகாசனத்தில் அமர்ந்துள்ளார். சிங்கங்கள் அவர் அமர்ந்துள்ள ஆசனத்தைத் தாங்கியுள்ளன. நடுவில், இரண்டு சிங்கங்கள் ஒரு தலை கொண்டுள்ளன.

தருமி, தனக்கு அவர் அளித்த செய்யுள் குற்றமுடையது என்று தள்ளப்பட்டதைச் சொல்லி முறையிடுகிறான்.

இக்காட்சிகளில், தருமி மிக இளையவனாக, தலையில் முடியப்பெற்ற குடுமியுடன் மார்பில் பூணூலுடன் இடையில் எளிய ஆடையுடன் வறிய கோலத்தில் காட்டப் பட்டுள்ளான்.

அடுத்துள்ள காட்சியில், சிவபெருமான் நக்கீரரிடம் வாதிடும் காட்சி தீட்டப்பட்டுள்ளது. மண்டபத்தில் ஆசனத்தில் அமர்ந்துள்ள ஈசன் உண்மை உருவில் நான்கு கரங்களுடன் அமர்ந்துள்ளார். எதிரில் நக்கீரனும் மற்றொரு புலவரும் இடதுகையில் ஓலைச்சுவடிகளுடன் ஈசனுடன் வாதம் புரிகின்றனர். சிவன் சினந்து நோக்குவதும் நெற்றிக்கண் திறப்பதும் தெளிவாக வெளிப்படுகின்றன.

தருமிக்குப் பொற்கிழியளித்த படலம்

செண்பகப் பாண்டியன் என்னும் மன்னன் மதுரையைச் சிறப்புடன் ஆண்டிருந்தான். இளவேனிற் காலம் வந்தது. மதுரை மக்கள் தத்தம் அன்பிற்குரியவர்களோடு சோலைகளிலும் சித்திரமாடங்களிலும் இளவேனில் பருவத்தைக் கொண்டாடி மகிழ்ந்திருந்தனர். சந்திரகாந்தக்கல்லால் உருவாக்கப்பட்ட செய்குன்றில் செண்பகப் பாண்டியன் தன் மனைவியோடு மகிழ்ந்திருந்தான். அப்போது நறுமணம் கமழ்ந்தது. எங்கிருந்து அந்நறுமணம் வருகிறதென ஆராய்ந்த மன்னவன், அது தன் தேவியின் கூந்தலிலிருந்து வருவது கண்டு வியந்தான். ‘பெண்களின் கூந்தலுக்கு இயற்கையாகவே மணம் உண்டா? அல்லது செயற்கையாக ஊட்டப்பெற்று மணம் பெறுகிறதா?’ என ஐயுற்றான். அரண்மனைக்குத் திரும்பியதும், தன்னுடைய உள்ளத்திலுள்ள கருத்தை உய்த்துணர்ந்து ஐயத்தை அகற்றுவோர்க்கு ஆயிரம் பொன் பரிசு என்று அறிவிக்கச் செய்தான். ஆதிசைவ மரபில் வந்த தருமி என்ற ஒருவன் மதுரையில் வாழ்ந்துவந்தான். பெற்றோரை இழந்த அவனுக்குத் திருமணமும் நிகழாதிருந்தது. வறுமையில் வாடியிருந்த அவன், பாண்டியன் செய்வித்த அறிவிப்பைக் கேட்டான். பரிசுத் தொகையைப் பெறப் பெரும் ஆவலுற்றான். சிவபெருமானிடம் சென்று பாண்டியனது ஐயத்தைத்

தீர்க்கும் செய்யுளை இயற்றியருளுமாறு வேண்டினான். இறைவன் அவன் வேண்டுகோளை ஏற்றுக் 'கொங்குதேர் வாழ்க்கை' எனத் தொடங்கும் செய்யுளை இயற்றித் தந்தார். அதனுடன் அரசவைக்குச் சென்ற தருமி, அப்பாடலை அரசன் உள்ளிட்ட அனைவருக்கும் வாசித்துக் காட்டினான். ஐயம் தீர்ந்ததெனப் பெருமகிழ்வுற்ற மன்னன், பரிசுக்கு உரியனாக தருமியை அறிவித்தான். ஆனால், பாடலில் பிழையிருப்பதாகக் கூறி, நக்கீரர் பரிசு வழங்குவதைத் தடுத்துவிட்டார். ஏமாற்றத்தில் நொந்துபோன தருமி, கோயிலில் சென்று இறைவனிடம் முறையிட்டழுதான். ஒரு புலவனாக வடிவமெடுத்து சிவபெருமான், பாண்டியனுடைய அவையை அடைந்தார். அவருக்கும் நக்கீரருக்கும் கடுமையாக விவாதம் நடைபெற்றது. சிவபெருமான் நெற்றிக்கண்ணைக் காட்டி, தான் சிவன் என்பதைக் குறிப்புணர்த்தினார். ஆனால், அதை அறிந்த பின்னரும் 'நெற்றிக்கண் திறப்பினும் குற்றம் குற்றமே' என அஞ்சாமல் நக்கீரர் வாதிட்டார். சினம் கொண்ட சிவபெருமான் நெற்றிக் கண்ணைத் திறந்தார். அதிலிருந்து நெருப்புப்பொறிகள் பிறந்தன. அதன் வெப்பத்தைத் தாளாமல் நக்கீரர் பொற்றாமரைப் பொய்கையில் வீழ்ந்தார்.

அடுத்தகாட்சியில், நெற்றிக்கண்ணிலிருந்து வெளிப்பட்ட தீப்பொறியின் வெப்பம் தாளாமல் பொற்றாமரைப் பொய்கையில் வீழ்ந்திருந்த நக்கீரன் இறையருளால் நலமுற்று எழுவது காட்சியின் கீழ்ப்புறம் காட்டப்பட்டுள்ளது. ஏராளமான அணிகலன்களுடன் காணப்படும் நக்கீரன் இறைவனை எண்ணி வணங்குகிறான். அந்நிகழ்வு கண்டு துறவி ஒருவரும் மற்றொருவரும் வியப்புடன் வணங்குகின்றனர். நலமுற்று எழுந்த நக்கீரன் இறைவனை நிலம்படிந்து வணங்குவது மேற்புறம் காட்டப்பட்டுள்ளது. காட்சிகள் வளைகோடுகளாய்

பிரிக்கப்பட்டுள்ளன. பொய்கையில் நீர்ப்பூக்களும் சங்குகளும் மீன்களும் காட்டப்பட்டுள்ளன.

கீரனைக் கரையேற்றிய படலம்

புலவனாய் வடிவெடுத்து வந்த சிவ பெருமானுடன் கடும்வாதம் புரிந்த நக்கீரர், நெற்றிக்கண்ணின் தீப்பொறி வெப்பம் தாளாமல் பொற்றாமரைப் பொய்கை நீரில் கிடந்தார். கீரன் இல்லாமல் அவை பொலிவற்றுப் போனது. இதனால் மனம் வருந்திய புலவர்கள் சிவபெருமானிடம் சென்று, நக்கீரரை மன்னித்தருளவேண்டினர். இதனால் மனமிரங்கிய சிவபெருமான் பொற்றாமரைக் குளத்திலிருந்து கீரனைக் கரைசேர்த்தார். பாண்டியன் அறிவித்தபடி, பொற்கிழி தருமிக்குக் கிடைத்தது.

306

மூன்றாம் வரிசை

கீரனுக்கு இலக்கணம் உபதேசித்தது,
அட்டமா சித்தி உபதேசித்தது,
வரகுணனுக்குச் சிவலோகம் காட்டியது
மாமனாக வந்து வழக்குரைத்தது
ஆகிய படல நிகழ்ச்சிகள்
இடமிருந்து வலமாகச் சித்திரிக்கப்பட்டுள்ளன.

மூன்றாம் வரிசையில் முதற்காட்சி, கீரனுக்கு இலக்கணம் உபதேசித்த படலக் காட்சியாகும். மேடையின்மீது சிவபெருமான் உமையாளோடு அபய, வரத முத்திரைகாட்டி நான்கு கரங்களுடன் அமர்ந்துள்ளார். அருகில் மலரேந்திய வண்ணம் உமையமர்ந்துள்ளாள். சிவபெருமானுக்கு இடதுபுறத்தில் சிவகணத் தலைவர்களான அதிகார நந்தியும் மகாகாளனும் பணிவோடு வணங்கி நிற்கின்றனர். நான்கு கரங்களைக் கொண்ட நந்திதேவரின் பன்னிருகரங்களில் மானும் மழுவும் உள்ளன. மகாகாளன் மழுவாயுதம் ஒன்றைத்தாங்கியுள்ளார். அருகில் பணிவுடன் வணங்கி நிற்கும் நக்கீரனுக்கு இலக்கண அறிவின் இன்றியமையாமையைச் சிவன் கூறுகிறார். அருகில் பொற்றாமரைக் குளம் உள்ளது. அதனையடுத்து நக்கீரனுக்கு இலக்கணம் உணர்த்த இறைவனால் அழைக்கப்பட்ட அகத்தியமுனிவர் பொதிகை மலையிலிருந்து விரைந்து வந்து நிற்கிறார்.

கீரனுக்கு இலக்கணம் உபதேசித்தது

சிவனது நெற்றிக்கண்ணிலிருந்து வெளிப்பட்ட தீப்பொறியால் உடல் வெந்த நக்கீரன், இறைவனால் அருளப்பட்டான். நக்கீரன் மூன்றுவேளையும் தான்வீழ்ந்து கிடந்த பொற்றாமரைப் பொய்கையில் நீராடி, இறைவனை வழிபட்டுவந்தான். இதனால் மகிழ்ந்த சிவபெருமான், அவனுக்கு இலக்கணப்புலமை நல்க விரும்பினார். 'சிவனிடம் இலக்கணம் பயின்ற அகத்தியரே நக்கீரனுக்குப் போதிப்பதற்குரிய நல்லாசிரியர்' என்று உமையன்னைத் தெரிவித்தாள். அதனை ஏற்றுக்கொண்ட சிவபெருமான் அகத்தியரை அழைத்து, நக்கீரருக்கு இலக்கணத்தைக் கற்பிக்கச் செய்தார்.

அடுத்த வரிசையில் அருகிலுள்ள மரத்தடியில், பாறையின்மீது துறவி யொருவர் அமர்ந்துள்ளார். அவர் யோகபட்டமணிந்து வலதுகரத்தில் ஜெபமாலையுடன் காட்சியளிக்கிறார். கால்மீது காலிட்டு இடதுகரத்தை முழங்கால் மீது வைத்துள்ளார். தண்டம், மரத்தில் சார்த்தி வைக்கப் பெற்றுள்ளது. கமண்டலம் பாறை மீதுள்ளது. முடி தலைமீது ஜடாபாரமாகக் கட்டப்பட்டுள்ளது.

அவரைப் போன்றதொரு துறவி அவரை நோக்கிக் கமண்டலத்துடன் வருகிறார். கழுத்தில் துண்டு அணிந்துள்ளார். இவர்கள் இருவருக்கும் நடுவே மேற்புறம் உட்காட்சி போன்ற அலங்கார வளைவுகள் காணப் படுகின்றன. இக்காட்சி, அட்டமாசித்தி உபதேசித்த படல நிகழ்ச்சியாகும். முருகனை வளர்த்த ஆறு கார்த்திகைப் பெண்களும் அட்டமா சித்திகளை மறந்ததால் ஆயிரம் ஆண்டுகள் கருங்கற் பாறைகளாகக் கிடக்கச் சபிக்கப்பெற்றனர், இறுதியில் இறைவன் ஞானாசிரியனாய் வந்து சாபந்தீர்த்தார். கற்பாறைகள் மேல் தாமரை, நெய்தல், காந்தள், முல்லை, ஆம்பல் மலர்கள் பொருந்துமாறு பூத்தன. ஆறு கார்த்திகைப் பெண்களும் கற்பாறை வடிவம் நீங்கி, பழைய வடிவம் பெற்றனர்.

ஞானாசிரியனாய் இறைவன் நடந்து வருவதும் பாறைகள் மீது அமர்வதும் பாறைகள் மலர்கள் பெறுவதும் காட்டப்பட்டுள்ளன. உட்காட்சியில் ஆறுகார்த்திகைப் பெண்கள் நட்சத்திரங்களாகக் காட்டப்பெற்றிருக்கலாம் எனத் தோன்றுகிறது.

அட்டமாசித்தி உபதேசித்த படலம்

முருகப் பெருமானை வளர்த்த ஆறு கார்த்திகைப் பெண்களும் சிவபெருமானிடம் வந்து தங்களுக்கு அட்டமாசித்திகளை உபதேசிக்குமாறு வேண்டினர். சிவபெருமான் 'நீங்கள் உமாதேவியை வழிபடுங்கள். அவள் உங்களுக்கு அட்டமாசித்திகளை அருள்வாள்' என்று கூறித் தானே அவற்றை அவர்களுக்கு உபதேசித்தார். அப்பெண்கள், உமை அன்னையைச் சிந்திக்காததுடன், சிவன் உபதேசித்ததையும் மறந்தனர். அதனால், 'பட்டமங்கை எனுமிடத்தில் கற்பாறைகளாகக் கிடங்கள்' எனச் சாபமிட்டார். 'சாபம் எப்பொழுது நீங்கும்?' என அவர்கள் வினவ, தானே மதுரையிலிருந்து அங்கு வந்து சாபம் தீர்ப்பதாக வரம் அளித்தார். அதுபோலவே ஞானாசிரியனாய் வந்து, அவர்தம் சாபத்தைத் தீர்த்தார்.

அடுத்துள்ள காட்சி, வரகுணனுக்குச் சிவலோகம் காட்டிய படல நிகழ்ச்சியாகும்.

கைலை மலை மீது சுகாசனத்தில் அமர்ந்துள்ள இறைவனது இடது தொடைமீது பார்வதி அமர்ந்துள்ளார். இருவரும் மிகுந்த அணிகளுடன் விளங்குகின்றனர். இறைவன் இடதுகரத்தால் தேவியை அணைத்த வண்ணம் வலதுகரத்தில் அபயமுத்திரை காட்டுகிறார். தேவி, வலதுகரத்தில் மலரொன்றை ஏந்தியுள்ளாள்.

பிரமகத்தி நீங்கி, சிவலோகத்தைக் காண விரும்பி, அருள்வேண்டிய பாண்டியனுக்குச் சிவலோகத்தைப் பூமியிலேயே காட்டினார் சிவபெருமான். அவனுக்குச் சிவலோகத்தைக் காட்டும்படி நந்திதேவரைப் பணித்தார். காட்சியில் சிவ—பார்வதியின் இடதுபுறம் திருநந்திதேவரும் மகாகாளரும் வணங்கி நிற்கின்றனர். மகாகாளர், கையில் மழுவுடன் நிற்கிறார்.

சிவபிரான் முன்னர் வரகுண பாண்டியன் நின்றிருப்பது உதிர்ந்து விழுந்துள்ளது.

வரகுணனுக்குச் சிவலோகம் காட்டிய படலம்

பலவகைக் கலைகளையும் கற்றுத்தேர்ந்த வரகுணபாண்டியன், சிறந்த சிவபக்தனாகவிருந்தான். ஒருசமயம், அவன் காட்டில் வேட்டையாடித் திரும்பும்போது, உறங்கிக்கொண்டிருந்த அந்தணன் ஒருவனை அவனது குதிரை மிதித்தது. அதனால் அவ்வந்தணன் இறந்தான். நடந்தை அறிந்த வரகுணன் மிகவும் வருந்தினான். பிரம்மகத்தி தோஷம் அவனைப் பிடித்து நலிவுறச் செய்தது. அவன் இறைவனது வழிகாட்டுதலின் பேரில் திருவிடைமருதூர் வந்து தொழுது தோஷத்திலிருந்து நீங்கினான். சிவனருட் செல்வனாகிய அவன் சிவலோகத்தைத் தரிசிக்கப் பெருவேட்கையுற்றான். அவனது விருப்பத்தை நிறைவேற்றத் திருஉள்ளம் கொண்ட சிவபெருமான், அதனை நிறைவேற்ற நந்திதேவருக்குக் கட்டளையிட்டார். நந்திதேவர் சிவலோகத்தையும் அதன் அமைப்புகளையும் தேவர்களையும் பூதகணங்களையும் அவர்கள் சிவபிரானை வணங்கி நிற்பதையும் பாண்டியனுக்குக் காட்டியருளினார். அக்காட்சியைத் தரிசித்த பாண்டியன் பேருவகை கொண்டான்.

அடுத்துள்ள காட்சியில், மதுரை சோமசுந்தரருக்கு அர்ச்சகர் மணி யொலித்துத் தீபாராதனை செய்கிறார். தலையில் நீண்ட குல்லாய் அணிந்த ஒருவர் வழிபடுகிறார். அருகில் மரமொன்று காட்டப் பெற்றுள்ளது.

அடுத்தகாட்சியில், ஓர் அழகிய மண்டபத்தில் இருவர் அமர்ந்து உரையாடு கின்றனர். வெளியில் ஒரு மேடையில் மற்றொருவர் அமர்ந்துள்ளார். தலையில் தலைப்பாகையும் காது, கழுத்தில் நிறைந்த அணிகலனும் கொண்டுள்ள அவர், உரையாடும் பாவனையில் வலதுகரத்தை உயர்த்தி ஒருவிரல் காட்டி இடது கரத்தைத் தொடைமீது வைத்து அமர்ந்துள்ளார். ஆடம்பரமான ஆடை இடையை அலங்கரிக்கிறது.

மேடையில் உள்ள இருவரின் இடதுபுறம் உள்ளவர் கோயிலில் வழிபட்டவ ராகவும் வலதுபுறம் உள்ளவர் வெளியில் அமர்ந்துள்ளவரையொத்தும் காணப் படுகின்றனர்.

இவை விறகு விற்ற படல நிகழ்ச்சி களாகும். கோயிலில் வழிபடுவது ஏமநாத னாகும். வீட்டின் வெளியே அமர்நதுள்ளது, விறகாளாய் வந்த இறைவன் என்றும் வீட்டினுள் அவரே ஏமநாதனுடன் உரையாடு வதாகவும் கருதலாம்.

விறகு விற்ற படலம்

பாண்டிய நாட்டை வரகுணபாண்டியன் ஆட்சிபுரிந்தபோது, ஏமநாதன் எனும் யாழ்ப்பாணன் ஒருவன் வடநாட்டிலிருந்து வெற்றி விருதுகளோடு மதுரைக்கு வந்தான். மன்னர் முன் யாழ் மீட்டிப் பாடித் தன் இசைத் திறனைப் புலப்படுத்தினான். மகிழ்ந்த மன்னன் பல பரிசுகளையும் தங்குவதற்குப் பெரிய வீட்டினையும் வழங்கி அவனைச் சிறப்பித்தான். பெருமகிழ்வுகொண்ட ஏமநாதன் அவ்வீட்டில் தங்கினான். ஏமநாதனின் உள்ளத்தில் செருக்கு ஏற்பட்டது; தன்னை வெல்ல யாருமில்லை என்று ஆணவம் கொண்டான். அதனை உணர்ந்த பாண்டியன் பாணபத்திரன் எனும் கலைஞனை ஏமநாதனுடன் போட்டியிட்டுப் பாடுமாறு கூறினான். பாணபத்திரன் ஒப்புக் கொண்டான். ஆனால், தற்செயலாக ஏமநாதனின் மாணவர்கள் சிறப்பாகப் பாடுவதைக் கேட்டு ஊக்கம் தளர்ந்தான். கோயிலில் சென்று இறைவனிடம் வேண்டினான். இறைவன் விறகாளாய் உருவெடுத்து, மதுரை வீதிகளில் அலைந்து, இறுதியில் ஏமநாதன் தங்கியிருந்த வீட்டின் திண்ணையில் அமர்ந்து பாடினான். சாதாரி பண்ணின் திறன் கேட்ட ஏமநாதன் அவரை யார் என வினவினான். தான் பாணபத்திரரால் ஏற்கப்படாமல் புறக்கணிக்கப்பட்ட மாணவன் என்றும் தான் தற்போது விறகு விற்றுப் பிழைப்பதாகவும் கூறினான். ஏமநாதன் உள்ளம் நடுங்கி, பாணபத்திரனுடன் போட்டியிட அஞ்சி, மதுரையைவிட்டு வடதிசை நோக்கி ஓடினான்.

நான்காம் வரிசை

இடைக்காடன் பிணக்குத் தீர்த்த படலம் சங்கத்தார் கலகந்தீர்த்த படலம் திருமுகங் கொடுத்த படலம் மற்றும் கடல்சுவர வேல்விட்ட படல நிகழ்ச்சிகள் சித்திரிக்கப்பட்டுள்ளன.

முதற்காட்சியில், இடையன் ஒருவன் ஆடுகளை மேய்க்க அழைத்துச் செல்கிறான்.

தலையில் உருமால் இருக்கிறது. அதன் மீது கயிறு வைக்கப்பட்டுள்ளது. வலது கையில் நெடியகோலும் இடதுகையில் உணவுப்பாத்திரமும் உள்ளன. இடையில் சிறு ஆடை உள்ளது. அருகில் மரமொன்று காட்டப்பட்டுள்ளது. காலில் மாறுபட்ட செருப்பணிந்துள்ளான்.

இடையனைத் தொடர்ந்து நான்கு ஆடுகள் வருகின்றன. அவற்றுள் இரண்டு கிடாய்களாகவும் ஏனையவை பெட்டைகளாகவும் உள்ளன. பெட்டை ஆடுகள் சிறுகொம்புகளுடனும் சிறு தாடிகளுடனும் உள்ளன. கிடாய்கள் நன்கு வளர்ந்து வளைந்த கொம்புகளுடன் காணப் படுகின்றன.

இந்நிகழ்ச்சி இடைக்காடன் பிணக்குத் தீர்ந்த படலக் காட்சியாகும்.

அடுத்துள்ள காட்சியில் அலங்கார மண்டபத்தில் சுகாசன மூர்த்தியாக, அபய, வரத முத்திரைகளுடனும் மான், மழு ஏந்திய பின்னிரு கரங்களுடனும் சிவபெருமான் அமர்ந்துள்ளார்.

அவருக்கு வலப்புறத்தில் தோளில் சாய்க்கப்பெற்ற கோலுடன் இடையன் அமர்ந்துள்ளான். வலது கைவிரலை உயர்த்தி ஏதோ கூறுகிறான்.

சிவபெருமான் முன்னிலையில் ஐந்து புலவர்கள் அமர்ந்துள்ளனர். முதலில் உள்ளவரும் மூன்றாவதாக உள்ளவரும் சிவபெருமானிடம் ஏதோ கூறுகின்றனர்.

நடுவில் அமர்ந்துள்ளவர் கூர்ந்து கவனிக்கிறார். கடைசியில் அமர்ந்துள்ள இருவரும் ஓலைச்சுவடியில் எழுத்தாணி கொண்டு ஏதோ எழுதுகின்றனர்.

அனைவர் தலையிலும் நீண்ட குல்லாயும் கழுத்தில் அணிகலனும் உள்ளன. முதல் மூவர் மார்பில் நீண்ட துண்டினை அணிந்துள்ளனர். நான்காமவர் வெண்மைநிற மேற்சட்டை அணிந்துள்ளார். இடையாடைகள் அலங்காரமாக உள்ளன.

இவர்களை அடுத்து தலையில் மகுடத்துடனும் நிறைந்த அணிகலன்களுடனும் பாண்டிய மன்னன் அமர்ந்து ஏதோ உரைக்கிறான். அவன் பின்னர் வெற்றிலை மடித்துத் தரும் பணியாளர் நிற்கிறார்.

இடைக்காடனது செய்யுளைப் பொறாமையால் அங்கீகரிக்க மறுத்த பாண்டியனுக்கு நல்லறிவு கொளுத்த வேண்டி, சிவபிரான் சங்கப் புலவர்களோடு மதுரையிலிருந்து நீங்கி, வைகையாற்றின் தென்பக்கத்தில் அமர்ந்த, இடைக் காடன் பிணக்குத் தீர்த்த படல நிகழ்ச்சியை இவ்விரண்டு காட்சிகளும் சித்திரிக்கின்றன.

இடைக்காடன் பிணக்குத் தீர்த்த படலம்

கல்விகேள்விகளில் சிறந்து விளங்கிய குலேசபாண்டியன், மதுரை அரியணையிலமர்ந்து ஆட்சி செலுத்தி வந்தான். அப்போது கபிலரது நண்பரான இடைக்காட்டுப் புலவர், தமிழில் இலக்கியம் ஒன்றினை இயற்றிவந்து அரசன்முன் அதனை வாசித்துக் காட்டினார். சிறந்த அந்நூலைக் கண்டு பொறாமை கொண்டான் பாண்டியன். அதனால் அவன் அந்நூலைப் பாராட்டாதிருந்தான். இதனால் மிகவும் மனம் நொந்த இடைக்காடர், இறைவனிடம் முறையிட்டுவிட்டு வடக்கு நோக்கிச் சென்றார். அவரது முறையீட்டைக் கேட்ட சிவபெருமான், தன் துணைவியோடு கோயிலை விட்டகன்று சென்றார். வைகைக்கரையின் தென்புறத்தில் புதிதாகவொரு கோயிலை உருவாக்கிச் சங்கப் புலவர்களுடன் அங்கு உறைந்தார். மறுநாள், இறைவனை வழிபடக் கோயிலுக்குச் சென்ற அடியவர்கள், அங்கு இறைவனது திருவுருவைக் காணாததால் பதறிச் சென்று மன்னனிடம் முறையிட்டனர். அதனைக் கேட்டுத் திகைத்த பாண்டியன் கரைந்தழுதான். பின்னர் இறைவன் புதிதானதொரு கோயிலில் வீற்றிருப்பதைக் கேள்விப்பட்டு ஓடோடிச் சென்று வணங்கினான். இடைக்காடனுக்குப் பாண்டியன் இழைத்த குற்றத்தை இறைவன் சுட்டிக்காட்டினார். தன் பிழையுணர்ந்த பாண்டியன், இடைக்காடர் உள்ளிட்ட புலவர்கள் அனைவருக்கும் பெரும்பரிசில் நல்கினான்.

அடுத்தகாட்சியில், அழகிய நீண்ட மண்டபமொன்றில் முதலில் ஒருவர் அமர்ந்துள்ளார். அவர் தலைமுடி முடியப்பெறாமல் விரிந்து பரந்துள்ளது. காதிலும் கழுத்திலும் அணிகலன்கள் உள்ளன. முகத்தில் மீசை உள்ளது. மார்பின் மீது ஒருகையின் மீது ஒரு கையைவைத்து யோகமுத்திரையில் அமர்ந்துள்ளார். அவருக்கு முன்னிருந்தவர்களின் மூன்று பேர் உருவங்கள் மட்டுமே தற்போது தென்படுகின்றன. ஏனையவை உதிர்ந்து விட்டுள்ளன. அமர்ந்துள்ள ஒருவர் போயு தலைமீது கைகுவித்து வணங்குகிறார். தலையில் குல்லாயுடன் அவர்பின் நிற்பவர் கைகளில் ஏடும் எழுத்தாணியும் உள்ளன. மேலே காட்டப்பட்டுள்ள ஒருவரும் கைகளை விரித்து வியப்புப்பாவனை காட்டுகிறார். தங்கள் பாடல்களின் உயர்வு தாழ்வுகளை எடுத்துக்காட்டுமாறு இறைவனிடம் சங்கப்புலவர் வேண்ட, தனபதியின் மகனும் வாய்பேசா ஊமையுமாகிய ஒருவனிடம் செய்யுட்களைக் கூறினால் மெய்ப்பாடுகளாலேயே செய்யுட்களின் தரத்தைப் புலப்படுத்துவான் என்று அருளிச்செய்து சங்கத்தார் கலகந்தீர்த்த நிகழ்ச்சி சித்திரிக்கப்பட்டுள்ளது.

சங்கத்தார் கலகந் தீர்த்த படலம்

மதுரையில் நிகழ்ந்துவந்த கடைச்சங்கத்தில் நாற்பத்தெட்டுப் புலவர்கள் பங்கேற்றிருந்தனர். சிறந்த புலவர்களே ஆயினும் தத்தம் பாடல்களே சிறந்தவை என எண்ணிச் செருக்கடைந்து ஒருவரோடு ஒருவர் மனம் மாறுபட்டு இருந்தனர்; பூசல் முற்றியது. இறுதியில், சிவபெருமானிடம் சென்று தங்கள் பாடல்களை ஆராய்ந்து அவற்றின் நிறைகுறைகளைச் சுட்டுமாறு வேண்டினர். ஆனால் அவரோ அவ்வாறு செய்யாமல், தனபதி என்னும் வணிகனின் ஊமை மகனிடம் பாடல்களை வாசித்துக்காட்டினால், அவன் தன் தலையசைப்பின் மூலம் பாடல்களின் தரத்தைப் புலப்படுத்துவான் என்று தெரிவித்து அனுப்பினார். புலவர்களிடம் அதன்படியே வணிகர் மகனைத் தேடிச் சென்றனர். தங்கள் பாடல்களை வாசித்துக்காட்டினர். அவனும் தன் மெய்ப்பாடுகளால் அவற்றின் தரத்தை உயர்த்தியும் தாழ்த்தியும் உரைத்தான்.

நக்கீரர், கபிலர், பரணர் ஆகிய மூவர் கவிதைகளையும் கேட்ட அளவில், அவற்றில் பெரிதும் ஈடுபட்டு மெய்சிலிர்த்தான்; கண்ணீர் சிந்தினான்; தலையசைத்தான். இதனால் தங்களது தரங்களை உணர்ந்த புலவர்கள், தம்முள் நிலவிய மனவேறுபாடு நீங்கினர்.

அடுத்தகாட்சியில், அழகிய இருக்கையில் கால்மீது காலிட்டு மன்னர் அமர்ந்துள்ளார். பின்னால் அடைப்பைக்காரர் நிற்கிறார். மன்னரிடம் ஒருவர் ஓலை வாசித்துக் காட்டுகிறார். அவர் பெரியகோல் ஒன்றினைத்தோளில் சாய்த்துள்ளார். மன்னருக்குச் சாமரை வீசுவோர் மேற்புறம் காட்டப்பட்டுள்ளனர். இது, சிவன் தந்த திருமுகத்தைப் பாணபத்திரன் அரசர் சேரமான் பெருமாளிடம் வாசித்துக்காட்டும், திருமுகம் கொடுத்தபடல நிகழ்ச்சியாகும். பாணபத்திரன் வறுமையில் இருப்பது எளிய தலைக்கோலத்தாலும் கழுத்தில் அணிகலன் இல்லாதிருப்பாதாலும் வெளிப்படுத்தப்பட்டுள்ளது. பலநாட்கள் நடந்து பாண்டிய நாட்டிற்கு வந்துள்ளமை ஊன்றுகோலாலும் முகத்திலுள்ள சிறுதாடியாலும் உணர்த்தப்பட்டுள்ளன. அடைப்பைக்காரரின் கொண்டையலங்காரம் இரண்டாம் தளத்தில் சேர நாட்டு வீரர்களுக்கு உள்ளமை போல் காட்டப்பட்டிருப்பது கவனிக்கத்தக்கது.

திருமுகங் கொடுத்த படலம்

பாணபத்திரர் என்ற பாடகன், பாண்டிய மன்னன் வரகுணனின் அவையில் பாடிவந்தான். ஒரு கட்டத்தில், அரசவையில் பாடுவதை விடுத்து, கோயிலில் சொக்கநாதன் முன்னிலையில் மட்டுமே பாடுவதென்று முடிவெடுத்து, அவ்வாறே செய்து வந்தான். பிறதொழில் ஏதுமில்லாததால் வறுமைக்கு மிகவும் ஆட்பட்டான். அதனால் சிவபெருமான் பாண்டியனுடைய களஞ் சியத்திலிருந்து பொருளைக் கொணர்ந்து அவனுக்குக் கொடுத்துவந்தார்.

ஒருகட்டத்தில் அவ்வாறு கொடுப்பதையும் நிறுத்திவிட்டு, தன்னடியவனும் மலைநாட்டு மன்னனுமாகிய சேரமான் பெருமாளைச் சென்று கண்டு வறுமையைத் தீர்த்துக் கொள்ளும்படி கூறி, ஓலையொன்றை எழுதி பாணபத்திரனிடம் கொடுத்தார். அதனை எடுத்துக்கொண்டு அவன் மலைநாடு சென்றான்; திருவிஞ்சைக்களத்தை அடைந்து சேரமான் பெருமாளைக் கண்டான். முன் கூட்டியே சேரமான் கனவில் எழுந்தருளி இறைவன் அவனது வருகையைத் தெரிவித்திருந்தபடியால், ஓலை கொணர்ந்து பாணபத்திரன் கொடுத்ததும் அளவற்ற மகிழ்ச்சியுற்று, அவன் வேண்டும் பொருளை நல்கிச் சிறப்பித்து அனுப்பினான்.

அடுத்த காட்சியில், மன்னர் அலங்காரமான இருக்கையில் திண்டின் மீது சாய்ந்த வண்ணம் அமர்ந்துள்ளார். அவர்முன்னால் மூவர் நிற்கின்றனர். யானைப்படைத் தளபதி போல் தலையில் அலங்காரமாகப் பாகை கட்டியுள்ளவர், இடதுகரத்தால் வாய்பொத்தி ஏதோ கூறுகிறார். இளம்வயதினரான அவர் உடலில் பல அணிகலன்கள் உள்ளன. அடுத்துள்ளவர் மன்னரை வணங்கி நிற்கிறார். முன்னால், மிக இளையவராக ஒருவர் வணங்கிய வண்ணம் நிற்கிறார். மன்னருக்கு வலப்புறத்தில் அடைப்பைக்காரர் வெற்றிலை மடித்து மன்னரிடம் தருகிறார். மன்னருக்கு மேலாக, சாமரை வீசும் இருவர் காட்டப்பட்டுள்ளனர்.

அடுத்துள்ள காட்சியில் பொங்கிவரும் கடலை நோக்கித் தன் கைவேலினை எறியும் பான்மையில் பாண்டியன் நிற்கிறான். தலையில் மகுடமும் உடலில் அணிகலன்களும் திகழ்கின்றன. இடது கைவிரலைக் கீழ்நோக்கிக் காட்டிக் கடலை வற்றும்படி கட்டளையிடுகிறான். மன்னனுக்கு மேலாக உட்காட்சியில் உள்ளவர் கடல் பொங்கிவருவதைக் கூறும் சித்தராவார். கடலில் பல மீன்கள் காட்டப்பட்டுள்ளன. கோடுகள், பொங்கிவரும் அலைகளை உணர்த்துகின்றன. இது கடல் சுவர வேல்விட்ட படல நிகழ்வாகும்.

கடல்சுவர வேல்விட்ட படலம்

உக்கிரபாண்டியன் நீதிநெறிப்படி ஆட்சி செய்துவந்தான். அப்போது அவன் தொண்ணூற்றாறு அசுவமேத வேள்விகளைச் செய்தான். இதனால் இந்திரன் அவன்மீது பொறாமை கொண்டான். கடல்வேந்தனாகிய வருணனை அழைத்து, மதுரையை அழிக்குமாறு கட்டளையிட்டான். பின் விளைவறியாமல் கடல்வேந்தனும் அவ்வாறே செய்யத்துணிந்தான். கடல் மதுரைமீது பொங்கியெழுந்து சினந்து வந்தது. அந்த நள்ளிரவில் பாண்டியன் கனவில் ஒரு சித்தர் வடிவில் தோன்றிய சிவபெருமான், விரைந்து சென்று கடல்மீது வேலெறியுமாறு பணித்தார். உடன் எழுந்து விரைந்த பாண்டியன், கடலையடைந்து அதன்மீது தன் வேற்படையை வேகமாக எறிந்தான். வேலின் நுனிபட்டதும் கடல்நீர் வற்றிப் பாண்டியவழுதியின் கணுக்கால் அளவுக்குக் குறைந்தது.

சுவர்-H

சுவர்ப்பரப்பு இரண்டாகப் பகுக்கப்பட்டு,
திருமாலும் திருமாலின் அவதாரங்களும் காட்டப்பட்டுள்ளன.
இடதுபுறம் முழுமையும் அரவணைத் துயிலும் திருமாலும்
வலதுபுறம் மேற்பகுதியில் இராமாவதாரமும்
கீழ்ப்பகுதியில் பிற அவதாரங்களுக்கும்
தீட்டப்பட்டுள்ளன.

ஐந்து தலைகள் கொண்ட ஆதிசேடன்மீது திருமால் துயில்கிறார். தலைக்கு அணை கொடுக்கப்பட்டுள்ளது. கிரீடமகுடம் அணிந்துள்ள அவர் பல அணிகலன்களையும் இடையில் அலங்கார வேலைப்பாடுகள் மிகுந்த பட்டுப் பீதாம்பரத்தையும் அணிந்துள்ளார். ஓர் அணை மீது வைக்கப்பட்டுள்ள திருவடிகள் எதிரெதிர் திசைகளில் சாய்ந்துள்ளன.

வலதுகரம் பாம்பணைக்கு வெளியே நீண்டிருக்க இடதுகரத்தில் மலரொன்றை ஏந்தியுள்ளார்.

பாம்பணையின்கீழ், மீன்கள், சங்குகள், ஆமை முதலியவற்றுடன் பாற்கடல் காட்டப்பெற்றுள்ளது. அதன் இருபுறங்களிலும் திருமகளும் பூதேவியும் இருக்கைகளில் அலங்காரத்துடன் வீற்றிருக்கின்றனர். ஆதிசேடனுக்குப் பின்புறம் தாமரையொன்று காட்டப்பட்டுள்ளது. திருமாலின் நாபியிலிருந்து வெளிவந்துள்ள தாமரையின் மீது பிரம்மா தியான முத்திரையுடன் அமர்ந்துள்ளார். தெரியும் மூன்று தலைகளிலும் ஜடாமகுடங்கள் உள்ளன. வலது பின்கரத்தில் அக்கமாலையும் இடதுபின்கரத்தில் கமண்டலமும் காணப்படுகின்றன. அவரது தலையின் இருபுறமும் சங்கும் சக்கரமும் காட்டப்பட்டுள்ளன.

அரக்கர்களாகிய மதுவும் கைடபரும் சினத்தோடு நிற்கின்றனர். இருவரும் தம் இடதுகரத்தில் கதாயுதத்தை இடுக்கிப்பிடித்துள்ளனர். மது, வலதுகரத்தை ஓங்கியுள்ளார். இருவர் தலையிலும் ஜுவாலைகளுடன் கூடிய கிரீடம் உள்ளது. உடலில் அணிகலன்களும் அலங்காரமான இடையாடைகளும் உள்ளன.

அவர்களிருவரையும் விரட்டும் நோக்கில் ஆதிசேடன் சீறுகின்றான்.

323

வலதுபக்க மேற்புறக் காட்சியில் பாறையொன்றின் மீது கால்மீது காலிட்டு அமர்ந்தவண்ணம் உள்ள இராமர், கையிலுள்ள அம்பினைச் சோதிக்கின்றார். இடதுதோளில் வில்லினை தொங்கவிட்டுள்ளார். இராமர், தலையில் பெரும் மகுடத்துடனும் உடல் முழுவதும் அணிகலன்களுடனும் அலங்காரமான ஆடையுடனும் காட்டப்பட்டுள்ளார்.

இராமனின் பின் வாய்பொத்தி நிற்கும் இலக்குவனும் வில்லினைக் கொண்டுள்ளார். முடி, தலையின்மேல் கொண்டை இடப்பட்டுள்ளது. உடலில் அணிகலன்களும் அலங்காரமான ஆடையும் உள்ளன. இராமனின் எதிரே அனுமன் வாய்பொத்தி நிற்கிறான். தலையில் மகுடமும் உடலில் அணிகலன்களும் அலங்காரமான ஆடையும் காட்டப்பட்டுள்ளன. குரங்கொன்று இராமனது பாதத்தை மண்டியிட்டு வருடிய வண்ணம் பணிசெய்கிறது. இது இலங்கையில் சீதை இருப்பதைக் கேட்டு, இராமன் போருக்குத் தயாராகும் காட்சியாகும். கீழுள்ள காட்சியில் மச்சம், கூர்மம், வராகம், நரசிம்மம், பரசுராமர், பலராமர், திரிவிக்கிரமர், கல்கி ஆகிய அவதாரங்கள் காட்டப்பட்டுள்ளன.

ஆமை ஓர் இருக்கையின் மீது காட்டப்பட்டுள்ளது. கல்கி, குதிரை முகம்கொண்ட மனித உருவுடன் கையில் வாளுடன் காட்டப்பட்டுள்ளார்.

325

சுவர்-I

நான்கு நீண்ட வரிசைகளில் திருவிளையாடற் புராணக் காட்சிகள் தீட்டப்பட்டுள்ளன.

முதல் வரிசை

வலைவீசிய படல நிகழ்வுகள் இடமிருந்து வலமாகச் சித்திரிக்கப்பெற்றுள்ளன.

முதலில் ஓர் ஆசனத்தில், அபய, வரத முத்திரைகளுடன் மானும் மழுவும் தாங்கி நான்கு கரங்களுடன் சிவபெருமான் அமர்ந்துள்ளார். அடுத்ததாக அலைகளுடனும் மீன்களுடனும் கடல் காட்டப்பட்டுள்ளது. கரையில் குழந்தையொன்றை ஒரு மீனவர் கண்டெடுக்கிறார்.

அடுத்ததாக, அலங்காரமான மண்டபத்தில் மீனவ தலைவனும் தலைவியும் உள்ளனர். மீனவத் தலைவனிடம் குழந்தையைக் கண்டெடுத்தவர் குழந்தையைத் தருகிறார். மீனவத் தலைவன் முத்துமாலைகள் அணிந்துள்ளார். காதிலும் அணிகலன்கள் உள்ளன. தலையில் இருபுறம் நீண்ட, மாறுபட்ட தொப்பி காணப்படுகிறது. அலங்காரமான இடையாடை அணிந்துள்ளார். அருகிலுள்ள பணிப்பெண் குழந்தையை வாங்கி மீனவர் தலைவன் மனைவியிடம் கொடுக்கிறார். குழந்தையை வாங்கி மடிமேல் அமர்த்தியவளாய், மீனவர் தலைவன் மனைவி அடுத்து அமர்ந்துள்ளாள். அவள் மிக அலங்காரமான கொண்டையும் முத்துமாலைகளும் அணிந்துள்ளாள். இடையில் உள்ள ஆடையும் பூவேலைப்பாடு நிறைந்து காணப்படுகிறது. சிவனது சாபத்தின்படி உமையம்மை மீனவ குலத்தில் வளர்கின்ற நிகழ்ச்சியை இக்காட்சிகள் உணர்த்துகின்றன.

அடுத்ததாகப் பலவகை மீன்களுடன் கடல் காட்டப்பட்டுள்ளது. நடுவில் மிகப்பெரும் மகரமீனாக நந்திதேவர் இருப்பது காட்டப்பட்டுள்ளது. அதற்கு மேலாக இரம்பம் போன்ற கூர் மூக்கினை உடைய ஒரு மீனும் காட்டப்பட்டுள்ளமை கவனிக்கத்தக்கது.

அடுத்தகாட்சியில், மீனவன் இளைத்த உடலுடன் பீடத்தில் அமர்ந்துள்ளான். தலைமுடி மாறுபடச் சித்திரிக்கப்பட்டுள்ளது. முகத்தில் மீசையும் தாடியும் உள்ளன. தோளில் மீன்பிடிக்கும் வலையும் கையில் கோலும் இருக்கின்றன. அவன் சற்று முதியதோற்றம் உள்ளவனாகக் காணப்படுகிறான்.

மீனவர் தலைவன் நிற்கின்ற பகுதியில் ஓவியம் உதிர்ந்துவிட்டுள்ளது. மீனவர்களைச் சேர்ந்த ஒருவன் மட்டும் கரிய ஆடையுடன் காட்டப்பட்டுள்ளான். இடையில் குறுவாள் உள்ளது. இடதுகையில் கத்தி போன்ற ஏதோ ஒன்றுள்ளது. இது, கடலில் தங்களுக்குக் கொடுமை செய்யும் மகர மீனைப் பிடித்தால் தன் மகளை மணம்செய்து தருவதாக மீனவர் தலைவன் கூறும் நிகழ்ச்சியாகும்.

அடுத்துள்ள காட்சியில், கடலில் வலை வீசப்பட்டுள்ளது. அதில் மகரமீன் சிக்கியுள்ளது. அதனை மீனவர்கள் கரைக்கு இழுக்கின்றனர். முதியவனாக வந்து மீன் பிடிக்கத் தன் வலையைத் தந்த மீனவன், கோலினை ஊன்றியவனாய் மீனவர்களுக்குக் கட்டளையிட்டு ஊக்கப்படுத்திக் கொண்டுள்ளான். மூன்று மீனவர்கள் வலையைப் பெரிதும் சிரமப்பட்டு இழுக்கின்றனர். ஒருவன் மண்டியிட்டும் ஒருவன் கீழே அமர்ந்தும் இழுக்கின்றனர். தங்களுக்கு எண்ணற்ற துயரைத் தந்த மீனினைப் பிடித்தமைக்கு மகிழ்ந்து இரண்டு மீனவர்கள் தலைமீது கைகூப்பி முதியவனை வணங்குகின்றனர்.

இக்காட்சிக்குமேல் உட்காட்சியாக நால்வர் நிற்கின்றனர். முதலில் உள்ளவர் தலையில் குல்லாயும் மேற்கட்டையும் அணிந்து கையை உயர்த்தி ஏதோ

கூறுகிறார். அடுத்துள்ள இருவர் மேற்சட்டை இல்லாமல் தலையில் மாறுபட்ட தொப்பிகள் அணிந்துள்ளான். அடுத்துள்ளனர் கறுப்புச் சட்டையும் அதே நிறத்தில் காற்கட்டையும் தலையில் குல்லாயும் அணிந்துள்ளார். இவர்கள், மீன்பிடிக்கப்பட்டுக் கரையில் சேர்க்கப்படுவதை ஆவலுடன் கவனிக்கின்றனர். ஆடைகளும் தொப்பிகளும் இவர்கள் அராபியர், போர்ச்சுக்கீசியர் என்பதை உணர்த்துகின்றன. தம் சமகாலத்தில் கடற்கரையில் வணிகம் மேற்கொண்டிருந்த இவர்களையும் நிகழ்ச்சிக்கு, உட்படுத்தி ஓவியர்கள் வரைந்துள்ளனர் என்றெண்ணுவது பொருத்தமுடைதாகத் தெரிகிறது.

அவர்களை அடுத்து போர்ச்சுக்கீசியத் தொப்பியணிந்து கையில் துப்பாக்கியுடன் ஒருவர் நிற்கிறார்.

333

அடுத்தகாட்சியில், மீனவர் தலைவன் மீனவ முதியவனுடன் உரையாடுகிறான். ஒடுங்கிய வயிற்றுடன் கோலூன்றி நிற்கும் அவன் தலைவனிடம் ஏதோ கூறுகிறான்.

மீனவர் தலைவன் தலையில், போர்ச்சுக்கீசியர் பாணியிலான தொப்பி காணப் படுகிறது. உடலில் முத்துக்களாலான பல அணிகலன்களை அணிந்துள்ளான். இடையாடை மிகவும் அலங்காரமாகக் காணப்படுகிறது.

அவனருகில் அடைப்பைக்காரன் நிற்கிறான். மேற்சட்டை அணிந்துள்ள அவனது இடதுதோளில் சாமரை உள்ளது. இடையில் உடைவாள் உள்ளது. இடையின் ஒருபுறம் ஆடையில் வெற்றிலைகள் வைத்துள்ளமை காட்டப்பட்டுள்ளது. வளைந்த மீசையும் கூரிய தாடியும் உடைய அவன், தலையில் வட்டமான தலைப்பாகை வைத்துள்ளான்.

மீனவர் தலைவனுக்கு மேலாக இருவர் கவரி வீசுகின்றனர். அவர்கள் போர்ச்சுக்கீசியரைப் போல் உடையும் தொப்பியும் அணிந்துள்ளனர்.

முதிய மீனவனுக்குப் பின்பாகச் சிறிய உருவில் இருவர் காட்டப் பட்டுள்ளனர். ஒருவர் கொண்டையிட்டுள்ளார். மற்றுமொருவர் வாய்பொத்தி நிற்கிறார். அவர் தலையில் போர்ச்சுக்கீசிய பாணியிலான தொப்பி உள்ளது.

மீனவ தலைவன் கூறியபடி அவன் மகளைத் தனக்கு மணம்முடித்துத் தர வேண்டும் என வற்புறுத்துவதாக, மீனவ தலைவன் மாற்றுக் கருத்துரைத்து வாதம் செய்வதாக இக்காட்சி அமைந்துள்ளது.

அடுத்தகாட்சியில், ஒரு மண்டபத்துள் ஐந்து பெண்டிர் காட்டப்பட்டுள்ளனர். முதலில் ஒருபெண் ஓடிவந்து ஏதோ கூறுகிறாள். அதைக்கேட்டு மற்றொரு பெண் தரையில் சாய்ந்து கிடக்கிறாள். தலைவிரிகோலமாக ஒருபெண் அலறுகிறாள். கீழே ஒருத்தி மற்றொருத்தி மடியில் மயங்கிக் கிடக்கிறாள். தான் வாக்களித்தபடி, மகர மீனைப் பிடித்த முதியவனுக்குத் தன் மகளைத் திருமணம் செய்து தர மீனவத்தலைவன் ஒப்புக்கொண்ட செய்தியைக்கேட்டு பெண்கள் ஓலமிட்டும் மயங்கியும் கிடக்கின்ற நிலையை இக்காட்சி சித்திரிக்கிறது. வலது பக்கத்தில் மயங்கி, மற்றொருத்தி மடியில் கிடக்கும் பெண் மீனவ தலைவனின் மகளாதல் வேண்டும்.

இரண்டாம் வரிசை ▶

வலைவீசிய படலம் மற்றும்
வளையல் விற்ற படல நிகழ்ச்சிகள்
இடமிருந்து வலமாகச்
சித்திரிக்கப்பட்டுள்ளன.

வரிசையில் முதற்காட்சி — சிவபெருமான் உமை திருமணம் சித்திரிக்கப் பட்டுள்ளது.

மங்கல நிகழ்ச்சியின் அறிகுறியாக ஒரு குத்துவிளக்கினை ஒருபெண் எடுத்துச்செல்கிறாள். இடதுகரத்தில் வேறு ஏதோ ஒருபொருள் உள்ளது. தன் முதியகோலத்தை மாற்றி உண்மை உருவில் சிவபெருமான் காட்சியளிக்கிறார். தலையில் ஜடாமகுடம் விளங்குகிறது. இடதுகரத்தில் வாளொன்றினை ஏந்தியுள்ளார். மணக்கோலம் பலவாகப் புனையப்பட்டுள்ளது. காலருகில் பூதகணமொன்று நிற்கிறது.

பார்வதியின் கரத்தினைச் சிவபெருமான் பற்றியுள்ளார். அருகில் நிற்கும் மீனவர் தலைவன் மகிழ்ச்சியோடு ஆசி வழங்குகிறார். சிவனுக்கும் பார்வதிக்குமிடையில் சிறு உருவில் வினாயகர் அமர்ந்துள்ளார்.

திருமண நிகழ்ச்சியைக் குறிக்க, மண்டபத்தில் பால்மரம் வைக்கும் மரபிற்கேற்ப மரமொன்று வைக்கப்பட்டுள்ளது. இவர்களையடுத்து ஐந்து கலைஞர்கள் மங்கல இசையெழுப்புகின்றனர். இரண்டுபேர் மேளம் வாசிக்க, மேற்புறம் ஒருவர் சேகண்டியும் மற்றொருவர் சங்கும் மற்றொருவர் இலைத்தாளமும் முழங்குகின்றனர்.

மணவறை தோரணங்களுடன் அலங்காரமாகக் காட்டப்பட்டுள்ளது.

16ஆம் நூற்றாண்டில் வணிகத்தில் ஈடுபட்டிருந்த அராபியர், போர்ச்சுக்கீசியர் ஆடை, அணிகலன் மரபுகளுடன் வலைவீசிய படலக் காட்சிகள் சித்திரிக்கப் பட்டுள்ளன.

வலை வீசிய படலம்

ஒரு சமயம், சிவபெருமான் வேதத்தின் உட்பொருளை மீனாட்சியம்மைக்கு விரித்துரைத்தார். ஆனால், அம்மை அதில் மிகுந்த ஈடுபாடு காட்டாதிருந்தார். அவரது ஆர்வமின்மையைக் கண்ட சிவபெருமான் உமையம்மையைப் பரதக்குடியில் தோன்றுமாறு சபித்தார். இவ்வாறு சினத்துடன் சிவபெருமான் சாபமிட்டுக் கொண்டிருந்தபோது அங்கு வந்த விநாயகனும் முருகனும் தங்கள் அன்னைக்கு இடப்பட்ட சாபத்தைக் கண்டு சினந்தனர். அவர்கள் அச்சுவடிகளைத் தூக்கிக் கடலில் எறிந்தனர். இதனால் சினமுற்ற சிவபெருமான், சமயமறியாது இவர்களை உள்ளே விடுத்த நந்திதேவரைக் கடலில் சுறாமீனாகுமாறு சபித்தார். அதேபோல், வணிகக்குலத்தில் ஊமைப்பிள்ளையாய்ப் பிறக்குமாறு முருகனுக்குச் சாபமிட்டார். விநாயகருக்கு விடுக்கும் சாபம் தன்னையே வந்து பற்றுமென்பதால் அவருக்குச் சாபமிடவில்லை. பாண்டிய நாட்டுக் கீழைக்கடலின் ஓரத்திலிருந்த 'பாக்கம்' என்னும் ஊரில், கடற்கரையோரம் மீனாட்சி, குழந்தை வடிவில் வந்து கிடந்தார். அக்குழந்தையைக் கண்ட அம்மீனவர்சேரியின் தலைவன் எடுத்துவந்து, மகிழ்வோடு வளர்த்துவந்தான். குழந்தை வளர்ந்து கன்னிப்பருவம் எய்தியது. நந்திதேவராகிய சுறாமீன் கடலைக் கலக்கித் திரிந்தது. மீனவர்களின் கலங்களையும் வலைகளையும் நாள்தோறும் சிதைத்தது. பல்வேறு வகைகளில் பல முறைகன் முயன்றும் மீனவர்களால் அம்மீனைப் பிடிக்க முடியவில்லை. அதனைப் பிடிப்பவர்களுக்குத் தன் மகளை மணம்செய்து வைப்பதாக மீனவர் தலைவன் அறிவித்தான். ஓர் வலைஞனாக வடிவம் கொண்டு சிவபெருமான் அச்சேரிக்கு வந்துசேர்ந்தார். 'தான் மதுரையிலுள்ள மீனவ அரசனுக்கு மகன்' என்று தன்னை மீனவர் தலைவனிடம் அறிமுகப்படுத்திக் கொண்டதுடன் துன்பம்தரும் அச்சுறாமீனையும் பிடிப்பதாய் உறுதியளித்தார். ஒரு படகிலேறிக் கடலுள் சென்ற அவர், கடுமையாகப் போராடித் தன் வலையில் சுறாமீனைச் சிக்கவைத்துக் கரைக்குக் கொணர்ந்தார். பெருமகிழ்ச்சியுற்ற மீனவர் தலைவன் தன் மகளை அவருக்கு மணம் செய்வித்தான்.

அடுத்துள்ள காட்சிகளில், வளையல் விற்ற படல நிகழ்ச்சிகள் சித்திரிக்கப்பட்டுள்ளன.

முதலில் வளையல் விற்கும் வணிகராக சிவபெருமான் வருகிறார். தலையில் உருமால் உள்ளது. காதிலும் கழுத்திலும் அணிகலன்கள் உள்ளன. கோக்கப்பட்ட வளையல் சரத்தை வலதுதோளில் இட்டுள்ளார். வலதுகரத்தில் ஒரு குடையினையும் ஊன்றுகோலையும் கொண்டுள்ளார்.

அடுத்த காட்சியில், வணிகப் பெண்களுக்கு வணிகர் வளையல் அணிவிக்கிறார். அவரைச் சூழ்ந்து எட்டுப்பெண்கள் நிற்கின்றனர். இடதுபக்கம் முதலில் நிற்கும் பெண் முதியவளாகக் காணப்படுகிறார். ஏனைய பெண்டியர் பலவிதத் தலையலங்காரங்களுடனும் அணிகளுடனும் காட்சியளிக்கின்றனர்; இருகரங்களையும் ஆவலுடன் நீட்டித் தமக்கு வளையலிட வேண்டுகின்றனர்.

வளையலிடுவதற்காக ஒருத்தியின் வலது கரத்தினைப் பற்றியுள்ளார் வணிகர். விரல்களைச் சேர்த்து வளையலைக் கரத்தில் இடுகிறார். அவர் அமர்ந்துள்ள பீடத்தின் மீது பலவகை வளையல்கள் சேர்ந்தும் தனித்தனியாகவும் கிடக்கின்றன.

வலதுபுறம் பெண்கள் உருவங்கள் உதிர்ந்துள்ளன.

அடுத்தகாட்சியில், வளையிட இறைவனால் தீண்டப் பெற்று பெண்கள் கருவுற்றிருக்கும் காட்சி சித்திரிக்கப்பட்டுள்ளது. மூன்றுபெண்கள் பருத்தவயிறுடன் காட்டப்பட்டுள்ளனர். கருவுற்ற துயரில் அதிர்ந்து அலறியும் துயரத்துடனும் காணப்படுகின்றனர். அவர்கள் முன் எரிமூட்டப்பட்டிருக்கிறது; அதில் விழத் தயாராக உள்ளனர்.

அடுத்தகாட்சியில், இடப வாகனத்தில் பார்வதியுடன் தோன்றுகிறார் சிவ பெருமான். கருவுற்றுப் பருத்தவயிறுடன் தன்னை வணங்கி நிற்கும் பெண்டிர் இருவரிடம் வணிக னாக வந்தது தானே என்பதை உணர்த்துகிறார்.

வளையல் விற்ற படலம்

தாருகாவனத்தில் வாழ்ந்த முனிவர்கள் ஆணவம் கொண்டிருந்தனர். அவர்கள்தம் செருக்கினை அடக்க விரும்பிய சிவபெருமான், பிட்சாடனர் கோலம் தாங்கி அவ்வனத்திற்கு வந்தார். அவரது அழகில் முனிவர்தம் மனைவியர் மயங்கினர். தங்களது ஆடைகள் குலைவுற்றதையும் அறியாது ஓடோடி வந்து சிவபெருமானுக்குப் பிச்சையிட்டனர். அவர்களது நிலையாலும் செயலாலும் வெட்கி நின்ற முனிவர்கள், மதுரையம்பதியில் அவர்கள் வணிககுலப் பெண்டிர்களாகப் பிறக்குமாறு சாபமிட்டனர். அதனால் அம்மகளிர் மதுரையில் வணிக குலத்தில் தோன்றி வளர்ந்து பருவமெய்தினர். சிவபெருமான் தன் தோள்களில் வளையல்களை மாலைகளாகக் கோத்துச் சுமந்து கொண்டு, அப்பெண்டிர் வாழும் பகுதி வழியே வளையல் விற்கும் வணிகராக வந்தார். வணிக மகளிர் அவரது அழகில் மயங்கி மோகமுற்றனர். ஒருவரை ஒருவர் முந்திக்கொண்டு அவரிடம் சென்று, தங்களுக்கு வளையலிடுமாறு வேண்டினர். சோமசுந்தரர்தம் திருக்கரத்தால் தொட்டு வளையலிட்டமையால் அம்மங்கையர் எல்லோரும் கருவுற்றனர்; முருகனைப் போன்ற அழகிய புதல்வர்களைப் பெற்றனர்.

அடுத்தகாட்சியில், பாண்டிய மன்னன் ஓர் ஆசனத்தில் கால்மீது காலிட்டு அமர்ந்துள்ளான். அவன் தன் வலக்கரத்தை இடையிலும் இடக்கரத்தை இடது முழந்தாள் மீதும் வைத்துள்ளான். அவனது தலையில் மகுடமும் உடலில் அணிகலன்களும் அலங்காரமான ஆடையும் துளங்குகின்றன. அவனது காலினை, உருவில் சிறிய பணியாள் ஒருவன் பற்றிப் பிடித்து விடுகிறான். பாண்டியன் முன் தலையில் உருமாலுடன் வாய்பொத்தி நின்று ஒருவன் பேசுகிறான். மேலே உட்காட்சியில் வீரர்கள் இருவர் நிற்கின்றனர். அவர்களில் முன்னிற்பவர் வேலாயுதம் ஒன்றை இடக்கையில் ஏந்தி, வலக்கரத்தால் வாய்பொத்தி நிற்கிறான். அடுத்து நிற்பவனோ இடதுகரத்தில் வில்லும் வலதுகரத்தில் அம்பும் ஏந்தி நிற்கிறான்.

மூன்று யானைகள், சேனங்களுடன் நிற்கின்றன. மன்னனின் பின்புறம் இரண்டு குதிரைகள் அலங்கரிக்கப்பட்டு நிற்கின்றன. போர்ச்சுக்கீசியர் பாணியில் ஆடையும் தொப்பியும் உடைய ஒருவன், இடதுகையில் சவுக்குடன், ஆர்ப்பரிக்கும் குதிரையை அடக்கிப்பிடித்து நிற்கிறான்.

இது, பகைவனாகிய வேடனுக்கெதிராகப் படைபலத்தைப் பெருக்கப் பாண்டிய மன்னன் அளித்த பெருந்தொகையைக் கோயில் கட்டச் செலவிட்ட படைத் தலைவன் சவுந்தரசாமந்தன், சிவபெருமான் அருளால், வந்த பிற படைகளைப் பாண்டிய மன்னனிடம் காட்டும் மெய்காட்டிட்ட படல நிகழ்ச்சியாகும்.

மூன்றாம் வரிசை ▶

மெய்காட்டிய படலம் மற்றும்
உலவாக் கிழியருளிய படல நிகழ்ச்சிகள்
வலமிருந்து இடமாகச் சித்திரிக்கப்பட்டுள்ளன.

அடுத்த வரிசை கதை நிகழ்ச்சிகள் இடமிருந்து வலமாக வரையப் பெற்றுள்ளன.

முதல் காட்சியில் கருவுற்ற, ஒரு பெண் பருத்தவயிற்றுடன் மண்டபம் போன்ற இடத்தில் அமர்ந்துள்ளாள். அது வீட்டினைக் குறிப்பதாகலாம். அதற்கு முன் காட்சி, இடையிலிட்ட வளைகோட்டால் இரண்டாகப் பகுக்கப்பட்டுள்ளது. மேற்புறம் இரண்டு வேடர்கள் நாய்களுடனும் ஈட்டிகளுடனும் இருபுறமிருந்தும் வருகின்றனர். இடையே சிறுத்தையொன்று தன் குட்டியுடன் வேடனை நோக்கி உருமுகிறது.

நாய்கள் குரைக்கின்றன. பின்னுள்ள நாய் காலினை உயர்த்திக் தாவுகிறது. முன்னுள்ள வேடன் வேலினைச் சிறுத்தையை நோக்கி உயர்த்தியுள்ளான். கீழே, ஒரு குதிரை மீதிருந்து தலைகீழாகக் கீழே விழுந்துவிட்ட அரசனது பிடரியைச் சிறுத்தையொன்று பாய்ந்து பற்றிக் கடிக்கிறது. ஒரு கையில் பற்றிய கடிவாளத்துடனும் செயலற்றுக் கீழே விழுந்து அலறும் நிலையிலும் அவ்வரசன் தன் கையிலுள்ள அம்பினைச் சிறுத்தையின் கழுத்துப் பகுதியில் பாய்ச்சியுள்ளான். எதிரே நிற்கும் குதிரை மீதிருக்கும் வீரன் தன் கையிலுள்ள ஈட்டியினைச் சிறுத்தையின் பின் பக்கம் பாய்ச்சுகிறான். அது அதன் உடலைப் பிளந்து வெளிப்பட்டுள்ளது.

குதிரைகள் மிக்க அலங்காரத்துடன் திகழ்கின்றன. பாண்டிய மன்னனை எதிர்த்து வரவிருந்த வேட அரசன், வேட்டைக்குச் சென்ற இடத்தில் சிறுத்தையால் தாக்குண்டு இறந்ததை விவரிக்கும் இப்பகுதியும் மெய்காட்டிட்ட படல நிகழ்ச்சியாகும்.

மெய்காட்டிட்ட படலம்

சிறந்த சிவபக்தனாகிய குலபூஷண பாண்டியன், பாண்டிய நாட்டை ஆட்சிபுரிந்தபோது, சவுந்தர சாமந்தன் என்பவன் படைத்தலைவனாக விளங்கினான். அப்போது, சேதிராயன் எனும் வேடர் தலைவன், பாண்டியன் மீது படையெடுக்கத் திட்டமிட்டான். அதனை அறிந்த பாண்டியன், படைத்தலைவனை அழைத்துக் களஞ்சியத்திலிருந்து வேண்டிய அளவு பொருட்களை எடுத்துக்கொடுத்துப் பல நாட்டு வீரர்களையும் திரட்டுமாறு கட்டளையிட்டான். பெரும் பொருட்களை எடுத்துக்கொண்ட சவுந்தர சாமந்தன், அதனைச் சிவன் கோயில் கட்டியும் சிவனடியார்களுக்கு வழங்கியும் செலவிட்டான். அரசன் அறியாதிருக்க, பலநாட்டிற்கும் ஓலை அனுப்புவதாய் நடித்தான். அதனை அறிந்துகொண்ட பாண்டியன், அவ்வீரர்களை கொணர்ந்து தன்னிடம் காட்டுமாறு கட்டளையிட்டான். செய்வதறியாது திகைத்த சாமந்தன், சிவபெருமானிடம் முறையிட்டான். சிவபெருமான் தன் கணங்களுடன் தானும் ஒரு வீரனாக வடிவெடுத்து வந்து, பாண்டியன் முன் தன் திறமைகளை வெளிப்படுத்திக் காட்டினார். அப்போது சேதிராயன் வேட்டையாடச் சென்றபோது புலியால் தாக்குண்டு இறந்த செய்தி கிடைத்தது. மிகவும் மகிழ்ந்த பாண்டியன், சாமந்தனுக்குச் சிறப்புகள் பல செய்தான். சிவபெருமான் தன் படையுடன் மறைந்தார்.

அடுத்துள்ள காட்சியில் அலங்காரமான மண்டபமொன்றில் ஆசனத்தில் அரசன் அமர்ந்துள்ளான். அவன் முன்னர் வாளினைத் தரையில் ஊன்றிய வண்ணம் படைத்தலைவன் நின்று உரையாடுகின்றான். அடைப்பைக்காரர், கேடயமும் வாளும் ஏந்திய பாதுகாவலர், செம்படமும் சாமரையும் ஏந்திய பணியாளர் முதலியோர் அரசன் பின் நிற்கின்றனர். அரசன் முன் மண்டபத்திற்கு வெளியே வாளும் கேடயமும், அம்பும் வில்லும் கொண்ட வீரர்கள் நிற்கின்றனர்.

அமர்ந்துள்ள பாண்டிய மன்னன் தன் வலது கரத்தைக் கன்னத்திலும் இடது கரத்தை இடையிலும் வைத்துச் சற்று முன்னோக்கிக் குனிந்துள்ளான். அவன் மிகவும் கவலையில் மூழ்கியிருப்பதை இது உணர்த்துகிறது.

அடுத்துள்ள காட்சி பெரிதும் உதிர்ந்துபோய்ச் சிறிதுமட்டுமே மனிதர் நிற்பதைப் புலப்படுத்துகிறது.

அடுத்துள்ள காட்சியில், திருவாலவாய்த் திருக்கோயில் காட்டப்பட்டுள்ளது. பாண்டிய மன்னன் தரையில் வீழ்ந்து வணங்குகிறான். மகுடமணிந்த மற்றொருவர் நிற்கிறார். இருவரது ஆடை, அணிகலன்கள் அவர்கள் ஒருவரே என்று எண்ணச்செய்கின்றன. முதலில் நின்றவண்ணம் வணங்குகின்ற நிலையிலும் பின்னர் தன்முன் நிற்கும் துறவியர் கூறியதைக் கேட்டு, வீழ்ந்து வணங்குகின்ற நிலையிலும் காட்டப்பட்டிருப்பதாக உணரமுடிகிறது. நிற்பவர் இடது கையில் கமண்டலம் ஒன்றை ஏந்தியுள்ளார். முடி, தலையின் மீது கொண்டையாக இடப்பட்டுள்ளது. மார்பின் குறுக்கே பட்டையாகப் பூணூல் காணப்படுகிறது. இடையில் எளிய ஆடை உடுத்துள்ளார்.

345

அடுத்தகாட்சி, மீனாட்சியன்னை ஆலயத்திற்கும் சோமசுந்தரர் ஆலயத்திற்கும் இடையில் காட்டப்பட்டுள்ளது. இதில் பாண்டிய மன்னனுக்குத் துறவி ஏதோ ஒன்றினை வழங்குகிறார். இவர்களுக்கு மேலாக ஒருவர் மகுடமணிந்த நிலையில் நிற்கிறார். ஓவியம் மிகவும் சிதைவுற்றுள்ளது.

அடுத்தகாட்சியில் மகுடமணிந்த மூவர் நிற்கின்றனர். ஒருவர் தரும் ஏதோ ஒன்றனை நடுவில் உள்ளவர் வாங்குவதுபோல் உள்ளது. அடுத்துள்ளவர் தொடர்ந்து நடையிட்டுச் செல்கிறார்.

அடுத்துள்ள காட்சியில் மன்னன் ஒருவன் யானைமீது செல்கிறான். மகுடமும் அணிகலன்களும் அணிந்துள்ள அரசன் வலதுகையிலுள்ள அங்குசத்தை யானையின் பிடரிமீது ஊன்றியவனாய்ச் செல்கிறான். அவன்பின் அமர்ந்துள்ள வீரன் கீழே விழுந்துவிடாதவண்ணம் யானையின் கழுத்தினைச் சுற்றிவரும் கயிறு ஒன்றனைத் தன் இடையினைச் சூழ்ந்து கட்டியுள்ளான். பணியாள் ஒருவன், அரசனுக்குக் கொற்றக்குடை பிடிக்கிறான். முன்னால் ஒருவன் வெண்சாமரத்தைத் தோளில் இட்டவாறு நடந்து வருகிறான். ஒரே வகையான பூவேலைப்பாடு கொண்ட பச்சை ஆடை ஆகியன, இக்காட்சிகளில் உள்ள அரசன் ஒருவனே என்பதை உணர்த்துகின்றன. இவை, மறையவர்களை அவமதித்ததால் நாட்டில் பஞ்சம் ஏற்பட, பாண்டியன் வேண்டி உலவாக்கிழி பெற்ற, உலவாக்கிழி அருளிய படல நிகழ்ச்சிகளாகும்.

உலவாக்கிழி அருளிய படலம்

குலபூஷண பாண்டியன் மிகச்சிறந்த சிவபக்தனாகவும் கொடையாளியாகவும் திகழ்ந்தான். ஆனால், செருக்கினால் மறையவர்களை அவமதித்தான். அதனால் நாட்டில் மழை பொய்த்தது. வறுமை தலைவிரித்தாடியது. மக்கள் திகைத்துக் கிடந்தனர். பாண்டியன் சிவபெருமானிடம் உளமுருகி வேண்டினான். சித்த வடிவில் வந்த சிவபெருமான், எடுக்க எடுக்க வற்றாமல் வழங்கும் உலவாக்கிழி எனும் பொற்கிழியை அவனுக்கு வழங்கினார். பாண்டியன், அதனைக் கொண்டு மக்களின் வறுமையைப் போக்கி வாழச் செய்தான்.

348

நான்காம் வரிசை ▶

மாணிக்கம் விற்ற படலம் மற்றும்
யானை எய்த நிகழ்ச்சிகள்
இடமிருந்து வலமாகச் சித்திரிக்கப்பட்டுள்ளன.

முதற்காட்சியில், அரசியொருத்தி குழந்தையொன்றை மடியில் வைத்துள்ளாள். அவள் நிறைந்த அணிகலன்களுடனும் அழகிய ஆடையுடனும் காணப்படுகிறாள். தலைமுடியினை உச்சியில் கொண்டையாக முடிந்துள்ளாள். அவள் குழந்தைக்குச் சங்கில் பால் ஊட்டுவதாகத் தெரிகிறது. பணிப்பெண்டிர் இருவர் அழகிய அணிகலன்களும் ஆடைகளும் அணிந்து அருகில் நிற்கின்றனர்.

அடுத்தகாட்சியில் தலைமை அமைச்சரும் மற்றொரு அமைச்சரும் அமர்ந்து உரையாடுகின்றனர். தலைமை அமைச்சர் காலின்மீது காலிட்டுத் திண்டில் சாய்ந்து கொண்டுள்ளார். பின் நிற்பவர் அவருக்கு வெற்றிலை மடித்துத் தருகிறார். அமைச்சர் இருவருக்கும் இடையில் அரையுருவமாகக் காட்டப்பட்டு நிற்பவர் கருவியொன்றைக் கையில் வைத்துள்ளார்.

அடுத்தகாட்சியில், இறைவன் நவரத்தின வணிகராய் வருகிறார். அவரது தலையில் உருமாலும் கழுத்தில், காதில் அணிகலன்களும் உள்ளன. இடையாடை அலங்காரம் மிக்கதாய்க் காட்சிதருகிறது. தோளில் அவர் போட்டுள்ளது இரத்தினப் பையாகலாம். அவருக்குப்பின் ஒருவர் நடந்து வருகிறார். அவர் அவருடைய பணியாளராக இருக்கலாம்.

அடுத்தகாட்சியில், மரத்தடியில் உள்ள மேடைமீது மாணிக்க வணிகராய் இறைவன் அமர்ந்துள்ளார். வலதுகரத்தால் பைக்குள் இருந்த மணிகளை எடுத்து, இடதுகரத்தால் காட்டுகிறார். தலைமை அமைச்சர் தன் இருகரங்களாலும் அதனை வாங்குகிறார். அருகில் உள்ள மற்றொரு அமைச்சர் கையில் பொற்பை உள்ளது. மாணிக்கத்திற்கு விலையாக அதனைக் கொடுக்கும் பாவனையில் அவர் உள்ளார். மாணிக்க வணிகர் முன்னும் பக்கத்திலும் ஏராளமான மாணிக்கங்கள், நவமணிகள் காட்டப்பட்டுள்ளன.

ஒரு மண்டபத்தில் பலர் நிற்கின்ற காட்சி அடுத்ததாகத் தீட்டப்பட்டுள்ளது. வணிகரிடம் வாங்கிய நவரத்தினங்களைக் கொண்டு செய்யப்பெற்ற மகுடத்தைக் குழந்தையாக உள்ள பாண்டியனுக்கு அணிவிக்கும் நிகழ்ச்சியாகலாம். ஓவியம் உதிர்ந்து போயுள்ளது. இடதுபுறத்தில் ஒருவர் வணங்கிநிற்கிறார். வலதுபுறத்தில் ஒருவர் வலதுகையை உயர்த்தி மற்றொருவர் பின் நிற்கிறார்.

அடுத்ததாக ஒருவர் வலதுகரத்தில் பணமுடிப்போடு ஆலவாய்க் கோயிலுக்கு முன் நிற்கிறார். இவர் வணிகராக வந்த சோமசுந்தரக் கடவுளாவார்.

இக்காட்சிகள் மாணிக்கம் விற்ற படலக் காட்சிகளாகும்.

மாணிக்கம் விற்ற படலம்

வீரபாண்டியன் என்னும் பாண்டிய மன்னனுக்குப் பட்டத்தரசி ஒருத்தியும் காமக்கிழத்தியர் பலரும் இருந்தனர். பட்டத்தரசியாகிய பாண்டிய மாதேவிக்கு மகப்பேறு வாய்க்கவில்லை. ஆனால் காமக்கிழத்தியர்க்குக் குழந்தைகள் பலர் இருந்தனர். மகப்பேற்றிற்காக இறைவனை வேண்டிப் பாண்டியமாதேவி கடும் நோன்பு நோற்றாள். அதன்பின்னர் அவளுக்கு ஆண்மகவொன்று பிறந்தது.

மன்னன் வீரபாண்டியன் வேட்டையாடச் சென்றபோது புலியால் தாக்குண்டு மடிந்தான். காமக்கிழத்தியர் மக்கள் அரண்மனைப் பொருட்களைக் கவர்ந்து கொண்டு ஓடினர். அரசி ஈன்றெடுத்த புதல்வனுக்குச் சூட்ட, மகுடம் கூட இல்லாமல் களவாடப்பட்டதை அறிந்த அமைச்சர்கள், புதிதாக மகுடமொன்றை உருவாக்க முடிவு செய்தனர். அவ்வாறிருந்த அமைச்சர்கள் முன்பாக, ஓர் இரத்தின வணிகன் வடிவில் சிவபெருமான் வந்தார். நவரத்தினங்களின் தன்மைகளையும் பெருமைகளையும் விளக்கமாக அவர்களுக்கு அவர் எடுத்துரைத்தார். பின்னர், அரச குமாரனுக்கு அபிசேகப்பாண்டியன் என்று பெயரிடுமாறு கூறி இரத்தினங்களை வழங்கி மறைந்தார்.

இதனை அடுத்து, ஆசனத்தில் அரசன் ஒருவன் கால்மீது காலிட்டு அமர்ந்துள்ளான். அவனது வலதுகரம் வாளொன் றினைத் தரையில் ஊன்றியுள்ளது; ஏராளமான அணிகலன்களை அணிந்துள்ளான். அவன் முன்னால் நிற்பவர் இடதுகையில் ஏடும் வலதுகரத்தில் எழுத்தாணியும் கொண்டு மன்னன் கட்டளையை எழுதுகிறார். அவர் கழுத்தினை அணிகலன்களும் இடையினை அழகிய ஆடையும் அலங் கரிக்கின்றன. மேல் உட்காட்சியில் அரசனுக்கு அடைப்பைக்காரரும் காட்டப்பட்டுள்ளனர்.

இது,பாண்டியனைச் சூழ்ச்சியால் கொல்ல நினைத்து, சமணர்களை வருமாறு கூறிச் சோழ மன்னன் ஓலை விடுக்கும் நிகழ்ச்சியாகும்.

இதனை அடுத்துச் சமணமுனிவர்கள் நால்வர் நிற்கின்றனர். ஒருவர் பெரிய உருவிலும் மூவர் சிறிதாக உட்காட்சியிலும் காட்டப்பட்டுள்ளனர். அவர்களில் இருவர், மரப்பட்டை போன்ற ஆடையினையும் இருவர், கோவணமும் அணிந்துள்ளனர். மழிக்கப்பட்ட தலையுடனும் தொங்கு காதுடனும் காட்சியளிக்கின்றனர்.

அவர்கள் முன்னுள்ள யானையைப் பாண்டிய நாட்டை நோக்கி ஏவும் பாவனையில் கையுயர்த்தி நிற்கின்றனர். அடுத்ததாக, வேகமாக வரும் யானையை வேட்டுவ வீரர் வடிவில் ஒருவர் அம்பெய்து கொல்கிறார். யானையின் கழுத்தில் நுழைந்த அம்பு மத்தகத்தைத் துளைத்து வெளிப்பட்டுள்ளது. வேட்டுவ வீரர் வலது காலினை முன்வைத்து, வலது கரத்தால் வில்லினை வளைத்து அம்பினை எய்கின்றார். அவரது தலையில் இறகுகள் அலங்காரமாக முடியப்பட்டுள்ளன; நெற்றியில் மூன்றாவது கண்போல் காட்டப்பட்டுள்ளது. கழுத்தில் அணிகலனும் மார்பினைச் சூழ்ந்துவரும் அணிகலனும் காணப்படுகின்றன. இடையில் மாறுபட்ட ஓர் ஆடை உள்ளது.

அடுத்து, கையில் வாளுடன் பாண்டிய மன்னன் நிற்கிறான். தலையை மகுடம் அலங்கரிக்கிறது. பாதுகாவல் வீரன் ஒருவன் கேடயமும் வாளும் தாங்கி நிற்கிறான். பாண்டியனுடைய தலைக்கு இருபுறமும் உட்காட்சியாகச் சாமரம் வீசுவோர் காட்டப்பட்டுள்ளனர்.

இவை யானை எய்த படல நிகழ்ச்சிகளாகும்.

யானை எய்த படலம்

சிறந்த சிவபக்தனாகிய விக்கிரமன் பாண்டிய நாட்டை ஆண்டுவந்தான். சமண மதத்தைத் தழுவியிருந்த சோழ மன்னன், அவனுடன் நெடும்பகை கொண்டிருந்தான். பெருவீரனாகிய பாண்டியனுடன் போரிட்டு வெல்லமுடியாது என்பதை உணர்ந்த சோழன், சமண முனிவர்களை அழைத்து பாண்டியனைக் கொல்ல ஏதேனும் வழிவகை செய்யுமாறு பணித்தான். சமண முனிவர்கள் பாலியாற்றங்கரையில் மூன்று காதமளவிற்கு வேள்விச் சாலையமைத்து அபிசார வேள்வியைச் செய்தனர். அவ்வேள்விக்குண்டத்தில் மலை போன்ற தோற்றத்துடன் யானையொன்று தோன்றியது. அதனை அவர்கள் பாண்டியனை அழித்து வருமாறு கூறி ஏவினர். கொடிய யானை வருவதைக் கேள்வியுற்ற பாண்டியன் வருந்திச் சென்று சிவபெருமானிடம் முறையிட்டான். சிவபெருமான் அவனிடம் ஓர் அட்டாலை மண்டபம் கட்டுமாறு பணித்தார். பாண்டியன் அக்கட்டளையையேற்றுப் பதினாறு தூண்கள் கொண்ட அட்டாலை மண்டபமொன்று எடுத்தான். சிவபிரான் வேட்டுவ இளைஞனாய் உருவமெடுத்து அம்மண்டபத்தின் மீதேறி நின்றார். நரசிங்கக் கணையை வில்லிற் பூட்டிச் சமணர் ஏவிய கொடிய யானை மீது எய்தார். ஆற்றல் மிக்க அந்த அம்பு யானையின் மத்தகத்தைப் பிளந்தது; அது இறந்தது. பாண்டிய நாட்டு வீரர்கள் சமணர்களை அடித்துத் துரத்தினர்.

சுவர்ப்பரப்பு நான்கு கட்டங்களாகப் பகுக்கப்பட்டுள்ளது.

சுவர்-J

முதற்கட்டத்தில் ஒருநாயும் இரண்டு பூனைகளும் காட்டப் பட்டுள்ளன. ஒடுங்கிய வயிறுடன் நிற்கும் நாயின் கழுத்தில் சங்கிலி போன்ற மாலையொன்று உள்ளது. அந்நாய், பூனைகளைப் பார்த்து உறுமிக்குலைக்கிறது. முன்னால் உள்ள பூனைகள் இரண்டும் நாயினை எதிர்கொண்டு சீறுகின்றன. முதலில் உள்ள பூனை உடலை நீட்டி, மேலாக வளைத்து, வாய் திறந்து சீறுகிறது. அதன் வால், பின்கால்களுக்கு இடையே உள்ளது. பின்னுள்ள பூனை அமர்ந்தவண்ணம் முன்கால் ஒன்றினைத் தூக்கிச் சீறுகிறது. அதன்வாலும் பின்னங்கால்களுக்கிடையே காட்டப்பட்டுள்ளது.

முன்னுள்ள பூனையின் உடல் முடி வெண்புள்ளிகளாகவும் பின்னுள்ள பூனையின் உடல் முடி கரும்புள்ளிகளாகவும் காட்டப்பட்டுள்ளன.

இதனை அடுத்துள்ள கட்டத்தில், மூன்று இசைக்கலைஞர்கள் காட்டப்பட்டுள்ளனர். முதலில் நிற்பவர் கின்னரம் போன்ற கருவியொன்றினை வலதுகரத்தில் உயர்த்தி வாசித்த வண்ணம் வலதுகாலினைத் தூக்கி ஆடுகிறார். அவரது தலைமுடி, உச்சியில் பந்துபோல் கொண்டையாக இடப் பட்டுள்ளது. மரப்பட்டையாடை போல் இடையாடை உள்ளது. அடுத்துள்ளவர், ஒரு சிறு கின்னரமொன்றை வாசித்த வண்ணம் ஆடுகிறார். இவரும் உச்சியில் கொண்டையாக முடியினை முடிந்துள்ளார். கழுத்தில் நீண்ட முத்து மாலைகள் தொங்குகின்றன. மூன்றாமவர், மாறுபட்ட வடிவமுள்ள இசைக்கருவியை வலதுகரத்தில் உயர்த்தி உள்ளார். இடையில் மரப் பட்டை போன்ற ஆடையும் உதர பந்தமும் காணப்படுகின்றன. தோளில் ஓர் ஆடை அணிந்துள்ளார்.

அடுத்துள்ள கட்டத்தில், திசைக் காவலர்களான எமதர்மனும் அக்னியும் காட்டப்பட்டுள்ளனர்.

முதலில் எருமை வாகனத்தின்மீது எமன் அமர்ந்துசெல்கிறார். அவரது வலது கரத்தில் பாசமும் இடது கரத்தில் மூவிலைச் சூலமும் உள்ளன. சுவாலையுடன் கூடிய மகுடம் அணிந்துள்ள அவர் வாயில் கோரைப் பற்கள் தென்படுகின்றன. அதேபோல் கோரைப் பற்கள் கொண்ட குள்ள வடிவமொன்று கொடிபோன்ற ஒன்றனைப்பற்றி முன் செல்கிறது. எமனுக்குப் பின்னர் அக்னிதேவன் ஆட்டுக்கிடாய் வாகனத்தில் அமர்ந்து வருகிறார். கூரிய கொம்புகளைக் கொண்ட அலங்கரிக்கப்பட்ட ஆட்டின்முன் கொற்றக் குடையேந்தியொரு குள்ள உருவம் செல்கிறது. அக்னியின் வலதுகரத்தில் மலர்ந்த தாமரையும் இடதுகரத்தில் சுவாலையாக விரியும் ஆயுதமொன்றும் உள்ளன. பின்னால் மரமொன்று காட்டப்பட்டுள்ளது.

அடுத்த கட்டத்தில், வருணனும் வாயுவும் காட்டப்பட்டுள்ளனர்.

முன்னுள்ள வருணன் மகர மீன்மீது ஒருகால்மீது ஒருகாலையிட்டு அமர்ந்துள்ளார். அலங்கரிக்கப்பட்ட கொடிக்கருக்கை ஏந்தியுள்ள மகரமீனின் துதிக்கைப் பகுதியில் கடிவாளமிட்டு வருணன் பற்றியுள்ளார். தலையில் மகுடத்துடனும் அணிகலன்களுடனும் திகழும் வருணன் இடதுகரத்தில் துணி சுற்றப்பட்ட சிறுகம்பினைக் கொண்டுள்ளார்.

கலைமான்மீது வாயு அமர்ந்துள்ளார். அவர் அழகிய மகுடம், அணிகலன்கள், இடையாடை முதலியவற்றைக் கொண்டுள்ளார். அவரது வலதுகரத்தில் பாசமும் இடதுகரத்தில் கொடியும் காட்சியளிக்கின்றன.

கழுத்தில் அணிகலன்களுடனும் முதுகில் அமரும் இருக்கையுடனும் மான் காட்டப்பட்டுள்ளது.

சுவர்ப் பகுதிகள் K.L - ஓவியங்கள் இல்லை

சுவர்-M

சுவர்ப் பகுதி நான்கு கட்டங்களாகப் பகுக்கப்பட்டுள்ளது.

மேலுள்ள முதற்கட்டத்தில், இரண்டு ஆடுகள் ஒன்றன்பின் ஒன்றாய்ச் செல்லுகின்றன. முன்செல்லும் ஆடு பெரிதும் அழிவுபட்டுள்ளது.

இரண்டாம் கட்டத்தில், நான்குபேர் வலப்புறம் நோக்கி நிற்கின்றனர். முதல் மூவர் விஜயநகர பாணியிலான தொப்பியுடனும் கழுத்தில் மணிமாலைகளும் முழுக்கைச் சட்டையும் அழகிய இடையாடையும் கொண்டு நிற்கின்றனர். பின்னுள்ள ஒருவர், முடியினைப் பின்புறம் முடிந்து கொண்டையிட்டு நிற்கிறார். தலை மாலையொன்று உள்ளது. கழுத்தில் மணிமாலை கொண்ட அவர், இருகையும் கூப்பி வணங்கிய வண்ணம் நிற்கிறார். இவர்கள் ஓர் அரசன் முன்போ அல்லது தம்மினும் உயர்ந்த பதவியாளர் முன்போ நிற்பதுபோல் தெரிகிறது.

அடுத்துள்ள மூன்றாம் கட்டத்தில், சித்த மூர்த்திகள் மூவர் ஆடுகின்றனர்.

இடப்புறம் முதலில், உள்ளவர் இரண்டு கரங்களையும் இடது காலினையும் தூக்கி ஆடுகிறார். வலக்கரத்தில் கின்னரம் போன்ற கருவி உள்ளது. தலைமுடி கொண்டையாக இடப்பட்டுள்ளது. கழுத்திலும் கரங்களிலும் அணிகலன்கள் உள்ளன. வலது தோளில் அணிகலன்கள் உள்ளன. வலது தோளில் பொக்கணம் மாட்டப்பட்டுள்ளது. தோளில் துண்டும் இடையில் கோவணமும் உள்ளன. காலில் சிலம்பு போன்ற அணிகலன் உள்ளது.

நடுவில் உள்ளவர், தன் கரத்தில் உள்ள இசைக்கருவியினை இரண்டு கைகளாலும் பற்றி இசைக்கிறார். இடதுதோளில் பொக்கணம் உள்ளது. கரங்களிலும் கழுத்திலும் அணிகலன்கள் உள்ளன. இடையில் தோலால் செய்யப்பட்டது போன்ற ஆடை உள்ளது. தோளில் துண்டு உள்ளது. காலில் அதே அணிகலன் உள்ளது.

மூன்றாமவர், வலதுகாலினை உயர்த்தி, வலது கரத்தை உயர்த்தி இசைக் கருவியை இசைத்துப்பாடிக் கொண்டே ஆடுகிறார். வலது தோளில் பொக்கணமும் இடையில் தோலாடை அல்லது மரவுரி போன்ற ஆடையும் காணப்படுகிறது.

அடுத்துள்ள சிறுகட்டத்தில் மூன்று கலைஞர்கள் செல்லுகின்றனர். அவர்களில் இரண்டுபேர் ஆண்கள் ஒருவர் பெண் ஆவர்.

முதலில் உள்ளவர் தலையில் மிக உயரமான தொப்பியும் வலது கரத்தில் கின்னரக் கருவியும் உள்ளன. அலங்காரமான ஆடை அணிந்துள்ளார்; கழுத்தில் அணிகலன்கள் உள்ளன.

இடையில், பெண்ணொருத்தி தோளில் இசைக் கருவியைச் சாய்த்த வண்ணம் வருகிறார். தலைமுடி பின்புறம் கொண்டையாக இடப்பட்டுள்ளது. தலையிலும் கழுத்திலும் கரங்களிலும் அணிகலன்கள் உள்ளன. காலிலும் பல அணிகலன்கள் அணிந்துள்ளார்.

இறுதியில் வருகின்றவர், கரங்களில் தாளத்தைக் கொண்டு இசைத்து வருகிறார். தலையில் உயரமான தொப்பியும் உடலில் அலங்காரமான ஆடையும் உள்ளன. அவர் முழுக்கைச் சட்டை அணிந்துள்ளார். அவருக்குப் பின் மரமொன்று காட்டப்பட்டுள்ளது.

மூவரும் பாடிய வண்ணம் நடந்து செல்கின்றனர்.

சுவர்-N

சுவர்ப்பரப்பு நான்கு நீண்ட வரிசைகளாகப் பகுக்கப்பட்டு திருவிளையாடற் புராண நிகழ்ச்சிகள் சித்திரிக்கப்பெற்றுள்ளன.

முதல் வரிசை

இந்திரன் பழிதீர்த்த படலநிகழ்ச்சிகள்
இடமிருந்து வலமாகத் தீட்டப்பட்டுள்ளன.

கைலைமலையில் சிவபெருமான் சுகாசனமிட்டு வீற்றிருக்கிறார். அவரது வலப்புறத்தில் விநாயகரும் இடப்புறத்தில் முருகனும் குழந்தை வடிவாக நிற்கின்றனர். முருகனை அடுத்து, பார்வதி வலதுகையில் மலரினைத் தாங்கி அமர்ந்திருக்கிறார். இடதுகோடியில் நான்கு கரங்களுடன் வணங்கிய வண்ணம் நந்திகேஸ்வரர் நிற்கிறார். மேலே சிவயோகிகள் மூவர், தலையின் மீது கரங்குவித்து வழிபடுகின்றனர். வெள்ளையானையுடன் வந்து நிற்கும் இந்திரன் பின்னிரு கரங்களையும் தலைமீது குவித்து வணங்குவதாகக் காட்டப்பட்டுள்ளது. இந்திரன் நிறைந்த அணிகலன்களுடனும் அழகிய ஆடையுடனும் தலையில் மகுடத்துடனும் காட்டப்பட்டுள்ளான்.

ஓவியத்தின் கீழே 'இநதிரன வெமபழி தீாககக கயிலாயததிலெ பொனது'

(இந்திரன் வெம்பழி தீர்க்கக் கயிலாயத்திலே போனது) என்று நாயக்கர் கால எழுத்தமைதியில் எழுதப்பட்டுள்ளது.

அடுத்தகாட்சியில் இந்திரன் ஐராவதத்தின் மீதமர்ந்து கடம்பவனம் வருகிறார். யானைக்குப்பின் குதிரை ஒன்றின் மீது ஈட்டியுடன் ஒருவர் வருகிறார். இருவருக்குமிடையே ஈட்டியுடன் மற்றொருவர் வருகிறார். குதிரைக்குப் பின்னர் நாயுடன் ஒருவர் ஈட்டி தாங்கி வருகிறார். நிறைய மரங்கள் காட்டப்பட்டுள்ளன. நான்கு தந்தங்களைக் கொண்ட ஐராவதம் ஒரு மரத்தை முறித்தபடி முன்னேறுகிறது. கீழே 'சொககனாதன திருவிளையாடல' (சொக்கநாதன் திருவிளையாடல்) என்றெழுதப் பெற்றுள்ளது.

அடுத்த காட்சியில் இலிங்கமாக எழுந்தருளிய கடம்பவன சிவபெருமானை இந்திரன் வழிபடுகின்றான். அருகில் ஒருவர் நிற்கிறார். அவர் குரு வியாழன் ஆதல் வேண்டும். இலிங்கத்திற்கும் இந்திரனுக்குமிடையே பீடத்தில் விநாயகர் அமர்ந்துள்ளார். ஓவியத்தின் கீழே 'இநதிரன பூமியிலெ கடமபவனததிலெ வநதது' (இந்திரன் பூமியிலே கடம்ப வனத்திலே வந்தது) என்று எழுதப்பட்டுள்ளது.

மரத்தூண்மீது வரைந்த ஓவியங்கள் உதிர்த்துள்ளன. வழிபட்டு, பிரமகத்தி நீங்கிய இந்திரன் ஐராவதத்தின் மீது அமர்ந்து திரும்புகின்றான்.

இரண்டாம் வரிசை ▶

இந்திரன் பழிதீர்த்த படலநிகழ்ச்சிகள்
இடமிருந்து வலமாகத் தீட்டப்பட்டுள்ளன.

முதலில் இந்திரன் கடம்பவனத்தில் மானும் புலியும் நட்போடு விளையாடியிருப்பதைக் கண்டு மகிழ்ந்து, அங்கு எழுந்தருளிய இறைவனுக்குத் தேவதச்சர்களால் அழகுற வடிக்கப்பட்ட விமானத்தைக் காணிக்கையாக்கி வழிபடுகிறான். விமானத்தைத் தாங்குகின்ற எட்டு யானைகளில் இரண்டு யானைகள் காட்டடப்பட்டுள்ளன. இந்திரனுக்கு அருகில் ஐராவதம் ஒரு மரத்தினை வளைத்த வண்ணம் நிற்கிறது. இக்காட்சிகளில் ஐராவதம் நன்கு அலங்கரிக்கப்பட்டுக் காட்சிதருகிறது. ஓவியத்தின் கீழே 'இநதிரன தெயவலொகததிலெ விமானம கொணடு வநதது' (இந்திரன் தெய்வலோகத்திலே விமானம் கொண்டு வந்தது)என்று எழுதப்பட்டுள்ளது.

இந்திர விமானத்தின் உள் எழுந்தருளியுள்ள சோமசுந்தர லிங்கத்தை இந்திரன் வழிபாடு செய்கிறான். அழகிய பீடமொன்றின்மீது அமர்ந்துள்ள இந்திரன் இடதுகையில் உள்ள மணியை ஒலித்து வலதுகையால் தீப ஆராதனை காட்டுகிறான். கோயிலின் வலதுபுறம் குரு வியாழபகவான் நிற்கிறார். அவரை அடுத்து நிற்கும் தேவர் ஒருவர், தலைமீது கைகளைக் கூப்பி வழிபடுகிறார். 'பூசித்தது' என்று எழுதப்பட்டுள்ளது.

இந்திரன் பழிதீர்த்த படலம்

ஒருநாள், இந்திரனது சபையில் தேவமகளிரின் ஆடல் நிகழ்ச்சி நடைபெற்றிருந்தது. இந்திரன், அவர்கள்தம் அழகிலும் நடனத்திலும் மயங்கித் திளைத்திருந்தான். அப்போது அங்கு வியாழபகவான் எழுந்தருளினார். ஆனால் இந்திரன் அவரை ஏறெடுத்தும் பாராதிருந்தான். தேவகுருவாகிய வியாழபகவான் யாதொன்றும் கூறாமல் அவ்விடம் விட்டு நீங்கினார். அதன்பின், இந்திரனது வளம் படிப்படியாகத் தேய்வுற்றது. தன் பிழையை உணர்ந்த இந்திரன் வியாழபகவானைச் சந்தித்து மன்னிப்பு வேண்டத் தேடினான். ஆனால் அவரைக் காணமுடியவில்லை.

நான்முகனை அடைந்து நிகழ்ந்தவற்றை உரைத்து வழிகாட்ட வேண்டினான். அரக்கனாகிய விச்சுவ உருவனைக் குருவாகக் கொள்ளும்படி அவர் கூறினார். அதன்படியே இந்திரன் செய்தான். ஆயினும் அரக்கன் மனம் தேவர்களுக்கு எதிராக இருப்பதுகண்டு இந்திரன் அவனைக் கொன்றான். தன் மகனாகிய விச்சுவ உருவனை இந்திரன் கொன்றதைக் கண்டு, அவன் தந்தை துவட்டா, வேள்வி ஒன்றைச் செய்தான். அதில் அச்சமூட்டும் உருவோடு விருத்தாசுரன் தோன்றினான். விருத்தாசுரனுக்கும் இந்திரனுக்கும் போர் மூண்டது. அதில் இந்திரன் தோல்வியுற்று ஓடோடிச் சென்று திருமாலைக் கண்டு அரக்கனை வெல்ல வழிகூறுமாறு வேண்டினான். பாற்கடல் கடையப்பட்டபோது வெளிப்போந்த ஆயுதங்களைத் தசீசி முனிவர் விழுங்கியதாகவும் அவை இப்போது அவரது முதுகுத்தண்டாய் வடிவுற்றிருப்பதாகவும் கூறிய திருமால், அதனைக் கொண்டு ஆயுதம் செய்தால் அரக்கனை வெல்லலாம் என்று வழிகாட்டினார். அதன்படி இந்திரன் ததீசி முனிவரிடம் சென்று முதுகெலும்பைத் தந்துதவ வேண்டினான். அவரும் மனமுவந்து தன் முதுகெலும்பை அவனுக்கு வழங்கினார். இந்திரன் அவ்வெலும்பினால் வஜ்ஜிராயுதத்தை உருவாக்கி, அரக்கனைக் கொன்றான்.

இதனால் இந்திரனைப் பிரம்மஹத்திதோஷம் பிடித்தது. அதிலிருந்து மீளுவதற்காகப் பல தலங்களுக்கும் சென்று வழிபட்ட இந்திரன், கடம்பவனம் வந்துசேர்ந்தான். அங்குக் கடம்பமரநிழலில் சுயம்புலிங்க வடிவில் சிவன் எழுந்தருளியிருந்தார். சிவனருளால் அங்கு வந்த பொற்றாமரைப் பூக்களால் இந்திரன் சிவனை வழிபட்டான். எட்டுயானைகள், முப்பத்திரண்டு சிங்கங்கள், அறுபத்து நான்கு சிவகணங்கள் தாங்குமாறு ஒப்பற்ற விமானமொன்றை நிறுவினான். சிவனருளால் பழி நீங்கப் பெற்றான்.

அடுத்தகாட்சியில், பாண்டிய மன்னன் அழகிய மண்டபத்துள் திண்டின் மீது சாய்ந்து அமர்ந்துள்ளான். அவனையடுத்து அடைப்பைக்காரர் நிற்கிறார். அவருக்குப் பின்னால் பாத்திரம் ஒன்றை ஏந்தியவர் நிற்கிறார். அடுத்து இடதுகையில் சமாரம் வைத்துள்ளவர் வலதுகரத்தால் வாய்பொத்தி நிற்கிறார். இறுதியாக, கேடயமும் வாளும் தாங்கி மெய்க்காவலர் நிற்கிறார். அரசன் முன்னால் நிற்கும் வணிகன் கடம்பவனத்தில் இந்திரவிமானத்தில் இறைவன் எழுந்தருளியுள்ளமையைத் தெரிவிக்கிறான். தலையில் உருமாலும் இடையில் அழகிய ஆடையும் அவர் அணிந்துள்ளார். ஓவியத்தின் கீழே 'செடடியாா பாணடியனுககுச சொனனது' (செட்டியார் பாண்டியனுக்குச் சொன்னது) என்று எழுதப்பட்டுள்ளது.

மூன்றாம் வரிசை

திருநகரம் கண்ட படலம் மற்றும்
வெள்ளை யானை சாபம் தீர்த்த படல நிகழ்ச்சிகள்
இடமிருந்து வலமாகச் சித்திரிக்கப்பட்டுள்ளன.

அடுத்த வரிசையின் முதலில் இந்திர விமானத்தில் எழுந்தருளியுள்ள இறைவனைப் பாண்டியன் வழிபடுகின்றான். அவன் இரண்டு கைகளையும் விமானத்தில் கலசத்தையும் கீரிவத்தையும் தொடுவது, அங்கே இறைவன் கட்டளைப்படி நகரை நிர்மானிக்கத் தொடங்குவதைக் குறிக்கிறது. எதிரில் துறவியர் இருவர் வழிபாடு செய்கின்றனர். முதலில் தலைமீது கைகுவித்து வணங்குகின்றவர் கோவணம் அணிந்துள்ளார். அடுத்து வணங்குபவர் கால் வரையிலான இடையாடை அணிந்துள்ளார். இருவர் தலைமுடிகளும் மாறுபட்ட நிலைகளில் தலைமீது முடியப்பட்டுள்ளன.

மன்னனது பின்புறம் அடைப்பைக்காரும் பாத்திரத்தை உயர்த்திப் பிடித்துள்ளவரும் கொற்றக்குடையை வைத்துள்ளவரும் வாள், கேடயம் தாங்கிய பாதுகாவலரும் நிற்கின்றனர்.

கோயிலின் அருகே கமுகு மரமும் பிற மரங்களும் காட்டப்பட்டுள்ளன.

ஓவியத்தின் கீழ் 'பாணடியன விமானததை நிறுததினது' (பாண்டியன் விமானத்தை நிறுத்தியது) என்றெழுதப்பட்டுள்ளது.

இது, திருநகரம் கண்ட படல நிகழ்ச்சியாகும்.

திருநகரம் கண்ட படலம்

கடம்பவனத்தின் கீழ்த்திசையில் இருந்த மணவூரிலிருந்து குலசேகரப் பாண்டியன் ஆட்சிபுரிந்து வந்தான். தனஞ்செயன் எனும் வணிகன் சிவநேசச் செல்வனாக அங்கு வாழ்ந்துவந்தான். அவன் ஒருநாள் வணிகத்திற்காகப் பல ஊர்களுக்குச் சென்றுவிட்டுத் திரும்பும்போது, இரவானதால் கடம்பவனத்தில் தங்கினான். இரவில் அங்கு எட்டு யானைகள் ஒரு விமானத்தைச் சுமக்க, அதன் நடுவில் இலிங்க வடிவில் சிவன் எழுந்தருளி உள்ளதையும் தேவர்கள் வந்து வழிபாடு செய்வதையும் கண்டு வியந்தான். மறுநாள் அதனை பாண்டியனிடம் தெரிவித்தான். அன்றிரவு பாண்டியன் கனவில் சித்தர் வடிவில் தோன்றிய சிவபெருமான், கடம்பவனத்தைத் திருத்தி நகரம் அமைக்கும்படி கூறினார். பாண்டியன் அவ்வண்ணமே அழகிய நகரை உருவாக்கினான். அது, மதுரை எனப் பெயர்பெற்றது.

அடுத்தகாட்சியில், துர்வாச முனிவரின் சாபத்திற்கு ஆளாகிக் கரிய காட்டானையாகிய ஐராவதம் கடம்பனத்திற்கு வந்து, பொற்றாமரைக் குளத்தில் நீராடிச் சாபம் நீங்கிய நிகழ்ச்சி காட்டப்பட்டுள்ளது. பொற்றாமரைக்குளம் முதலை, மீன்கள், தாமரை மலர்களுடன் காட்சியளிக்கிறது. சாபம் நீங்கிய ஐராவதம் இறைவனை வழிபட மலரினைப் பறிக்கிறது. அது மிகவும் அழகுற அலங்கரிக்கப்பட்டு நான்கு தந்தங்களுடன் காட்டப்பட்டுள்ளது.

அடுத்தகாட்சியில், ஐராவதம் கோயிலை நோக்கிச் செல்கிறது. அதன் துதிக்கையில் மரமொன்று வளைத்துப் பற்றப்பட்டுள்ளது. அதன்கீழ் 'அயிலாவதம சாபம கறுபபு நீஙகி வெளளையானது' (அயிராவதம் சாபம் கறுப்பு நீங்கி வெள்ளையானது) என்று குறிப்பிடப்பட்டுள்ளது. அடுத்துள்ள காட்சியில், இலிங்கத்தை ஐராவதம் பூசிக்கும் காட்சி சித்திரிக்கப்பட்டுள்ளது. மரத்தூண் மீது ஓவியம் உதிர்ந்துள்ளது. இக்காட்சிகளில் கமுகு, பனை மற்றும் பிற மரங்கள் நிறையக் காட்டப்பட்டுள்ளன.

வெள்ளை யானை சாபந்தீர்த்த படலம்

சிவபெருமானை நோக்கி துர்வாச முனிவர் தவம்புரிந்தார். அத்தவத்திற்கு மகிழ்ந்த சிவன், தன் அருளின் அடையாளமாக ஒரு தெய்வீகத் தாமரை மலரைத் தன் முடியினின்றும் அவர்முன் விழச் செய்தார். தேவலோகம் சென்ற முனிவர் அம்மலரை இந்திரனுக்குக் கொடுத்தார். வெற்றிக்களிப்பிலிருந்த இந்திரன் யானை மீதிருந்த வண்ணமே ஒரு கையால் அம்மலரை வாங்கி, யானையின் மத்தகத்தின் மீதுவைத்தான். அது, அம்மலரைத் தன் துதிக்கையால் எடுத்துக் காலிலிட்டு மிதித்துச் சிதைத்தது. இந்த அவமதிப்பைக் கண்டு கடுஞ்சினமுற்ற துர்வாசர் இந்திரனது மகுடம் பாண்டிய மன்னனது திகிரியால் சிதைவுறட்டும் என்றும் வெள்ளையானை காட்டானையாகட்டும் என்றும் சாபமிட்டார். அஞ்சி நடுங்கிய தேவர்கள், முனிவரின் திருவடிகளில் வீழ்ந்து மன்னிப்பு வேண்டினர். அதனால் சினம் தணிந்த முனிவர், இந்திரன் தலைக்கு வந்தது முடியளவால் போகட்டும் எனவும் ஒரு நூற்றாண்டு காட்டில் அலைந்து பின் வெள்ளையானை சாபம் தீரட்டும் எனவும் அருளினார். மண்ணுலகில் வந்து காட்டானையாக ஒரு நூற்றாண்டு அலைந்த வெள்ளையானை ஒருநாள் கடம்பவனம் வந்தது; அங்கிருந்த பொற்றாமரைத் தடாகத்தில் நீராடியது. அதன் சாப வடிவம் நீங்கியது; பழைய வடிவைப் பெற்றது. இறைவனை வழிபட்டுத் தேவலோகம் சேர்ந்தது.

378

நான்காம் வரிசை ▶

தடாதகைப் பிராட்டியார் திருவவதாரப் படலமும்
தடாதகையாரின் திருமணப் படலமும்
இடமிருந்து வலமாகத் தீட்டப்பட்டுள்ளன.

அடுத்தவரிசையில் முதலில் ஐராவதத்தின் மீது இந்திரன் வருகிறான். அலங்கரிக் கப்பட்ட யானையின் மத்தகத்தின்மீது அங்குசத்தை ஊன்றி அமர்ந்துள்ளான். அவன்பின் யானையின் மற்றொரு பணியாளன் அமர்ந்துள்ளான். யானையின் பின்னால் கொற்றக்குடையை ஒருவர் உயர்த்திப்பிடித்து வருகிறார். அவர் பின்னே பாதுகாவலர் கத்தியும் கேடயமும் ஏந்திவருகிறார். அவர்பின்னே பாத்திரம் ஒன்றினை உயர்த்தி ஒருவர் வருகிறார். பின்னணியில் மங்கலச் சின்னங்கள் காட்டப்பட்டுள்ளன.

பாண்டியனைப் புத்திரகோமேஷ்டி யாகம் நடத்தும்படி கூற வருகிற இந்திரனைப் பாண்டிய வீரர்கள் எதிர்கொண்டு அழைத்து வருவதை இக்காட்சி சித்திரிக்கிறது. அதனாலேயே பாண்டியனது பணியாளர்களும் பாதுகாவலரும் ஐராவதத்தில் வரும் இந்திரன் பின்னால் வருகின்றனர்.

அடுத்தகாட்சியில், அழகிய மண்டப மொன்றில் கால்களை நீட்டி அமர்ந்துள்ள பாண்டியமாதேவி காஞ்சனமாலையின் மடியில் தடாதகைப்பிராட்டி சிறுமியாக அமர்ந்துள்ளாள். தடாகப்பிராட்டியின் கொண்டையினை அரசி அலங்கரிக்கிறார். அருகில் குங்குமச் சிமிழைக் கையில் ஏந்திய வண்ணம் தானும் சிறுமியை ஒப்பனை செய் கிறாள் பணிப்பெண் ஒருத்தி. ஓவியத்தில் கீழே 'மும்முலைத தடாகை பிறநதது' (மும்முலைத் தடாகை பிறந்தது) என்று குறிப்பிடப் பட்டுள்ளது.

அடுத்தகாட்சியில், தடாதகைப்பிராட்டி ஓர் அழகிய மேடை மீதமைந்த பீடத்தில் மும்முலைகளோடு அமர்ந்துள்ளாள். அவளுக்குப் பாண்டியன் மகுடாபிஷேகம் செய்து வைக்கிறான். இருவரும் ஏராளமான அணிகலன்களுடன் காட்சி தருகின்றனர்.

அருகில் கூன் விழுந்த முதியவர் ஒருவர் இடது கக்கத்தில் ஓலைச்சுவடியுடனும் கையில் குடையுடனும் காட்சியளிக்கிறார். தலையில் உருமாலும் முகத்தில் தாடி மீசையும் மார்பில் பூணூலும் இடையில் எடுப்பான ஆடையும் உள்ளன.

இறைவன் கட்டளைப்படியே தடாதகைக்குப் பட்டம் சூட்டப்பட்டது என்ற வண்ணம் இங்குக் காட்சி சித்திரிக்கப்பட்டுள்ளது. இங்குள்ளது. ஓவியத்தின் கீழே 'அவி ழெகம வைதது' (அபிடேகம் வைத்தது) என்று குறிப்பிடப்பட்டுள்ளது.

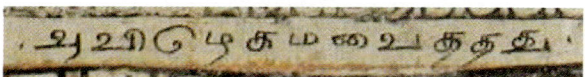

இவை தடாதகைப் பிராட்டியார் திருவவதாரப் படல நிகழ்ச்சிகளாகும்.

தடாதகையாரின் திருவவதாரப் படலம்

மலையத்துவசப் பாண்டியனும் அவன் மனைவி காஞ்சனமாலையும் மகப்பேறின்றி வருந்தினர். பாண்டியன் அசுவமேத யாகம் செய்தான். அது நிறைவடையும் முன்னர், இந்திரன் அங்கு வந்து, புத்திரகாமேஷ்டி யாகம் செய்யுமாறு கூறிச் சென்றான். பாண்டியன் அவ்வாறே செய்தான். வேள்விக் குண்டத்திலிருந்து மூன்று மார்பகங்களுடன் பெண் மகவு ஒன்று தோன்றியது. மன்னனும் மனைவியும் உளம் மகிழ்ந்த அதே வேளையில், அது பெண் மகவாக இருப்பது குறித்தும் மூன்று மார்பகங்களுடன் பிறந்துள்ளது குறித்தும் வருந்தினர். அப்போது சிவன் அசரீரியாக அக்குழந்தைக்குத் தடாதகை எனப் பெயரிட்டு உரிய பருவத்தில் மகுடம் சூட்டி அரசியாக்குமாறு கூறினார். அதன்படியே பாண்டிய நாட்டுக்கு தடாதகை அரசியானாள்.

அடுத்ததாக, திசைவெற்றி மேற்கொண்ட தடாதகைப்பிராட்டிக்கு சிவ பிரானுக்கும் நிகழ்ந்த போர்க்காட்சி சித்திரிக்கப்பட்டுள்ளது. இடதுபக்கத்தில் அலங்கரிக்கப்பட்ட குதிரையின் மீது கையில் வாளை உயர்த்திக் கண்களில் சினம்பொங்க தடாதகைப் பிராட்டி விரைகிறார். நிறைந்த அணிகலன்களும் மகுடமும் கொண்டுள்ள அவருக்கு மூன்று மார்பகங்கள் காட்டப்பட்டுள்ளன. அவருக்குப்பின்னால் ஒருவர் கொற்றக்குடை ஏந்தி வருகிறார். அவர் பின் உயர்த்திய வாளும் கேடயமும் ஏந்தி ஒருவர் வருகிறார். அவர் வலக்கையில் கேடயமும் இடக்கையில் வாளும் கொண்டிருப்பது குறிப்பிடத்தக்கது. தடாதகைப் பிராட்டியின் முன் தலையில், கவசம் அணிந்து இடதுகரத்தில் கேடயத்தை உயர்த்தி வலதுகரத்தில் வாளினை ஏந்தி வீரர் எதிர்வரும் பூதகணத்தைத் தாக்க முற்படுகிறார். கேடயங்கள் பூவேலைப்பாடுகளுடன் காட்சி தருகின்றன. தேவிக்கு மேலாக மங்கலச் சின்னங்கள் காட்டப்பட்டுள்ளன. (குஞ்சரம் வைத்த வேல்)

நான்கு தந்தங்களைக் கொண்ட ஐராவதத்தின் மீதமர்ந்து சிவபெருமான் போருக்கு வருகிறார். பின்னிருகரங்களிலும் மானும் மழுவும் துளங்குகின்றன. முன் இடதுகை இடையில் வைக்கப்பட்டுள்ளது. வலதுகரம் கூரிய வாளினை ஏந்தியுள்ளது. தலையில் சடாமகுடம் உள்ளது. யானையின் பின்னால் பூதகணமொன்று கொற்றக்குடையை ஏந்தியுள்ளது. யானையின் முன்னுள்ள பூதகணம் தன் சூலாயுதத்தால் தேவி படைவீரன் ஒருவனைத் தாக்க, அவன் கீழே விழுந்து கிடக்கிறான். சிவனுக்கு மேற்பகுதியில் இரண்டு பூதகணங்கள் இசைக்கருவிகளை இசைக்கின்றன. முன்னுள்ள பூதம் இலைத்தாளம் கொட்ட, பின்னுள்ள பூதகணம் சிறுகுழலை ஊதுகிறது. ஓவியத்தின் கீழ்'கயிலாயனாதருடெ மும்முலைத தாடகையார பொர' (கயிலாயநாதருடன் மும்முலைத் தாடகையார் போர்) என்று குறிக்கப் பெற்றுள்ளது.

அடுத்தகாட்சியில் காதல்கொண்டு தடாதகையும் சிவபெருமானும் போர் நிறுத்தித் திரும்பும் காட்சி சித்திரிக்கப்பட்டுள்ளது.

முன்னர் குதிரையில் பூந்தலைக் குந்தம் கையிலேந்தி தடாதகைப் பிராட்டி வருகிறார். மூன்று மார்பகங்களில் ஒன்று மறைந்தால் இரண்டு மார்பகங்களே தற்போது காட்டப்பட்டுள்ளன. அவர் பின்னால் யானையின் மீது அமர்ந்து சிவபெருமான் வருகின்றார். மரத்தூண் பகுதியில் ஓவியங்கள் உதிர்ந்து, சிவயோகி ஒருவர் தலைமீது கைகுவித்து வணங்கும் காட்சி மட்டும் சிறிது தென்படுகிறது. யானையின் பின் பூதகணம் கொற்றக்குடை பிடித்து வருகிறது. தேவியின் குதிரை முன்பாக வீரனொருவன் வாளும் கேடயமும் ஏந்திச் செல்கிறார்.

ஓவியத்தின் கீழ் 'ஒரு முலை மறைஞசது' (ஒரு முலை மறைந்தது) என்று குறிக்கப் பெற்றுள்ளது. இது தடாதகையாரின் திருமணப்படல நிகழ்ச்சியாகும்.

தடாதகையாரின் திருமணப் படலம்

தடாதகைப் பிராட்டியார் பாண்டிய நாட்டைச் சிறப்புற ஆண்டு வந்தபோது பெரும்படையுடன் திசைவெற்றிப் பயணம் மேற்கொண்டு பூவுலகையும் தேவருலகையும் வெற்றிகொண்டார். அவரது படை கைலைமலையை அடைந்தது. அங்குச் சிவகணங்களுக்கும் அவரது படைக்கும் பெரும்போர் நிகழ்ந்தது. போரின் இறுதியில் சிவபெருமானே போர்க்களம் புகுந்தார். சிவபிரானைக் கண்டதும் தடாதகைப் பிராட்டிக்குப் பெண்மைக்குரிய உணர்வுகள் மேலிட்டன. அவர்தம் மூன்று மார்பகங்களுள் ஒன்று மறைந்தது. அவளைத் திருமணம் புரிவதாக சிவன் வாக்குரைத்து வழியனுப்பிவைத்தார். நான்முகன் சடங்குகளை நிகழ்த்தத் திருமணம் மதுரையில் மிக்க சிறப்புடன் நிகழ்ந்தது. சிவனார்தம் திருவடிகளை திருமால் பொற்கலசப் புனித நீர்கொண்டு துலக்கியபின், இருவர்தம் கரங்களையும் இணைந்து வைத்தார்.

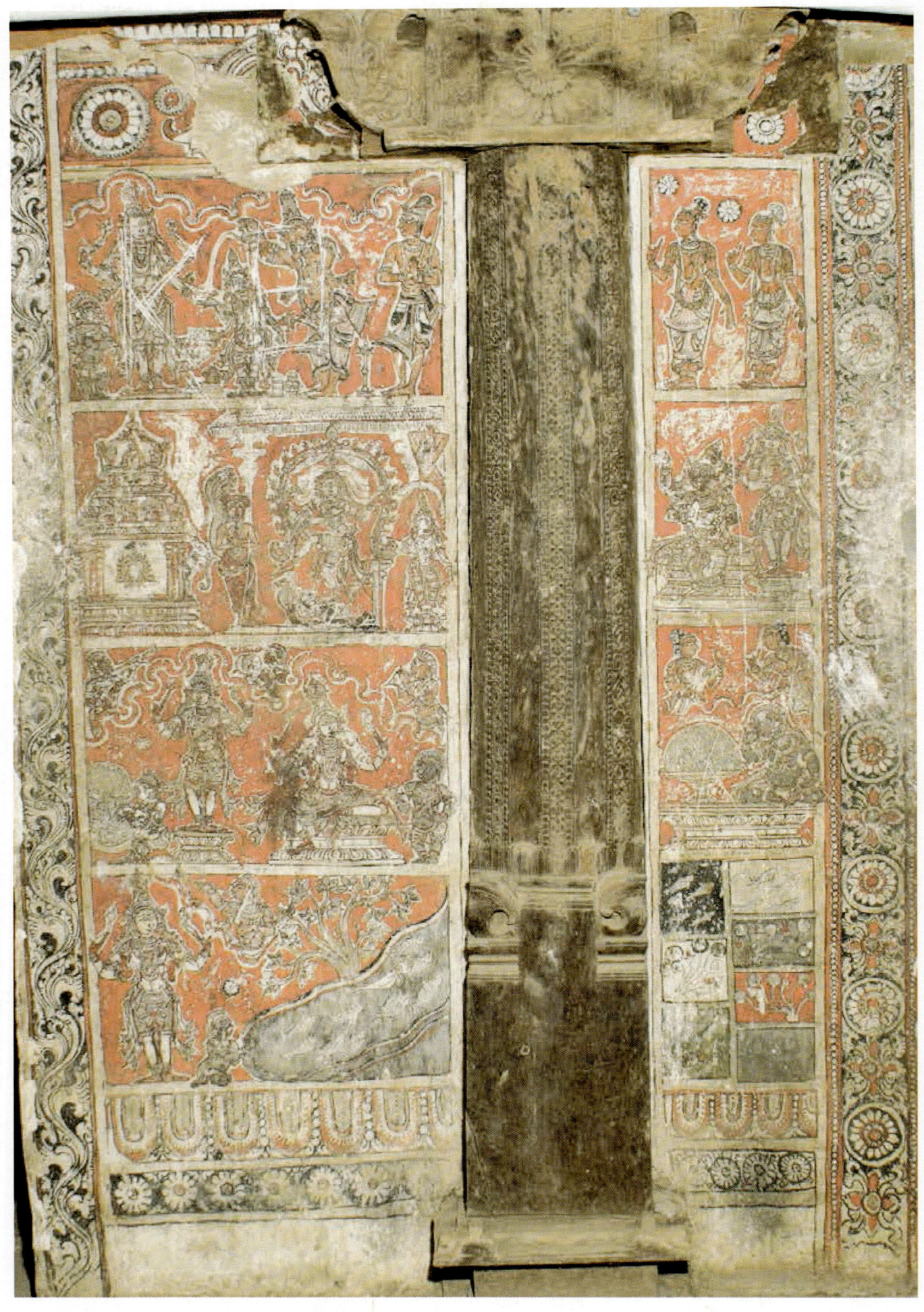

சுவர்-௦

இச்சுவர்ப்பரப்பு கீழிருந்து மேல்வரும் வாயிலுக்கும் இத்தளத்திலிருந்து மேற்செல்லும் வாயிலுக்குமிடையே அமைந்துள்ளது. இச்சுவர்ப்பரப்பின் நடுவே மரத்தூண் ஒன்றுள்ளது. அதன் இடது பகுதியில் உள்ள சுவர்ப்பரப்பு வலதுபுறத்தில் உள்ளதைவிட இரண்டு மடங்காக உள்ளது. ஏனைய இடங்களில் மரத்தூண்களின்மீது ஓவியம் தீட்டியதைப்போல் இவ்விடத்தில் தீட்டப்பெறவில்லை. மரத்தூண், பட்டைகளோடு சற்று முன்வந்துள்ளது அதன் காரணமாகும். ஆயினும் இடதுபுறத்தில் உள்ள நிகழ்ச்சியின் தொடர்ச்சியாகவே வலதுபுற ஓவியங்களும் உள்ளன என்பது கவனிக்கத்தக்கதாகும்.

ஆகவே, இரண்டையும் இணைத்து இச்சுவர்ப்பரப்பு நான்கு கட்டங்களாகப் பகுக்கப்பட்டுள்ளதாகக் கதை நிகழ்ச்சிகளின் அடிப்படையில் கொள்ளலாம்.

முதற்காட்சியில், தடாதகைப் பிராட்டியை சிவபெருமான் திருமணம் செய்யும் நிகழ்ச்சி தீட்டப்பெற்றுள்ளது. நான்கு கரங்களுடன் சிவபிரான் மணக்கோலத்தில் நிற்கிறார். அருகில் பூதகணம் ஒன்றும் நிற்கிறது. அவரது இடதுகரத்தால் தடாதகைப் பிராட்டியின் வலதுகரத்தைப் பற்றியுள்ளார். திருமால், கையிலுள்ள கமண்டலத்தை உயரத்தூக்கி அவர்கள்தம் கரங்களில் நீர்வார்த்துத் திருமணத்தை நடத்தி வைக்கிறார். அவரை அடுத்துக் கையில் வாளைத்தாங்கி ஒருவர் வணங்கி நிற்கிறார். தூணினை அடுத்து நிறைந்த அணிகலன்கள் அணிந்த இரண்டு பெண்டிர் திருமண நிகழ்ச்சியைக் காணுகின்றனர்.

சிவன் தடாதகைப் பிராட்டி இருவரின் காலருகே மங்கலப் பொருட்கள் வைக்கப்பெற்றுள்ளன. திருமாலை அடுத்துக் குத்துவிளக்கொன்றும் காணப்படுகிறது. ஓவியத்தின் கீழே '...தாடகையாரை விவாகம...' (...தாடகையாரை விவாகம்...) என்று எழுதப்பட்டுள்ளது. எழுத்துக்கள் சிதைந்துள்ளன.

ஆதலால், இது தடாதகையாரின் திருமணப் படல நிகழ்வாகும்.

அடுத்தகாட்சியில், இறைவன் வெள்ளியம்பலத்தில் திருக்கூத்தாடியது சித்திரிக்கப்பட்டுள்ளது. சோமசுந்தரர் இலிங்க வடிவாய் எழுந்தருளியுள்ள ஆலவாய்க் கோயிலுக்கு அருகில் உள்ள வெள்ளியம்பலத்தில், முயலகன் மீது இறைவன் ஆனந்தத் தாண்டவம் புரிகிறார். திருவாசி காட்டப்பட்டுள்ளது. இறைவனது இடப்பக்கத்தில் தடாதகைப் பிராட்டி வலது கரத்தில் மலருடன் நிற்கிறார். சிவனது வலதுபக்கம் பதஞ்சலி முனிவர் நிற்கிறார். அவர் உடலின் பின்புறம் ஐந்துதலை நாகம் காட்டப்பட்டுள்ளது. கீழே '...பதஞுசலிகரு திருநடன...' (..பதஞ்சலிக்குத் திருநடன...) என்று எழுதப்பட்டுள்ளது. எழுத்துக்கள் சிதைந்துள்ளன.

தூணினை அடுத்து, நான்கு கரங்கள் கொண்ட பூதகணம் ஒன்று குடமுழவினை இறைவனது ஆடலுக்காக இசைக்கிறது. அருகில் ஒரு பீடத்தின் மீது கூப்பிய கரங்களுடனும் பின்கரங்களில் மான், மழுவுடனும் நந்திதேவர் இறைவனைத் தொழுது நிற்கிறார்.

இவை வெள்ளியம்பலக் கூத்தாடிய படல நிகழ்ச்சிகளாகும்.

வெள்ளியம்பலத் திருக்கூத்தாடிய படலம்

சிவபெருமானுக்கும் தடாதகைப் பிராட்டிக்கும் மதுரையில் திருமணம் நிகழ்ந்தது. பாம்பின் உடல்கொண்ட பதஞ்சலி முனிவரும் புலியின் கால்கள் கொண்ட வியாக்கிரபாதரும் திருமணத்திற்கு வந்திருந்தனர். பொன்னம்பலத்தாடல் கண்டபின்னரே உண்பது தங்கள் வழக்கம் என்று சிவபெருமானிடம் கூறினர். அவர்களுக்காக மதுரைத் திருக்கோயிலில் வெள்ளியம்பலத்தையும் அதில் மாணிக்கபீடத்தையும் உருவாக்கி, அதில் ஆனந்த மாநடத்தை நிகழ்த்திக்காட்டி அவர்களை அவர் மகிழ்வுறுத்தினார்.

அடுத்துள்ள காட்சியில், சிவபெருமான் ஓர் ஆசனத்தின் மீது அமர்ந்துள்ளார். எதிரே குண்டோதரன் பசியோடு நிற்கிறான். சிவனது வலதுபுறம் நந்திதேவர் பீடத்தின் மீது நான்கு கரங்களுடன் நிற்கிறார். தன் கைகளுக்கு அகப்பட்ட ஏதோ உணவுப் பொருளைக் குண்டோதரன் வாயினுள் திணித்து உண்ணுகிறான். அதனை இறைவன் நின்றுகாணுகிறார். இது உண்டும் பசியாறப் பெறாத குண்டோதரனின் முறையீட்டைக் கேட்டு இறைவன் அன்னக்குழி அழைத்துத் தந்ததை உணர்த்துவதாகும். பூதகணங்கள் தாரை, இலைத்தாளம், சங்கு ஆகியவற்றை இசைக்கின்றனர். கீழே '...குணடொதரனுகசு வுண...' (..குண்டோதரனுக்கு வுண...) என்று எழுதப்பட்டுள்ளது. எழுத்துக்கள் சிதைந்துள்ளன.

தூணினை அடுத்துள்ள கட்டத்தில், ஒரு பீடத்திலுள்ள பாத்திரத்தில் வைக்கப் பெற்றுள்ள பெருஞ்சோற்றினைக் குண்டோதரன் உண்ணுகிறான். அதனைக் கண்டு வியந்து இருபெண்டிர் உரையாடிக் கொள்வது மேலே காட்டப்பட்டுள்ளது. இது குண்டோதரனுக்கு அன்னமிட்ட படல நிகழ்ச்சிகளாகும். ஆதலால் இவ்வரிசையில் கதை வலமிருந்து இடமாகச் சித்திரிக்கப்பெற்றுள்ளது.

குண்டோதரனுக்கு அன்னமிட்ட படலம்

சிவபெருமான்-தடாதகைப் பிராட்டியார் திருமண நிகழ்ச்சிக்கு ஏராளமானவர்கள் வந்திருந்தனர். ஆயினும் அவர்களனைவரும் விருந்தருந்திய பின்னரும் சமைத்த உணவு மலையளவு மீதமாகி நின்றது. பிராட்டியார் சிவனிடம் முறையிட்டார். அவரது வேண்டுகோளை நிறைவேற்றுவதற்காகத் தன் பூதகணங்களுள் ஒருவனான குண்டோதரனை அழைத்து, அவன் வயிற்றில் வடவைத்தீ புகுந்திடச் செய்தார். அதனால் கெடும் பசிக்கு ஆட்பட்டுத் துடித்த குண்டோதரன் அங்கிருந்த உணவுப் பொருள் அனைத்தையும் உண்டு தீர்த்தான்.

அடுத்துள்ள காட்சியில், இறைவன் நின்று கொண்டுள்ளார். மண்டியிட்ட வண்ணம் தன் கொடிய நீர் வேட்கையைத் தீர்த்துக்கொள்ள இறைவனால் தருவிக்கப்பட்ட கங்கையாற்றுநீரைப் பருகுகிறான் குண்டோதரன். ஆற்றில் மீன்கள் உள்ளன. அருகில் மரமொன்று காட்டப்பட்டுள்ளது. மேலே ஒரு பூதகணம் ஊதுகுழல் ஒன்றை இசைக்கிறது.

இது, அன்னக்குழியும் வைகையும் அழைத்த படல நிகழ்ச்சியாகும்.

தூணினை அடுத்துள்ள கட்டம் இரண்டாகப் பகுக்கப்பட்டு இடபபுறம் நான்கு சிறுகட்டங்களும் வலப்புறம் நான்கு கட்டங்களும் அமைக்கப்பெற்று அவற்றில் மீன்களும் நீர்த் தாவரங்களும் காட்டப்பெற்றுள்ளன.

இவை, ஏழுகடல் அழைத்தபடல நிகழ்ச்சியை உணர்த்துகின்றன.

அன்னக்குழியும் வையையும் அழைத்த படலம்

சிவபெருமான் தடாதகைப் பிராட்டியார் திருமணத்தில் எஞ்சிய உணவினை உண்பதற்காக வந்த குண்டோதரன், அனைத்தையும் உண்டு தீர்த்த பின்னரும் பசியாறாமல் துடித்தான். அவனது கடும்பசி நீங்க, நிலத்தில் அன்னம் பெருகிவரும் குழிகளை உண்டாக்கினார். அவற்றிலிருந்து பெருகிவந்த உணவை உண்டு பசியாறிய குண்டோதரன் நீர்வேட்கை மிகுந்து தவித்தான். அவனுக்காகத் தன் சடையிலிருந்த கங்கையை வைகையாகப் பெருகிவரச் செய்தார் சிவபெருமான். அதனைப் பருகி நீர்வேட்கை தணிந்தான் குண்டோதரன். 'வையை' என்றழைக்கப் பெறும் சடாமுடியிலிருந்து கீழிறங்கி வந்ததால் 'சிவகங்கை' என வைகை அழைக்கப்பெறுகிறது.

சுவரோவிய உயரம் : 78"அங்குலம்

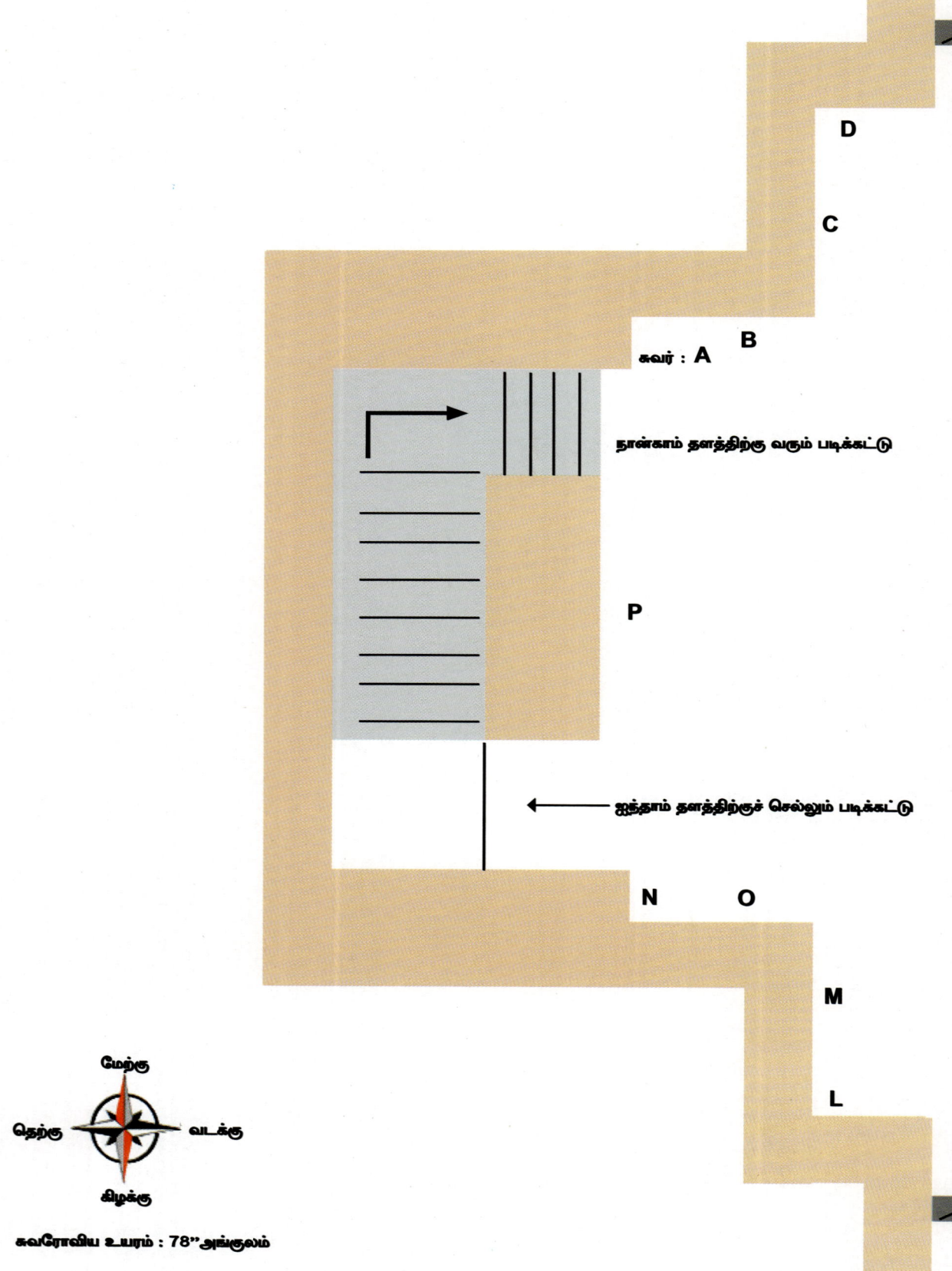

முகச்
சாலை

E

F

G

H

நான்காம் தளம்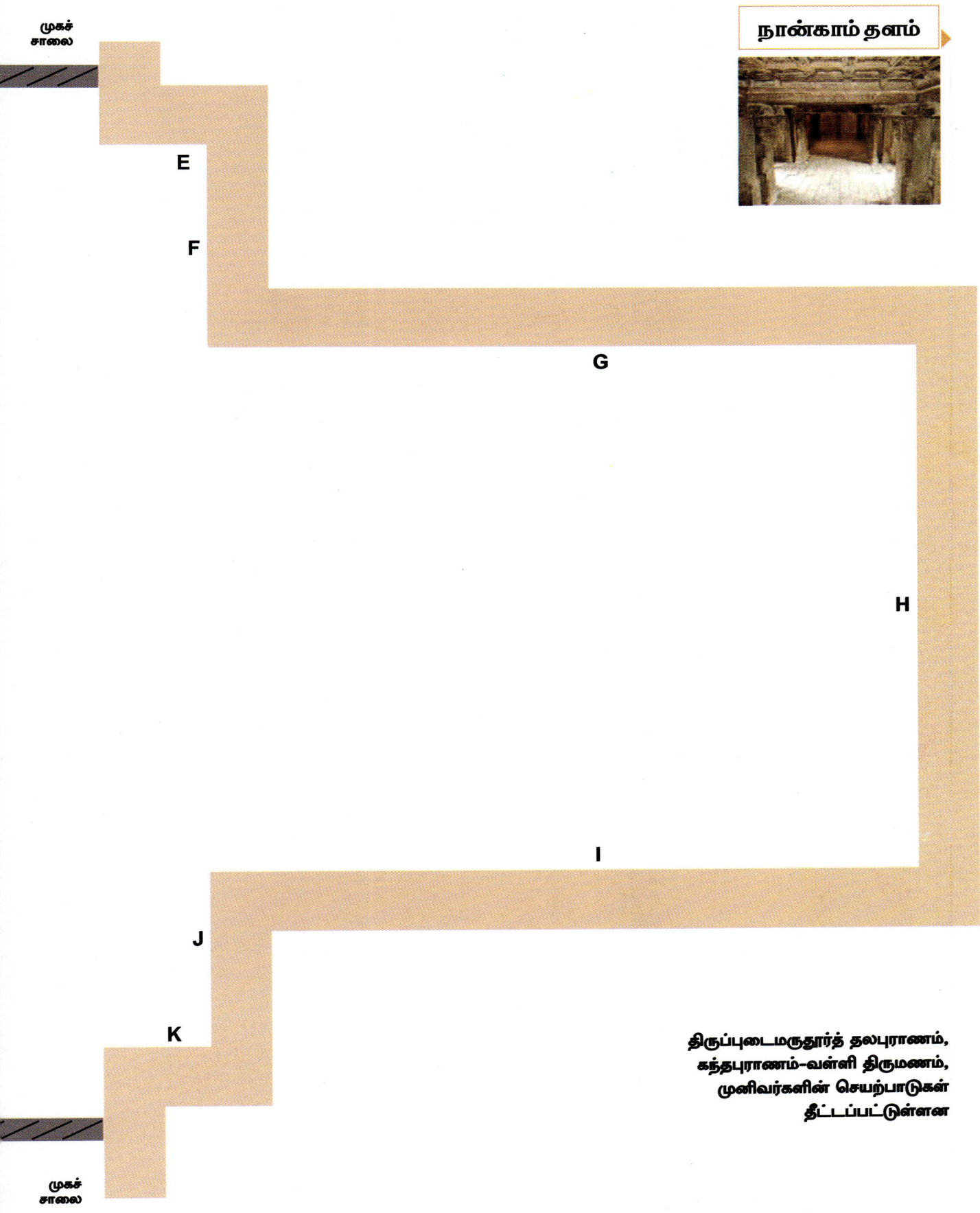

I

J

K

திருப்புடைமருதூர்த் தலபுராணம்,
கந்தபுராணம்-வள்ளி திருமணம்,
முனிவர்களின் செயற்பாடுகள்
தீட்டப்பட்டுள்ளன

முகச்
சாலை

சுவர்-A

சுவர்ப்பரப்பு நான்கு கட்டங்களாகப் பகுக்கப்பட்டுள்ளது.

முதற்கட்டத்தில் ஓர் அழகிய பீடத்தின் மீது வலதுகாலைத் தொங்கவிட்டு இடதுகாலைப் பீடத்தின்மீது வைத்து விநாயகர் அமர்ந்துள்ளார். நான்குகரங்களுள் பின்னிரு கரங்களிலும் மழுவும் பாசமும் உள்ளன. வலது முன்கரம் கடகமுத்திரை காட்டுகிறது. இடதுகரம் இடது முழந்தாள் மீது வைக்கப்பட்டுள்ளது. தலையில் மகுடம் துளங்குகிறது.

இரண்டாம் கட்டத்தில் துறவியொருவர் வணங்கி நிற்கிறார். மார்பில் பூணூல் காணப்படுகிறது. தலைமுடி ஜடாமகுடமாகத் தலைமீது கட்டப்பட்டுள்ளது. தோளில் நீண்ட துண்டினை அணிந்துள்ள அவர் இடையில், ஆடை அணிந்துள்ளார். முகத்தில் தாடியும் மீசையும் உள்ளன.

மூன்றாவது கட்டத்தில், அணிகலன்கள் பலவற்றையும் அலங்கரமான இடையாடையும் அணிந்த பெண், சிவலிங்கத்தை மலர் தூவி வழிபடுகிறார். தலைமீது கூந்தல் உயரமாக முடியப்பெற்றுள்ளது.

இலிங்கத்திற்குக் கண்கள் காட்டப்பட்டுள்ளன.

இறுதியிலுள்ள கட்டத்தில் கையில் கோலுடன் துறவியொருவர் நிற்கிறார். கையிலுள்ள கோலின் மேற்பகுதியில் சிறு துணியொன்று கட்டப்பட்டுள்ளது.

V. HARI
13.3.87
KANNAN
LATHA

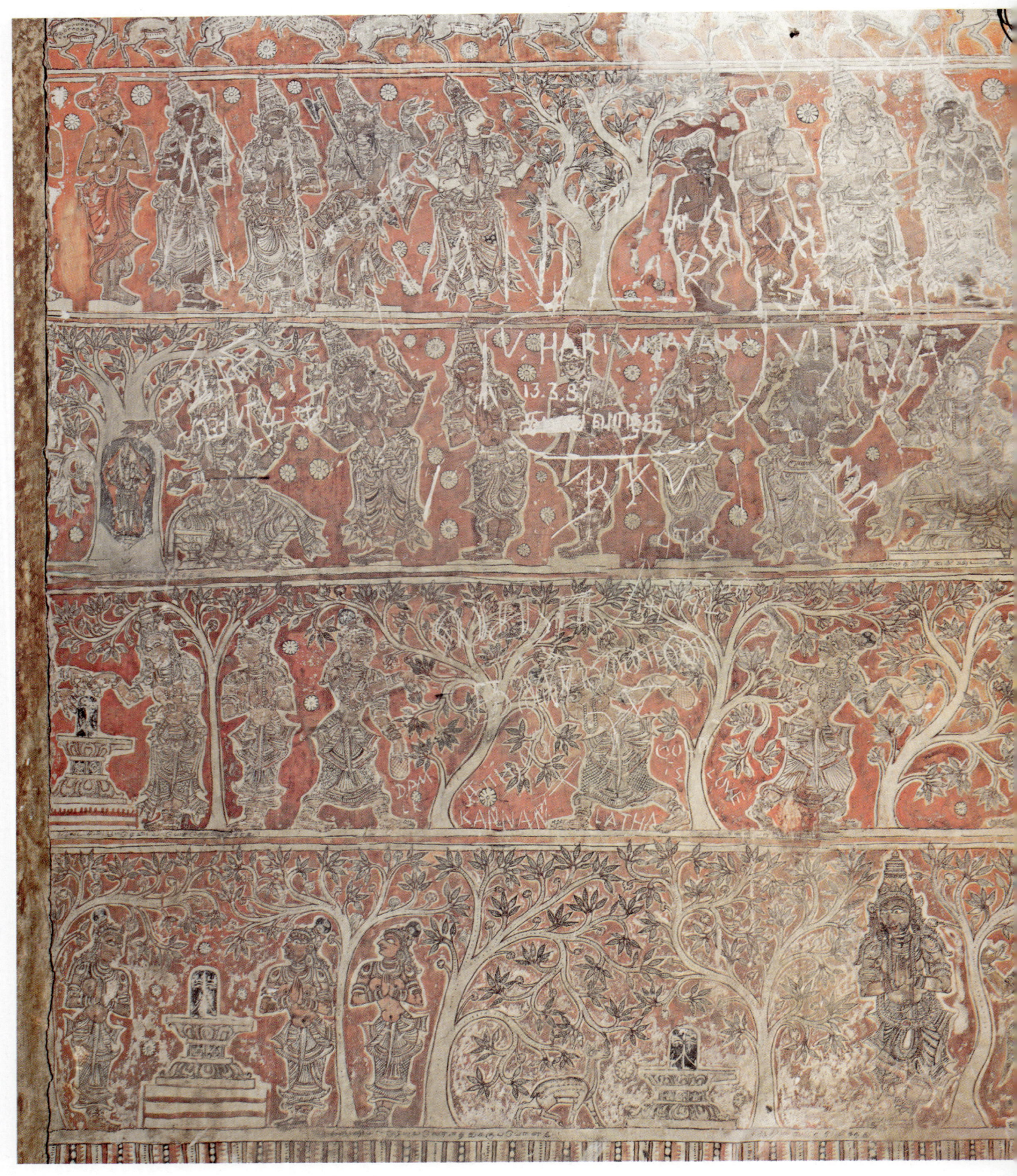

சுவர்-B ▶ சுவர்ப்பகுதி நான்கு நீண்ட வரிசைகளாகப் பகுக்கப்பட்டு திருப்புடைமருதூர்த் தலபுராணம் நிகழ்ச்சிகள் தீட்டப்பட்டுள்ளன.

முதல் வரிசை

இந்திரன் பழிதீர்த்த படலமும்
சீதரப் படலமும்
இடமிருந்து வலமாகத் தீட்டப்பட்டுள்ளன.

வரிசையில் முதலில் ஒரு மரத்தைத் தொழுத வண்ணம் அறுவர் நிற்கின்றனர். மரத்தின் அருகில் நந்திகேஸ்வரர் மானும் மழுவும் தாங்கிய பின்கரங்களுடன் முன்னிருகரங்கள் கூப்பி வழிபட்டு நிற்கிறார். முகம், நந்திமுகமாகக் காட்டப்பட்டுள்ளது. தலையில் ஜடாமகுடமும் உடலில் அழகிய அணிகலன்களும் ஆடையும் விளங்குகின்றன.

அவரை அடுத்து வலது கையில் இசைக்கருவி தாங்கி, இடதுகையை உயர்த்தி வாழ்த்தும் பாவனையில் வியாக்கிர பாத முனிவர் நிற்கிறார். அவருக்குப் புலிக்கால்கள் காட்டப்பட்டுள்ளன. ஜடாமகுடம் கொண்டு அழகிய ஆடை, அணிகலன்களுடன் காட்சியளிக்கிறார். அவரையடுத்துத் தலையில் மகுடங்களுடனும் நிறைந்த அணிகலன்கள் மற்றும் அழகிய இடையாடைகளுடனும் தேவர்கள் இருவர் வணங்கி நிற்கின்றனர்.

அவர்களுக்குப்பின் இரண்டு துறவியர் வணங்குகின்றனர். இறுதியில் இருந்தவர் உருவம் உதிர்ந்து போயுள்ளது. முன்னுள்ளவர் தலைமீது முடியினை ஜடாபாரமாக முடிந்துள்ளார். முகத்தில் தாடி, மீசையும் மார்பில் பூணூலும் உள்ளன. ஓவியத்தின் கீழே 'சுவாமி திருவுளளம பறறி தானபுர வெனறியில இநதிரனை மருதாக நிறகத திருவுளளம பறறினது ' (சுவாமி திருவுள்ளம் பற்றி தானபுர வென்றியில் இந்திரனை மருதாக நிற்கத் திருவுள்ளம் பற்றினது) என்று எழுதப்பட்டுள்ளது.எழுத்துக்கள் தெளிவின்றி உள்ளன.

அடுத்தகாட்சியில், மருத மரத்திலிருந்து இலிங்கம் வெளிப்பட அதனை நந்திதேவரிடம் வியாக்கிரபாதரும் தேவர்களும் முனிவர்களும் வணங்கி வழிபடுகின்றனர். இதில் முதற்காட்சியில் இல்லாது போன முனிவர் சற்று சிறிய உருவில் இறுதியாக நிற்கிறார். ஓவியத்தின் கீழே 'மருதிலெ நினறும சிவலிஙகமாக தொனறினது' (மருதிலே நின்றும் சிவலிங்கமாக தோன்றினது) என்று எழுதப்பட்டுள்ளது.

அடுத்தகாட்சியில், மருதமரத்தில் சிவபிரான் தோன்றுகிறார். அவரை நான்கு கரங்களுடன் நிற்கும் இந்திரன் தொழுகிறான். அருகில் வணங்கிய வண்ணம் மற்றொரு தேவர் நிற்கிறார். ஓவியத்தின் கீழே 'இலிங்கோற்பவம்' என்று எழுதப்பட்டுள்ளது.

இவை இந்திரன் பழிதீர்த்த படல நிகழ்ச்சிகளாகும்.

இந்திரன் பழிதீர்த்த படலம்

இந்திரன் விருத்திராசுரனைக் கொன்ற பிரம்ம தோஷ மென்னும் பாவத்தைப் போக்குவதற்காக, வியாழபகவானின் அறிவுரைப்படி, திருப்புடைமருதூரில் மருதமரமாகத் தோன்றித் தவம்செய்தான். தன் கணவனை மீண்டும் பெறவேண்டி, இந்திராணி திருப்புடைமருதூர் வந்து வழிபட்டுத் தவமியற்றினாள். நாறும்பூநாதர் மருதமரத்தில் இலிங்கவடிவில் தோன்றி, இந்திரன் உற்ற பாவத்தை நீங்கியருளினார்.

இதனை அடுத்து, மரத்தடியில் யோகத்தில் முனிவர் ஒருவர் அமர்ந்துள்ளார். அருகில் இந்திரன் வணங்கி நிற்கிறான். அவனையடுத்து இருவர் ஆற்றில் நீராடித் தங்கள் தலைமுடியினைப் பிழிந்த வண்ணம் உள்ளனர். அவர்கள் முனிவர்களாதல் வேண்டும். ஆற்றுநீரில் மீன்களும் ஒரு முதலையும் நீந்திச் செல்லுகின்றன. இம்முதலை, முனிவரால் சபிக்கப்பட ஊவன் என்பவனாவான். இது சீதரப் படலத்தில் உள்ள நிகழ்ச்சியாகும்.

சீதரப்படலம்

திருமால், துவாரகைப் பதியில் சிவலிங்கத்தை நிறுவி வழிபாடு செய்துவந்தார். உபமன்னியர், சிவதீட்சை பெற்றே பூசை செய்வது முறையாகும் என்று அவருக்கு எடுத்துரைத்து சிவதீட்சை செய்து வித்தார். உருகி வழிபாடு செய்த திருமாலுக்கு சிவன் காட்சியளித்தார். சிவனது திருநடனம் காணவேண்டுமென்ற தன் தணியாத ஆவலை வெளிப்படுத்தி திருமால் இறைஞ்சினார். இறைவன் கட்டளைப்படி திருப்புடைமருதூருக்குத் திருமகளுடன் வந்துசேர்ந்த திருமாலிற்கு முத்தியம்பலத்தில் தனது திருநடனத்தைக் காட்டியருளினார்.

திருமாலின் திருவடியைச் சேரவேண்டும் என்று தன்னை நோக்கித் தவம் செய்த வாமதேவன் என்னும் முனிவரை திருப்புடைமருதூர் சென்றுவழிபடப் பணித்தார் நான்முகன். அவ்வாறே சென்ற முனிவர் திருமாலையும் சிவபெருமானையும் ஒருங்கு தரிசித்தார். நான்முகனும் திருப்புடைமருதூர் வந்து இறைவனைப் பூசித்தார். அதுசமயம் முனிவர் தவத்திற்கு இடையூறு செய்த ஊவன் என்னும் கந்தர்வனை முதலையாகுமாறு சபித்தார். சும்மராசன் யானை வடிவாகி வர, அவர் காலைப் பற்றிய ஊவனை திருமால் அழித்தார். அதனால் கந்தவர்வன் சாபம் நீங்கினான்.

401

V. HARI
13.3.87

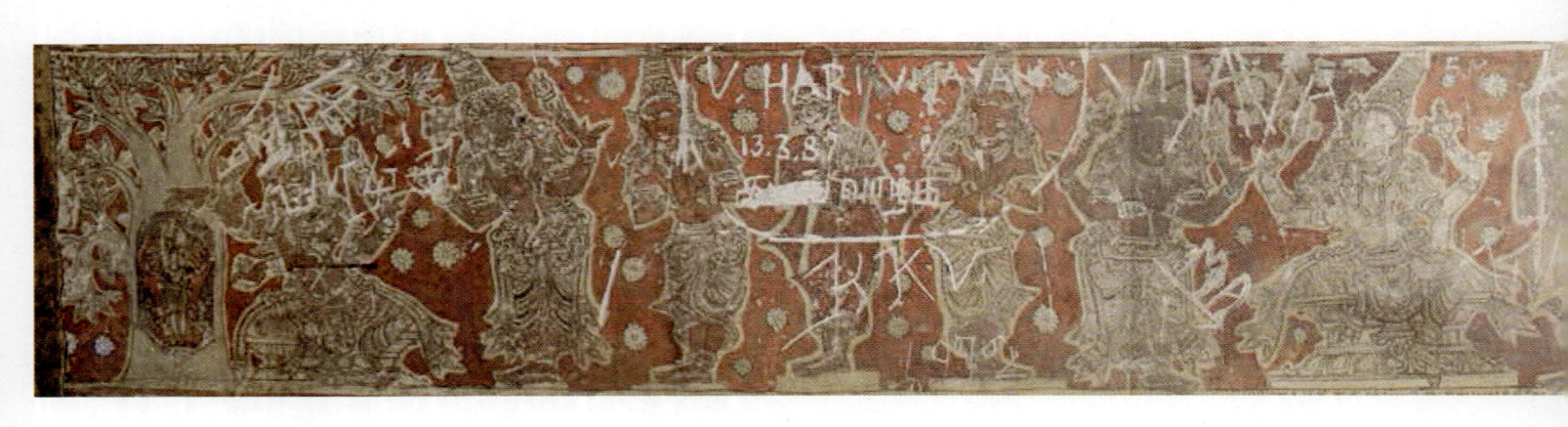

இரண்டாம் வரிசை

இந்திரன் பழிதீர்த்த படலம், சீதரப் படலம் மற்றும் சதுமுகப்படல நிகழ்வுகள் இடமிருந்து வலமாகத் தீட்டப்பட்டுள்ளன.

அடுத்த வரிசை முதல் காட்சியில் மருதமரத்தில் எழுந்தருளியுள்ள சிவபெருமானை இந்திரன் மலரிட்டு வழிபடுகிறான். ஓர் அழகிய பீடத்தின்மீது அமர்ந்துள்ள இந்திரன் இடதுகையிலுள்ள மலர்களை வலதுகையால் எடுத்து இறைவனுக்கு இட்டு வழிபடுகிறார்.

அருகில் இந்திரனும் மற்றொரு தேவரும் முனிவர் ஒருவரும் வணங்கிய வண்ணம் நிற்கின்றனர். துறவியின் கையில் மேல் பகுதியில் துணி முடியப்பெற்ற கோல் உள்ளது. இந்திரன் இருமுறை காட்டப்பட்டுள்ளமை குறிப்பிடத்தக்கது.

ஓவியத்தின் கீழ் 'இநதிரன பூசிததது' (இந்திரன் பூசித்தது) என்று எழுதப் பட்டுள்ளது.

அடுத்தகாட்சியில், பீடத்தின் மீது திருமால் சங்குச் சக்கரம் கிரீடமகுடம் ஆகியவற்றுடன் காணப்படுகிறார். வலப்புறம் இந்திரனும் மற்றொரு தேவரும் வழிபட்டு நிற்கின்றனர். திருமாலின் இடதுபுறம் துறவி கோலுடன் வணங்கி நிற்கிறார். ஓவியத்தின் கீழ் 'பிரமமுததி நீஙகி விடடுணுரவ நமரககரிததது' (பிரமமுத்தி நீங்கி விட்டுணுவை நமக்கரித்தது) என்று எழுதப்பட்டுள்ளது.

இது இந்திரன் பழி தீர்த்த படல நிகழ்ச்சியாகும்.

அடுத்தகாட்சியில், மருத மரத்தில் எழுந்தருளியுள்ள சிவனைத் திருமால் வழிபடுகின்றார். அருகில் நிற்கும் திருமகள் இறைவனுக்குச் சூட்ட மலர் மாலையொன்றைத் திருமாலிடம் கொடுக்கின்றார். மருதமரத்தின் வலப்புறம் துறவியொருவர் தொழுது நிற்கிறார்.

காட்சியின் கீழே 'விடடுணு பூசிததது' (விட்டுணு பூசித்தது) என்று எழுதப் பட்டுள்ளது.

இது சீதரப்படலத்தில் உள்ள நிகழ்வாகும்

இதனை அடுத்து மருத மரத்திலுள்ள சிவனை நான்முகன் பூசிக்கிறார். நான்கு கரங்களுடன் நான்கு தலைகளும் கொண்டுள்ள அவர் பின்னிரு கரங்களில் அக்கமாலையும் கமண்டலமும் ஏந்தியுள்ளார். வலதுமுன் கரத்தில் மலரிட்ட வண்ணம் இடது கரத்தால் தீபாராதனை செய்கிறார். அவரை அடுத்து நிற்கும் துறவியொருவர் இறைவனுக்குச் சாத்துவதற்காக மலர்மாலை ஒன்றினைப் பிரமனிடம் நீட்டியவாறு நிற்கிறார். ஓவியத்தின் கீழே 'பிரமா பூசிதது' (பிரம்மா பூசித்தது) என்றெழுதப் பெற்றுள்ளது.

அடுத்தகாட்சியில், மருத மரத்தில் எழுந்தருளியுள்ள சிவனைத் திருமால் வழிபடுகின்றார். அருகில் நிற்கும் திருமகள் இறைவனுக்குச் சூட்ட மலர் மாலையொன்றைத் திருமாலிடம் கொடுக்கின்றார். மருதமரத்தின் வலப்புறம் துறவியொருவர் தொழுது நிற்கிறார்.

காட்சியின் கீழே 'விடடுணு பூசிததது' (விட்டுணு பூசித்தது) என்று எழுதப் பட்டுள்ளது.

இது சீதரப்படலத்தில் உள்ள நிகழ்வாகும்

இதனை அடுத்து மருத மரத்திலுள்ள சிவனை நான்முகன் பூசிக்கிறார். நான்கு கரங்களுடன் நான்கு தலைகளும் கொண்டுள்ள அவர் பின்னிரு கரங்களில் அக்கமாலையும் கமண்டலமும் ஏந்தியுள்ளார். வலதுமுன் கரத்தில் மலரிட்ட வண்ணம் இடது கரத்தால் தீபாராதனை செய்கிறார். அவரை அடுத்து நிற்கும் துறவியொருவர் இறைவனுக்குச் சாத்துவதற்காக மலர்மாலை ஒன்றினைப் பிரமனிடம் நீட்டியவாறு நிற்கிறார். ஓவியத்தின் கீழே 'பிரமா பூசிததது' (பிரம்மா பூசித்தது) என்றெழுதப் பெற்றுள்ளது.

அடுத்து, மீன்களுடன் காட்டப்பட்டுள்ள ஆற்றில் பிரம தண்டம் எழும் காட்சி காட்டப்பட்டுள்ளது. பிரம தண்டம் பீடத்தின் மீதுள்ளது.

அடுத்த காட்சியில், ஆற்றிலிருந்து பிரம தண்டத்தை நான்முகம் உவகை யோடு எடுக்கும் காட்சி சித்திரிக்கப்பட்டுள்ளது. இவை சதுமுகப்படல நிகழ்ச்சி களாகும்.

சதுமுகப்படலம்

காசியில் சிவனை நோக்கி நான்முகன் தவம் செய்தார். உமையுடன் தோன்றிய சிவபெருமான், திருப்புடைமருதூர் சென்று தவம்புரியப் பணித்தார். தட்சிண காசியாகிய திருப்புடைமருதூரில் தவம் செய்ய வந்தபோது பிரம்ம தண்டம் நிமிர்ந்தது. அதனை இங்குப் பிரதிஷ்டை செய்தார்.

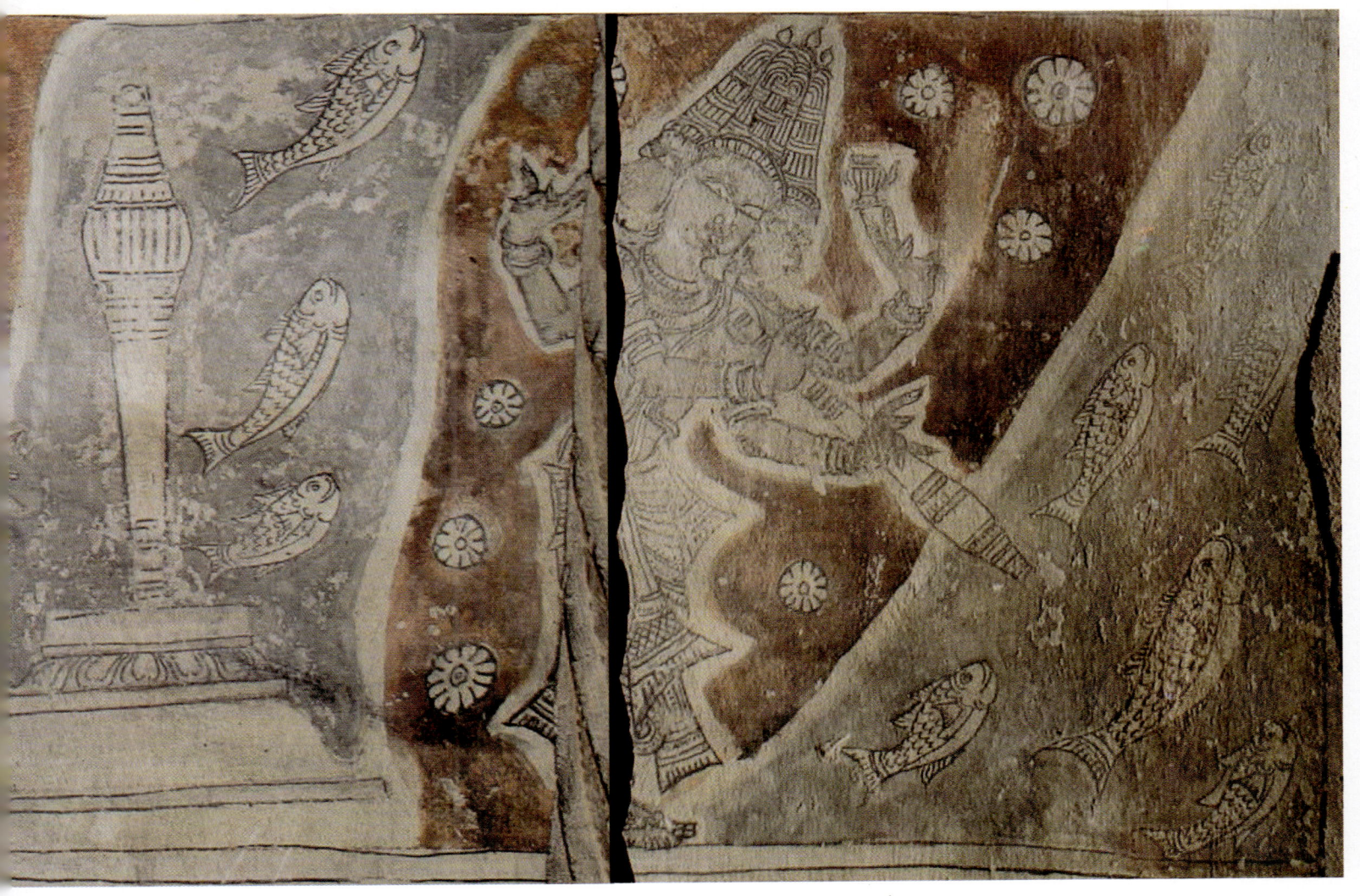

KANNAN
LATHA

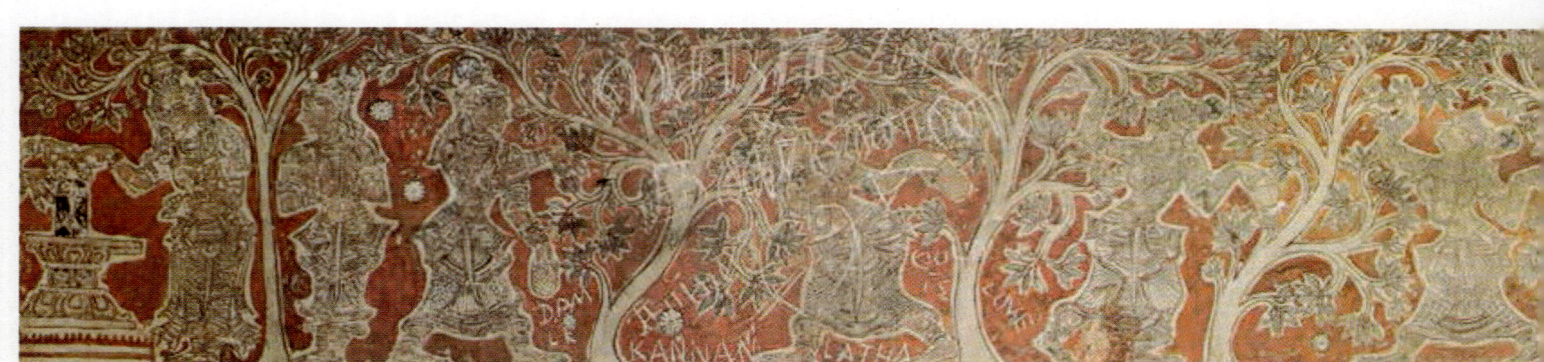

மூன்றாம் வரிசை

அடுத்த வரிசையில் முதலில் சிவலிங்கத்தை இலட்சுமியும் பூதேவியும் வழிபடுகின்றனர். திருமகளின் பூச்சொரியும் கரங்கள் மட்டும் தற்போது தெரிகின்றன. உருவம் இருந்த பகுதி முற்றிலும் உதிர்ந்து போய்விட்டது. மற்றொரு பக்கம் மகுடமும் அணிகலன்களும் உயரிய ஆடையும் அணியப்பெற்ற பூதேவி இலிங்கத்திற்கு மலரிடுகிறாள். அருகில் பணிப்பெண்ணொருத்தி வணங்கி நிற்கிறாள். ஓவியத்தின் கீழ் 'இலடசுமி பூமதெவி வாயெசசொரி பூசிததது' (இலட்சுமி, பூமாதேவி, வாயெச்சொரி பூசித்தது) என்று எழுதப்பட்டுள்ளது.

அடுத்தகாட்சியில், இறைவழிபாட்டிற்காக மூன்று பெண்டிர் மரங்களில் மலர்களைக் கொய்கின்றனர்.

மூவர் கூந்தலும் தலைமீது கொண்டையாக இடப்பட்டுள்ளது. ஏராளமான அணிகலன் அணிந்துள்ளனர். மூவர் ஆடையும் மாறுபட்ட வேலைப்பாட்டைப் பெற்றுள்ளன. தங்கள் இடதுகரத்தில் பூக்குடலையை வைத்துள்ளனர்.

ஓவியத்தின்கீழ் 'தெயவகனனியள...' (தெய்வகன்னியள்...) என்று எழுதப் பட்டுள்ளது. சொல் தெளிவின்றி உள்ளது.

அடுத்தகாட்சியில், மன்னர் ஆதிமனு தேவ கன்னியர்களைக் கண்டு நிற்கின்ற காட்சி தீட்டப்பட்டுள்ளது.

தலையில் மகுடமணிந்து வலதுகரத்தை உயர்த்தி ஒருவிரல் காட்டி நிற்கும் ஆதிமனு நிறைய அணிகலன்களும் அலங்காரமான ஆடையும் அணிந்துள்ளார்.

அடைப்பைக்காரர் அரசர் பின்நிற்கிறார். அவர் முடியினைக் கொண்டையாக இட்டுள்ளார்; தோளில் துண்டும் அழகிய இடையாடையும் உள்ளன.

அடுத்து, அரசனது பாதுகாவலர் கேடயமும் வாளும் கொண்டு நிற்கிறார். முடியினைத் தலையின் பின்புறம் சிறு குடுமியாக முடிந்துள்ளார்.

உயர்ந்த தலைப்பாகையுடன் அடுத்து நிற்பவர் தோளில் நீர்ப்பாத்திரக் கயிற்றை இடதுகரத்தால் பிடித்துள்ளார். வலக்கரத்தில் பாத்திரம் போன்ற ஒன்றினைப் பிடித்துள்ளார்.

அவரையடுத்து, ஆதிமனுவின் அலங்காரமான குதிரையின் கடிவாளத்தை வீரர் ஒருவர் கையில் பிடித்துள்ளார்.

அவர் பின்புறம் திரும்பித் தன் இடதுகரத்தால் குதிரையின் முகத்தை வருடிக் கொடுக்கிறார். அவரை அடுத்து, மற்றொரு வீரர் ஈட்டி ஒன்றினைத் தோளில் சார்த்தி, வேட்டை நாயொன்றை இடதுகரத்தில் பற்றி நிற்கிறார். நாய் குரைத்துக்கொண்டு நிற்கிறது. வீரன், தலையில் துணியொன்றைக் கட்டி, முடியினைத் தலையின் பின் கொண்டையாக இட்டுள்ளான். ஓவியத்தின் கீழே 'ஆதிமனுத் தோற்றம்' என்று எழுதப்பட்டுள்ளது.

நான்காம் வரிசை

ஆலயங்காண் படல நிகழ்ச்சிகள்
இடமிருந்து வலமாகத் தீட்டப்பட்டுள்ளன.

அடுத்து வரிசையில் முதற்காட்சியில் தேவமகளிர் மூவரும் இலிங்கத்தை வழிபாடு செய்கின்றனர். மக்கள் சூழ்ந்த வனத்தில் பீடத்தின் மீது கண்களுடன் இலிங்கம் அமைந்துள்ளது. இலிங்கத்தின் வலப்புறம் ஒருத்தியும் இடப்புறம் இருவரும் நின்று கைகூப்பி வணங்குகின்றனர்.

ஓவியத்தின் கீழ் 'தெவகனனியர தெயவலொகததுக்குப் பொனது' (தேவகன்னியர் தெய்வலோகத்துக்குப் போனது) என்றெழுதப்பட்டுள்ளது.

அடுத்த காட்சியில், அழகிய மரங்கள் நெருங்கிச் சூழ்ந்த வனத்தில் இலிங்கம் உள்ளது. அருகில் மானொன்று மருதமரத்தின் தழையினை உண்ணுகிறது.

இலிங்கத்தின் வலப்புறம் மகுடமும் நிறைந்த அணிகலன்களும் அலங்கார ஆடையும் அணிந்த ஆதிமனு வழிபட்டு நிற்கிறான்.

அவனை அடுத்து, அடைப்பைக்காரர், பாதுகாவலர், நீர்ப்பாத்திரம் சுமப்பவர் நிற்கின்றார்.

ஓவியத்தின்கீழ் 'ஆதிமனு தெரிசசிததது' (ஆதிமனு தெரிசித்தது) என்று குறிப்பிடப்பட்டுள்ளது.

அடுத்த காட்சியில், மரத்தின்கீழ் அழகிய இருக்கையில் மன்னர் திண்டின்மீது கையூன்றி அமர்ந்துள்ளார். எதிரே படைத்தலைவர்கள் நிற்கின்றனர். முதலில் நிற்பவர் இடதுகையிலுள்ள வாளினைத் தரையில் ஊன்றி வலதுகரத்தால் வாயினைப் பொத்தி நிற்கிறார். அவருடைய தலையில் துணி சுற்றப்பட்டு இருவட்டமாகத் தென்படக் கொண்டையிடப்பட்டுள்ளது. அடுத்துள்ளவர், வாளினை வலதுகரத்தில் இடுக்கிக்கொண்டு இடதுகரத்தால் வாய்பொத்தி நிற்கிறார்.

மன்னரின் பின் அடைப்பைக்காரர், பாதுகாவலர், நீர்ப்பாத்திரம் சுமப்பவர், வில்லும் அம்பு தாங்கிய இரு வீரர்கள் ஆகியோர் நிற்கின்றனர். வில் வீரர்கள் வில்லினை இடது தோளில் வைத்து வலது கரத்தில் அம்புகளை உயர்த்திக் காட்டி நிற்கின்றனர். இவ்வோவியத்தின்கீழ் ‘இராசாவும மநதிரிமாரும கூடின அவதரம’ (இராசாவும் மந்திரிமாரும் கூடின அவதரம்) என்றெழுதப்பட்டுள்ளது. இது ஆலயம் காண் படல நிகழ்ச்சியாகும்.

| சுவர்-C | சுவர்ப்பகுதி இரண்டாகப் பகுக்கப்பட்டுள்ளது. |

மேலுள்ள கட்டத்தில் இரண்டு முனிவர்கள் வரையப்பட்டுள்ளனர். குருவினைப் போன்ற தோற்றமுடைய ஒருவர் ஓர் ஆசனத்தில் அமர்ந்துள்ளார். தலையின்மீது ஜடாமகுடமாக முடி முடியப்பெற்றுள்ளது. நெற்றியின்மீதும் கன்னத்தின் பக்கங்களிலும் அணிகலன்கள் தென்படுகின்றன. கழுத்தில் மணிமாலையுள்ளது. மார்பில் பூணூல் உள்ளது. முகத்தில் தாடியும் மீசையும் உள்ளன. வலதுபக்கம் மேலாடையை மார்பின் குறுக்கே கொண்டுவந்து இடது காரத்தில் சுருட்டி வைத்துள்ளார். கையில் தண்டம் உள்ளது.

அவர்பின் நிற்கும் துறவி ஜடாபாரமாக முடியினை முடிந்துள்ளார். நெற்றியின்மீதும் பக்கவாட்டிலும் அணிகலன்கள் தெரிகின்றன. முகத்தில் மீசையும் நீண்ட தாடியும் உள்ளன. மார்பில் பூணூலைக் கொண்டுள்ள அவர் கையிலுள்ள தண்டத்தை உயர்த்தி நிற்கிறார்.

கீழுள்ள கட்டத்தில், கோபாலன் குழல் ஊதுகின்ற காட்சி இடம் பெற்றுள்ளது.

கண்ணனது முடி, தலைமீது பெரும் கொண்டையாக முடியப்பெற்றுப் பூக்களாலும் நகைகளாலும் நன்கு அலங்கரிக்கப்பட்டுள்ளது.

நிறைய அணிகலன்களும் இடையில் அலங்காரமான ஆடையும் உள்ளன. சிறுபீடத்தின் மேல் இடதுகாலினை ஊன்றி வலதுகாலினை ஸ்வஸ்திகமாக வைத்து நீண்ட குழலை ஊதுகிறான். கண்ணனது இடதுபுறம் ஒரு பசு அவனது ஆடையை வாஞ்சையோடு நாவால் வருடுகிறது. வலதுபுறம் பெரிய நாகமொன்று குழலிசைக்கு மயங்கிப் படமெடுத்து ஆடுகிறது. அதன் தலைமீது எலியொன்று பின்னங்காலினை ஊன்றி முன்னங்கால்களை உயர்த்தி நிற்கிறது. கண்ணனின் இடதுபுறம் குழலிசை கேட்டு மயங்கிக் கோபியொருத்தி ஆடை நெகிழ்வதையும் அறியாதவளாய் நிற்கிறாள். அவளது தலையின் பின்புறம் கொண்டையாக இடப்பட்டிருந்த கூந்தலும் நெகிழ்ந்து கீழே தொங்குகிறது. நிறைய அணிகலன்கள் அணிந்துள்ள அவளது எல்லையற்ற பரவசத்தைக் காட்டுவதாய் வலதுகர விரல்கள் விரிந்துள்ளன. பாரா முகச்சாலை பகுதியின் இருபுறமும் யாளிகள் வரையப் பெற்றுள்ளன. நிலையின் மேலே கஜலட்சுமியின் உருவமும் மகர தோரணமும் இருந்து பெரிதும் அழிவுற்றுள்ளன.

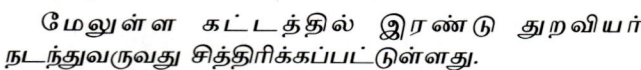

சுவர்-D

சுவர்ப்பகுதி இரண்டு கட்டங்களாகப் பகுக்கப்பட்டுள்ளது.

மேலுள்ள கட்டத்தில் இரண்டு துறவியர் நடந்துவருவது சித்திரிக்கப்பட்டுள்ளது.

முதலில் உள்ளவர் முடியைத் தலைமீது ஜடா பாரமாகக் கட்டியுள்ளார். முகத்தில் தாடியும் மீசையும் உள்ளன. கழுத்தில் மாலையும் மார்பில் பூணூலும் உள்ளன. இடையில் எளிய ஆடை உள்ளது. வலது கரத்தில் தண்டமும் இடதுகரத்தில் கமண்டலமும் வைத்துள்ளார்.

அடுத்து வருபவர் முடியினை ஜடாமகுடம்போல் கட்டியுள்ளார். மார்பின் குறுக்காகப் பூணூலும் ஆடையும் உள்ளன. எளிய இடையாடை காணப் படுகிறது. வலதுகரத்தில் தண்டமும் இடது கரத்தில் கமண்டலமும் வைத்துள்ளார்.

அடுத்த கட்டத்தில், சற்றுக் குள்ளமாகவும் பருத்தும் உள்ள அரக்க வடிவம் காட்டப்பட்டுள்ளது. கண்கள் பிதுங்கிக் காணப்படுகின்றன. வாயில் கோரைப் பற்கள் உள்ளன. தலையைச் சூழ்ந்து வட்ட வடிவில் அலங்காரம் காட்டப்பட்டுள்ளது. கூரிய நகங்கள் கொண்ட வலதுகையில் அலங்கரிக்கப்பட்ட தடி போன்ற ஒன்றை வைத்துள்ளது. பருத்த கழுத்தும் வயிறும் உருண்ட கால்களும் பலவித அணிகலன்கள் பெற்றுள்ளன.

சுவர்ப்பரப்பு நான்கு நீண்ட வரிசைகளாகப் பகுக்கப்பட்டு, தலபுராணக் கதை நிகழ்ச்சிகள் தீட்டப்பெற்றுள்ளன.

சுவர்-G ▶

சுவர்ப்பகுதிகள் E, F
ஓவியங்கள் அழிந்துள்ளன

முதல் வரிசை

ஆலயங்காண் படல நிகழ்ச்சிகள்
இடமிருந்து வலமாகத் தீட்டப்பட்டுள்ளன.

முதல் வரிசையில் முதற்காட்சியில் இலிங்கம் உள்ள மருதூர் ஆலயத்தில் விசயநகர பாணியான தொப்பியினை அணிந்து ஒருவர் வணங்கிய வண்ணம் நிற்கிறார். அடுத்தகாட்சியில் மகுடமணிந்த அரசனுக்கு அர்ச்சகர் ஒருவர் மலர் ஒன்றினை அளிக்கிறார். அர்ச்சகர் தலைமீது முடிச்சிடப்பட்ட முடியுடனும் பெரிய பூணூலுடனும் இடதுகரத்தில் நீர்ப்பாத்திரத்துடனும் காட்சியளிக்கிறார்.

அரசன்பின் இடதுகையில் சாமரம் வைத்துள்ளவரும் பாதுகாவலரும் பாத்திரமும் சாமரமும் ஏந்திய பணியாளர் ஒருவரும் இடதுதோளில் நீர்ப்பாத்திரமும் வலது கரத்தில் உயர்த்திய வாளும் கொண்ட ஒருவரும் நிற்கின்றனர்.

ஓவியத்தின் கீழ் 'ஆதிமனு பொறகொயில கணடது' (ஆதிமனு பொற்கோயில் கண்டது) என்றெழுதப்பட்டுள்ளது.

அடுத்தகாட்சியில், ஆசனத்தில் இடதுகாலினை மடித்து வலது காலினைத் தொங்கவிட்டு அரசர் அமர்ந்துள்ளார். அவர்முன் வாய்பொத்திப் படைத்தலைவர் பணிவுடன் நிற்கிறார். அரசரின் பின் அடைப்பைக்காரரும் பாதுகாவலரும் நீர்ப்பாத்திரம் மற்றும் வாள் வைத்திருப்பவரும் நிற்கின்றனர்.

அடுத்தகாட்சியில், இரண்டு கோயில்கள் உள்ளன. இடதுபக்கம் மூன்று கலசங்களுடன் சாலை விமானம் கொண்ட கோயிலின் கருவறையில் தேவி எழுந்தருளியுள்ளாள்; பீடத்தின்மீது வலதுகரத்தில் மலர் தாங்கி ஒயிலாக நிற்கிறாள். முன்மண்டபத்திலிருந்து இடதுகையில் மணியும் வலதுகையில் தீப ஆராதனையும் கொண்டு பூசகர் பூசைபுரிகிறார்.

அடுத்து, ஒரு கலசத்துடன் வட்டவடிவ விமானமும் கருவறையில் இலிங்கமும் கொண்ட கோயில் காணப்படுகிறது. அர்ச்சகர் முன்மண்டபத்திலிருந்து வழிபாடு செய்கிறார்.

அடுத்தகாட்சியில், அரசன் ஒருவன் பூசகர் தரும் மலரினைப் பக்தியோடு பெற்றுக்கொள்கிறான். அரசன்பின் ஒருகையில் சாமரையும் மறுகையில் வெற்றிலையும் கொண்ட அடைப்பைக்காரன் நிற்கிறான். கோயில்களைச் சூழ்ந்து மரங்கள் காணப்படுகின்றன. ஓவியத்தின் கீழ் 'சிலையினாலக கொயில கணடது சநதிரகுலசெகரர' (சிலையினால் கோயில் கண்டது சந்திரகுலசேகரர்) என்று எழுதப்பட்டுள்ளது.

இரண்டாம் வரிசை ▶

ஆலயங்காண் படல நிகழ்ச்சிகள்
இடமிருந்து வலமாகத் தீட்டப்பட்டுள்ளன.

முதற்காட்சியில் இறைவன் கோயிலும் அம்பாள் கோயிலும் காட்டப் பெற்றுள்ளன. கோயிலின் நெடிய கொடிமரம் பீடத்துடன் காட்டப் பட்டுள்ளது. அதனை அடுத்து பூசகர் தரும் பூ அல்லது திருநீற்றை அரசன் பணிவுடன் குனிந்து பெற்றுக்கொள்கிறான். அரசன்பின் அடைப்பைக்காரரும் பாதுகாவலரும் நிற்கின்றனர்.

அடுத்து, மன்னன் தனது பரிவாரங்களுடன் பல்லக்கில் செல்லும் காட்சி சித்திரிக்கப்பெற்றுள்ளது.

அழகிய வேலைப்பாடுடைய பல்லக்கில் அரசன் அமர்ந்துள்ளான். பல்லக்கை இரண்டுபேர் சுமந்து செல்கின்றனர். முன்னுள்ளவர் வலதுதோளிலும் பின்னுள்ளவர் இடது தோளிலும் பல்லக்குத் தண்டினைத் தாங்கியுள்ளனர். அணிகலன் ஏதும் அணியாத பல்லக்குத் தூக்கிகள் தலையில் உருமால் அணிந்துள்ளனர். எளிய ஆடை இடையில் உள்ளது. பல்லக்கின்பின் சாமரம் வீசுகின்றவரும் பாதுகாவலரும் வருகின்றனர்.

பாத்திரம் போன்ற ஒன்றைத் தாங்கிவருபவர் வரையில், வரையப் பெற்றிருந்த பகுதி உதிர்ந்து ஒரு கரம் மட்டும் தெரிகிறது. ஓவியத்தின் கீழ் எழுதப்பட்டவற்றில் '....து' என்பது மட்டும் தெரிகிறது.

பல்லக்கின் முன் நால்வர் செல்கின்றனர். முதலில் ஒரு வீரர் இடதுகையில் கேடயமும் வலதுகையில் வாளும் ஏந்திச் செல்கிறார். அவரை அடுத்து, வில் வீரர்கள் இருவர் வருகின்றனர். முன்னுள்ளவர் வில்லினை வலதுதோளில் சார்த்தி வருகிறார். அவர் கையில் அம்புகள் காணப்படவில்லை. அவர்பின் வரும் வீரர் வலதுதோளில் வில்லினைச் சார்த்தி இடது கரத்தில் அம்புகளை வைத்துள்ளார். அவர் பின் கொற்றக்குடைதாங்கி ஒருவர் வருகிறார். அவர் கழுத்தில் ஓர் அணிகலன் உள்ளது. ஏனையோர் அணிகலன் ஏதும் அணியாதிருக்கின்றனர்.

430

மூன்றாம் வரிசை ▶

ஆலயங்காண் படலமும் கருவூர்ச் சித்தப் படல நிகழ்ச்சிகள்
இடமிருந்து வலமாகத் தீட்டப்பட்டுள்ளன.

முதற்காட்சியில், அலங்காரமான மண்டபமொன்றில் திண்டில் சாய்ந்த வண்ணம் அரசன் அமர்ந்திருக்கிறான். அவன் முன்னர் சிறுவன் ஒருவன் வணங்கிய வண்ணம் நிற்கிறான். அவனது தலையின் இடதுபுறமாகக் கொண்டையிடப்பட்டு அலங்காரம் செய்யப்பட்டுள்ளது. இடையில் மணிகளால் அலங்காரம் செய்யப்பெற்ற சிறிய ஆடையை அணிந்துள்ளான்.

அரசனது வலப்புறத்தில் தலையின் பின்னிருந்து முடியினை உச்சியில் மாறுபட்ட வகையில் முடிந்துள்ள ஒருவர் எளிய தோற்றத்துடன் நிற்கிறார். நீண்ட வாளும் மார்பில் பூணூலும் தோளில் துண்டும் கொண்டுள்ளார். மன்னனது பாதுகாவலர் அவர் பின்னால் கேடயத்துடனும் வாள் மற்றும் சாமரையுடனும் நிற்கிறார்.

அரசன் முன்னால் குழந்தையை அடுத்து நான்கு பேர் நிற்கின்றனர். அவர்களுள் முதலிருவர் படைத்தலைவர்களாகவும் பின்னுள்ள இருவர் வில் வீரர்களாகவும் காணப்படுகின்றனர். இடையில் நிற்கும் இருவரின் உருவங்கள் மிகவும் சிதைவுற்றுள்ளன.

அடுத்து, இருமரங்களும் ஆறு வாழை மரங்களும் சித்திரிக்கப்பட்டுள்ளன. அவற்றுள் மூன்று வாழைகள் குலைகளுடன் காட்சிதருகின்றன. மரத்தூண் மீதிருந்த ஓவியப் பகுதி உதிர்ந்து போயுள்ளது. ஓவியத்தின் கீழ் 'சநதிர குலசெகரர' (சந்திர குலசேகரர்) என்றெழுதப்பெற்றுள்ளது.

ஆலயங்கண்ட படலத்தில் உள்ள ஆதிமனு என்னும் அரசன் திருப்புடைமருதூர் இறைவனுக்குக் கோயில் எடுத்ததையும் மகப்பேறுவரம் பெற்றதையும் இக்காட்சிகள் சித்திரிக்கின்றன. 'சநதிரகுலசெகரர' (சந்திரகுலசேகரர்) என்பது ஆதிமனுவிற்கு இறைவன் சூட்டிய பெயராகும்.

ஆலயம் காண்படலம்

குமரிக்கண்டத்து அரசனான ஆதிமனு, தன் மனைவி சாரங்கவல்லியோடு திருப்புடைமருதூர் வந்தான். சிவனுக்கு அங்கோர் கோயில் எடுக்க விரும்பினான். மருதமரத்தின் கீழ் இலிங்கம் தோன்றும், மயனை அழைத்து அங்கே கோயில் அமைத்திடுக என்று இறைவன் முதற்சக்தி பீடம் இந்த உத்தம மருதம் என உரைத்துக் கூறிய கட்டளைக்கேற்ப சக்தியும் 'மனுவிதித்த கோயிலில் வியந்து வாழ்வேன்' என்றுரைத்து அங்கு எழுந்தருளினாள். ஆதிமனு, கரிய சாத்தன், சக்தி, விநாயகன், கொற்றவை ஆகியோரை நான்கு வீதிகளிலும் காவலர்களாக நாட்டினான். வசிட்டர் முதலிய மாமுனிவர்கள் வந்து வழிபட்டனர். ஆதிமனுவின் பக்திக்கிரங்கி அவன் முன் உமையோடு தோன்றிய ஈசன் மனுவிற்குப் பிள்ளைபேறு வரம் நல்கினான். அதன்படி ஓராண்டில் மகன் பிறக்க, 'சுந்தர மனு' என்று பெயரிட்டு ஆதிமனுவும் துணைவியும் மகிழ்ந்தனர்.

அடுத்து, அம்பாள் கோயிலும் சிவபெருமான் கோயிலும் கமுகுமரங்கள் சூழக் காட்டப்பட்டுள்ளன. அம்பாள் கோயில் முன்மண்டப நந்திக்கு முன் பூசகர் நின்று கொண்டுள்ளார்.

இறைவன் கோயில் முன்மண்டபத்திலும் நந்தி உள்ளது. அழகிய யாளிப்படி காட்டப்பட்டுள்ளது. முன்மண்டபத்தில் நிற்கும் அர்ச்சகர் ஒரு கையில் நீர்ச்செம்பும் மறுகையில் மலர்மாலையும் வைத்துள்ளார். கருவறையில் திருவாசியோடு இருக்கும் இலிங்கம் சாய்ந்துள்ளது. ஓவியத்தின் கீழ் 'ஒலமெனறு சாஞசது' (ஒலமென்று சாஞ்சது) என்று எழுதப்பட்டுள்ளது.

கோயிலை அடுத்து மீன்கள் முதலையுடன் ஆறு காட்டப்பெற்றுள்ளது. அதன்கரையில் கொத்தான பூக்கள் கொண்ட மரத்தடியில் பீடத்தின் மீது விநாயகர் சிலை உள்ளது. அதற்கு மணியொலித்து தீப ஆராதனை காட்டி ஒருவர் வழிபாடு செய்கிறார்.

மரத்தடியில் இடதுகையில் உள்ள கோலினைத் தோள்மீது சார்த்தி ஒருவர் நிற்கிறார். அவர் தலையிலும் கழுத்திலும் மலர் மாலைகள் உள்ளன. அவர் வலதுகரத்தை உயர்த்தி ஏதோ கூறும் பான்மையில் நிற்கிறார். ஓவியத்தின் கீழே 'கருவூரத தெவர கூற'' (கருவூர்த் தேவர் கூற) என்று எழுதப்பட்டுள்ளது.

434

நான்காம் வரிசை ▶

கருவூர்ச் சித்தப் படல நிகழ்ச்சிகள்
இடமிருந்து வலமாகத் தீட்டப்பட்டுள்ளன.

முதற்காட்சியில் அம்மன் கோயிலும் இறைவன் கோயிலும் கொடிமரத்துடன் மரங்கள் புடைசூழக் காட்டப்பட்டுள்ளது. அடுத்து, பெருகியோடும் ஆற்றுநீர் பிளந்து வழிவிட ஏழு பெண்களை அழைத்துக்கொண்டு கருவூர்ச் சித்தர் முன் நடக்கிறார். பெண்டியர் அனைவரும் தலைஉச்சியில் ஒரே மாதிரியான தலையலங்காரமும் அணிகலன்களும் அணிந்துள்ளனர். முதலில் உள்ள மூவர் வலது கரங்களை உயர்த்தி, தங்களிடம் ஏதோ கூறும் சித்தருக்குப் பதிலுரைக்கின்றனர். ஆற்றில் மீன்களும் சங்குகளும் காட்டப்பட்டுள்ளன. அடுத்த காட்சியில் ஆற்றங்கரை மரத்தடியில் பீடத்தின் மீது இலிங்கம் மற்றும் விநாயகர் சிலைகள் உள்ளன. மரத்தடியில் உயரமான ஒருவரும் அவரினும் சற்று உயரம் குறைந்த ஒருவரும் வணங்கி நிற்கின்றனர். இருவர் முடியும் தலை உச்சியில் ஒரேமாதிரியாகக் கொண்டையிடப்பட்டுள்ளன. உடலில் அணிகலன்களும் அழகிய இடையாடையும் கொண்டுள்ளனர்.

ஓவியத்தின்கீழ் 'கருவூர்த்தேவர் நாறும்பூவைத் தெரிசித்தது' (கருவூர்த் தேவர் நாறும்பூவைத் தரிசித்தது) என்று குறிப்பிடப்பட்டுள்ளது.

437

அடுத்த காட்சியில், அம்மன்கோயிலும் சிவன் கோயிலும் கொடிமரத்துடன் மரங்கள் சூழக் காட்டப்பட்டுள்ளன. சிவன், சாய்ந்த இலிங்க வடிவில் உள்ளார். திருவாசி அமைக்கப்பட்டுள்ளது. துறவியொருவரும் யோகியொருவரும் வழிபட்டு நிற்கின்றனர். உயரமாக முதலில் உள்ளவர். கோல் ஒன்றினை இடதுகரத்தில் தாங்கியுள்ளார். அவரது தலையில் மணிமாலையும் சிறு கொண்டை போன்ற ஒன்றும் உள்ளன. கழுத்தில் இரட்டையாக மாலை உள்ளது. எளிய இடையாடை காட்டப்பட்டுள்ளது. அவரையடுத்து, யோகியொருவர் விரிந்த சடைமுடி தொங்க, தலைமீது கரங்குவிந்து வணங்குகிறார். கழுத்தில் உருத்திராக்க மாலையும் பூணூலும் எளிய இடையாடையும் உள்ளன.

கருவூர்ச் சித்தருக்காகத் தலை சாய்த்த நாறும்பூநாதர் அதன்பின் தலைசாய்த்தவண்ணமே இருந்து அருள்பாலிப்பதை உணர்த்தும் இந்நிகழ்ச்சிகள் கருவூர்ச் சித்தப் படலத்திலுள்ளவையாகும்.

கருவூர்ச் சித்தப் படலம்

சிவகணநாதர்களில் ஒருவரான தருமகேது, மேருமலையில் வாழ்ந்த மணிகண்டேசன் என்பவரின் மகளான திலதை என்பாளை மணந்து இனிதே வாழ்ந்து வந்தார். அவர்களுக்கு நூறு பிள்ளைகள் பிறந்தனர். அவர்களுள் ஒருவனான சோமபுத்திரன் என்பவன் பின்னாளில் அரசனாய் உயர்ந்தான். பானுமித்திரன் என்ற வேடனுக்கு தாராபதி என்றொரு மகளிருந்தாள். அவளை சோமபுத்திரன் நேசித்தான்.

இதனை அறிந்த வேடர் தலைவன் சினம்கொண்டான். அவன் ‘மண்ணில் பிறந்து, ஆண்வேட்கை அற்றுப்போக’ என்று மகளைச் சபித்தான். ‘பெண்ணாசை அற்றவனாக மண்ணில் திரிவாய்’ என்று சோமபுத்திரனும் அவன் தந்தையால் சபிக்கப் பெற்றான். கற்பேஸ்வரன் என்ற பெயரில் பூதியார் மகனாய் சோமபுத்திரனும் காதம்பரி என்ற பெயருடன் பூதிபூடணன் மகளாய் தாராபதியும் பிறந்தனர். கற்பேஸ்வரன் திருமண ஆசையற்று வளர்ந்து பெருந்துறவியானான். இறைவனால் முற்பிறப்பு உணர்த்தப் பெற்ற அவன் திருப்புடைமருதூர் வந்து கடுந்தவமியற்றிச் சித்தனானான். அட்டமாசித்திகளும் இயற்றும் ஆற்றல் இறைவனால் அருளப்பெற்றான். ‘கருவூரன்’என்று இறைவனால் பெயரிட்டழைக்கப்பெற்று, திருப்புடைமருதூர் சேர்ந்து, மதுவும் ஊனும் உண்டு, பசியினை முழுதும் நீக்கிச் சித்திபெறுவாய் எனப் பணிக்கப்பெற்றார்.

பல தலங்களை வழிபட்டு, திருப்புடைமருதூர் வந்து சேர்ந்தார் கருவூரார். ஆயினும், கோயிலை அணுக முடியாவண்ணம் தாமிரபரணியாற்றில் வெள்ளம் பெருக்கெடுத்தோடியது. அதனால் சித்தர் 'நாறும்பூ' என்று கூவியழைத்தார். அவ்வொலி கேட்ட சிவனார் தலைசாய்த்து 'வா' என்று அழைத்தார். இந்த வெள்ளத்தைக் கடக்க அருள் புரியவேண்டும் என்று சித்தர் வேண்டினார். 'நதியினைக் கடக்கும்போது பின்னோக்கிப் பாராமல், முன்னோக்கியே பார்த்த வண்ணம் நடந்துவா' என இறைவன் பணித்தார். அப்போது இடைச்சியர் எழுவர் சித்தரிடம் வந்து தாங்களும் நதியினைக் கடக்க உதவவேண்டுமென வேண்டினர். அவர்கள் நாகலோகக் கன்னியர் ஆவார். பூவுலகம் வந்து ஒரு வனத்தில் இருந்தபோது தவத்திற்கு இடையூறு செய்தமைக்காக, அவரால் இடைச்சியர்களாகுமாறு சபிக்கப் பெற்றவர்கள்.

கருவூர்ச் சித்தரால் அழைத்துச் செல்லப்பட்டு, நாறும்பூவைத் தரிசிக்கும் போது தங்கள் பழைய வடிவை எய்துவரென்று சாபவிமோசனமும் முனிவரால் வழங்கப்பெற்றவர்கள். கருவூர்ச் சித்தரால் தாமிரபரணியாற்று வெள்ளத்தைக் கடந்து வந்த அவர்கள் நாறும்பூ நாதனைத் தொழுது தங்கள் பழைய வடிவுற்றனர். இறைவன் கட்டளைப்படி காளிதேவி தோன்றி, தேனும் வன்னிக்காயும் கருவூரார்க்கு வழங்கினாள். தான் அழைக்கத் தலைசாய்த்த அக்கோலத்தை என்றும் மாற்றாமல் இவ்வுலகைப் புரக்க வேண்டும் என்று வேண்டிய கருவூர்ச் சித்தரின் வேண்டுகோளை இறைவன் மனமுவந்து ஏற்றார்.

சுவர்-H ▶

சுவர்ப்பரப்பு இரண்டாகப் பகுக்கப்பட்டு இரண்டுவிதமான பூவேலைப்பாடுகள் செய்யப்பட்டுள்ளன.

சுவர்-1

சுவர்ப்பரப்பு நான்கு பெரிய வரிசைகளாகப் பகுக்கப்பட்டு கந்தபுராணத்தில் இடம்பெற்றுள்ள வள்ளி திருமணக் கதை நிகழ்ச்சிகள் தீட்டப்பெற்றுள்ளன.

444

முதல் வரிசை ▶

மான் வயிற்றில் வள்ளி பிறப்பது முதல் தினைப் புனம் காப்பது வரையான நிகழ்ச்சிகள் வலமிருந்து இடமாகச் சித்திரிக்கப்பட்டுள்ளன.

முதல் வரிசையில் கதை நிகழ்ச்சிகள் வலமிருந்து இடமாகச் சித்திரிக்கப்பட்டுள்ளன.

முதற்காட்சியில் மரங்கள் நிறைந்த வனத்தில் மான் ஈன்ற குழந்தை வள்ளியை வேடர்கள் கண்டெடுக்கும் காட்சி சித்திரிக்கப்பட்டுள்ளது. வலது ஓரத்தில் ஒரு முயலும் குழந்தையை ஈன்றுவிட்டுப் பாசத்துடன் திரும்பிப்பார்க்கும் மானும் தீட்டப்பட்டுள்ளன. மூன்று வேடர்கள் நிற்கின்றனர். முதலாமவர், வள்ளிக் கிழங்கு அகழ்ந்த குழியில் கிடக்கும் குழந்தையை ஆர்வத்துடன் எடுக்கிறார். அடுத்துநிற்கும் இருவரும் வலது தோளில் வில்லையும் கையில் அம்புகளையும் வைத்துள்ளனர்; தலைப்பாகை அணிந்துள்ளனர்; இடையில் எளிய ஆடை காணப்படுகிறது. காதுகளில் உள்ள வளையங்களைத் தவிர உடலில் பிற அணிகலன்களேதும் காணப்பெறவில்லை.

அடுத்தகாட்சியில், வேடர்கள் மூவரும் குழந்தையுடன் திரும்புவதுதீட்டப் பட்டுள்ளது.முன்வரும் வேடர் குழந்தையைக் கையிலேந்திவர ஏனைய இருவரும் விற்களைச் சுமந்தவண்ணம் பின்தொடர்கின்றனர். மரத்தூண் மீதிருந்த ஓவியப் பகுதி உதிர்ந்து போயுள்ளது.

அடுத்தகாட்சியில் ஒரு சிறுவீடு காட்டப்பட்டுள்ளது. அதன் உள்ளே தொட்டிலில் வள்ளி கிடத்தப்பட்டுள்ளாள். வீட்டின் வெளியே வேடர்கள் இருவர் தாங்கள் அமர்ந்துள்ள இருக்கைமீது சட்டியில் நெருப்பை மூட்டிக் குளிர் காய்கின்றனர். ஒருவர் தன் இடது கரத்தை நெருப்பில் காட்ட, மற்றொருவர் பாதத்தையும் கரத்தையும் உயர்த்தி நெருப்பில் காட்டுகிறார். வேட்டுவிச்சி உரலில் உலக்கையால் தானியம் குத்துகிறாள். அவள் தன் தலைமுடியைக் கொண்டையாக இட்டு அள்ளியும் செருகியுள்ளாள். கழுத்திலும் காதிலும் கைகளிலும் அணிகலன்கள் உள்ளன. இடையில் எளிய ஆடை அணிந்துள்ளாள்.

அடுத்த காட்சியில், இளம்பெண்ணாக வளர்ந்த வள்ளி முதன்முதல் குருவியோட்டிடத் தினைப்புனம் காவல் செய்யும் நிகழ்ச்சி காட்டப்பட்டுள்ளது. தினைப்புனத்தில் தரையிலிருந்து தூண்கள் கொண்டு குறிப்பிட்ட உயரத்தில் பரண் அமைக்கப்பட்டுள்ளது. அதற்குக் கூரையும் மேலே செல்லப் படிகளும் உள்ளன. மிகுந்த அலங்காரத்துடன் வள்ளி அழகுற விளங்குகிறாள். உடல்முழுவதும் அணிகலன்கள் கொண்டுள்ள அவள் பட்டைகளாலான இடையாடை அணிந்துள்ளாள். வள்ளியின் வளர்ப்புத் தந்தையாகிய வேடர் தலைவனும் மற்றிரு வேடர்களும் விற்களைத் தாங்கித் தரையில் நிற்கின்றனர். வள்ளியின் தந்தை கவண் ஒன்றினை மகிழ்வோடு வள்ளிக்குத் தர அவள் கைநீட்டி அதனை வாங்குகிறாள். பரணின் மற்றொரு புறம் நிற்கும் வள்ளியின் தாய் அவள் உண்ணுவற்குத் தின்பண்டம் கொடுக்கிறாள். அவளது இடதுகரத்தில் தின்பண்டக் கிண்ணம் உள்ளது.

448

இரண்டாம் வரிசை ▶

முருகன் பல்வேறு வடிவங்களில் வந்து
வள்ளியுடன் உரையாடும் நிகழ்ச்சிகள்
இடமிருந்து வலமாகத் தீட்டப்பட்டுள்ளன.

அடுத்தவரிசையில் நிகழ்ச்சிகள் இடமிருந்து வலமாக தீட்டப்பெற்றுள்ளதாகத் தெரிகிறது.

முதற்காட்சியில், இரண்டு வேடர்கள் ஒரு பன்றியினைக் கழியில் கட்டித் தோளில் சுமந்து செல்லுகின்றனர். அவர்கள் தங்கள் விற்களை இடதுதோளில் சார்த்தியுள்ளனர். கால்கள் கழியில் கட்டப்பட்டுத் தலைகீழாகப் பன்றி தொங்குகிறது.

அடுத்தகாட்சியில், நான்கு வேடர்கள் காட்டப்பட்டுள்ளனர். முருகன் வேங்கை மரமாக நிற்கிறான். ஒருவர் கோடரி கொண்டு மரத்தை வெட்ட முயல்கிறார். ஆனால் ஒரு வேடர் அம்மரத்தினைக் கட்டியணைத்து வெட்டவேண்டாம் எனத் தடுக்கிறார்.

பரண் மீதிருந்த வள்ளியும் அவளுடைய தோழியும் இதனைப் பார்த்துக் கொண்டுள்ளனர். அவர்கள் மிகுதியான அணிகலன்களையும் பட்டைகளாலான இடையாடையினையும் தரித்துள்ளனர்.

அடுத்தகாட்சியில், பரண்மீதிருக்கும் வள்ளியிடம் முருகன் மணிமாலைகள் விற்பவராக வந்து உரையாடுகிறான். அவன், வலதுதோளில் கழியொன்றினைச் சாத்தியுள்ளான். அதன் மேல்பகுதியில் துணிப்பையொன்று தொங்குகிறது. அதேபோன்ற துணிப்பையொன்றை வலதுகரத்திலும் தொங்கவிட்டுள்ளான். கரத்தில் சில மாலைகள் உள்ளன. இடையில் பட்டைகளாலான ஆடை காணப்படுகிறது. வள்ளி அவனது கரத்தில் ஏதோ ஒரு நகையை வழங்குகிறாள். மரத்தூண் பகுதியில் ஓவியம் உதிர்ந்துள்ளதால் பரணும் வள்ளியும் முற்றிலும் காணக்கிடைக்கவில்லை. ஏணியும் வள்ளியின் ஒரு கரமும் மட்டும் தெரிகின்றன.

அடுத்தகாட்சியில் பரண் மீதிருக்கும் வள்ளியிடம் முதியவர் வடிவில் வந்த முருகன் உரையாடிக் கொண்டுள்ளான். அவன் வலதுகரத்தில் ஊன்றுகோல் கொண்டுள்ளான். தினைப்பயிர்கள் நன்கு வளர்ந்து நிற்பதாகக் கட்டப்பட்டுள்ளன. அவர்களை நோக்கி வில்லம்புகளை ஏந்திய வேடர்கள் மூவர் வருகின்றனர். ஓவியம் மிகவும் அழிவுற்றுள்ளது.

அடுத்தகாட்சியில் பரண்மீதிருக்கும் வள்ளியிடம் ஜடாபாரம் கொண்டு, தண்டம் தாங்கிய முனிவராக முருகன் வந்து பேசுகிறான். அருகிலுள்ள மரத்தினைச் சூழ்ந்து தினைப்பயிர்கள் வளர்ந்து கதிர்முற்றிச் சாய்ந்துள்ள நிலைகாட்டப்பட்டுள்ளது. முதலில் பரணருகில் தினைப்பயிர் இல்லாத நிலையும் பின்னர் வளர்ந்து நிற்கும் நிலையும் இறுதியில் கதிர்முற்றிச் சாய்ந்துள்ள நிலையும் விதைத்தது முதல் வள்ளி தினைப்புனம் காத்து நிற்பதையும் அக்காலங்களில் பல்வேறு வடிவங்களில் முருகன் வந்து அவளிடம் பேசி மகிழ்வதையும் உணர்த்துகின்றன.

மூன்றாம் வரிசை ▶

முருகன் பல்வேறு வடிவங்களில் வந்து
வள்ளியுடன் உரையாடும் நிகழ்ச்சிகள்
இடமிருந்து வலமாகத் தீட்டப்பட்டுள்ளன.

அடுத்த வரிசையில் நிகழ்ச்சிகள் வலமிருந்து இடமாகத் தீட்டப் பட்டுள்ளன.

முதற்காட்சியில், முதிர்ந்த பழங்களுடன் பலாமரங்கள் காட்டப் பட்டுள்ளன.

நடுவில் அரசர் போன்ற தோற்றம் கொண்ட முருகன் மகுடம் நிறைந்த அணிகலன்களுடன் வாளினைத் தரையில் ஊன்றி நிற்கிறான். குரங்கிற்கு அஞ்சிக் கையில் தண்டத்துடன் ஓடிவரும் துறவி அவனை அணைத்துக் கொள்கிறார்.

வேடனொருவன் அம்பெய்து மரத்தின் மேலுள்ள குரங்கினை விரட்ட முற்படுகிறான்.

அடுத்தகாட்சியில், பெரிய பன்றியொன்றினை இரண்டு வேடர்கள் ஈட்டியால் குத்திக் கொல்கின்றனர். ஒருவர் நின்ற வண்ணம் பன்றியின் கழுத்தில் ஈட்டியைப் பாய்ச்ச மற்றுமொருவர் அதன் வயிற்றில் ஈட்டியினால் குத்துகிறார். பன்றி அலறியவண்ணம் குதிக்கிறது.

அடுத்தகாட்சியில், பரண்மீதுள்ள வள்ளி கைகளை விரித்து நிற்கிறாள். கீழே வேடன் ஒருவனும் அதேபோல் செய்கிறான். மரத்தூண் பகுதியில் ஓவியம் முற்றும் உதிர்ந்து போயுள்ளது.

அடுத்தகாட்சியில், வள்ளி ஒரு பாறைமீது முழந்தாளிட்டுக் கைகளை விரித்து அச்சம் தோன்றக் கூச்சலிடுகிறார். அதனைக் கண்டு மூன்று வேடர்கள் அதேபோல் கைகளை விரித்து ஓடுகின்றனர். ஒருவேளை அவள் ஆடச்சொல்வது போல் எண்ணி அஞ்சி அவர்கள் ஆடுவதாகவும் இருக்கலாம். அவர்கள் இடதுகைகளில் விற்களைத் தாங்கியுள்ளனர். முதுகின் பின்னர் அம்புகள் தென்படுகின்றன.

அடுத்தகாட்சியில், பரண்மீது அமர்ந்துள்ள வள்ளியிடம் யாசகம் கேட்கும் வடிவில், வாடிய கோலத்துடன், ஒட்டிய வயிற்றுடன் தடியொன்றை ஊன்றி முருகன் வருகிறான். அவன் தலைமுடி விரிந்துபரந்துள்ளது. இடையில் பட்டைகளான ஆடையும் கையில் துணிப்பை ஒன்றும் உள்ளன. வள்ளி தன் இடதுகரத்திலிருக்கும் கிண்ணத்திலிருந்து தின்பண்டத்தை எடுத்து அவனிடம் தருகிறாள்.

அடுத்தகாட்சியில், அவ்வறியவன் ஒரு மரத்திலுள்ள பாறை மீதமர்ந்து கையிலுள்ள கிண்ணத்திலிருந்து உணவுப்பொருளை எடுத்துப் பார்க்கிறான்.

அடுத்தகாட்சியில், பரணிலிருந்து கீழே இறங்கி வந்த வள்ளியிடம் வறியவன் உரையாடுகிறான்.

குரங்கு, பன்றி முதலியவைகளால் இடையூறு நேருவதும் வள்ளி பித்தேறியவள் போல் ஆடுவதும் வேட்டுவரிடையே கலக்கம் ஏற்படுத்துவதற்காக முருகன் நிகழ்த்திய திருவிளையாடல்கள் ஆகும்.

456

நான்காம் வரிசை

விநாயகர் யானை வடிவில் வருதலும்
வள்ளி-முருகன் திருமண நிகழ்ச்சிகளும்
இடமிருந்து வலமாகத் தீட்டப்பட்டுள்ளன

கீழுள்ள வரிசையில் நிகழ்ச்சிகள் இடமிருந்து வலமாக அமைந்துள்ளன.

முதற்காட்சியில், அம்முதியவன் மரத்தடியில் ஏதோ செடிகளை உருவாக்கிக் காட்டுவதாகத் தெரிகிறது. அதனை வள்ளி கண்டு அதிசயித்து நிற்கிறாள்.

அடுத்தகாட்சியில், வள்ளியை யானை துரத்தி வருகிறது. மதங்கொண்டு ஒரு மரத்தை முறித்த வண்ணம் அது வருவதுகண்டு வள்ளி அஞ்சி ஓடுகிறாள்.

அடுத்தகாட்சியில், மகுடம் அணிந்து அரசர் போன்ற தோற்றத்தில் நிற்கும் முருகனை, அஞ்சியோடிய வள்ளி முதுகின் பின்புறம் கட்டிப்பிடித்துக் கொள்கிறார். கால்களை உறுதியாக ஊன்றி நிற்கும் முருகன் வலது கையினைக் காட்டி 'நில்' என யானையை அதட்டுகிறார். வள்ளி, அவரது கழுத்தினைச் சூழ்ந்து கைகளால் கட்டிக் கொண்டதுடன் கால்களால் இடுப்பினையும் சுற்றிக் கொண்டுள்ளாள்.

அடுத்தகாட்சியில், யானை சென்றுவிடத் தன்னைக் காப்பாற்றிய முருகனைத் தன் பெற்றோரிடம் காட்ட வள்ளி அழைத்துச் செல்கிறாள். வாளினை ஏந்தி, முருகன் அவளைத் தொடர்கிறார். மரத்தூண் பகுதி ஓவியம் உதிர்ந்துள்ளது. முருகனது ஒருகரம் ஒருகால் மட்டும் சிறிது தென்படுகின்றன.

அடுத்தகாட்சியில், மடித்தடியில் உள்ள பாறைமீது அமர்ந்தவண்ணம் தன்முன் நிற்கும் நான்கு வேடர்களுக்கும் தான் யார் என்ற உண்மையை முருகன் வெளிப்படுத்துகிறார். வேடர்கள் அவரைப் பணிவோடு வணங்கி நிற்கின்றனர்.

அடுத்ததாக, வள்ளி—முருகன் திருமண நிகழ்ச்சி சித்திரிக்கப்பட்டுள்ளது. அழகிய மணவறையொன்றில் நாணத்துடன் குனிந்து நிற்கும் வள்ளியின் இடதுகரத்தைத் தன் வலதுகரத்தால் முருகன் பற்றியுள்ளார். அவரது இடதுகரத்தில் வாள் உள்ளது. இருவருக்கும் இடையே பாலைக்காலாகச் செடி நிறுத்தப்பட்டுள்ளது. வள்ளியின் வலப்புறம் நிற்கும் அவளது தந்தை, மேலிருந்து நீரை வார்த்துத் திருமணம் செய்து தருகிறார். மண்டபத்தின் வெளியே இரண்டு வேடர்கள் நிற்கின்றனர். அப்போதும் அவர்கள் வலக்கரத்தில் வில்லினை ஏந்தியே நிற்கின்றனர். முருகனது இடதுபுறம் இடதுகையில் தண்டமேந்தி நிற்கும் துறவி, வலதுகரத்திலுள்ள மலரையிட்டு ஆசி வழங்குகிறார்.

அடுத்துள்ள மண்டபத்தில் ஒரு பெண் மங்கலக் குத்துவிளக்கு ஏந்தி நிற்கிறார். முன்னால் நிற்கும் மற்றொரு பெண் ஏதோ கூறிய வண்ணம் நிற்கிறாள்.

கந்தபுராணம் - வள்ளி திருமணம்

காஞ்சித் தலத்தில் லவலீ என்றொரு மலையில் வேடர் தலைவனொருவன் வாழ்ந்துவந்தான். அவனுக்குக் குழந்தைப்பேறு வாய்க்காமையால் துயரில் மூழ்கியிருந்தான். அம்மலையில் தவமியற்றிவந்த முனிவரொருவர் ஒருசமயம் ஓர் அழகிய பெண்மானைக் கண்டு, அதன் மீது மோகமுற்றார். அவர் பார்வை பட்டதால் அப்பெண்மான் கருவுற்றது. பின் உரிய காலத்தில் வள்ளிக் கொடியின் புதர்களுக்கிடையே ஓர் அழகிய பெண்குழந்தையை ஈன்றது. தன் இனம் போலின்றி வேறுபட்டிருந்த குழந்தையைக் கண்டு அஞ்சிய மான் ஓடி மறைந்தது. அங்கு வந்த வேடர் தலைவன், அழுதுகிடந்த குழந்தையைக் கண்டு மகிழ்ந்தவனாய் எடுத்துச்சென்று தன் மனையாளிடம் கொடுத்தான். இருவரும் அதற்கு ‘வள்ளி’ எனப் பெயரிட்டுச் சீராட்டி வளர்த்தனர். வள்ளி வளர்ந்து பன்னிரண்டு வயதை அடைந்தாள். வேடர் தலைவன் அவளைத் தினைப்புனம் காக்கப் பணித்தார். வள்ளியின் அழகுபற்றி நாரதர் மூலம் கேள்விப்பட்ட முருகன் ஒரு வேடனைப் போல வடிவமெடுத்து வள்ளியிடம் வந்து காதலுடன் சொல்லாடினார். அப்போது வேடர் பலருடன் வேடர் தலைவன் அங்கு வந்தான். உடனே முருகன் ஒரு வேங்கை மரமாக உருவெடுத்து அங்கே நிழல்பரப்பி நின்றார்.

    வேடர் தலைவன், தான் கொணர்ந்த தின்பண்டங்களை வள்ளியிடம் கொடுத்து உண்பித்தான். மற்ற வேடர்கள், அங்கு புதிதாக நின்ற வேங்கை மரத்தைக் கண்டு ஐயுற்று, அதனை வெட்டிவிட முயன்றனர். ஆனால் வேடர் தலைவன் அதனை வெட்டவேண்டாம் எனத் தடுத்துச் சென்றான்.

    அவர்கள் சென்றதும் முருகன் தன் முந்தைய வடிவோடு மீண்டும் தோன்றி வள்ளியின் மனத்தை இளக்க முயன்றார். ஆனால் அவருடைய உயர்வையும் தன் குலத்தின் தாழ்வையும் கூறி, வள்ளி அவர் காதலை ஏற்க மறுத்தாள். அத்துடன் தன் குலவேடர்கள் கண்டால் அவருக்குத் தீங்கு நேருமென்றும் எச்சரித்தாள்.

    அப்போது மீண்டும் வேடர்தலைவன் பிற வேடர்களோடு அங்குவந்தான். முருகன் முதிர்ந்த கிழவராக உருவெடுத்து வேடர் தலைவனுக்கு ஆசிவழங்கினார். தான் குமரித்தீர்த்தத்தில் நீராட வந்ததாகக் கூறி வள்ளியுடன் குளக்கரைக்கு வந்தார். அங்கு வள்ளியுடன் மீண்டும் காதல் மொழி பேசினார். ஆனால் மறுத்த வள்ளி விரைந்து திரும்பி நடக்கத் தலைப்பட்டாள். முருகன் தன் அண்ணனாகிய விநாயகரை நினைத்தார். அவரும் ஓர் மதங் கொண்ட யானையாகத் தோன்றி வள்ளியை அச்சுறுத்தினார். இயல்பிலேயே யானைகள் குறித்து அச்சம் கொண்டிருந்த வள்ளி, அஞ்சி நடுங்கியவளாய் ஓடிவந்து முருகனாகிய கிழவரைக் கட்டிப்பிடித்துக் கொண்டு, யானையிடமிருந்து காப்பாற்றும்படி கெஞ்சினாள். முருகன் தன் மனதுள் விநாயகரை வேண்ட, அவர்தம் உருவை மறைத்துச் சென்றார்.

    முருகன் தன் உண்மை வடிவை வள்ளிக்குக் காட்டி, அவளது காதலில் மகிழ்ந்தார்; பின்னர் அவளைத் தினைப்புனம் செல்லப் பணித்தார்.

திரும்பிய வள்ளியைக் கண்ட தோழி, அவளது தோற்றத்திலிருந்த மாறுபாடுகளைக் கண்டு ஐயமுற்று வினவினாள். இருவரும் உரையாடி நின்றபோது அங்கு ஒரு வேட வடிவில் முருகன் தோன்றி தன்னால் அம்பெய்யப் பெற்ற யானை அவ்வழியே வந்ததா? என வினவினார். வந்த வேடரும் வள்ளியும் கண்களால் உரையாடிக் கொண்டதைக் கண்ட தோழி, இருவரிடையே காதல் மலர்ந்துவிட்டதை அறிந்தாள். பின்னர் அவளது உதவியுடன் முருகன் வள்ளியைக் கூடி மகிழ்ந்தார்.

வீடு திரும்பிய வள்ளியும் வள்ளியைப் பிரிந்த முருகனும் ஒருவர் நினைவில் ஒருவர் வாடிவதங்கினர். அதனை அறிந்த தோழி, ஓர் இரவில் வள்ளியை முருகனிடம் கொண்டு சேர்த்தாள். இருவரும் தொலைவிலிருந்த சோலையில் சென்று தங்கினர்.

மகளைக் காணாத வேடர் தலைவன், பிற வேடர்களுடன் தேடிய வண்ணம் அங்கு வந்துசேர்ந்தான். வேடர்களைக் கண்டு அஞ்சி நடுங்கிய வள்ளி, தன்னைக் காக்கும்படி முருகனை வேண்டினாள். முருகன் தன் சேவலை நினைக்க, அது அங்குத் தோன்றி, உரத்த குரலெடுத்துக் கூவியது. அக்குரலைக் கேட்டு அஞ்சிய வேடர்கள் உயிர்துறந்து விழுந்தனர். பிறகு, நாரதமுனிவர் வேண்டுகோளினை ஏற்று, வள்ளியின் மூலம் வேடர்களை முருகன் உயிர்பெறச் செய்தார். உயிர்பெற்றெழுந்த வேடன் தலைவனுக்குத் தன் உண்மை வடிவைக் காட்டினார். மகிழ்ச்சியில் திளைத்த வேடர்தலைவன், வள்ளியை மணம்புரிந்து கொள்ள வேண்டினான். அதற்கிணங்கிய முருகன், வேடர்களின் இருப்பிடம் சென்று வள்ளியை மணந்தார்.

சுவர்-J

சுவர்ப் பகுதி இரண்டு கட்டங்களாகப் பகுக்கப் பட்டுள்ளது. மேலுள்ள கட்டத்தில் கருடாழ்வார் காட்டப் பட்டுள்ளார். மனித வடிவில் காட்டப்பட்டுள்ள அவரது தலையில் மகுடம் உள்ளது. உடல் முழுதும் ஏராளமான அணிகலன்களை அணிந்துள்ளார். உடலின் பின்புறம் இறக்கை காட்டப்பட்டுள்ளது. வளைந்துள்ள கால்கள் அவர் பறந்து செல்வதை உணர்த்துகின்றன. இரண்டு கரங்களிலும் அவர் நாகங்களைப் பற்றியுள்ளார். ஓவியத்தின் வலப்பக்கம் சிதைவுற்றுள்ளது.

அடுத்துள்ள கட்டத்தில் வரையப்பட்டுள்ள உருவம் மிகவும் சிதைவுற்றுள்ளது. சிறிது தெரியும் தலையலங்காரம் பருத்த குள்ளமான உடல் வடிவம் ஆகியன இது ஓர் அரக்கர் வடிவமாக இருக்கலாம் என்பதை உணர்த்துகின்றன. உருவத்தின் பின்புலமாகப் பூவேலைப்பாடு செய்யப்பெற்றுள்ளது.

முகச்சாலை மீது தீட்டப்பட்டிருந்த மகர தோரணமும் பிற உருவங்களும் முற்றிலும் சிதைவுற்றுள்ளன.

சுவர்கள் ஆகியவற்றில் படம் இல்லை.

சுவர்-M

சுவர்ப்பகுதிகள் K,L
ஆகியவற்றில் ஓவியங்கள் இல்லை

சுவர்ப்பரப்பு இரண்டு கட்டங்களாகப் பகுக்கப் பெற்றுள்ளது. மேலுள்ள கட்டத்தில் இரதி — மன்மதன் உருவங்கள் தீட்டப்பட்டுள்ளன.

தலையில் அழகிய மகுடத்துடன் உடலில் அணிகலன்களுடன் நிற்கும் மன்மதன் இடதுகரத்தில் கரும்புவில்லும் வலதுகரத்தில் அம்பும் வைத்துள்ளான். அம்பு மலர்க்கணையாகக் காட்டப்பட்டுள்ளது.

மன்மதனின் பின் நின்ற இரதியின் உருவம் முற்றிலும் அழிந்து போயுள்ளது. கால்களில் சிறுபகுதி இடையாடையின் சிறுபகுதி மட்டும் தெரிகின்றன. இரதிக்கு மேலாகத் தீட்டப்பட்டிருந்த சாமரை வீசும் பெண்ணின் உருவமும் முற்றிலும் அழிந்துவிட்டது.

கீழுள்ள கட்டத்தில், பருத்த, குள்ளமான அரக்க அல்லது பூதகண உருவம் காட்டப்பட்டுள்ளது. தலையில் வட்டமான அலங்காரமும் முகத்தில் பிதுங்கிய பெரிய கண்களும் வாயில் கோரைப் பற்களும் உள்ளன. வலதுகரத்தில் குழல் போன்ற ஒன்றை வைத்துள்ளதாகத் தெரிகிறது. உருவப் பகுதியும் முன்பாக வரையப்பட்டிருந்த மரங்களும் அழிந்துபட்டுள்ளன. உருவத்தின் கீழ், யானை தீட்டப்பட்டிருக்கலாம் என்று உணரமுடிகிறது.

463

சுவர்-N ▶

சுவர்ப்பரப்பு நான்கு நீண்ட வரிசைகளாகப் பகுக்கப்பட்டுத் தலபுராணத்திலிருந்து விருத்திராசுர வதைப்படல நிகழ்ச்சிகள் தீட்டப்பட்டுள்ளன.

முதல் வரிசை ▶

விருத்திராசுரனுக்கும் இந்திரனுக்கும் நடைபெற்ற போர் நிகழ்ச்சி சித்திரிக்கப்பட்டுள்ளது.

காட்சியின் மையத்திலிருந்து இடதுபுறத்தில் அசுரர் படைகளும் வலதுபுறத்தில் தேவர் படைகளும் நிற்கின்றன.

விருத்திராசுரனும் அவனுடைய படைகளும் நின்று போரிடும் முன்பகுதி ஓவியம் மிகவும் அழிந்துபட்டுள்ளன. கேடயம், ஈட்டி போன்ற சில ஆயுதங்கள் மட்டும் தெளிவற்றுத் தெரிகின்றன. ஆயினும் இடது கோடியில் கரிய யானைகளின் மீது அசுரர்கள் அமர்ந்து வருகின்றனர். வட்டமாயும் சுவாலை வடிவிலும் அவர்களுடைய தலையலங்காரங்கள் காட்டப்பட்டுள்ளன. சில அசுரர்கள், சட்டை போன்ற கவசம் அணிந்துள்ளனர். சிலர் ஈட்டிகள் மற்றும் விற்களுடன் முன்னேறுகின்றனர். மேற்பகுதியில் படைப்பெருக்கம் பூந்தலைக்குந்த ஈட்டிகளால் மட்டும் காட்டப்பட்டுள்ளது. யானைகள் அலங்கரிக்கப்பெற்றுள்ளன. வட்டமான பெரிய கேடயங்களையும் அவர்கள் தாங்கியுள்ளனர்.

இறுதியில் குதிரைகளில் அவர்கள் அமர்ந்து வாள்களை உயர்த்திய வண்ணம் போருக்கு வருவதும் சித்திரிக்கப்பட்டுள்ளது.

'திருவிடைமருதூரில புராணம' (திருவிடைமருதூரில் புராணம்) என்று ஓவியத்தில் கீழ் குறிப்பெழுதப்பட்டுள்ளது.

அசுரர்களின் படையுடன் மோதுகின்ற தேவர்படையின் முன்பாகத் தேரில் இந்திரன் நிற்கிறான். அலங்காரமான அவனது இடையாடையும் தேரும் மட்டும் தெளிவற்றுத் தெரிகின்றன.

தேரின்பின் நான்கு தந்தங்களுடன் அலங்கரிக்கப்பட்ட ஐராவதம் நிற்கிறது. அதன் மேற்புறம் உட் காட்சியாக வீரர்கள் வருகின்றனர். இந்திரனுக்கு

ஒருவன் வெண்கொற்றக் குடையைப் பிடித்துக் கொண்டுள்ளான். கேடயமும் வாளும் ஏந்திய மூன்று வீரர்களுக்கு மேல் வில் வீரன் ஒருவன் அம்பினைச் செலுத்துகிறான். மேலே குந்தங்களும் ஈட்டிகளும் காட்டப்பட்டுப் படையின் பெருக்கம் உணர்த்தப் பட்டுள்ளது.

ஐராவதத்தின் பின்னர், அலங்காரமான குதிரைகளின் மீது வீரர்கள் பூந்தலைக் குந்தங்களை ஏந்திய வண்ணம் பாய்ந்து வருகின்றனர். மேல் வரிசையாக ஆறு வீரர்கள் வில், வாள் முதலியவற்றுடன் விரைகின்றனர். ஓவியத்தின் கீழ் 'தெயவெநதிரன' (தேவேந்திரன்) என்று எழுதப்பட்டுள்ளது.

இக்காட்சியினை அடுத்து, போரில் தோற்ற தேவேந்திரனின் தேர் போர்க்களத்திலிருந்து பின் வாங்கிச் செல்கிறது. தேரின்மீது சோர்ந்து துவண்டு இந்திரன் நிற்கிறான். அத்தேருக்குப் பின்னர், தோல்வி யடைந்த யானை வீரர்கள் வருகின்றனர். யானை வீரர்களின் ஒருவன் சூலாயுதத்தைத் தலைகீழாகத் தொங்கவிட்டுள்ளான். ஓவியத்தின் மேற்பகுதி பெரிதும் அழிந்துள்ளது. மரத்தூணிலிருந்த ஓவியங்கள் உதிர்ந்துவிட்டன. அதனை அடுத்துப் பின்வாங்கி, புறமுதுகிடும் தேவபடையின் காலாட் படையினரும் குதிரைப்படையினரும் காட்டப்பட்டுள்ளனர்.

இந்திரன் தேரின் கீழ் 'இநதிரன தொற்று' (இந்திரன் தோற்று) என்று எழுதப்பட்டுள்ளது.

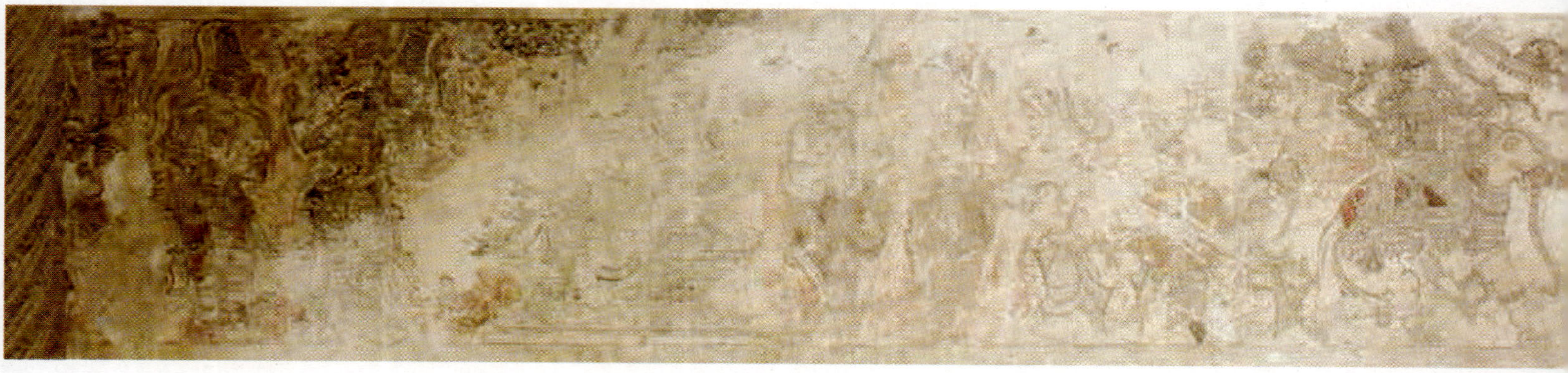

இரண்டாவது வரிசை

விருத்திராசுரன் வெற்றி பெறலும்
இந்திரன் வஜ்ராயுதம் எய்தலும்
இடமிருந்து வலமாகத் தீட்டப்பட்டுள்ளன.

அடுத்தவரிசை இந்திரன் திருமாலைச் சந்தித்து ஆலோசனை கேட்கும் காட்சி முதலில் இடம்பெற்றுள்ளது.

தலையில் கிரீட மகுடத்துடனும் உடலில் அணிகலன்கள் மற்றும் அலங்காரமான ஆடையுடனும் திருமால் ஒரு பீடத்தின்மீது அமர்ந்துள்ளார். பின்னிருகரங்களில் சங்கும் சக்கரமும் உள்ளன. அவர் எதிரில் இந்திரன் பணிவுடன் வணங்கி நிற்கிறான். அவன்பின்னால் தேவர்களும் முனிவர்களும் ஐராவதமும் நிற்கின்றனர். தேவேந்திரன் பின் நிற்பவர், தலைமுடியை ஜடாமகுடம் போல் கட்டியுள்ளார். உடலில் அணிகலன்களும் அலங்காரமான ஆடையும் இருக்க, அவர் கை கூப்பி வணங்கி நிற்கிறார். அவர்பின்னால் மூன்று துறவிகள் நிற்கின்றனர். ஒவ்வொருவர் தலையலங்காரமும் வேறுபட்டுள்ளது. இருவர் கையில் தண்டம் வைத்துள்ளனர். ஐராவதம் நன்கு அலங்கரிக்கப்பட்டுள்ளது. திருமாலின் பின்னால் இரண்டு துறவியர் நிற்கின்றனர்.

ஓவியத்தின் கீழாக 'விடணு இநதிரனுககு...ததது' (விட்ணு இந்திரனுக்கு.....த்தது) என்று குறிப்பிடப்பட்டுள்ளது. அது மிகவும் தெளிவற்றுக் காணப்படுகிறது.

அடுத்ததாக, இந்திரன் ததீசீ முனிவரிடம் செல்லும் காட்சி தீட்டப்பட்டுள்ளது.

ஐராவதத்தின் மீது இந்திரன் அமர்ந்து செல்கிறான். பின்னால் வெண்கொற்றக்குடைபிடித்து ஒருவர் ஓடுகிறார். அவர்பின் பாதுகாவலரும் நீர்ப்பாத்திரம் தோளில் சுமந்து ஒருவரும் வருகின்றனர்.

இந்திரனுக்கு இடப்புறம் இரண்டு கொற்றக்குடைகள் தெரிகின்றன. இந்திரனுக்குப் பின் உட்காட்சியாக இரண்டு பேர் கைகூப்பி வணங்கி நிற்கின்றனர்.

அடுத்ததாக, ததீசி முனிவரின் முதுகெலும்பிலிருந்து செய்த ஆயுதத்தால் விருத்திராசுரனை இந்திரன் அழிக்கும் காட்சி சித்திரிக்கப்பட்டுள்ளது.

விருத்திராசுரன் ஜுவாலா மகுடத்துடன் உடல்முழுவதும் அணிகலன்களுடன் அலங்கார ஆடையுடன் பதுமபீடமொன்றில் அமர்ந்துள்ளான். பிதுங்கிய கண்களும் வளைந்த பெரிய மீசையும் கோரைப்பற்களும் கொண்டு திகழ்கின்றான்.

அவனுக்குத் திருநங்கை (அலி) போன்ற ஒருவர் வலது கையிலுள்ள மணியை ஒலித்து இடதுகையில் தூப ஆராதனை செய்கிறார். ஏறக்குறைய, தன்னைக் கடவுள் நிலைக்கு அவன் எண்ணிக்கொண்டதை இது நுட்பமாக உணர்த்துகிறது. அவனுக்குப் பின்னால் கமண்டலத்துடன் துறவியொருவரும், சாமரை வீசுகின்ற ஒருவரும் நிற்கின்றனர். உட்காட்சியாக மேலே நான்கு அசுரர்கள் கதாயுதங்களுடன் நிற்கின்றனர். மரத்தூண்மீது ஓவியம் உதிர்ந்துள்ளது.

ஒரு பீடத்தின்மீது நிற்கும் இந்திரன், வில்லினை வளைத்து அம்பெய்ய முற்படுகிறான். ஒருகால் முன்வைத்தும் மறுகால் பின்வைத்தும் அவன் நிற்கிறான். வலது கையில் அம்பு காணப்படுகிறது.

இந்திரனையடுத்து ஐராவதமும் நான்கு வில் வீரர்களும் நிற்கின்றனர். உட்காட்சியில் முனிவர்கள் வியந்து இந்திரனைப் புகழுகின்றனர். மேலே, மேலும் ஐந்து வீரர்கள் பூந்தலைக் குந்தங்களுடன் நிற்கின்றனர்.

ஓவியத்தின் கீழ் 'இநதிரன வசசிராயிதம விடடது' (இந்திரன் வச்சிராயுதம் விட்டது) என்றும் 'விருததிராசசுரன செயம' (விருத்திராசுரன் செயம்) என்றும் குறிப்புகள் எழுதப்பட்டுள்ளன.

மூன்றாவது வரிசை

விருத்திராசுரன் வீழ்ச்சியும்
அசுர குலப் பெண்களின் அவலமும்
இடமிருந்து வலமாகத் தீட்டப்பட்டுள்ளன.

அடுத்த வரிசை முதற்காட்சியில் விருத்திராசுரன் இறப்பு காட்டப்பட்டுள்ளது.

பீடத்தின்மீது அமர்ந்தநிலையில் விருத்திராசுரன் மாண்டுள்ளான். கழுத்து அறுபட்ட நிலையில் தலைசாய்ந்துள்ளது.

எதிரில் வில்லும் அம்பு ஏந்தி இந்திரனும் அவன்பின் ஐராவதமும் நிற்கின்றனர். அதன்பின் இருவீரர்களும் உட்காட்சியில் முனிவர்களும் கொற்றக்குடைகளும் காட்டப் பட்டுள்ளன. மற்றொரு முனிவர் இரண்டு கைகளையும் விரித்து மகிழ்ச்சிக் கூச்சலிடுகிறார். விருத்திராசுரனுக்குப்பின் அசுரர்கள் துயரத்தில் துடித்து அலறுகின்றனர். உட்காட்சியிலும் அசுரர்கள் அவலத்துடன் காட்டப்பட்டுள்ளனர். ஓர் அசுரன் வாளையும் கேடயத்தையும் தூக்கிய வண்ணம் இந்திரனை நோக்கி ஓடிவருகிறான்.

அடுத்தகாட்சியில், விருத்திராசுரன் ஒரு சிறுமேடைமீது கிடத்தப் பட்டுள்ளான். அவனது தலை வெட்டுண்டு தனியே கீழே கிடக்கிறது. வலதுகரம் ஒரு சிறுமாலையைப் பிடித்துள்ளது. கழுத்துப் பகுதியில் வச்சிராயுதம் காட்டப்பட்டுள்ளது. மூன்று அசுர குலப்பெண்டிர் மார்பில் அடித்துக்கொண்டு தலைவிரிகோலமாக அழுகின்றனர். அவர்கள் பருத்த மார்பகங்களுடனும் வயிற்றுடனும் காட்டப்பட்டுள்ளனர். உடலில் அணிகலன்கள் உள்ளன. மேலும், ஜுவாலை மகுடத்துடன் ஓர் அசுரன் இரண்டு கைகளையும் உயர்த்தி அழுகிறான். அவனை அடுத்து அரக்கி ஒருத்தி கேடயமும் வாளும்கொண்டு அமர்ந்துள்ளாள். மேலே இரண்டு அசுரப்பெண்கள் கூந்தலை விரித்து அழுகின்றனர். ஒருத்தி தலைமுடியினைப் பற்றிக் கொண்டு கதறுகிறாள். ஒரு மரத்தினை அடுத்தும் அசுர வீரர்கள் வாளும் கேடயமும் ஏந்திச் செய்வதறியாது கலங்கி நிற்கின்றனர். மரத்தூண் மீது வரைந்திருந்த ஓவியம் உதிர்ந்துபோயுள்ளது.

விருத்திராசுரனின் உடல்கிடத்தப்பட்டிருக்கும் இடத்தின் கீழ் 'விருத்திராச்சுரன் பட்டு விழுந்தது' (விருத்திராசுரன் பட்டுவிழுந்தது) என்று குறிப்பிடப் பட்டுள்ளது.

நான்காவது வரிசை

இந்திரனுக்கு பிரம்மஹத்தி தோஷம் ஏற்படலும்
திருப்புடைமருதூர் வந்து வழிபட்டு நீங்கிடப் பெறலும்
இடமிருந்து வலமாகத் தீட்டப்பட்டுள்ளன.

அடுத்த வரிசை முதற்காட்சியில் இந்திரன் பிரம்மஹத்திதோஷம் ஏற்பட்டுக் கலங்கி நிற்பது காட்டப்பட்டுள்ளது. பின்னிரு கைகள் தலைமீது சேர்ந்துள்ளன. முன்னிரு கைகளைக் கோத்து நெறித்துக் கொண்டுள்ளான். அவனது இடதுபுறம் இருவர் நிற்கின்றனர். ஒருவர் இடதுகரத்தால் வாய்பொத்தி ஏதோ கூறுகிறார். அடுத்தவர் வணங்கி நிற்கிறார். அவரையடுத்து ஒருவர் கைகூப்பி வணங்கி நிற்கின்றார். இந்திரனுக்கு வலதுபுறம் இருவர் நிற்கின்றனர். ஒருவர் செய்வதறியாது இருகரங்களையும் விரித்து நிற்க, மற்றொருவர் கைகளைப் பின்வைத்து கொண்டு நிற்கிறார். நால்வரும் அழகிய அணிகலன்களையும் ஆடைகளையும் தலையலங்காரத்தையும் கொண்டுள்ளனர். தென்னை மரமொன்று குலையுடன் காட்டப்பட்டுள்ளது. அதனை அடுத்து முனிவர்கள் மூவர் வணங்கி நிற்கின்றனர்.

'இநதிரனுக்கு பிரமூரததயாக...'(இந்திரனுக்கு பிரமஹத்தியாக...)என்று குறிப்பிடப்பட்டுள்ளது. சொற்கள் அழிந்துபட்டுள்ளன.

அடுத்தகாட்சியில், ஒரு யோகி முன்னால் இருவர் நிற்கின்றனர். அவர்களில் ஒருவர் தலைமுடியைப் பக்கவாட்டிலும் மற்றொருவர் உச்சியிலும் கொண்டையாக இட்டுள்ளனர். கழுத்தில் அணிகலன்களும் அழகிய ஆடையும் அணிந்துள்ளனர். ஸ்வஸ்திக அமைப்பில் கால்களை வைத்துள்ளனர். யோகி விரிந்த நீண்ட முடியுடன் தலைமீது கைகளை வைத்து நிற்கிறார். கழுத்திலும் கைகளிலும் மாலைகள் உள்ளன. இடையில் வேட்டியைக் கோவணமாக உடுத்துள்ளனர்.

அடுத்த காட்சியில், மற்றொருவர் கைகளை விரித்து பீடத்தில் அமர்ந்துள்ளவரைப் பார்த்து நிற்கிறார். மரத்தடியில் பீடத்தின் மீது அமர்ந்துள்ளவர் குருவாகிய வியாழ பகவானாதல் வேண்டும். நான்கு கரங்களில் மூன்று கரங்கள் காட்டப்பட்டுள்ளன. அவருடைய தலையலங்காரங்கள் சித்திரிக்கப் பட்டுள்ளன. அவருடைய தலையலங்காரம் மாறுபட்டதாய் உள்ளது; கழுத்தில் அணிகலன்கள் உள்ளன; பூவேலைப்பாடு கொண்ட இடையாடை அணிந்துள்ளார். அவர் முன்னால் மூவர் நிற்கின்றனர். சிறிய உருவில் இருப்பவர் தலைமீது கைகுவித்து வணங்குகிறார். அடுத்துள்ளவர் முகத்தருகில் கைகுவித்து வணங்குகிறார். தலையில் குல்லாய் வைத்துள்ள மற்றொருவர் இருகரங்களையும் கூப்பி நிற்கிறார்.

ஓவியத்தின் கீழ் ‘பிரமூததியார தொஷம பொக இருழிகளளொட கெட்டது’ (பிரம்மஹத்தி தோஷம் போக இருமூடிகளிடம் கேட்டது) என்று குறிக்கப்பட்டுள்ளது. பிரமஹத்திதோஷம் நீங்க திருப்புடைமருதூர் சென்று தவம்செய்ய வேண்டுமென வியாழபகவான் இந்திரன் ஆற்றுப்படுத்துவது இக்காட்சியாகும். அடுத்தகாட்சியில், மரத்தடியில் அமைக்கப்பட்டுள்ள இருக்கையில் முனிவர்கள் இருவர் அமர்ந்துள்ளனர். இடதுகரத்தில் தண்டங்களை வைத்துள்ள அவர்களின் முடி, ஜடாபாரமாக இடப்பட்டுள்ளது. கழுத்தில் அணிகளும் பூணூலும் காணப்படுகின்றன. கீழே கமண்டலங்களும் மற்றொரு பெட்டியும் வைக்கப்பெற்றுள்ளன. அவர்களை இரண்டுபேர் தலைமீது கை குவித்து வணங்கி நிற்கின்றனர். அடுத்தகாட்சியில், மரத்தூண் மீது வரையப்பெற்றிருந்த ஓவியங்கள் உதிர்ந்துபோயுள்ளன. துறவியர் இருவர் கமண்டலமும் தண்டமும் கொண்டு நடந்து செல்லும் காட்சியாதல் வேண்டும். முன் செல்பவரின் ஒரு கரத்திலிருக்கும் கமண்டலமும் பின் செல்பவர் கரத்தில் இருக்கும் தண்டமும் தெரிகின்றன.

விருத்திராசுர வதைப் படலம்

காசிபமுனிவர் நான்முகன்தன் மகனாவார். அவருக்குத் திதி, அதிதி என இரு மனைவியர் இருந்தனர். திதியிடத்து அசுரர்களும் அதிதியிடத்துத் தேவர்களும் தோன்றினர். அவர்களிடையே ஏற்பட்ட மோதல்களால் அசுரர்கள் பலர் மாய்ந்தனர். தம் மக்கள் மாய்ந்த வேதனையை திதி, அசுரர்களின் குலகுருவாகிய சுக்கிரதேவரிடம் வெளிப்படுத்தி முறையிட்டாள். சுக்கிரதேவர் அறிவுரைப்படி காசிபரும் திதியும் வேள்வி இயற்றினர். அவ்வேள்வித் தீயிலிருந்து விருத்திராசுரன் தோன்றினான். வளர்ந்து பெரியவனான விருத்திராசுரன் நான்முகனை நோக்கிக் கடும் தவம்புரிந்து எத்தகைய ஆயுதங்களாலும் மரணம் நேராது என்ற வரத்தைப் பெற்றான். அளவற்ற ஆற்றலும் ஆயுதங்களால் இறப்பு இல்லாத வரமும் பெற்ற விருத்திராசுரன் படையெடுத்துச் சென்று இந்திரனை வென்று வானுலகை ஆளத் தலைப்பட்டான்.

வானுலக ஆட்சியுரிமை இழந்த இந்திரன், நான்முகனிடம் சென்று தாங்கள் உற்ற இழிநிலையை உரைத்தான். மீண்டும் வானுலக ஆட்சியினைத் தான்பெறும் வழியுரைக்க மன்றாடினான். இந்திரனது நிலைகண்டு இரக்கமுற்ற நான்முகன் ‘காசிபர் வேள்வியியற்றியபோது சொல்லப்பட்ட மந்திர ஒலி பேதத்தால் விருத்திராசுரனுக்கு அழிவு நேரும்’ என்று குறிப்பிட்டார். இந்திரன் புதிய வச்சிராயுதம் பெறவேண்டிய தேவையை உணர்த்திய நான்முகன், மேருமலையில் தவமியற்றிச் கொண்டுள்ள ததீசிமா முனிவரின் முதுகெலும்பே வச்சிராயுதம் செய்வதற்குரிய பொருளாகும் என்றுரைத்து அவரிடம் சென்று வேண்டிப் பெறவேண்டுமென்று வழியுரைத்தார். அதன்படி முனிவரிடம் சென்றிறைஞ்சி அவரது முதுகெலும்பினைப் பெற்ற இந்திரன், அதிலிருந்து புதிய வச்சிராயுதம் சமைத்தான். விருத்திராசுரனிடம் மிகக் கடுமையான போரினைச் செய்த இந்திரன் இறுதியில் வச்சிராயுதத்தால் அசுரனைக் கொன்றான். விருத்திராசுரனைக் கொன்ற பிரம்மகத்தி இந்திரனைப் பற்றியது. அதனால் இந்திரன் சொல்லவொண்ணாத் துன்பத்திற்கு ஆளானான். தேவர்கள் தங்கள் குலகுருவாகிய வியாழபகவானிடம் இந்திரன் துயர்தீர்க்க வழிகூற வேண்டுமென இறைஞ்சினர். வியாழபகவான் இந்திரனை அழைத்து, திருப்புடைமருதூரில் மருதமரத்தில் ஒன்றித் தவமியாற்றுமாறு அறிவுறுத்தினார். குருவின் ஆலோசனைப்படி இந்திரன் திருப்புடைமருதூரை அடைந்து, மரமாக இருந்து, சிவபெருமானை நோக்கித் தவமியற்றினான்.

சுவர்-௦

சுவர்ப்பகுதி இரண்டு வரிசையில் எட்டுக் கட்டங்களாகப் பகுக்கப்பட்டு துறவிகளின் பல்வேறு செயற்பாடுகள் தீட்டப்பட்டுள்ளன.

முதற்கட்டடத்தில் இரண்டு துறவிகள் வேள்வி செய்கின்றனர். இடையே உள்ள பீடத்தில் வேள்விக் குண்டம் அமைக்கப்பட்டுள்ளது. அதன் இடதுபுறம் அமர்ந்துள்ள துறவி தன் இடதுகரத்திலுள்ள நெய்ப்பாத்திரத்திலிருந்து நெய்யினைக் கரண்டியால் எடுத்து நெருப்பில் ஊற்றுகிறார். அவர் முன் சிறுபாத்திரம் உள்ளது. வேள்விக் குண்டத்தின் வலப்புறம் மற்றொருவர் வணங்கி நிற்கிறார்.

இருவரும் ஜடாபாரமாக முடியினைக் கட்டியுள்ளனர்.

ஓவியத்தின் கீழ் 'இருழி கணஞசிராமம' (இருடி ஆச்சிரமம்) என்றெழுதப்பட்டுள்ளது.

இரண்டாம் கட்டடத்தில் பீடமொன்றில் துறவியொருவர் யோக பட்டமணிந்து கால்மீது காலிட்டு அமர்ந்துள்ளார். அருகில் கமண்டலம் வைக்கப்பட்டுள்ளது. இடதுகரத்தில் தண்டம் வைத்துள்ள அவர் தன் திருவடிகளைத்தொட்டு வணங்கும் மற்றொரு துறவிக்கு ஆசிவழங்குகிறார். குனிந்து வலக்கரத்தால் அவரது அடியைத் தொடுபவர், இடதுகரத்தால் தன் நாசியினைத் தொட்டுள்ளார். மார்பில் பூணூல் உள்ளது. ஓவியத்தின் கீழ் 'இநதிரனும இருழிகளும பிரமானிடததிலெ செனறது' (இந்திரனும் இருழிகளும் பிரமானிடத்திலே சென்றது) என்று குறிக்கப்பட்டுள்ளது.

மூன்றாவது கட்டடத்தில் இரண்டு துறவிகள் ஆற்றங்கரையில் நிற்கின்றனர். ஒருவர் குனிந்து தன் தலைமுடியினை நனைத்துப் பிழிகிறார். அவர் மார்பில் பூணூலும் இடையில் சிறு ஆடையும் உள்ளன.

அருகில் நீராடி முடித்த மற்றொருவர் தலைமுடியை விரித்து உலர்த்திய வண்ணம் தலைமீது கரம் குவித்து வணங்குகிறார்.

ஆற்றில் மீன்கள் ஆமை, முதலை ஆகியன உள்ளன.

ஓவியத்தின் கீழே 'பிரமாவும இருழிகளும இநதிரனும விட்டுணுடததிலெ பொனது' (பிரமாவும் இருடிகளும் இந்திரனும் விட்டுணுவிடத்திலே போனது) என்றெழுதப்பட்டுள்ளது.

நான்காம் கட்டடத்தில், ஆற்றில் நீராடிய துறவி கைகளை ஏந்தி இறை வேண்டுதல் செய்கிறார். தலைமுடி நீண்டு தொங்குகின்றது. மரத்தடியில் பீடத்தின் மீது கோவணத்துடன் அமர்ந்துள்ள மற்றொருவர் கைகளை உயர்த்தி ஆசி வழங்குகிறார்.

ஓவியத்தின் கீழே 'விடடுணும பிரமாவும இருழிகளும இநதிரனும கயிலாயித்திலெ பொனது' (விட்டுணுடம் பிரம்மாவும் இருடிகளும் இந்திரனும் கயிலாயத்திலே போனது) என்று எழுதப்பட்டுள்ளது.

மரத்தூணினை அடுத்துள்ள வரிசையில் மேலுள்ள கட்டத்தில் குருவும் சீடனுமாக இரு துறவியர் செல்கின்றனர். பின்வரும் துறவி முன்னடக்கும் குருவிற்குக் குடை பிடித்து வருகிறார். குரு தனது முடியினை ஜடாபாரமாகக் கட்டியிருக்க, சீடர் தலையின் பின்புறம் முடிச்சிட்டுள்ளார்; மார்பில் பூணூல் காணப்படுகிறது.

இரண்டாம் கட்டத்தில்,ஒருகரத்தில் தண்டமும் மறுகரத்தில் கமண்டலமும் தாங்கி துறவி ஒருவர் நடந்துசெல்கிறார். அவர் முடி, ஜடாமகுடம் போல் முடியப்பட்டுள்ளது. மார்பில் துண்டொன்றைப் போர்த்தியுள்ளார்.

மூன்றாம் கட்டத்தில், துறவியொருவர் ஆடையுடுத்தும் காட்சி காட்டப்பட்டுள்ளது. தண்டத்தை அருகில் சார்த்தியும் கமண்டலத்தைக் கீழே வைத்தும் அவர் தன் இடையாடையை உடுத்துகிறார். தலைமீது முடி, பெரும் ஜடாபாரமாக முடியப்பட்டுள்ளது.

நான்காம் கட்டத்தில், நீராடிய துறவியொருவர், நீண்ட முடியினை விரித்துவிட்டுத் தலைமீது ஆடையினைப் பிடித்து உலர்த்திய வண்ணம், இடைக்கோவணத்துடன் நடந்து செல்லும் காட்சி தீட்டப்பட்டுள்ளது.

இராஜகோபுரத்தின் உச்சியில் இறுதியாக உள்ள இத்தளம் செவ்வகவடிவில் உள்ளது. கோபுரம் இத்தளத்தோடு முடிவடைவதால் மேலேறி நுழைகின்ற ஒருவாயில் மட்டுமே உள்ளது. சுவர்களில் தனித் தெய்வஉருவங்கள் தீட்டப்பெற்றுள்ளன. ஆனால் ஏறக்குறைய எந்தவொரு ஓவியமும் முழுமையாகக் காணவியலாத வண்ணம் அழிந்து போயுள்ளது.

சுவரோவிய உயரம் : 48'' அங்குலம்

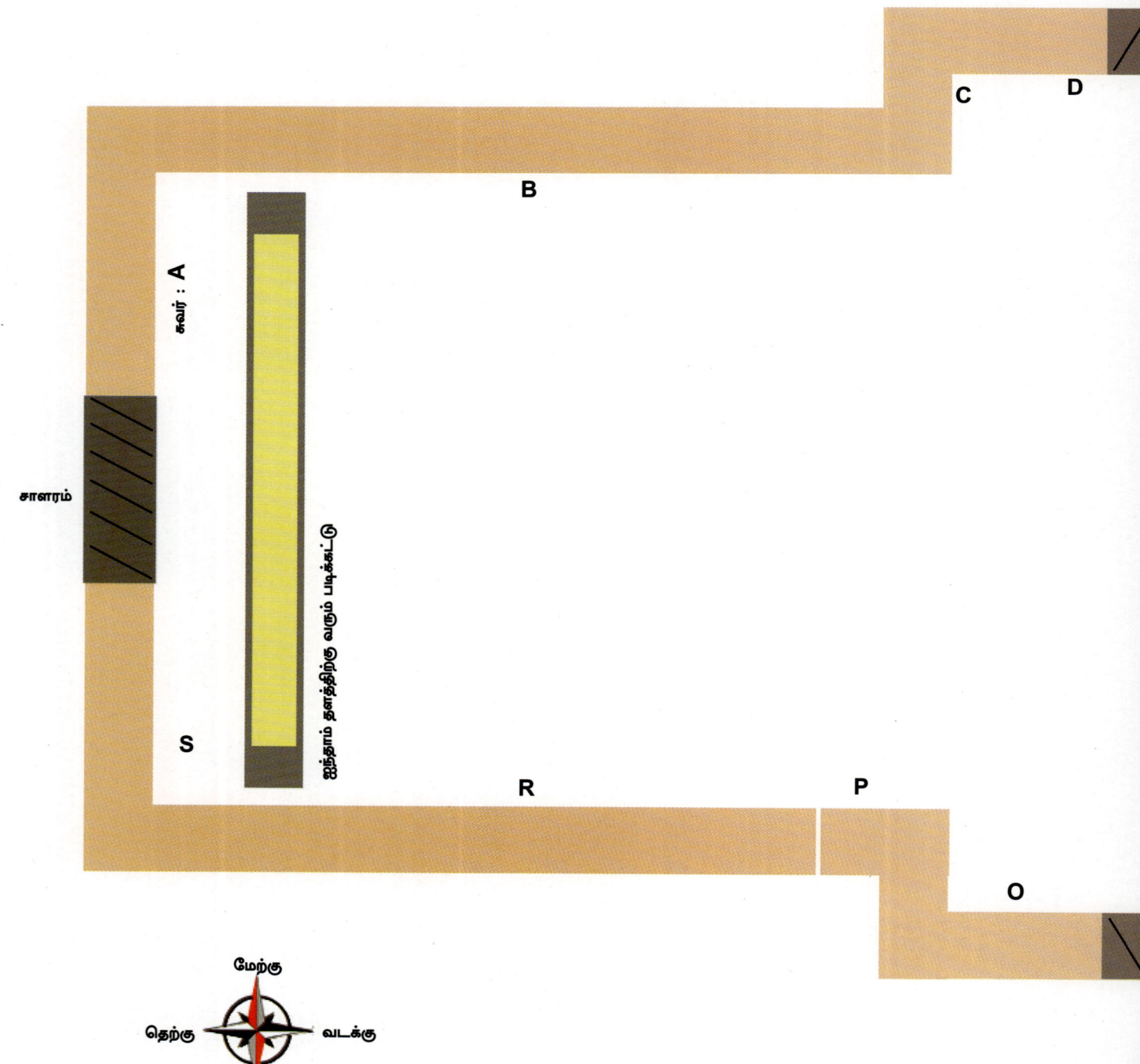

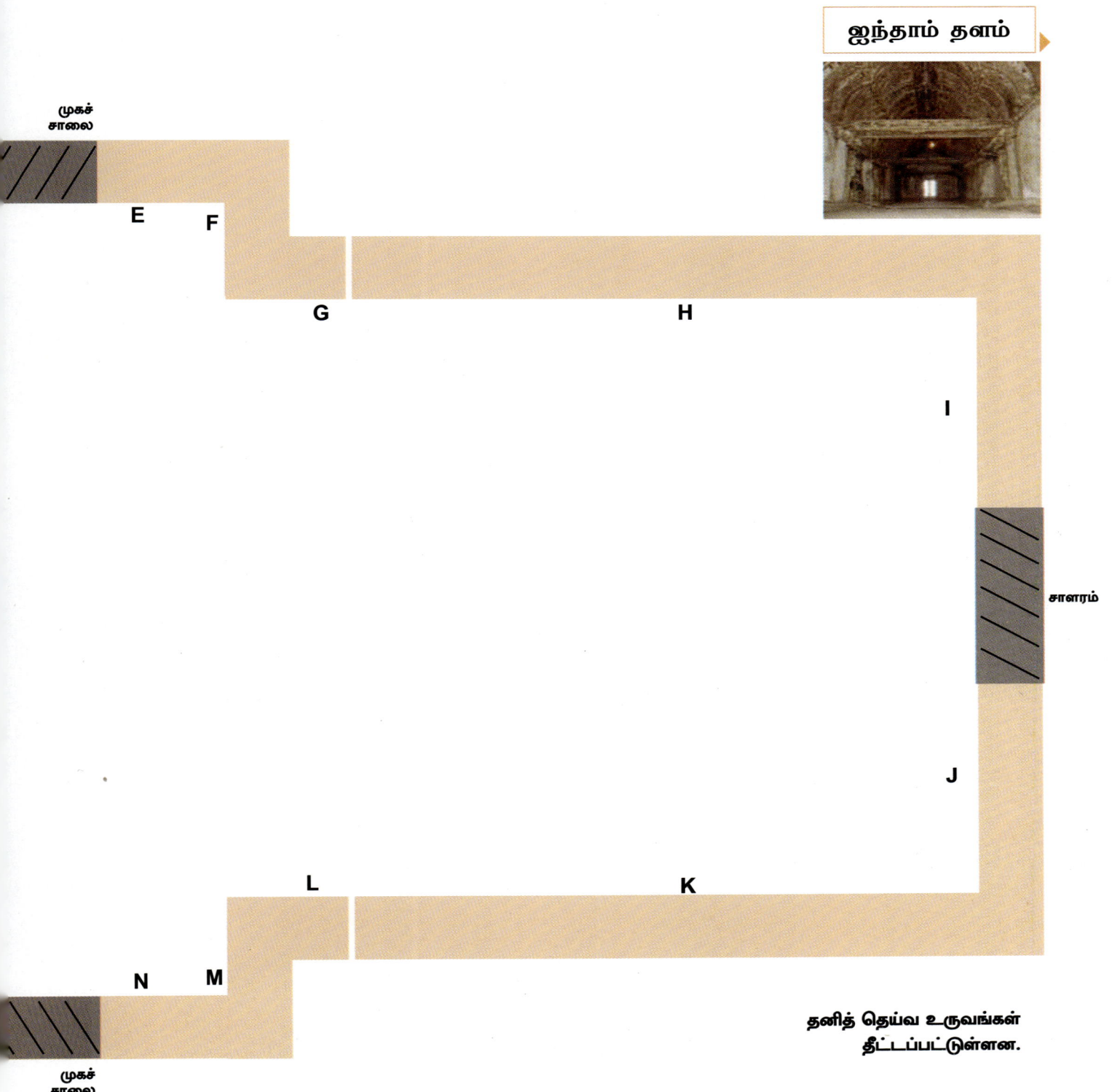

ஐந்தாம் தளம்

முகச் சாலை

E F
G H
I
சாளரம்
J
L K
N M
முகச் சாலை

தனித் தெய்வ உருவங்கள் தீட்டப்பட்டுள்ளன.

சுவர் : A

படிக்கட்டுக்கு மேலே சாளரத்தின் இடதுபுறம் உள்ள இச்சுவர்ப்பரப்பில் இருந்த ஓவியம் அடையாளம் காணமுடியா வண்ணம் மிகவும் சிதைந்துள்ளது. அழகிய பீடமொன்றின் மீது நிறைந்த அணிகலன்களையும் பகட்டான ஆடையையும் அணிந்த, ஜ்வாலா மகுடம் கொண்ட தெய்வ உருவம் ஒன்று அமர்ந்துள்ளது. அதன் தலை அருகில், இடதுபுறம் ஒரு முனிவர் உருவமும் வலதுபுறம் இரண்டு முனிவர் உருவங்களும் காணப்படுகின்றன. அமர்ந்துள்ள உருவத்தின் எதிரே எளியகோலத்துடன் ஏதோ ஒன்றைச் சொல்லும் வண்ணமோ அல்லது செய்யும் வண்ணமோ ஒரு மனித உருவம் தீட்டப்பட்டுள்ளது.

சுவர் : B

இச்சுவர்ப் பரப்பில் தீட்டப்பட்டிருந்த ஓவியங்கள் அனைத்தும் முற்றிலும் சிதைந்து அழிந்துள்ளன. ஓவியங்களுக்குக் கீழ் எழுதப்பட்டிருந்த குறிப்புகளில் 'சநதிர...ன' 'செததிருபால' '..ததி' 'பானுகமபா' 'குடமுழாவாணர' ('சந்திர...ன்' 'செத்திருபால்...' '...ததி... ' 'பானுகம்பா' 'குடமுழாவாணர்') ஆகியன மட்டும் மங்கலாகத் தெரிகின்றன.

சுவர் : C+D

இச்சுவர்ப் பகுதிகளிலிருந்த ஓவியங்கள் அழிந்துள்ளன.

சுவர் : E

முகச்சாலையின் வடபுறமுள்ள இச்சுவரில் சாமரைவீசும் பெண்ணொருத்தி தீட்டப்பட்டுள்ளாள். தலையின்மீது கொண்டையிட்டுள்ள அவளது உடலில் பல்வகை அணிகலன்கள் காணப்படுகின்றன. வலதுகரத்தில் உள்ள சாமரையின் கைப்பிடி மட்டும் தென்பட, ஏனைய பகுதிகள் அழிந்துபோயுள்ளன.

சுவர் : F

இவ்வுருவத்தின் அருகில் மிகவும் அழிந்துபட்ட நிலையில் ஆண் உருவம் ஒன்றின் முகம் மட்டும் தெரிகிறது. அது கையில் குடையொன்றைப் பிடித்திருப்பதாகத் தோன்றுகிறது.

சுவர் : G

இச்சுவர் பரப்பின் முதலில் துவாரபாலகர் உருவம் தீட்டப்பட்டுள்ளது. மகுடமணிந்துள்ள துவார பாலகரின் விழிகள் சினந்துநோக்கும் பாவனையில் உள்ளன. வாயில் கோரைப்பற்கள் காணப்படுகின்றன. அழகிய அணிகலன்களும் ஆடையும் அணிந்துள்ள அவர், தன் வலக்கரத்தில் ஊன்றியுள்ள கதாயுதத்தின்மீது இடது காலினைச் சுற்றியுள்ளார். யாதொன்றுமின்றி இடதுகரம் மேலே உயர்த்தப்பட்டுள்ளது.

சிவனுக்கும் காளிக்கும் நடந்த ஆடற்போட்டி அடுத்துத் தீட்டப்பட்டுள்ளது. மேலே ஊற்றப்பட்டுள்ள சுண்ணாம்புக் கரைசலில் இவ்வோவியம் பெரிதும் அழிந்துபோய், சிவனைச் சூழ்ந்து நிற்கும் சில உருவங்கள் மட்டும் தெளிவற்றுத் தென்படுகின்றன. துவார பாலகரை அடுத்து, மரத்தூண் காணப்படுகிறது. அதனை

அடுத்து நான்கு கரங்களுடன் அதிகாரநந்தி நிற்கிறார். இடது பின்கரத்தில் மான் உள்ளது. அவருக்கும் மேலாக வியாக்கிரபாதரும் பதஞ்சலியும் நிற்கின்றனர். பதஞ்சலியின் உடலைச் சூழ்ந்து ஐந்துதலை நாகம் உள்ளது.

அதிகார நந்தியை அடுத்துக் குள்ளபூதமொன்று சங்குஊதிக் கொண்டுள்ளது. கோரைப்பற்கள் கொண்ட அது, அழகிய அணிகலன் களையும் இடையாடையும் கொண்டுள்ளது.

அடுத்திருந்த சிவபெருமானது உருவம் சுண்ணாம்புக் கரைசலில் மறைந்துள்ளது. சிவபெருமானது இடதுபுறம், அழகிய ஆடை அணிகலன்களுடன் நிற்கும் பார்வதி தேவி இறைவனை வழிபடுகிறாள். அவ்வுருவத்தின் மேற்புறம் தலையின்மீது கைகூப்பி முனிவர்கள் வணங்கி நிற்பது காட்டப்பட்டுள்ளது.

சுவர் : H

முதலில், சிவபெருமானது வலதுபுறத்தில் நான்கு கரங்களுடன் நிற்கும் திருமால் தன் முன்னிரு கரங்களால் மிருதங்கம் இசைக்கிறார். பின்னிரு கரங்களில் சங்கும் சக்கரமும் காட்டப்பட்டுள்ளன. திருமாலுக்கு மேலாக முனிவர் ஒருவர் தலைமீது கைகூப்பி இறைவனை வழிபடுகிறார். அவரை அடுத்து, கின்னரர் ஒருவர் கின்னரத்தை இசைக்கிறார். அவரை அடுத்து ஒளிவட்டத்துள் சூரியன் காட்டப்பட்டுள்ளான்.

பீடத்தின்மீது கவிழ்ந்து கிடக்கும் முயலகன்மீது தனது இடதுகாலினை ஊன்றி நிற்கும் சிவபெருமான் தன் வலதுகாலினை உயர்த்தியுள்ளார். எட்டுக்கரங்கள் கொண்ட அவர் உருவத்தின் மேற்பகுதி சிதைந்துள்ளது. அவரை அடுத்து, ஒளிவட்டத்துள் சந்திரன் காட்டப்பட்டுள்ளான். சிவனது காலின் அருகில் குள்ளபூதம் ஒன்று சங்கு ஊதிக்கொண்டுள்ளது. வலதுபுறம் மற்றொரு பூதம் குடமுழாவினை வாசிக்கிறது. அதனை அடுத்து, நான்முகன் நின்ற வண்ணம் பொற்றாளம் இசைக்கிறார். அவர் உருவத்திற்கு மேலாக கின்னரம் வாசிக்கும் கின்னரர் காட்டப்பட்டுள்ளார்.

இவர்களை அடுத்து, காளிதேவி நடனமிடுகிறாள். ஜுவாலா மகுடத்துடன் விளங்கும் காளி எட்டுக்கரங்களுடன் காட்சியளிக்கிறாள். உடலில் பல்வேறு அணிகலன்கள் பூண்டுள்ளாள். வலதுகரத்தில் சூலம் உள்ளது. ஏனைய கரங்களில் ஆயுதங்கள் இருந்த ஓவியப்பகுதிகள் உதிர்ந்துவிட்டன. இடதுகரங்களில் முறையே கபாலம், பாசம், கேடயம், சங்கு ஆகியன காணப்படுகின்றன. இடையாடை வேலைப்பாடுகளுடன் அழகுறத் திகழ்கிறது. அவள், தனது வலது காலினை உயர்த்தி ஆடும் கோலத்தில் நிற்கிறாள்.

அவளது இடதுபுறம், ஜுவாலைகள் கொண்ட தலையலங்கரத்துடன் பூதகணம் ஒன்று மத்தளத்தை இசைக்கிறது. மகுடமும் அணிகலன்களும் அணிந்து பீடத்தின் மீது அமர்ந்துள்ள ஒரு பூதம் முழவினை இசைக்கிறது. குள்ளபூதமொன்று சங்கினை ஊதுகிறது.

இவர்கள் அனைவரும் அழகிய ஆடை அணிகலன்களுடன் காட்டப்பட்டுள்ளனர். திருமாலுக்குக் கீழ், 'நாராயணன' (நாராயணன்) என்றும் சிவனுக்குக் கீழ், 'ஊர்த்ததாண்டவம்' (ஊர்த்துவ தாண்டவம்) என்றும் நான்முகனுக்குக் கீழ், 'பிரமா' (பிரம்மா) என்றும் காளிக்குக் கீழ், 'பததிரகாளி'(பத்திரகாளி) என்றும் குறிப்பிடப்பட்டுள்ளது.

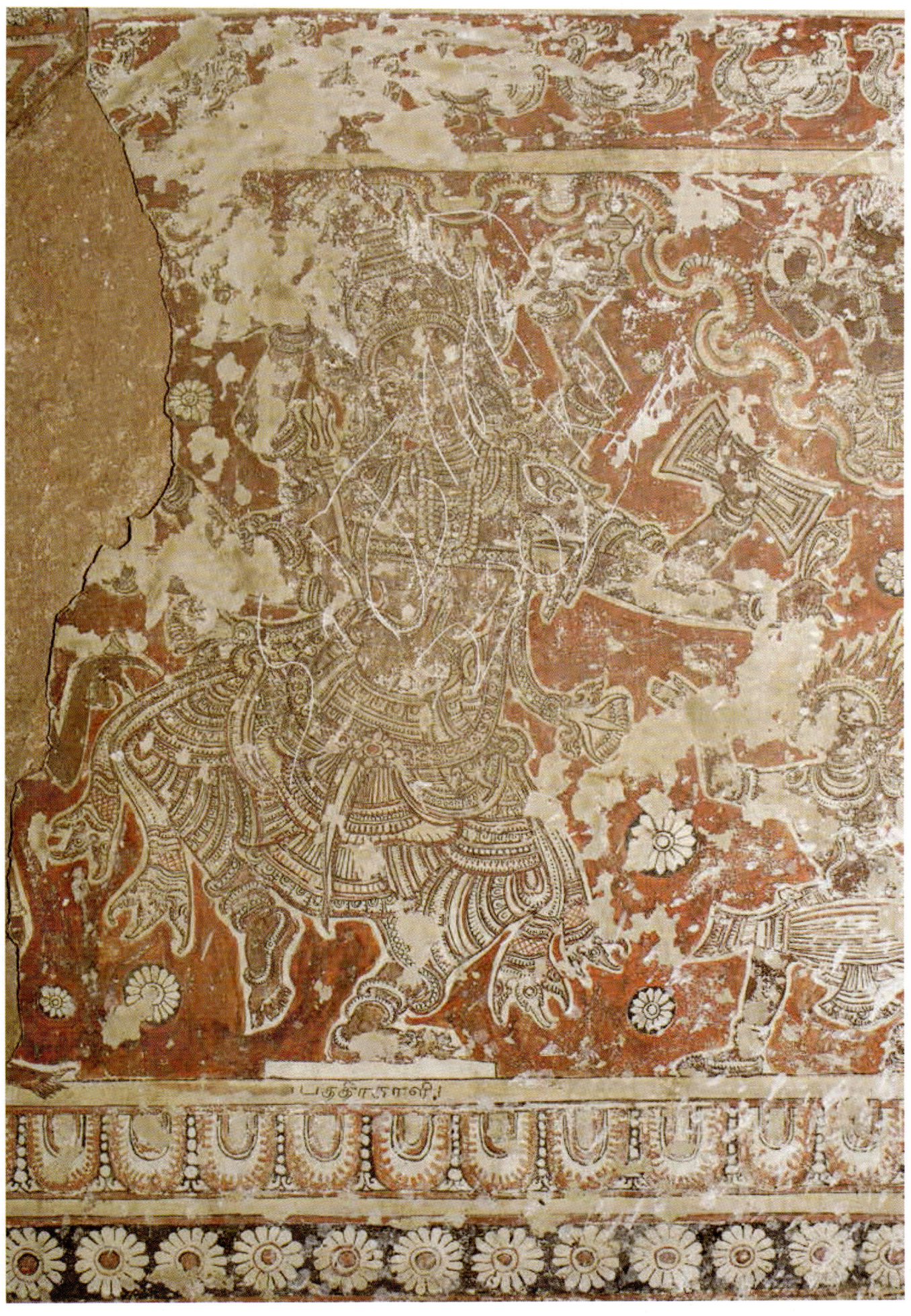

பதுத்திரகாளி

பதுத்திரகாளி

ஊர்த்துவத் தாண்டவத்தை அடுத்து, சிவனும் உமையும் இணைந்து நிற்கும் மாதொருபாதியன் வடிவம் சித்திரிக்கப்பட்டுள்ளது. தலையிலுள்ள மகுடம், சிவனுக்கு ஜடாமகுடமாகவும் உமைக்கு மகுடமாகவும் காட்டப்பட்டுள்ளது. வலப்புறப் பின்கரத்தில் சிவன் மழுவினை ஏந்த, உமை மலரொன்றை ஏந்தியுள்ளாள். சிவனது வலது முன்கரம் அபய முத்திரை காட்ட, உமையன்னையின் கரம் மலரொன்றை ஏந்தியுள்ளது. சிவனது ஆடை முழந்தாள் வரையிலும் காட்டப்பட்டுள்ளது. உமையின் ஆடை, பாதம் வரை நீண்டுள்ளது. இக்கோலத்தில் பீடத்தின் மீது நிற்கும் இறைவனை வலப்புறம் இருவரும் இடப்புறம் இருவருமாகத் துறவியர்கள் வணங்கி வழிபட்டு நிற்கின்றனர். இடதுபுறம் அன்னப்பறவையொன்று பறந்து செல்கிறது.

ஓவியத்தின்கீழ் 'அததநாரீசசுரம' (அர்த்தநாரீச்சுரம்) என்றெழுதப் பட்டுள்ளது.

சுவர்: I

வடக்குச்சுவரில் சாளரத்தின் மேற்குப்புறம் உள்ள சுவர்ப்பகுதியில் சனீஸ்வரர் உருவம் தீட்டப்பட்டுள்ளது.

வலதுகரத்தில் தண்டம்கொண்டும் இடதுகரத்தை இடையில் வைத்தும் சனீஸ்வரர் நிற்கிறார். உடலில் அணிகலன்களும் இடையில் அலங்காரமான கரிய ஆடையும் காட்டப்பட்டுள்ளன. சனீஸ்வரரின் வலதுபுறம் கீழே நிற்பவர் சாமரை வீசுகிறார். இடதுபுறம் நிற்பவர் கொற்றக்குடையைப் பிடித்துள்ளார். சனீஸ்வரரின் வலதுபுறமும் இடதுபுறமும் இருவர் நின்று வழிபாடு செய்கின்றனர். சனீஸ்வரன் மீது சுண்ணாம்பு கொட்டப்பட்டுள்ளதால் பிற வரைநிலைகளை அறியமுடியவில்லை. கீழே, சனீஸ்வரனது வாகனமான காக்கையின் தலைப்பகுதியும் வால்பகுதியில் சிறிது தென்பட, பிறபகுதிகள் உதிர்ந்துள்ளன. ஓவியத்தின்கீழ் எழுதப்பட்டிருந்த குறிப்பும் அழிந்துபட்டிருக்க வேண்டும்.

சுவர் : J

சாளரத்தின் கிழக்குப்புறம், சிவனும் — உமையும் புலி வாகனத்தில் வரும் காட்சி சித்திரிக்கப்பட்டுள்ளது. வலது பின்கரத்தில் மழுவும் இடது பின் கரத்தில் மானும் கொண்டுள்ள சிவபெருமான் உமையன்னையை மடிமீது அமர்த்திய வண்ணம் புலி மீது அமர்ந்துள்ளார். கீழே கையில் பாம்பினைப் பற்றிய வண்ணம் படுத்துள்ள முயலகனை நோக்கிப் புலி உறுமுகின்றது.

சிவனது வலப்புறத்தில் மழுவாயுதம் ஏந்திய மாகாளரும் இடதுபுறம் நந்திதேவரும் நிற்கினறனர். மாகாளர், இருகரங்களையும் கூப்பி வணங்கிய வண்ணம் நிற்கிறார். அவரது தலையில் உயர்ந்த மகுடம் உள்ளது. நந்திதேவர் நான்கு கரங்கள் கொண்டுள்ளார். வலது பின்கரம் இறைவனைச் சுட்டிக்காட்ட இடது பின்கரம் தலை ஜடாமகுடத்தைத் தொட்டுக்கொண்டுள்ளது. இடதுகரம் இடுப்பருகில் இருக்க, அதில் வாளினை இடுக்கியுள்ளார். அத்துடன் கோல் ஒன்று காணப்படுகிறது. வலதுகரத்தால் வாய்பொத்தி நிற்கிறார். இடதுதோளில் சாமரை தொங்குகிறது. உடலில் அணிகலன்களும் அலங்காரமான இடையாடையும் காட்டப்பட்டுள்ளன. மேலே, இறைவனது வலப்புறம் ஆறு முனிவர்கள் இறைவனைப் போற்றித் துதிக்கின்றனர். இடதுபுறம், கின்னரர் இருவர் பறவைக்கால்களுடனும் மனித உடலுடனும் நிற்கின்றனர். முன்னுள்ளவர் கின்னர இசைக்கருவியை இசைக்கப் பின்னுள்ளவர் தாளம் இசைக்கிறார். அருகில் துறவியொருவர் இறைவனைத் தொழுகிறார்.

சுவர் : K

இச்சுவரின் இடதுகோடியில் கலைநயப்படுத்தப்பட்ட மரத்தின்கீழ், சிவபெருமான் நின்றுகொண்டுள்ளார். தலையின்மீது ஜடாபாரம் துளங்குகிறது.

முன் வலதுகரம் அபயமுத்திரை காட்ட, இடதுகரமும் ஏதோ தெரிவிக்கும் பாவனையிலோ அல்லது கொடியொன்றைப் பிடித்திருப்பது போலவோ காட்டப்பட்டுள்ளது. பின்னிருகரங்களும் மழுவையும் மானையும் தாங்கியுள்ளன. கழுத்திலும் மார்பிலும் அணிகலன்களும் இடையில் அலங்காரமான ஆடையும் காணப்படுகின்றன. பீடமொன்றின்மீது நிற்கும் அவரது வலதுபுறம் ஒருவர் நிற்கிறார். கைகள் கூப்பி, வாள் போன்ற ஒன்றை ஏந்தியுள்ளார். அவர் அதிகார நந்தியாக இருக்கலாம்; முகப்பகுதி சிதைந்துள்ளது.

சிவபெருமான் முன், மரத்தடியில் ஒருவர் நிற்கிறார். பணிவுடன் சற்றுக்குனிந்துள்ள அவர் தலையின்மீது மகுடமும் உடலில் அழகிய ஆடை அணிகலன்களும் காணப்படுகின்றன; மேலே மரக்கிளையிலிருந்து தொங்குகின்ற பெரிய பாம்பொன்றினைத் தொட்டுக் கொண்டுள்ளார். ஐந்து தலை நாகத்தின் வளைந்த தலைப்பகுதியில், நான்கு கரங்களுடன் வினாயகர் அமர்ந்துள்ளார். மரத்தினை அடுத்து நிற்கும் உருவத்தின்மீது சுண்ணாம்புக் கரைசல் ஊற்றப்பட்டுள்ளதால், உருவம் அடையாளம் காணவியலாமல் மறைந்துள்ளது. அவரை அடுத்துச் சிங்கமொன்று வலது முன்காலினைத் தூக்கி கர்ஜித்த வண்ணம் நிற்கிறது. அதனை, அடுத்து வலதுகால் தூக்கியுள்ள கோலத்தில் பெண்ணுருவமொன்று தீட்டப்பட்டுள்ளது. மகுடமணிந்துள்ள அவ்வுருவத்தின் மேற்பகுதி அழிந்துள்ளது. ஆயினும் பல கரங்கள், கேடயம் முதலிய ஆயுதங்களைத் தாங்கி இருப்பதை அறியமுடிகிறது. அலங்காரமான ஆடையும் காலில் சிலம்புகளும் காணப்படுகின்றன. தூக்கியுள்ள வலதுகால் எருமைத்தலை கொண்ட அரக்கன்மீது ஊன்றப்பட்டுள்ளது. மண்டியிட்டுக்

கிடக்கும் அவன் தலையைத் திரும்பி மேலே பார்க்கிறான். வலதுகரத்தில் வாளும் இடதுகரத்தில் கேடயமும் உள்ளன.

இவர்களை அடுத்து, வணங்கிய வண்ணம் ஓர் உருவம் உள்ளது. அழகிய இடையாடை கொண்டுள்ள அதன் மேற்பகுதி மிகவும் சிதைந்துள்ளது. அவ்வுருவத்தின் மீதுள்ள வளைகோட்டிற்கு மேலாக, சாமரை வீசும் ஓர் உருவம் மிகவும் சிதைந்த நிலையில் தென்படுகிறது. அதேபோல் சிங்கத்தின் பின்னுள்ள உருவத்தின் மேலாக, முனிவரொருவர் தலைமீது கரங்கள் குவித்து வணங்கும் காட்சியும் சிதைவுற்றுக் காணப்படுகிறது. இது மகிடவதம் ஆகும்.

இவ்வோவியத்தின் கீழ் ‘குமரிபபகவதி’ (குமரிப்பகவதி) என்று எழுதப்பட்டுள்ளது.

இதனை அடுத்துத் தீட்டப்பட்டிருந்த ஓவியங்கள் பெரிதும் அழிந்துபோயுள்ளன.

இடதுகோடியில் எஞ்சியுள்ள ஓவியங்களில் முதலில், நான்கு கரங்களுடன் தேவேந்திரன் ஒரு பீடத்தின்மீது நின்று கொண்டுள்ளார். பின் இடது கையில் வச்சிராயுதமும் வலது கையில் சக்தி ஆயுதமும் உள்ளன; முன்னிரு கரங்களால் வணங்குகிறார். அவர் தலையினை மகுடம் அலங்கரிக்கிறது; உடலில் ஏராளமான அணிகலன்களும் பகட்டான ஆடையும் உள்ளன.

அவரையடுத்து, பூமியிலிருந்து ஒரு வராகம் பாய்ந்து வெளிவருகிறது. கூரிய தந்தங்களையும் பற்களையும் கொண்டுள்ள அதன் முன்னிரு கால்கள் மட்டும் நிலத்தின் மீது வெளிவந்துள்ள பான்மையில் காட்டப்பட்டுள்ளன. இவ்வராகம் திருமாலாகும். அதனை அடுத்து, நான்கு தலைகளுடன் பிரமன் ஒரு பீடத்தின் மீது நிற்கிறார். தலைகளின் மீது ஜடாமகுடங்கள் கொண்டு, உடலை வளைத்து, வணங்குகின்ற தன்மையில் நிற்கிறார். இடையில் அழகிய, வண்ண ஆடை காணப்படுகிறது. உடலின் மார்புப்பகுதியும் கைகளும் அழிந்துள்ளன. ஆயினும் கரத்தில் மலர், கமண்டலம் ஆகியன தெரிகின்றன.

இவர்கள் தலைக்கு மேலாக உள்ள வளைகோடுகளைக் கடந்து அழகிய அன்னம் ஒன்று பறந்து வருகிறது.

ஆகவே, இது இலிங்கோத்பவராக சிவபிரான் நிற்க, திருமாலும் நான்முகனும் பன்றியாகவும் அன்னமாகவும் வடிவம் கொண்டு அடிமுடி தேடிய நிகழ்வைச் சித்திரிக்கிறது. போட்டிக்குச் சாட்சியாக தேவேந்திரன் நிற்கிறார்.

ஓவியத்தின் கீழ் ‘தெயவெநதிரன’ (தேவேந்திரன்) என்றும் ‘இலிஙகொரபதி’ (இலிங்கோர்பதி) என்றும் என்றெழுதப்பட்டுள்ளது.

சுவர் — L,M,N,O,P,Q ஆகிய சுவர்ப்பகுதிகளிலிருந்த ஓவியங்கள் அழிந்துள்ளன.

சுவர் — R

இச்சுவர் பரப்பில் இடதுபுறமுள்ள ஓவியம் மிகவும் அழிவுற்றுள்ளது. மரங்களும் சிறுத்தை முதலிய விலங்குகளும் உள்ள குன்றின்மீது அமர்ந்திருப்பது சிவபெருமான் என்று தோன்றுகிறது. இடதுபாதத்தின் கீழ், கையில் பாம்பினைப் பற்றிய வண்ணம் முயலகன் தென்படுகிறான். சிவனது பின்புறம் மரம் ஒன்று காட்டப்பட்டுள்ளது. குன்றின் அடிப்பகுதியில் முனிவர்கள் அமர்ந்துள்ளனர். ஒருவர் துணிகட்டப்பட்ட தண்டத்தை இடதுகரத்தில் பிடித்துள்ளார். வலப்புறம்

முனிவர் ஒருவர் அமர்ந்துள்ளார். அவருக்கு அருகில் சற்றுப் பெரிய தோற்றத்துடன் மற்றொரு முனிவர் நிற்கிறார். கைகூப்பி சிவனை வணங்கி நிற்கும் அவரை அடுத்து ஒரு மரம் நிற்கிறது. அதனை அடுத்துப் பெருந்தோற்றத்துடன் புலி ஒன்று கழுத்தில் மணியுடன் நிற்கிறது. அதன்மீது ஒரு முனிவர் அமர்ந்திருக்கும் காட்சி இருந்திருக்கலாம். ஆனால் தற்போது எதையும் அறியமுடியா வண்ணம் ஓவியம் அழிந்துள்ளது. புலியின் பின் ஒருவர் வணங்கிய வண்ணம் நிற்பது மங்கலாகத் தெரிகிறது. ஓவியத்தின் கீழ் ‘அகத்தியன் புலத்தியன்’ என்று எழுதப்பட்டுள்ளது.

இதனை அடுத்து, மயில் வாகனத்தில் ஆறுமுகப் பெருமான் அமர்ந்துள்ள காட்சி அழகுறத் தீட்டப்பெற்றுள்ளது.

முருகனின் ஆறுமுகங்களில் ஐந்துமுகங்கள் தென்படுவதாக வரையப்பட்டுள்ளது. தலைகளின்மீது மணிமகுடங்கள் திகழ்கின்றன. கழுத்திலும் மார்பிலும் கைகளிலிலும் ஏராளமான அணிகலன்கள் உள்ளன. முருகன் பன்னிருகரங்களுடன் காட்சியளிக்கிறார். வலதுபுறமுள்ள கரங்களில் வஜ்ஜிராயுதம், சாமரம், அம்பு, வாள் ஆகியவற்றைத் தாங்கியுள்ளார். ஒரு கரம் அபயமுத்திரை காட்டுகிறது. இடதுபுறமுள்ள கரத்தில் கேடயம் இருக்க, ஒருகரம் வரதமுத்திரை காட்டுகிறது. இடையில் அலங்கார வேலைப்பாடு மிகுந்த ஆடை காட்டப்பட்டுள்ளது. இடது காலை மடித்தும் வலது காலைத் தொங்கவிட்டும் வீராசனமாக அமர்ந்துள்ளார். கொண்டை கொண்ட மயில், சுருண்ட பாம்பினை அலகால் பற்றியுள்ளது. அதன் உடலும் தோகையும் மிக அழகுற வடிக்கப்பெற்றுள்ளன. பொதுவாகத் தோகையில் காணப்படும் கண்கள் போன்ற அமைப்பில் இங்கு உடல் முடிகள் சித்திரிக்கப்பட்டுள்ளன. மயில், வலது காலினை முன்வைத்து நடக்கும் பாவனையில் உள்ளது.

முருகனது தலைகளின் வலதுபுறம் சூரியன் காட்டப்பட்டுள்ளான். ஒளிவட்டத்தின் உள் தாமரை மலரினைக் கையிலேந்திய வண்ணம் காணப்படுகிறான். முருகனது இடதுபுறம் இரண்டு முனிவர்கள் தலைமீது கை குவித்து வணங்குகின்றனர். அதுபோல் கீழே மயிலின் தோகை முடியுமிடத்தும் முனிவர் ஒருவர் தலைமீது கைகூப்பி முருகனை வழிபடுகின்றார்.

ஓவியத்தின் கீழ் 'குமாரபகவான்' என்று எழுதப்பட்டுள்ளது.

இதனை அடுத்து, துர்க்கை தீட்டப்பட்டுள்ளாள்.

மகிடாசுரனது எருமைத் தலைமீது துர்க்கை நான்கு கரங்களுடன் காட்சியளிக்கிறாள். தலையின்மீது நீண்ட மகுடம் திகழ்கிறது. காதுகள் நீண்டுள்ளன. நெற்றியில் திருநாமம் இடப்பட்டுள்ளது. கழுத்திலும் கரங்களிலும் அணிகலன்கள் உள்ளன. பின்வலதுகரத்தில் சுதர்சனச் சக்கரமும் இடதுகரத்தில் சங்கும் உள்ளன. வலது முன்கரம் அபய முத்திரை காட்ட, இடதுகரம் வரதமுத்திரை காட்டுகிறது. மார்பில் மணிகள் பதித்த அழகிய கச்சு காட்டப்பட்டுள்ளது. இடையிலிருந்து கணுக்கால் வரை அழகிய வேலைப்பாடுகள் கொண்ட ஆடை காட்டப்பட்டுள்ளது. எதிர்எதிர்ப்புறங்களில் காட்டப்பட்டுள்ள பாதங்கள், எருமையின் கொம்புகள்மீது நிற்கின்றன.

துர்க்கையின் வலப்புறம், சாமரத்தைத் தலைகீழாகப் பிடித்த வண்ணம் நிறைந்த அணிகலன்கள் அணிந்த பணிப்பெண் நிற்கிறாள்.

துர்க்கை தலையின் வலதுபுறம் மற்றொரு, பணிப்பெண் நிற்கிறாள்.

ஓவியத்தின் கீழ் 'விடணுதுரககை' (விட்ணுதுர்க்கை) என்று எழுதப் பெற்றுள்ளது.

இதனை அடுத்து, அழகிய தாமரை பீடத்தின்மீது சுகாசனமிட்டு திரிபுரசுந்தரி அமர்ந்துள்ளாள். தலையில் மகுடம் துளங்குகிறது. நான்கு கரங்கள் உள்ளன. வலது முன் கரத்தில் உள்ள அம்பினைப் பெருவிரலாலும் சுட்டுவிரலாலும் எழிலாகப் பற்றித் தரையில் ஊன்றியுள்ளாள். இடதுகரத்தில் கரும்பு வில்லினைப் பற்றித் தரையில் ஊன்றியுள்ளாள்.

வலது பின்கரத்தில் சங்கும் இடதுபின்கரத்தில் பாசமும் உள்ளன. பருத்த மார்பகங்களும் சிறுத்த இடையும் கொண்ட உடலில் மிகுந்த அணிகலன்கள் பூணப்பட்டுள்ளன. கழுத்திலிருந்து பெரிய மணிமாலையொன்று நீண்டுதொங்கி மடிமேல் கிடக்கிறது. அவை பல்வேறு நிறங்களைக் கொண்ட மணிகள் பதிக்கப்பெற்றவையாய் அழகுறத் திகழ்கின்றன. இடையிலுள்ள ஆடை சிறந்த பூவேலைப்பாடுகள் கொண்டுள்ளது. கால்களில் சிலம்பு, தண்டை முதலிய அணிகள் விளங்குகின்றன.

ஓவியத்தின் கீழ் 'திரிபுரசுநதரி' என்றுபெயர் குறிக்கப்பட்டுள்ளது.

ஓவியத்தின் மீது பல்வகைக் கிறுக்கல்களும் சுண்ணாம்பும் காணப்படுகின்றன.

கலைமகள்

அழகிய பீடத்தின்மீது வலதுகாலினைக் கீழே ஊன்றி இடதுகாலினைப் பீடத்தின்மீது வைத்து, கரங்களில் வீணையை ஏந்தியுள்ளார். வீணை இரு குடங்களுடன் நீண்டு காணப்படுகிறது. தலைமீது முடி மகுடமாக முடியப்பட்டுள்ளது. உடல்முழுதும் அணிகலன்களுள் அழகுற அணியப்பெற்றுள்ளன. தோளில் அணிந்துள்ள மாலை இருபுறம் மலர்களோடு தொங்குகின்றது.

தலையின் இருபுறமும் இரண்டு பெண்கள் நின்று சாமரம் வீசுகின்றனர். வலதுபுறம் உள்ளவள் அணிகலன்களும் இடையாடை மட்டும் கொண்டிருக்க, இடதுபுறம் உள்ளவள் அணிகலன்களுடன் மேலாடையும் வடநாட்டுப் பாணியிலான வலது தோள்மீது செல்லும் மாராப்புடன் சேலை கட்டியுள்ளாள். இருவரும் கூந்தலைப் பெரிய கொண்டையாக முடிந்துள்ளனர்.

உத்தி - அமைப்பு - பாணி

இந்தியா போன்ற வெப்பநாடுகளுக்குச் சாத்தியப்படும் உலர்சுவர் ஓவியங்களே (Fresco Secco) திருப்புடைமருதூரிலும் தீட்டப்பட்டுள்ளன. இன்றைய நிலையில் ஐந்து தளங்களில் சுவர்ப் பூச்சு உதிர்ந்துள்ள பல்வேறு இடங்களை ஊன்றிக் கவனிக்கின்றபோது, அச்சுவர்ப்பகுதி ஓவிய வரைவிற்கெனத் தயாரிக்கப்பட்டுள்ள தன்மையை அறியவியலுகிறது. சுவர்கள் செங்கற்களால் ஆனவை. ஒற்றைச் செங்கற் சுவர்களில், செங்கற்பரப்பு சமமாக, மேடுபள்ளமின்றிச் செப்பமுற்ற அமைந்துள்ளது. அச்செங்கற்களும் சுவரின் இடையிடையே இடம்பெறும் மரத்தூண்களின் பட்டைப்பகுதிகளும் உளியால் கொத்திவிடப்பட்டுள்ளன. இவற்றின் மீது சுதை பூசப்பட்டுள்ளது. பொதுவாக, கிளிஞ்சில், சிப்பி முதலியவற்றினைச் சுட்டுப் பெறும் தூளுடன், பொடிக்கப்பட்ட வெண்கூழாங்கற்பொடி, வெண்மையும், நுண்ணிய தூய்மையான மணல், சுண்ணநீர் ஆகியவற்றைச் சம அளவில் கலந்து வெண்ணிறமான பிசின் கரைசலுடன், வடித்தெடுத்த துவர் நீரினை அளவுடன் கலந்து அரைத்தால் பெறும் வெண்சுண்ணச் சாந்தே சுதை எனப்படும். அத்துடன் நுண்மணல் சேர்த்து கடுக்காய் போன்ற பல பொருட்களின் சாற்றைக்கலந்து வச்சிரக்காரை என்ற வெண்சாந்து பெறப்படுகிறது. இச்சாந்து, சுவர்ப்பரப்பில் நன்குதேய்த்துப் பூசப்பட்டு உலர வைக்கப்படும். பின்னர் தரம் மிகுந்த சுண்ணாம்பு குறைந்த கனத்தில் பூசி, நன்கு காயவைக்கப்பட்டு, அதன்மீது முட்டையின் ஓட்டளவிற்கு நன்கு பதப்படுத்திய சுண்ணாம்புச் சாந்தைப் பூசி நன்கு தேய்த்துச் சுவர்ப்பரப்பு ஓவிய வரைவுக்குத் தயார் செய்யப்படுகிறது.[1] சிற்ப நூல்கள் விவரிக்கும் இம்முறையிலேயே திருப்புடைமருதூர்க் கோபுர உட்சுவர்களும் ஓவிய வரைவுக்காகத் தயாரிக்கப்பட்டுள்ளன எனலாம்.

அமைப்பு முறை

கோபுரத்தின் ஐந்து தளங்களுள்ளும் மேலுள்ள ஐந்தாம் தளத்தைத் தவிர, ஏனைய நான்கும் அமைப்பால் பெரிதும் ஒன்றுபட்டவை. முதல் நான்கு தளங்களிலும் முதலிரண்டு தளங்கள் ஒரே தன்மையில் அமைந்தவை. செவ்வகமாக அமைந்த இத்தளங்களில் கிழக்கிலும் மேற்கிலும் உள்ள நீண்ட சுவர்ப்பரப்பின் இடையே முகச்சாலைகள் அமைந்துள்ளன. ஆகவே, நீண்ட சுவர், பெரும்பரப்புகளைக் கொண்ட இரு பகுதிகளாகி, மொத்தம் நான்கு பெரிய சுவர்ப்பகுதிகளாக உள்ளது. வடக்குப் பக்கத்தில் பெரும்பரப்புக் கொண்ட சுவர் உள்ளது. தெற்குப் பக்கத்தில் உள்ள சுவரின் வலப்புறம் நுழைவாயிலும் அதன் இடதுபுறம் மேல் தளத்திற்குச் செல்லும் வாயிலும் அமைந்து சுவர்ப்பரப்பினைப் பிரித்துள்ளன. உள்ளடங்கிய சுவர்ப்பகுதிகளும் துவாரத்தின் அருகிலுள்ள சுவர்ப்பகுதிகளும் முகச்சாலையுள்ள இடத்தில் அமைந்துள்ளன. மேலே செல்லச்செல்லப் பிரமீடு வடிவக் கோபுரம் குறுகுவதற்கேற்ப இச்சுவர்ப் பகுதிகளும் அவற்றின் அளவுகளும் மாறுபடுகின்றன. மூன்றாம் தளத்திலும் நான்காம் தளத்திலும் இவ்வாறு நான்கு சுவர்ப்பரப்புகளும் வடபகுதியில் பெரிய சுவர்ப்பரப்புகள் அமைய, முகச்சாலைத் துவாரங்களின் பக்கச்சுவர்களில் இடப்பரப்புச் சுருங்கியுள்ளது. அதன் புறச்சுவர்கள் நுழைவாயில்கள் போக மீதிப்பரப்புகளைக் கொண்டுள்ளன. ஐந்தாம் தளம், நீண்ட செவ்வகமாக அமைந்துள்ளது. முகச்சாலைப் பகுதிகள் நீங்கலாக, ஏனைய சுவர்கள் நீண்டு அமைந்துள்ளன. இவ்வைந்து தளங்களின் சுவர்ப்பரப்புகளும் முழுமையாக ஓவியம் தீட்டப் பயன்பட்டுள்ளன. சிறிதும் விடுபடாமல் சுவர்ப் பரப்புகளும் தளவிதானங்களும் தூண்களும் ஓவியங்களையும் பூவேலைப் பாடுகளையும் வண்ணப்பூச்சுகளையும் பெற்றுள்ளன.

சுவர்ப்பகுப்புகளும் ஓவியங்களும்

ஓவியங்கள் தீட்டப்பட்டுள்ள முறையில் ஒரு வகையான பகுப்பொற்றுமை நிலவுவதை உணரவியலுகிறது.

நீண்ட நான்கு சுவர்ப்பகுதிகள்

முதல் நான்கு தளங்களிலுமுள்ள நீண்ட சுவர்ப்பகுதிகள் திருவிளையாடல் புராணம், தாமிரபரணிப்போர், தலபுராணம், கந்த புராணம் முதலிய பெரும்கதை நிகழ்ச்சிகளைச் சித்திரிக்க மிகுதியும் பயன்படுத்தப்பட்டுள்ளன. முதல்தளத்தின் கிழக்குப்புறச் சுவர்ப்பகுதிகள் தலபுராணம் குறிப்பிடும் கிராதார்ச்சுனீயம் மற்றும் கோயில்கள் முதலியவற்றைத் தீட்டப் பயன்படுத்தப்பெற்றுள்ளன.

வடப்புறச் சுவர்ப்பரப்பு

பூ வேலைப்பாட்டு கம்பள விரிப்பு, வடபுறச் சுவர்(H), முதல் தளம்

பெரிய தோற்றம் நல்கும் வடப்புறச்சுவர் வணிகக் கப்பல்காட்சி, பள்ளிகொண்ட பெருமாள், கம்பள விரிப்பு வேலைப்பாடுகள், பூவேலைப்பாடு முதலியனவற்றிற்குப் பயன்படுத்தப்பட்டுள்ளன. இவ்வகையில் இரண்டாம் தளத்து வணிகக்கப்பல் காட்சி மட்டுமே அத்தளத்து வரலாற்று நிகழ்ச்சிச் சித்திரிப்புடன் நேரடி உறவுடையதாகும். நான்கு தளங்களிலும் இச்சுவர்ப்பகுதி பெருங்காட்சி நல்கும் ஓவியத்திற்குப் பயன்படுத்திக் கொள்ளப்பட்டுள்ளமை குறிப்பிடத்தக்கதாகும்.

முகச்சாலைப் பகுதிச் சுவர்கள்

முகச்சாலையின் சுவர்ப்பரப்புகள் இராமன் — இராவணன் போர், இரணிய — நரசிம்மன் போர், நடராசரின் ஆனந்தத் தாண்டவம், தட்சிணாமூர்த்தி, பெரியபுராணம் போன்றவற்றிற்குப் பயன்படுத்திக்கொள்ளப்பட்டுள்ளன. இவை அத்தளங்கள் பெரிதும் இடம்பெறும் கதையுடன் நேரடி உறவற்றவை. இரண்டாம் தளத்துக் கிழக்குப் பக்க முகச்சாலைச் சுவர்கள், ஏனைய நீள்சுவர்களில் சித்திரிக்கப்பட்டுள்ள வரலாற்று நிகழ்ச்சியே தொடர்ந்துகொண்டுள்ளன.

தென்புறச்சுவர்

தளம் நான்கில் உள்வரும், மேற்செல்லும் படிகளுக்கு இடையிலான சுவர்ப்பகுதிகளில் (O) ஓவியங்கள்

முதன் நான்கு தளங்களிலும் இரண்டிரண்டு நுழைவாயில்கள் போக, எஞ்சியுள்ள பகுதிகள் சிறுசிறு கட்டங்களாகப் பகுக்கப்பட்டு, அத்தளங்களில் பெரிதும் சித்திரிக்கப்பட்டுள்ள கதைப்பகுதி சார்ந்த உருவங்கள் சித்திரிக்கப்பட்டுள்ளன.

சுவர்ப்பகுப்பு

சுவர்களின் வடிவ இயல்பிற்கேற்ப ஓவிய உள்ளடக்கங்கள் தேர்ந்து கொள்ளப்பட்டுள்ளமை சிறப்பாகக் குறிப்பிடவேண்டிய ஒன்றாகும். முகச்சாலை தவிர்த்து, நீண்டுள்ள கிழக்கு, மேற்குச்சுவர் மிக நீண்ட கதைப்பகுதிகளான திருவிளையாடற் புராணம், தலபுராணம், கந்தபுராணம் மற்றும் தாமிரபரணிப்போர் ஆகியனவற்றைத் தீட்டத் தேர்ந்து கொள்ளப்பட்டுள்ளன. மிகுதியான நிகழ்ச்சிகள் கொண்ட இவற்றை வரைவதற்கு நீண்ட சுவர்கள் பயன்படுத்தப்பட்டுள்ளன. விரிவான கதை நிகழ்ச்சிகளைத் தொடர்ந்து பார்த்துப் புரிந்துகொள்ளும் வண்ணம் சுவர்கள் நான்குநான்கு நீண்ட வரிசைகளாகப் பிரிக்கப்பட்டு, நிகழ்ச்சிகள் இடமிருந்து வலமாகப் பார்த்துச் செல்லும் வண்ணம் பெரும்பாலும் தீட்டப்பட்டுள்ளன. சில சுவர்கள் மூன்று நீண்ட வரிசைகளாய் (தளம் I: சுவர்கள் G,I தளம் II: சுவர்கள் B,G,I,N,J,N பகுக்கப்பட்டுள்ளன.

முகச்சாலைச் சுவர்கள் பெரும்பாலும் மேலே பெரிதாகவும் கீழே சற்றுச் சிறிதாகவும் உள்ள வண்ணம் இரண்டாக அல்லது மூன்றாகப் பகுத்துக் கொள்ளப்பட்டுள்ளன.

வடபகுதிச்சுவர் ஒரு பெரிய ஓவியம் அல்லது தொடர்புடைய நிகழ்ச்சிகளைக் கொண்ட இரண்டு அல்லது மேற்பட்ட கட்டங்களாகப் பகுக்கப்பட்டுள்ளன.

தென்பகுதிச்சுவர், ஒன்றின்மீது ஒன்றாய் மூன்று அல்லது நான்கு கட்டங்களாகப் பகுத்துக்கொள்ளப்பட்டுள்ளன. நான்காம் தளத்தில் இச்சுவர்ப்பகுதி ஐந்து கட்டங்களைக் கொண்டுள்ளது.

ஐந்தாம் தளத்தில் சுவர்களில் தனித் தெய்வ உருவங்கள் மற்றும் தெய்வங்கள் சார்ந்த சில நிகழ்ச்சிகள் தொடர் வரிசையாகத் தீட்டப் பட்டுள்ளன.

காட்சிப்பகுப்பு

ஒரு கட்டத்தில் ஒரு தனிக்காட்சி மட்டும் இடம்பெறும்போது, அது தனிக்கட்டத்துள் இடம்பெற்றுள்ளது. தொடர்புடைய பல நிகழ்ச்சிகள் மூன்று, நான்கு கட்டங்களில் மேலிருந்து கீழாகவும் கீழிருந்து மேலாகவும் பார்க்கும் வண்ணம் வரையப்பட்டுள்ளன. முகச்சாலைகள், தென்புறச்சுவர் ஆகியவற்றில் இத்தகைய பகுப்புகள் காணப்படுகின்றன.

நீண்ட சுவர்களில் இடம்பெற்றுள்ள பெரும் கதைப்பகுதிகள்

— ஒரு வரிசையில் ஒரு நிகழ்ச்சி இடம்பெறல். **(தளம் 2 சுவர் B)**

— ஒரு வரிசையில் பல நிகழ்ச்சிகள் இடம்பெறல். **(தளம் 4 சுவர் I)**

என்ற பான்மையில் வரையப்பெற்றுள்ளன.

ஒரு வரிசையில் ஒரு நிகழ்ச்சி மட்டும் இடம்பெறும்போது, காட்சி பிரித்துக்காட்டவேண்டிய தேவையில்லாததாலும் நிறைய உருவங்கள் அமைவதாலும் அவை பார்வையாளன் நடுவில் நின்று பார்ப்பதற்கு ஏற்ற வண்ணம் தீட்டப்பட்டுள்ளன. அந்நிகழ்ச்சியின் முக்கிய மாந்தர்கள் நடுவில் அமைய, அவர்களைச் சார்ந்தோர் தொடர்ந்து அவர்களின் பின் நிற்கின்றனர். (தளம்2: சுவர்G)

ஒரு வரிசையில் இரண்டு நிகழ்ச்சிகள் அல்லது இரண்டிற்கும் மேற்பட்ட நிகழ்ச்சிகளைச் சித்திரிக்கும்போது ஒன்றிலிருந்து மற்றொன்றைப் பிரித்துக் காட்ட இடையில் கோடுகள் இடப்படவில்லை. ஒரு காட்சியில் இடம்பெறும் உருவங்களுக்கு எதிர்திசை நோக்கியதாக அடுத்தகாட்சியில் உருவங்களை அமைப்பதன் மூலம் எளிதாகக் காட்சிகள் வேறுபடுத்திக் காட்டப்பட்டுள்ளன. (தளம்1: சுவர்B)

ஒரு நிகழ்ச்சிக்குரிய முதன்மைக்காட்சி பெரிய அளவில் தீட்டப்படும் போது, தொடர்புடைய காட்சி முதன்மைக்காட்சியின் மேலாக, உள் ஓவியமாகக் காட்டும் உத்தியும் கைக்கொள்ளப்பட்டுள்ளது. இது தொடர்புடைய துணைக்காட்சி என்பதை உணர்ந்த மேலுள்ள காட்சியின் கீழ் அலைகோடுகள் வரையப்பெற்றுள்ளன. (தளம்II: சுவர்M)

நிகழ்ச்சிச் சித்திரிப்பு - காணும்முறை

அதிக உயரமற்ற சுவர்களாதலால் ஒரு சுவரிலுள்ள ஓவியங்கள் அனைத்தையும் நேராக நின்றும் சற்றுக் கீழ்நோக்கியும் பார்வையாளன் பார்த்துணர முடியும். பார்வையாளன் ஒவ்வொன்றாகக் கண்டுவரும் வண்ணம் சிக்கலற்ற முறையில் நிகழ்ச்சிகள் நேராகவும் வரிசைப்படுத்தியும் அமைக்கப்பட்டுள்ளன.

முதல்தளம் சுவர் — B நான்கு நீண்ட வரிசைகளிலும் இடமிருந்து வலமாகக் கண்டுசெல்வதற்கு ஏற்ற வண்ணம் சித்திரிக்கப்பட்டுள்ளன. (மாணிக்கவாசகர் வரலாறு)

சுவர். G மூன்று நீண்டவரிசைகளில் முதல் வரிசை வலமிருந்து இடமாகவும் அடுத்துள்ள இரண்டு வரிசைகளில் இடமிருந்து வலமாகவும் நிகழ்ச்சிகள் சித்திரிக்கப்பட்டுள்ளன. (சம்பந்தர்வரலாறு)

சுவர் N இரண்டாகப் பகுக்கப்பட்டு இடதுபக்கம் கோயில்களும் வலது பாதியில் மேலிருந்து கீழாக (கிரார்தார்ச்சுனீயம்) நிகழ்ச்சிகளும் சித்திரிக்கப்பட்டுள்ளன.

தளம் II சுவர் B சுவர் G மூன்று வரிசைகளும் நேர்நின்று காணத்தக்கவையாகத் தீட்டப்பட்டுள்ளன.

சுவர் I முதல்வரிசை வலமிருந்து இடமாகப் பார்ப்பதாகவும் ஏனையவை நேர்காட்சிக்கு உரியனவாகவும் வரையப்பெற்றுள்ளன.

சுவர் N மூன்று வரிசைகளுள் முதலிரண்டும் இடமிருந்து வலமாகக் காணுதற்கு உரியனவாகவும் மூன்றாவது வரிசை நேர்காட்சியாகவும் தீட்டப்பட்டுள்ளன.

தளம் III சுவர் B,G,N, ஆகியனவற்றில் இடமிருந்து வலமாகக் காணத்தக்க முறையில் காட்சிகள் வரையப்பெற்றுள்ளன.

தளம் IV சுவர் B,G இடமிருந்து வலமாகக் காணும்வண்ணம் காட்சிகள் வரையப்பெற்றள்ளன.

சுவர் I முதல் வரிசையில் வலமிருந்து இடமிருந்து வலமாகவும் மூன்றாம் வரிசையில் வலமிருந்து இடமாகவும் நான்காம் வரிசையில் இடமிருந்து வலமாகவும் காணும் வண்ணம் நிகழ்ச்சிகள் சித்திரிக்கப்பெற்றுள்ளன.

சுவர் N நான்கு வரிசைகளிலும் காட்சிகள் இடமிருந்து வலமாகக் காணும்வண்ணம் தீட்டப்பட்டுள்ளன.

முதல் மற்றும் மூன்றாம் தள வடக்குப் பக்கச் சுவர்ப்பரப்புகள் பூவேலைப்பாடு மற்றும் வேலைப்பாடு மிக்க இரு கம்பள விரிப்புகளைக் கொண்டு தம்முள் ஒன்றுபட்டுள்ளன. ஏனைய இரண்டு தளங்களுள் இரண்டாம் தளச்சுவர் அராபிய வணிகக் கப்பல் பெருங்காட்சி நல்க, அதன் இடப்புறத்தில் கப்பலில் ஏற்றுவதற்குக் குதிரைகள் அழைத்துவரப்படுவதும் வலப்புறத்தில் குதிரைகள் இறக்கி அழைத்துச் செல்லப்படுவதும் காட்டப்பட்டுள்ளன. ஆகவே, நடுவிலுள்ள கப்பலோடு இடமிருந்து வலமாகக் காணத்தக்கதாகக் காட்சிகள் சித்திரிக்கப்பட்டுள்ளன.

இதைப்போலவே மூன்றாம் தளச் சுவர்ப்பரப்பு இரண்டாகப் பகுக்கப்பட்டு இடதுபுறம் பள்ளிகொண்டுள்ள பெருமாளுக்கும் வலப்புற மேற்பகுதி இராமாவதாரத்திற்கும் கீழ்ப்பகுதி ஏனைய அவதாரங்களுக்கும் பகுக்கப்பட்டுள்ளது.

நான்கு தளங்களிலும் வடப்புறச் சுவர்கள் இரண்டாகப் பகுத்துப் பயன்படுத்தப்பட்டுள்ளமை ஊன்றி உணரத்தக்கதாகும்.

முகச்சாலைப் பக்கச் சுவர்கள்

முதல்தள மேற்குப்புற முகச்சாலையின் பக்கச்சுவர்கள் (C,D,E,F) எதிர்எதிராக நின்று போரிடும் இராவணனுக்கும் இராமனுக்கும் பெரிய அளவில் பயன்படுத்தப்பட்டு, கீழுள்ள பகுதிகள் தொடர்காட்சிகளுக்கு ஒதுக்கப்பட்டுள்ளன. கிழக்குப்பக்க முகச்சாலைப் பக்கச்சுவர்கள் (J,K,L,M) தட்சிணாமூர்த்தி மற்றும் திரிவிக்கிரமனுக்குப் பேரளவிலும் தொடர்புடைய காட்சிகள் கீழ்ப்புறம் சிறிதாகவும் தீட்டப்பட்டுள்ளன.

இரண்டாம் தள மேற்குப்புற முகச்சாலையின் பக்கச்சுவர்கள் (C,D,E,F) இரணிய வதத்திற்கும் ஆனந்தத் தாண்டவத்திற்கும் எதிரெதிரே மேற்புறம் பெரும்பகுதி ஒதுக்கப்பட்டுத் தொடர்புடைய நிகழ்வுகள் கீழே சிறிதாகத் தரப்பட்டுள்ளன. கிழக்குப் பக்கச் சுவர்கள் (J,K,L,M) மூன்று நீண்ட வரிசைகள், மூன்று சிறுகட்டங்களுடன் இரண்டு சிறிய கட்டங்கள் எனப் பகுத்துக் கொள்ளப்பட்டுள்ளன.

மூன்றாம் தள மேற்குப்பக்க முகச்சாலைப் பக்கச்சுவர்கள் (C,D,E,F) நான்கு மற்றும் மூன்று கட்டங்களாகப் பகுக்கப்பட்டுள்ளன. கிழக்குப் பக்கச் சுவர்கள் (J,K,L,M) மேலே இருபெரும் பிரிவுகளாகவும் கீழே நான்கு சிறு கட்டங்களாகவும் எதிர்புறச்சுவர் நான்கு கட்டங்களாகவும் பகுத்துக் கொள்ளப்பட்டுள்ளன.

நான்காம் தள மேற்குப்பக்க முகச்சாலைச் சுவர்கள் C,D, இரண்டிரண்டு கட்டங்களாகப் பகுக்கப்பட்டுள்ளன. கிழக்குப் பக்க முகச்சாலையின் ஒரு சுவர் (J) இரண்டாகவும் எதிரிலுள்ளது (M) இரண்டாகவும் பகுக்கப்பட்டுள்ளன.

தென்புறச்சுவர்கள்

நுழைவாயில்கள் நீங்கலாகத் தென்புறச்சுவர்ப்பகுதிகள் முதல்தளத்தில் (சுவர் P) மூன்று மூன்று கட்டங்களாகவும் இரண்டாம் தளத்தில் (சுவர்P) மூன்று மற்றும் நான்கு கட்டங்களாகவும் மூன்றாம் தளத்தில் (சுவர்O) ஐந்து கட்டங்களாகவும் நான்காம் தளத்தில் (சுவர்O) நான்கு மற்றும் ஐந்து கட்டங்களாகவும் பகுக்கப்பட்டுள்ளன. சுவரின் நடுவில் உள்ள மரத்தூண்களின் பட்டைகளும் ஓவியம் தீட்டப்பயன்படுத்தப்பட்டுள்ளன. அப்போது அவை, அச்சுவரின் அங்கமாகவே கொள்ளப்பட்டு வரையப் பெற்றள்ளன. அறுபட்டைத் தூண்கள் ஓவியம் தீட்டப்பெறாமல் விடப்பெற்றுள்ளன.

தோற்றம்

ஐந்து தளங்களிலும் தீட்டப்பட்டுள்ள ஓவியங்களின் மேற்புறம் முதல்தளத்தில் மயில் வரியும் இரண்டாம் தளத்தில் அன்னவரியும் மூன்றாம் தளத்தில் புறாவரி மற்றும் மணிச்சரம் போன்ற பூவேலைப்பாடு நான்காம் தளத்தில் மான்வரி, ஐந்தாம் தளத்தில் அன்னவரி ஆகியன இடம்பெற்றுள்ளன. ஓவியத்தின்

கீழ்ப்பகுதியில் மணிமாலைத் தொங்கல்களும் அதன்கீழ் பூவேலைப்பாடுகளும் அமைந்துள்ளன.

ஆதலால், ஓவியம் தீட்டப்பட்ட பெரிய சுவர்க்கம்பள விரிப்புகளைக் காண்பதான தோற்றத்தை அவை நல்குகின்றன. ஐந்தாம் தளத்திலுள்ள தனித்தெய்வ உருவங்களும் பெரிய விரிப்புகளில் தீட்டப்பட்டுத் தொங்க விடப்பட்டவை போன்றே காட்சியளிக்கின்றன.

காட்சிகளின் எண்ணிக்கை

இதிகாசங்கள், புராணங்கள் ஆகியனவற்றிலிருந்து கதைப் பகுதிகளை ஓவிய வரைவிற்குத் தேர்ந்து கொள்ளும்போது ஒரு கதைப்பகுதிக்கு இவ்வளவு காட்சிகள் என்று வரையறுப்பதில் திட்டமான முடிவு ஏதும் மேற்கொள்ளப்பெறவில்லை.

முதல் தளத்தில் மாணிக்க வாசகர் தொடர்பான நிகழ்வுகள் 15 காட்சிகளாகவும் திருஞான சம்பந்தரின் வாழ்க்கை நிகழ்ச்சிகள் 11 காட்சிகளாகவும் தீட்டப்பட்டுள்ளன.

மகாபாரதக் கிரார்தார்ச்சுனீயப் பகுதி, ஒருசுவரில் (சுவர் N) நான்காகவும் மற்றொரு சுவரில் (சுவர்O) மூன்றாகவும் மொத்தம் 7 காட்சிகளாகக் காட்டப்பட்டுள்ளது.

திருவிளையாடற் புராணக்கதைகள், ஒரு காட்சி முதல் பல காட்சிகளாகத் தீட்டப்பட்டுள்ளன. எடுத்துக்காட்டாக, மூன்றாம் தளம், சுவர் B இல் ஏழுகடல் அழைத்த படலம், மலையத்துவசனை அழைத்தபடலம், உக்கிரபாண்டியன் திருவவதாரப் படலம், வேல்வளை கொடுத்தபடலம் ஆகியன ஒவ்வொரு காட்சியாகத் தீட்டப்பட்டுள்ளன.

அடுத்தவரிசையில், உக்கிரபாண்டியன் மேருவைச் செண்டாலடித்த படல நிகழ்ச்சிகள் நான்கு காட்சிகளில் சித்திரிக்கப்பட்டுள்ளன. எல்லாம் வல்ல சித்தரான படல நிகழ்ச்சிகள் நான்கு காட்சிகளாகவும் கல்யானைக்குக் கரும்பருத்திய படல நிகழ்ச்சிகள் மூன்று காட்சிகளாகவும் வரையப்பெற்றுள்ளன.

பெரிய புராணத்திலிருந்து சுந்தரர் வரலாறு மட்டும் தேர்ந்து கொள்ளப்பெற்று நான்கு காட்சிகளில் சுருக்கமாகவும் கந்தபுராணத் திலிருந்து வள்ளி திருமண நிகழ்ச்சிகள் 22 காட்சிகளில் விரிவாகவும் சித்திரிக்கப்பெற்றுள்ளன.

தருமிக்குப் பொற்கிழியளித்த படலம் எட்டுக் காட்சிகளாகவும் மற்றும் மாணிக்கம் விற்ற படல நிகழ்ச்சிகள், வலை வீசிய படல நிகழ்ச்சிகள் ஏழேழ் காட்சிகளாகவும் யானையெய்த படலம் இரண்டு காட்சிகளாகவும் வளையல் விற்றபடலம் மூன்று காட்சிகளாகவும் சித்திரிக்கப்பட்டுள்ளன.

கீரனைக் கரையேற்றிய படலம், கீரனுக்கு இலக்கணம் உபதேசித்த படலம், அட்டமாசித்தி உபதேசித்தபடலம், சிவலோகம் காட்டிய படலம், இடைக்காடன் பிணக்குத் தீர்த்த படலம், சங்கத்தார் கலகந் தீர்த்த படலம், திருமுகங் கொடுத்த படலம், கடல்சுவர வேல்விட்ட படலம் முதலியன ஒரே ஒரு காட்சியாக மட்டும் வரையப்பெற்றுள்ளன. விறகுவிற்ற படலம் இரண்டு காட்சிகளாகச் சித்திரிக்கப்பட்டுள்ளது.

இந்திரன் பழிதீர்த்த படலம் ஐந்து காட்சிகளாகவும் தடாதகைப் பிராட்டியார் திருவவதாரப்படலம் மூன்று காட்சிகளாகவும் மற்றும் திருநகரங் கண்டபடலம், வெள்ளையானை சாபந்தீர்த்த படலம் ஆகியன இரண்டிரண்டு காட்சிகளாகவும் வரையப்பெற்றுள்ளன.

திருக்கூத்தாடிய படலம், குண்டோதரனுக்கு அன்னமிட்ட படலம், அன்னக்குழியும் வையையும் அழைத்த படலம், ஏழுகடல் அழைத்தபடலம் ஆகியன ஒவ்வொரு காட்சியில் வரையப்பட்டுள்ளன.

நான்காம் தளத்தில் (சுவர் B) தலபுராணத்தின் ஒவ்வொரு படலமும் ஒவ்வொரு காட்சியாகத் தீட்டப்பட்டுள்ளது. ஆனால் ஆலயங்கண்ட படல நிகழ்ச்சிகள் ஏழுகாட்சிகளாகச் சித்திரிக்கப்பட்டுள்ளன. கருவூர்ச் சித்தப் படலம் இரண்டு காட்சிகளில் வரையப்பட்டுள்ளது.

ஐந்தாம் தளச் சுவர்களில் தெய்வ உருவங்களும் சிவபுராண நிகழ்ச்சிகளும் யாளிகளும் பெரிய செவ்வக வடிவக் கட்டங்களுக்குள்ளே தனித்தனியே வரையப்பெற்றுள்ளன.

கோடுகள்

சுண்ணம் பூசப்பட்ட வெண்மையான பரப்பின் மீது முதலில் கோடுகளால் உருவங்கள் வரையப்பெற்று, பின்னர் உருவங்களுக்கான வண்ணங்கள் தீட்டப்பெற்றுள்ளன. உருவங்கள் அழுத்தமான, திண்மை மிக்க கோடுகளால் வரையப்பெற்றுள்ளன. ஆயினும் மனித உருவங்கள் வரையப்பெற்றுள்ள கோடுகள், மரங்கள் முதலியன வரையப்பட்டுள்ள கோடுகளினும் சற்று மெலிதாக உள்ளன. ஆடைகளும் ஆடையின் மடிப்புகளும் திண்மையான கோடுகளாலேயே வரையப் பெற்றுள்ளன. பொதுவாக, ஓர் உருவத்தின் உடற்கோடுகள் ஒரே தன்மை உடையனவாய்ப் பார்வைக்குத் தென்படுகின்றன. ஆயினும் சில இடங்களில் பொருள்களுக்கேற்ப அழுத்தம் தரப்பட்டுக் கோடுகள் வரையப்பட்டுள்ளன. எடுத்துக்காட்டாக, இரண்டாம் தளத்திலுள்ள வணிகக் கப்பலின் பாய்மரம், வணிகர்கள் நிற்கும் தளப்பலகை முதலியன பட்டையான, அழுத்தம் மிக்க கோடுகளாலும் பாய்மரக் கயிறுகள் அவற்றை விடச் சற்றுத் திண்மை குறைந்தும் தீட்டப்பட்டுள்ளன. பொருட்களின் கனபரிமாணத்திற்கு ஏற்ற வண்ணம் கோடுகள் கையாளப்பட்டுள்ளன எனலாம். கோடுகள் விடுபடல்களின்றித் தொடர்ந்து சீராகச் செல்லுகின்றன. கட்டட வரைவுப் பகுதிகளில் தீட்டப்பட்டுள்ள நீண்ட, படுக்கை வசக்கோடுகள் தெளிவாகவும் உறுதியாகவும் நுட்பமாக வரையப்பட்டுள்ளன. கோயில்கள், மண்டபங்கள் முதலியன வரைபடத்தன்மையோடு மிக நேர்த்தியாய் அமைந்துள்ளன. வளைகோடுகள், கோடுகளின் இணைப்புகள் கலைஞர்களின் திறன்காட்டுவனவாய் அமைந்துள்ளன. எந்த உருவத்திற்கும் மிக அளவான தேவைக்கேற்ற கோடுகளே பயன்படுத்தப்பட்டுள்ளன.

வண்ணங்கள்

இவ்வோவியங்களின் வண்ணப் பயன்பாட்டைப் பின்புலத்திற்குத் தீட்டப்பட்டுள்ள வண்ணங்கள், உருவங்களுக்குத் தீட்டப்பட்டுள்ள வண்ணங்கள் என இரண்டாகப் பகுத்துக் காணலாம்:

பின்புல வண்ணங்கள்

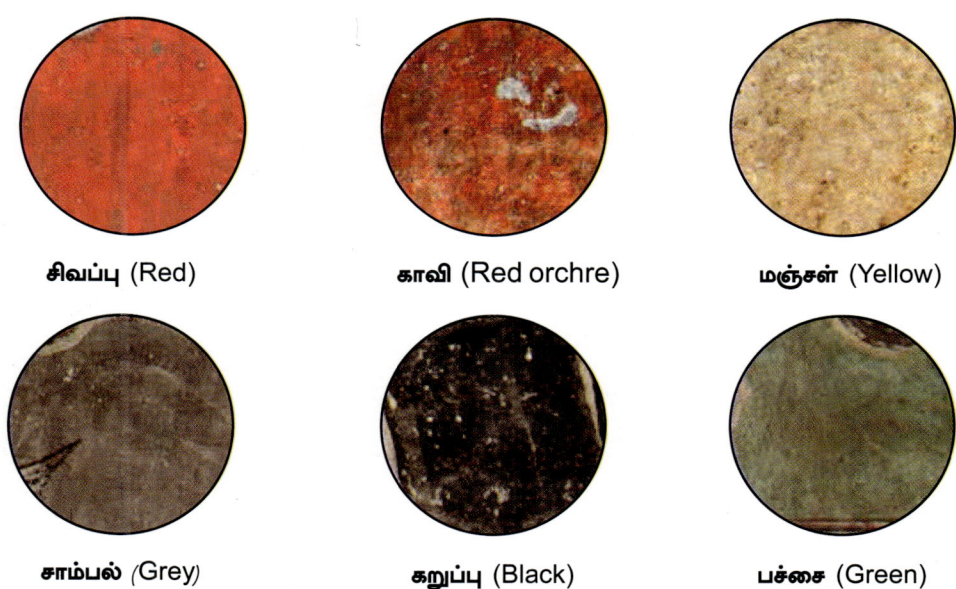

சிவப்பு (Red)   காவி (Red orchre)   மஞ்சள் (Yellow)

சாம்பல் (Grey)   கறுப்பு (Black)   பச்சை (Green)

முதல்தளம் — சிவப்பு (Red) காவி (Red orchre), மஞ்சள் (Yellow), சாம்பல் (Grey)

இரண்டாம் தளம் — காவி, சாம்பல், கறுப்புக் காவி, சாம்பல், கறுப்பு (Black)

மூன்றாம் தளம் — சிவப்பு, பச்சை (Green), கறுப்பு

நான்காம் தளம் — சிவப்பு

ஐந்தாம் தளம் — சிவப்பு

ஆகிய வண்ணங்கள் பயன்படுத்தப்பட்டுள்ளன.

முதல்தளத்தில் சுவர் I பகுதியில் முதல் வரிசைக்குச் சிவப்பு வண்ணம் பின்புலமாகத் தரப்பட்டுள்ளது. இரண்டாம் வரிசையில் மஞ்சள் நிறம் பின்புலமாகக் கொடுக்கப்பட்டு, சிவன் கோயிலுக்கு மட்டும் உட்புறம் சிவப்பு வண்ணம் தீட்டப்பட்டுள்ளது. திருமால் கோயிலின் உட்புறம், பின்புல வண்ணத்தையே பெற்றுள்ளது. மூன்றாம் வரிசைக்குச் சாம்பல் வண்ணம் பின்புலமாகக் கொடுக்கப்பட்டுக் கோயில்களின் உட்பகுதிகளில் சிவப்பு வண்ணம் தீட்டப்பட்டுள்ளது.

சுவர் N இல் இடம் பெற்றுள்ள கோயில்களுக்குக் கருவறைக்கு மஞ்சளும் மண்டபத்திற்குப் பின்புல வண்ணமும் கொடுக்கப்பட்டுள்ளன. அர்ச்சுனனுக்குச் சிவன் பாசுபதம் வழங்கும் (சுவர் O) காட்சியில் சிவப்பு வண்ணத்தால் பின்புலம் அமைக்கப்பட்டு, மேற்பகுதியில் தொடங்கி வலது பக்க இறுதியில் முடியுமாறு வரையப்பட்ட வளைகோட்டிற்கு மேல் மஞ்சள் வண்ணம் தீட்டப்பட்டுள்ளது.

உருவங்களுக்குத் தீட்டப்பட்டுள்ள வண்ணங்கள்

உருவங்களுக்குப் பலவகையான வண்ணங்கள் பயன்படுத்தப்பட்டுள்ளன. பழுப்பு (Brown) வெளிர் பழுப்பு (Light Brown) செம்பழுப்பு (Reddish Brown) கறுப்பு, சாம்பல், சிவப்பு, காவி, செம்மஞ்சள் (Orange) அடர்பச்சை (Dark Green) வெளிர்ப்பச்சை (Light Green) திண்சிச்சிலி (Chrome Yellow) வெள்ளை (White) ஆகிய வண்ணங்கள் தெய்வங்கள், அரக்கர்கள், பூதகணங்கள், முனிவர்கள், மனிதர்கள், மரங்கள், யானைகள், குதிரைகள், புழங்குபொருட்கள் ஆகியனவற்றிற்குத் தீட்டப்பெற்றுள்ளன.

அடிப்படையில் சிவப்பு, கறுப்பு, மஞ்சள் ஆகிய முதன்மை வண்ணங்களும் (Primery colours) அவற்றினைப் பல்வேறு விதங்களில் கலப்பதன் மூலம் பெறப்படும் கலவை வண்ணங்களும் பயன்படுத்தப்பட்டுள்ளன.

திருமால், இராமன், கிருஷ்ணன், நரசிம்மன், திரிவிக்கிரமன், வராகம், மச்சவதாரத்தின் தலைப்பகுதி ஆகிய ஓவியங்களுக்கு நீலம் கலந்த பச்சை (Bluish Green) வண்ணம் தீட்டப்பட்டுள்ளது. மன்மதன் உருவத்திற்கு வெளிர்மஞ்சள் கொடுக்கப்பட்டுள்ளது. கறுப்பு வண்ணத்தில் சிவப்பு மிகுதியாகக் கலப்பதால் பெறப்படும் 'மனுஷ'[2] எனும் மனித வண்ணமே இங்கு மனிதர்களுக்குத் தீட்டப்பட்டுள்ளது. சில உருவங்கள் வெண்மை நிறத்தில் காணப்படுகின்றன. அங்கு வேறுநிறம் தீட்டப்பட்டு அழிந்துபட்ட நிலையில் வெண்மைத் தோற்றம் வந்துள்ளதா என்பதை அறுதியிட்டுக் கூற முடியவில்லை. ஆறுகள், கோயிற் குளங்கள், கடல் ஆகியவற்றிற்குச் சாம்பல் வண்ணம் தீட்டப்பட்டிருப்பது குறிப்பிடத்தக்கது.

பொதுவாக, மனநிலைக்கு (Mood) ஏற்ப வண்ணங்கள் பயன்படுத்தப் பட்டுள்ளதாகக் கூறவியலாவிட்டாலும் திருவாங்கூர்ப் படைகளுக்கும் விஜயநகரப் படைகளுக்குமிடையே கடும்போர் நிகழும் காட்சியிலும் உதயமார்த்தாண்டவர்மர் புறமுதுகிடும் காட்சியிலும் கருமை மற்றும் சாம்பல் வண்ணங்கள் பின்புலமாகத் தீட்டப்பெற்றிருப்பது போரின் கடுமையையும் பூதலவீரன் தோல்வி நிலையையும் உணர்த்தி நிற்பதாகக் கருதவியலுகிறது.

ஐந்து தளங்களையும் மொத்தமாகக் கருத்திற்கொண்டு காணும்பொழுது சிவப்பு, கறுப்பு, சாம்பல், பழுப்பு ஆகிய நிறங்கள் மிகுதியாகவும் பச்சை, மஞ்சள் ஆகிய நிறங்கள் அவற்றிற்கு அடுத்த நிலையிலும் பயன்படுத்தப்பட்டுள்ளமையை உணரவியலுகிறது. பல்வகையான தூரிகைகள் பயன்படுத்தப்பட்டு, பட்டையானது முதல் மிக மெல்லிய கோடுகள் வரை நுட்பமாகத் தீட்டப்பட்டுள்ளன.

இரண்டு சிறப்புக்கூறுகள்

வண்ணம் தீட்டியுள்ள முறையில் சிறப்பாகக் குறிப்பிடத்தக்க இரண்டு பண்புகள் உள்ளன. ஒன்று, உருவங்களைச் சூழ்ந்து பட்டையாக காவி நிறக் கோடொன்றைத் தீட்டியிருத்தல். இரண்டு, உருவங்களைச் சுற்றிலும் சீரான இடைவெளி விட்டுப் பின்புல வண்ணத்தைத் தீட்டுதல்.

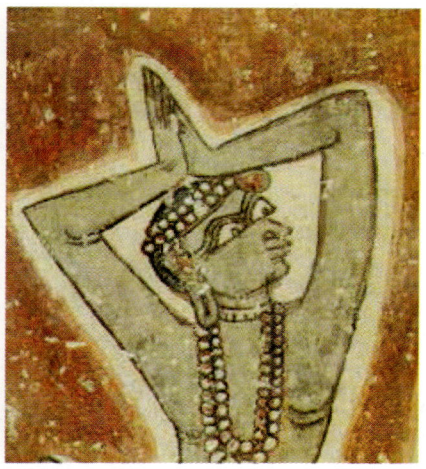

முதலிரண்டு தளங்களிலும் உருவங்களைச் சூழ்ந்து, காவி நிறக்கோட்டினை வரைந்து, அதன்பின் பின்புல வண்ணம் தீட்டியிருத்தலைக் காணமுடிகிறது. பொதுவாக, சாம்பல் மற்றும் மஞ்சள் வண்ணங்கள் பின்புலங்களாகத்

தீட்டப்படும்போது மட்டும் இக்கோடு வரையப்பட்டுள்ளது. சிவப்பு அல்லது செம்மஞ்சள் போன்ற வண்ணங்கள் பின்புலங்களாக அமையும்போது இக்கோடு வரையப்படவில்லை. ஆயினும் முதல்தளத்தில் சில இடங்களில் மஞ்சள் வண்ணம் பின்புலமாக இருந்தும் இக்கோடு வரையப்படாமல் உள்ளது.

சம்பந்தர் வரலாறு தொடர்பான (சுவர் G) பகுதியில் இரண்டாம் வரிசைக்குச் சாம்பல் வண்ணம் பின்புலமாகத் தீட்டி, உருவங்களைச் சூழ்ந்து செம்பட்டைக் கோடு வரையப்பட்டுள்ளது. ஆனால் அடுத்துள்ள நான்காம் வரிசைக்கு மஞ்சள் பின்புலம் கொடுக்கப்பட்டிருந்தும் கூட, செம்பட்டைக் கோடு தீட்டப்பெறவில்லை. அதேபோல் கோயில்கள் வரையப்பட்டுள்ள (சுவர் I பகுதியின்) இரண்டாம் வரிசைக்கு மஞ்சள் பின்புலமைத்தும் கூடச் செம்பட்டைக்கோடு தரப்படவில்லை.

இரண்டாம் தளத்தில் கறுப்பு, சாம்பல் நிறங்கள் பின்புலமாக உள்ள அனைத்து ஓவியங்களிலும் இச்செந்நிறப் பட்டைக்கோடு வரையப் பெற்றுள்ளது. பிற தள ஓவியங்களுக்குப் பின்புல வண்ணமாகச் சிவப்பே உள்ளதால் அங்கெல்லாம் இக்கோடு இடம்பெறவில்லை.

மற்றொரு முயற்சி, உருவங்களின் வெளிக்கோட்டிற்குமேல் ஒரு சிறு இடைவெளி வடிவம் முழுதும் விடப்பட்டு, பின்னர், பின்புல வண்ணம் தீட்டப்பட்டுள்ளது. இம்முயற்சி ஐந்து தளங்களிலுமுள்ள அனைத்து ஓவியங்களிலும் மேற்கொள்ளப்பட்டுள்ளமை குறிப்பிடத்தக்கதாகும்.

இம்முயற்சிகளால் உருவங்கள் தெளிவாகவும் எடுப்பாகவும் பார்வை யாளருக்குத் தெரியவருகின்றன. மதுரை, சிதம்பரம், கங்கைகொண்டசோழபுரம், அழகர்கோயில், திருகோகர்ணம், இராமநாதபுரம் முதலிய பல இடங்களிலுமுள்ள நாயக்கர் ஓவியங்களில் இத்தகைய முயற்சி மேற்கொள்ளப்பட்டுள்ளதாகத் தெரியவில்லை. குறிப்பாக, உருவங்களைச் சூழ்ந்து காவிநிறக் கோடிடும் பாணி, திருப்புடைமருதூரின் தனித்தன்மையான பண்பு என்பதில் ஐயமில்லை.

ஓவியபாணி

விஜயநகர ஓவியங்கள்

விஜயநகரக் கலை சாளுக்கிய சோழ, திராவிட, கேரள, கர்நாடக, கலிங்க மரபுகளின் கூறுகள் இணைந்து உருவான ஒன்றென்பார் சி.சிவராமமூர்த்தி.[3] அத்தகு செவ்வியல் மரபுகளோடு ஆந்திரப்பகுதியில் வளர்ந்த நாட்டுப்புற மரபுகளையும் உட்கொண்டு அது தனித்தன்மையுடன் பரிணமித்தது.

விஜயநகர ஓவியம், லெபாக்ஷி

செவ்வியல் அழகியலின்படி அமையாமல், பெரிதும் மண்சார்ந்த உருவங்களை விஜயநகர ஓவியங்கள் பெற்றுள்ளன. நேராக அல்லது வலம், இடம் நோக்கிய பக்கவாட்டுத் தோற்றங்கள் கொண்டவையாய் உருவங்கள் வரையப்பெற்றுள்ளன. முகம் ஒரு திசைநோக்கி அமைந்தபோதும் உடல் பெரும்பாலும் நேராகவும் முகம் நோக்கும் திசைநோக்கியதாக இரண்டு பாதங்களும் வரையப்பெற்றுள்ளன. பல்வேறு கோணங்களிலும் பாவனைகளிலும் உடல்கள் வரையப்படுவது குறைவாகவே உள்ளது. விரிந்தும் துருத்தியும் அமைந்த விழிகள், நிலைகுத்திய பார்வையை உடையன. கூரிய நீண்ட மூக்கும் கூர்மையான முகவாய்க்கட்டையும் (Chen) கொண்டு முகங்கள் நுட்பமான மெய்ப்பாடுகள் குன்றியவையாய் வரையப்பெற்றுள்ளன.

மனிதர்கள் பல்வேறு அணிகலன்களையும் பல்வண்ண ஆடைகளையும் கொண்டுள்ளனர். தலை முதல் கால் வரை ஏராளமான அணிகலன்களும் நுட்பமான வேலைப்பாடுகளும் கொண்டுள்ளன. ஒளிர்வண்ண ஆடைகள் பல்வேறு வேலைப்பாடுகள் கொண்டவையாய் அமைந்துள்ளன. ஆடைகள் நெகிழ்வற்றவையாய், தகடுகள் போன்ற ஓரங்களுடன் கூரிய முனைகளோடு விளங்குகின்றன. அவை, அணிந்துள்ளோரின் சமூகத் தகுதிகளையும் வாழ்வியலையும் வெளிப்படுத்துகின்றன. மரங்கள், மலர்கள், விலங்குகள் போன்றவை கவர்ச்சித்தோற்றம் (Slylished) மிக்கவையாய் வரையப்பெற்றுள்ளன. அடர்வண்ணத்தால் தீட்டப்பட்டுள்ள பின்புலங்களில் உருவங்களுக்கு மேலும் இடையிலும் வரும் வெளிகள் (Spaces) தூவப்பட்டவை போல மலர்களால் நிரப்பப்பட்டுள்ளன. காட்சிகள், அலங்காரமான எல்லைக் கோடுகளைக் கொண்டு முடிகின்றன.

விஜயநகரத்தின் தொடர்ச்சியாக வந்த நாயக்க ஓவியங்களும் இம்மரபுகளைப் பேணி வளர்ந்தன. அசைவிக்கமின்றி விரைந்த தன்மையுடன் உருவங்கள் தீட்டப்பெற்ற அவை வரைமுறையிலும் உள்ளடக்கத்தில் நாட்டுப்புற மரபுகளைப் பெரிதும் தழுவியவை.

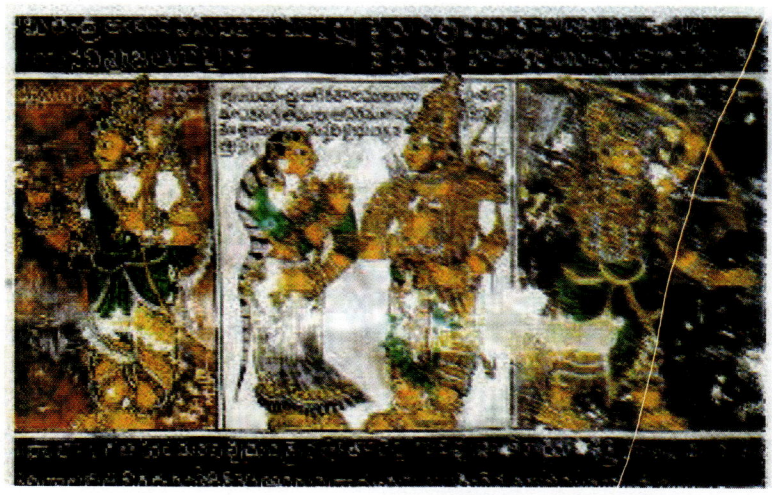

நாயக்கர்கால ஓவியம், திருவரங்கம்

இதிகாசம், புராணம், தலபுராணம் ஆகியவற்றிலிருந்து பெறப்பட்ட கதைகள் பல்வேறு நிகழ்ச்சிகளாக விரிவாக வரையப்பெற்றன. ஓவியத்தில் இடம்பெறும் காட்சிகளுக்கான விளக்கங்கள் தமிழிலும் தெலுங்கிலும் எழுதப்பட்டுள்ளன. பட்டீஸ்வரத்தில் தான் அதிகமான எண்ணிக்கையில் ஓவியங்களுக்காக விதானப் பரப்பைப் பகுத்துக் கொண்டு வரைவதும் ஓவியங்களுக்குக் குறிப்பெழுதுவதும் தொடங்கியது என்பார் ஜோப் தாமஸ்.[4] இவ்வழக்கம் நாயக்கர் காலத்திற்கே உரிய சிறப்புப் பண்பாகும்.

லெபாக்ஷி பாணியின் செல்வாக்கு

திருப்பருத்திக்குன்றம், ஹம்பி ஆகிய இடங்களில் வரையப்பெற்ற விஜயநகர ஓவிய மரபு, லெபாக்ஷியில் தொடர்ந்து மலர்ச்சியுற்றது. அச்சுத தேவராயர் *(கி.பி.1530—1542)* ஆட்சிக்காலத்தில் அவர்தம் கருவூலப் பொறுப்பாளராக இருந்த விருபண்ணாவும் படைத்தளபதியாகப் பணியாற்றிய அவர் தம்பி வீரண்ணாவும் சிவனது ஓர் அம்சமான வீரபத்திரருக்காக லெபாக்ஷியில் எடுத்த கோயிலில் தீட்டப்பட்டுள்ள ஓவியங்கள் விஜயநகர ஓவியக்கலையின் ஒரு கட்டப் பரிமாணத்தைக் காட்டுவனவாகும். குறிப்பாக இங்குத் தீட்டப்பெற்றுள்ள கிராதார்ச்சுனீயக் காட்சியும் சிவன் — பார்வதி திருமணக் காட்சியும்

வெளிப் பயன்பாடு, வண்ணப்பயன்பாடு, உருவங்களின் அசைவியக்கம் (Animation), மெய்ப்பாடு ஆகியனவற்றில் விஜயநகர ஓவியர்கள் பெற்றிருந்த சிறந்த திறனை வெளிப்படுத்துகின்றன.

விஜயநகர ஓவியம், லெபாக்ஷி

திருப்புடைமருதூர் ஓவியங்களின் அமைப்புமுறை, உருவ அமைதி, ஆடை அணிகலன்கள், வெளிப்பாட்டுத் தன்மை ஆகியனவற்றில் லெபாக்ஷி மரபின் செல்வாக்கினைக் காணமுடிகிறது.

கிரார்தார்ச்சுனீயம்
லெபாக்ஷி   திருப்புடைமருதூர்

வெளிப் பயன்பாடு

தனி உருவங்களானாலும் பலர் கூடியுள்ள நிகழ்ச்சிகளானாலும் அதற்கேற்பச் சுவர்ப்பரப்புத் தேர்ந்து கொள்ளப்பட்டுள்ளது. கட்டம் அல்லது வரிசையில் முதன்மை உருவங்கள் மையத்தில் அமைக்கப்பெற்று, தொடர்புடைய பிற உருவங்கள் முதன்மை உருவத்திற்குச் சற்றுச் சிறிதாகச் சூழ்ந்து அமைக்கப்பெற்றுள்ளது. மேற்புறத்திலும் இடது, வலது புறங்களிலும் நன்கு இடம்விடப்பட்டிருப்பதுடன் உருவங்களுக்கு இடையிலேயே போதுமான இடம்விடப்பட்டுள்ளது.

ஒரு காட்சியில் பல உருவங்கள் அமையவேண்டுமானால் அவை உட்புறத்தில் அல்லது மேற்புறத்தில் காட்டப்பட்டுள்ளது. எடுத்துக்காட்டாக, விஜயநகரப்படை அணிவகுத்துச் செல்லும் காட்சியில் (தளம் II சுவர் I) ஈட்டி, வில் முதலியவற்றைத் தாங்கி வீரர்கள் அணிவகுத்துச் செல்வது காட்டப்பெற்று அவர்களுக்குப் பின் பல ஈட்டிகள் காட்டப்பட்டுள்ளன. அங்கு அவற்றைத் தாங்கியுள்ள வீரர்கள்

காட்டப்படாத நிலையிலும் காலாட்படையினர் பெரும் எண்ணிக்கையில் செல்வதை அவை குறிப்பாய் உணர்த்துகின்றன.

பல்வேறு கோணங்கள்

பொதுவாகப் பிற்கால நாயக்கர் ஓவியத்தில் உள்ளது போலன்றி, விஜயநகர ஓவியங்களில் உருவங்கள் பல்வேறு கோணங்களில் அமைந்துள்ளன. திருப் புடைமருதூர் ஓவியங்களில் உடல்கள் ஓரளவு பல்வேறு கோணங்களில் காட்டப் பட்டுள்ளன எனலாம்.

உயிரியக்கம் (Animation)

லெபாக்ஷியில் இடம் பெற்றுள்ள கிரார்த்தார்ச்சுனீய ஓவியக்காட்சி மிகுந்த ஆற்றல் வாய்ந்ததென அறிஞர் போற்றுவர்[5] அதிலுள்ள வராகம் மற்றும் அர்ச்சுனன்

517

உடலசைவுகள் சிறப்பிக்கப்படுகின்றன. திருப்புடைமருதூர் ஓவியங்களில் உடல் அசைவுகள் மற்றும் உடல்மொழிகள் சிறப்பாக அமைந்துள்ளன. திருஞானசம்பந்தர் வரலாற்று நிகழ்ச்சியில் சமணர் உடலசைவுகளும் அவற்றால் வெளிப்படும் ஆணவம், ஏமாற்றம், அச்சம் ஆகிய உணர்வுகளும் சிறப்பாக அமைந்துள்ளமை குறிப்பிடத்தக்கதாகும்.

இரண்டாம் தல வரலாற்றுக் காட்சியில் யானைகள், குதிரைகள் ஆகியவற்றின் விரைந்த நடை மிகச் சிறப்பாகத் தீட்டப்பட்டுள்ளது. அவற்றை விரைந்து செலுத்திய வண்ணம் செல்வோரின் செயல்களும் மேலே அமர்ந்துள்ளவர்கள் திரும்பிப்பார்த்த வண்ணம் செல்வதும் மிக இயல்பாக அமைந்துள்ளன.

திருவிதாங்கூர்ப் படைகளுக்கும் விஜயநகரப் படைகளுக்கும் நடைபெறும் போர்க்காட்சி, திருப்புடைமருதூர் ஓவியங்களுள் முதன்மையிடம் பெறத்தக்க உயிரியக்கமுள்ள காட்சியாகும். குதிரைகள் பாய்வதும் யானைகள் விரைவதும் வீரர்கள் போரிடுவதும் சாய்வதும், வாள்களும் ஈட்டியும் பாய்ந்து உடலிலிருந்து குருதி பீறிட்டு வெளிப்படுவதும் புதுவீரனின் படைவீரர்கள் புறமுதுகிட்டு அச்சத்துடன் ஓடுவதும் மிக நுட்பமாகவும் உயிரோட்டம் மிக்கதாயும் படைக்கப் பட்டுள்ளன.

விஜயநகரப் பிரதிநிதிகளுக்கு முன்னர் நிற்கும் தளபதிகள் மற்றும் பிற பணியாளர்கள் நிற்கும் நிலைகளும் செயல்களுக்கு ஏற்ற அவர்கள் தம் உடல்மொழிகளும் மிகச் சிறப்பாகத் தீட்டப்பட்டுள்ளன.

வேறுபட்ட புதிய பாணி

நாயக்கர் கால ஓவியங்களைத் திருப்புடைமருதூர் ஓவியங்களுடன் ஒப்பிடும் போது பல பண்புகள் ஒத்திருப்பதை உணரமுடிகிறது. நீண்ட பொருண்மை கொண்ட கதைகள் தொடர்ந்து சிறுசிறு நிகழ்ச்சிகளாக விவரிக்கப்படுதல், தொடர்புடைய முக்கிய நிகழ்ச்சி, ஏனையவற்றினும் பெரிதாக அமைதல் ஆகிய தன்மைகள் திருப்புடைமருதூரில் உள்ளன. மிகுந்த அணிகலன்களைத் தாங்கிய உருவங்கள் பகட்டான உடையணிந்திருத்தல், வெளிகள் பூக்களால் நிரப்பப்பட்டிருத்தல், கறுப்பு, பச்சை, மஞ்சள், சிவப்பு ஆகிய முதன்மை வண்ணங்கள் மிகுதியாகப் பயன்படுத்தப்பட்டிருத்தல், காட்சிகளுக்கு விளக்க மெழுதப்பெற்றிருத்தல் என்ற தன்மைகளைத் திருப்புடைமருதூரிலும் காணமுடிகிறது.

விஜயநகர ஓவியங்களில் காணப்படுவது போல் விரைப்பாக, உடலில் படியாமல் தூக்கி நிற்கும் பட்டையும் கூர்மையான நுனிகளையும் கொண்ட ஆடைகளே திருப்புடைமருதூரிலும் தீட்டப் பட்டுள்ளன.

திருப்புடைமருதூர் ஓவியங்களில் குறிப்பிடத்தக்கதொரு கூறுபாடு, மனித உருவங்களிலுள்ள கண்களாகும். வளைந்த புருவங் களுக்குக் கீழ் விரிந்த தன்மையில் விழிகள் உள்ளன. கீழ் இமையின் மீது, அரைவட்டமாக அமர்ந்த தன்மையில் கருவிழிகள் தீட்டப் பட்டுள்ளன.

அத்துடன் ஒரு பக்கமாக முகம் காட்டப்பட்டுள்ளபோது முழுமையாக ஒரு கண் மட்டும் தெரிவதுமட்டுமன்றி மற்றொரு கண்ணும் தெரியும் வண்ணம் வரையப்பட்டுள்ளது. விஜயநகர

ஓவியத்தில் விரிந்த கண்களில் கருவிழிகள் மேல்கீழ் இமைக்கோடுகளைத் தொட்டிருப்பதாகத் தீட்டப் பட்டுள்ளன. ஆயினும் பக்கவாட்டுத் தோற்றத்திலும் மற்றொரு கண்ணும் புலப்படும் வண்ணம் தீட்டப் பட்டிருப்பது குறிப்பிடத்தக்கதாகும்.

விஜயநகரம்

மேலும், விஜயநகர ஓவியங்களில் நிற்போர் கால்கள் சேர்ந்தனவாயும் சற்று வளைந்த தோற்றம் தருவனவாகவும் பாதங்கள் ஒன்றுபட்டு ஒரு பக்கமே நோக்கி அமைந்தனவாயும் உள்ளமை போன்றே திருப்புடைமருதூரிலும் பல இடங்களில் கால்கள் காட்டப்பட்டுள்ளன. ஆகவே, தன் சம காலத்திலும்

விஜயநகரம்

திருப்புடைமருதூர்

தனக்கு முன்னும் தீட்டப்பட்ட விஜயநகர பாணியினை அடியொற்றியும் நாயக்க ஓவியங்களின் பாணியைக் கொண்டும் திகழும் திருப்புடைமருதூர் ஓவியங்கள் வேணாட்டுப் பகுதியில் வளர்ச்சியுற்ற, தனித்தன்மைகள் பல கொண்ட தனிப்பாணி எனலாம். ஆகவே இது 'வேணாட்டுப் பாணி' எனக் குறிப்பது பொருத்தமுடையதாகும்.

குறிப்புகள்

*1.*கோ.திருஞானம், வண்ணக் கோடுகள், பக்.111—112.

*2.*மேலது, ப.72.

*3.*C.Sivaramamurti, Vijayanagara Paintings, p.24.

4. I.Job Thomas, Paintings in TamilNadu, p.152.

*5.*Mira Seth, Indian Painting, p.107.

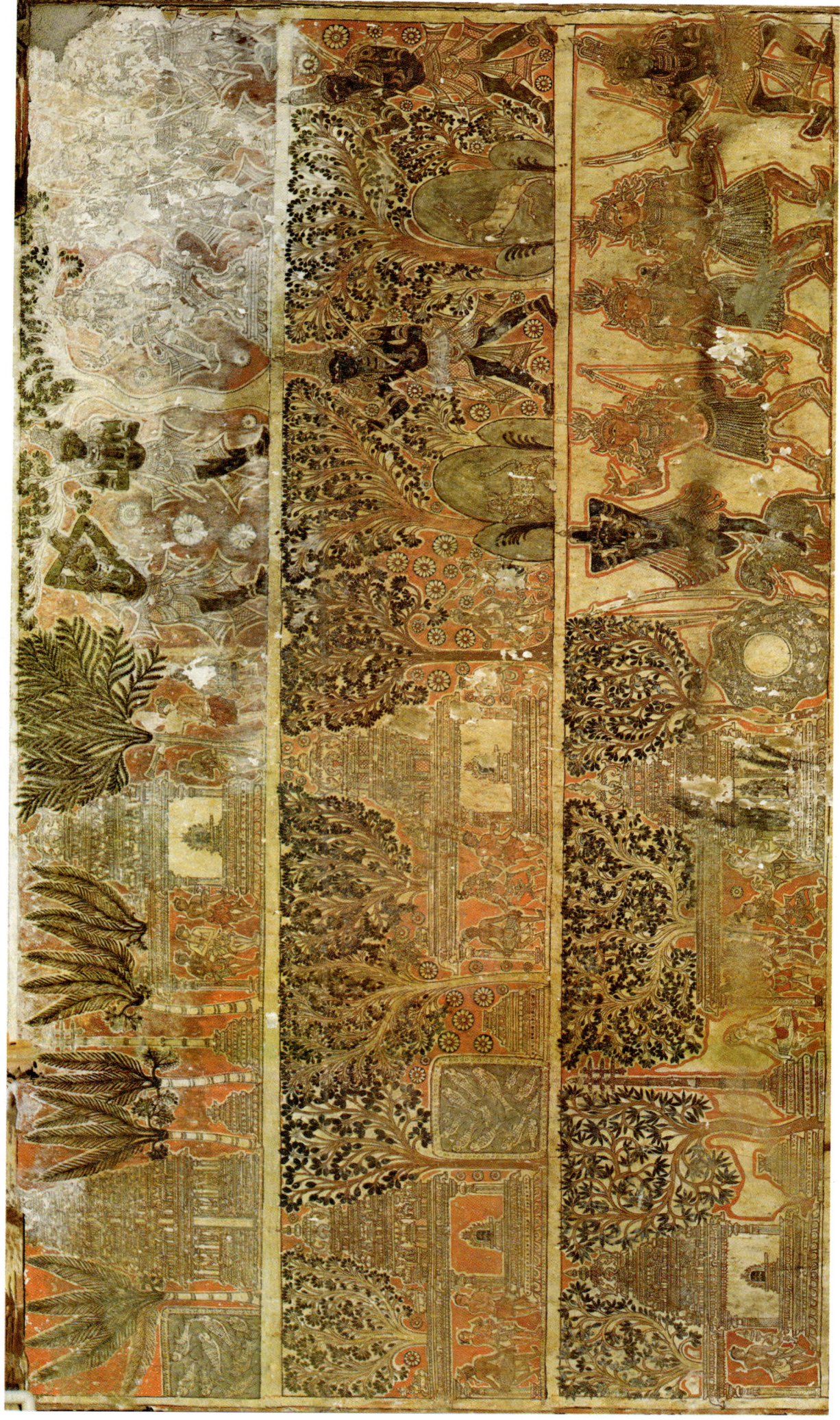

திருக்கோயில்களும் கிராதார்ச்சனீயமும்

துணைநூற் பட்டியல்

- அப்பாதுரையார், தளவாய் அரியநாதர், கழக வெளியீடு, சென்னை, 2009.
- அமுதன் அடிகள், வரலாற்றில் புன்னைக்காயல், தியான இல்லம், வேளாங்கண்ணி, 2012.
- அரங்கநாதன். பு.சு., விஜயநகரப் பேரரசு — கிருஷ்ணதேவராயர், தமிழ்நாட்டுப் பாடநூல் நிறுவனம், சென்னை, 1974.
- ஆறுமுக நாவலர், திருவிளையாடற் புராணம்— வசனம், ஸ்ரீ ஆறுமுக நாவலர் சைவப் பிரகாச வித்யாசாலை அறக்கட்டளை, சிதம்பரம், 1961
- அஜ்மல்கான். P.M., தமிழகத்தில் முஸ்லிம்கள், அரங்ககுடி, 1985.
- ஆளவந்தார். ஆர்.,தமிழர் தோற்கருவிகள், உலகத் தமிழாராய்ச்சி நிறுவனம், சென்னை, 1981.
- இராசசேகர தங்கமணி. ம., பாண்டியர் வரலாறு, (முதல் பாகம்), தமிழ்நாட்டுப் பாடநூல் நிறுவனம், சென்னை, 1978.
- இராமன். ஏ.எஸ்., தமிழ்நாட்டு ஓவியங்கள், தமிழ்ப்பல்கலைக் கழகம், தஞ்சாவூர், 2006.
- உமாமகேசுவரி. பு.பா.,நெல்லையப்பர் கோயில், திருநெல்வேலி சைவ சித்தாந்த நூற்பதிப்புக்கழகம், சென்னை, 1990
- கோபாலன். தே., நெல்லை மாவட்டம் — கையேடு, தமிழ்நாடு அரசு தொல்பொருள் ஆய்வுத்துறை, சென்னை, 1997.
- கோபாலன். தே., கன்னியாகுமரி மாவட்டத் தொல்லியல் கையேடு, தமிழ்நாடு அரசு தொல்லியல் துறை, சென்னை, 2008.
- சதாசிவ பண்டாரத்தார்.தி.வை., பாண்டியர் வரலாறு, திருநெல்வேலி தென்னிந்திய சைவ சித்தாந்த நூற்பதிப்புக் கழகம்,சென்னை, 1972.
- சர்வேஸ்வரன். ப., கன்னடியன் போர், நடராசன், தி, (பதி.ஆ—ள்), மதுரை, 1981.
- சரஸ்வதி. ரா., ஸ்ரீகந்தபுராணம் —முதல் பாகம், பிரேமா பிரசுரம், சென்னை, 1995.
- சந்திரவாணன், சொ., திருநெல்வேலி மாவட்டக் கல்வெட்டுகள், (முதல் தொகுதி),
- சுப்பிரமணியன். பெ., தமிழக நாட்டுப்புறவியல், காவ்யா, சென்னை, 2009.
- சுப்புலட்சுமி மோகன். செ., நரம்புக் கருவிகள், உலகத் தமிழாராய்ச்சி நிறுவனம், சென்னை, 2012.
- செந்தில் செல்வக்குமரன், மா., சாந்தலிங்கம், சொ.,தமிழ்நாடு அரசு தொல்லியல் துறை, சென்னை, 2009.
- செல்வலட்சுமி., ஜி., (பதி.) வலைவீசின கதை, ஆசிய ஆய்வியல் நிறுவனம், சென்னை, 2005.

- சைதன்ய தேவ. பி., இசைக்கருவிகள், நேஷனல் புக் டிரஸ்ட், இந்தியா, புதுதில்லி, 1994.
- சொக்கலிங்கம். சு.ந.,தொண்டமண்டல முதலியார்கள் — வாழ்வும் வரலாறும், பத்மா பதிப்பகம், சென்னை, 1999.
- டெக்லா.ச., முத்துக்குளித்துறையில் போர்ச்சுக்கீசியர், நியூ செஞ்சுரி புக் ஹவுஸ் (பி) லிட், சென்னை, 2009.
- தங்கமணி. செ., கன்னியாகுமரி மாவட்டம்: அரசியல் — சமூக வரலாறு, கன்னியாகுமரி மாவட்ட வரலாற்றுப் பேரவை, சென்னை, 2005.
- தேவதாஸ். சா., விஜயநகரப் பேரரசு — ஃபெர்னாவோ நூனிஸின் வரலாற்றுப் பதிவுகள், புது எழுத்து, காவேரிப்பட்டிணம், 2006.
- நம்பி,பெரும்பற்றப்புலியூர்., திருவாலவாயுடையார் திருவிளையாடற் புராணம், தியாகராச விலாச வெளியீடு, 1972.
- நரசய்யா, கடல்வழி வணிகம், பழனியப்பா பிரதர்ஸ், சென்னை, 2005.
- நாகசாமி. இரா., ஓவியப்பாவை, தமிழ்நாடு அரசு தொல்பொருள் ஆய்வுத் துறை, சென்னை, 1979.
- நீலகண்டசாஸ்திரி. கே.ஏ.,தென்னிந்திய வரலாறு, (இரண்டாம் பகுதி), பெருமாள் முதலியார், மு.ரா., (மொ.ஆ.), தமிழ்நாட்டுப் பாடநூல் நிறுவனம், சென்னை, 1973.
- நீலகண்டன். வெ., வாழ்விழந்துவரும் கிராமிய இசைக்கருவிகள், பிளாக்ஹோல் மீடியா, சென்னை, 2011.
- பசுபதி.ம.வே.,மேகலா,ஞா.,(பதி.ஆ—ள்),திருப்புடைமருதூர்ப்புராணம், மகாமகோபாத்தியாய டாக்டர் உ.வே.சா. நூல் நிலையம், சென்னை. 2005.
- பசுபதி.ம.வே.,மேகலா,ஞா., (பதி. ஆ—ள்), திருப்புடை மருதூர்ப் பள்ளு, டாக்டர் உ.வே.சா. நூல்நிலையம், சென்னை, 2007.
- பரஞ்சோதி முனிவர், திருவிளையாடற் புராணம், ஸ்ரீகாசி மடம், திருப்பனந்தாள், 1951
- பரந்தாமனார். அ.கி., மதுரை நாயக்கர் வரலாறு, பாரிநிலையம், சென்னை, 2004.
- பவுன்துரை. இராசு., தமிழக ஓவியக்கலை மரபும் பண்பாடும், மெய்யப்பன் பதிப்பகம், சிதம்பரம், 2004.
- பாலசுப்பிரமணியன்.குடவாயில், தஞ்சாவூர் நாயக்கர் வரலாறு,(கி.பி.1535—1675) தஞ்சாவூர் சரபோஜியின் சரசுவதி மகால் நூலகம், தஞ்சாவூர், 1999.
- பாலசுப்பிரமணியன். குடவாயில்., கோபுரக் கலை மரபு, கோயிற் களஞ் சியம், தஞ்சாவூர், 2004.
- பிள்ளை. கே.கே., தமிழக வரலாறு — மக்கள் பண்பாடு, உலகத் தமிழாராய்ச்சி நிறுவனம், சென்னை, 2002.
- பெருமாள். அ.கா., தென்குமரியின் கதை, யுனைடெட் ரைட்டர்ஸ், சென்னை, முதற்பதிப்பு, 2003.
- பெருமாள். அ.கா., இராமச்சந்திரன், நா., (பதி.ஆ—ள்), நாட்டார் நிகழ்த்துக்கலைகள் களஞ்சியம், தமிழ்நாடு இயல் இசை நாடக மன்றம், சென்னை, 2001.
- பேரூரான், திருவிளையாடல், வானதி பதிப்பகம், சென்னை, 1985

- முருகையா பாண்டியன். மு., திருவருள் தரும் திருப்புடை மருதூர் (நூலாக்கம் பெறாத கட்டுரை) திருப்புடைமருதூர்.
- மேகலா. ஞா., கடைமருதத்தலம் — இலக்கியச் சிறப்புகள், ... 2010.
- வானமாமலை. நா., (பதி.ஆ.), ஐவர் ராசாக்கள் கதை, மதுரைப் பல்கலைக்கழகம், மதுரை, 1974.
- வையவன், அறிவோம் கேரளத்தை, ஐக்கிய பிரசுரம், சென்னை, 1999.
- வையாபுரிப்பிள்ளை. எஸ்., (பதி.ஆ.), இரவிக்குட்டிப்பிள்ளைப் போர், சிற்றிலக்கியத் திரட்டு, தொகுதி—2, சென்னைப் பல்கலைக்கழகம், சென்னை, 2001.
- திருப்புடைமருதூர்ப் பதிற்றுப்பத்தந்தாதி, (பிற விபரங்கள் இல்லை). தொல்லியல் ஆய்வுத்தொகுதி, தொல்பொருள் தொழில்நுட்பம் பணியாளர் பண்பாட்டுக் கழகம், மதுரை, 1985
- ஸ்ரீனிவாஸன். மு., கலைவரலாற்றுப் பயணங்கள், சேகர் பதிப்பகம், சென்னை, 2007. (சமஸ்கிருத நூல்)
- ஷெய்கு ஸைனுத்தீன் மக்தூம், ஷாகிர் அஸீம் (மொ.ஆ.), கேரளமும் போர்ச்சுக்கீசிய காலனி ஆதிக்கமும், அடையாளம், புத்தாநத்தம், 2009.
- Agarawala. R.A., Wall Paintings from Central India, Agam Kala Prarashan, Delhi, 1987.
- Baldeo Sahai, Indian Shipping-A Historial Survey, Publications Divisions, New Delhi, 1996.
- Burton Stein, South Indian Temples, Vikas Publishing House PVT LTD, New Delhi, 1978.
- Deloche.J., A Study in Nayaka Period Social Life: Tiruppudaimarudur Paintings and Carvings, Institute Freancais De Pondichery, Pondichery, 2011
- Gopala Rao. Amancharla., Lepakshi Andhra Prasesh, 1969.
- Gouri Lakshmi Baji., Sri Padmanabhaswamy Temple, Mumbai, 2000
- Heras, H., The Aravidu Dynasty of Vijayanagara, 2 vols. Madras. 1924.
- Immanuel,M., Kanniyakumari -Aspects And Architects, Historical Research and Publications Trust, Nagercoil, 2007.
- Jagdish Mittal, Andhra Paintings of the Ramayana, Andhra Pradesh, Lalit Kala Akademi, Hyderabed, 1969.
- Joshi. G.P., Painted Folklore and Folklore Painters of India, Concept Publishing Company, Delhi, 1976.
- Krishnaswami. A., The Tamil Country under Vijayanagar, The Annamalai Univeristy, Annamalai Nagar, 1964.
- Michell. George., The New Cambridege History of India, 1:6, Cambridge University Press, New Yark, 1995.
- Mira Seth, Indian Paintings, Publication Division, New Delhi. 1944.
- Mira Seth, Wall Paintings of The Western Himalayas, Publications Division, New Delhi, 1976.
- Mohanty. B.,pata-Paintings of Orissa, Publication Division, New Delhi, 1984.

- Nagasamy. R., (Ed.)South Indian Studies -II, Society For Archaeological, Historical of Epigraphical Research, Madras, 1979.

- Nagasamy.R, (Ed.), South India Studies III, Saher, Madras, 1983.

- Pillai.K.K.,The Sucindram Temple, Kalakshetra Publications, Chennai, 2002.

- Pramar.V.S.,Wood Carvings of Gujarat, Publications Divisions, New Delhi, 2001.

- Rajendra Bajpai, The Eye in Art, Publications Division, New Delhi, 1991.

- Satyavani. J.V., Through Literary Spaces, Yasaswi Publications, Kuppam, 2009.

- Selva Lakshmi.G., - The Story of Casting the Net, Institute of Asian Studies, Chennai, 2005.

- Sewell Robert, A Forgotten Empire, Asian Educational Services, New Delhi, 1982.

- Shiv Kumarsharma, The Painted Scroll, Raka Prakashan, Allahabad, 1993.

- Sivaramamurti., South Indian Paintings, Publications Division, New Delhi, 1994.

- Stella Kramrisch., A Survey of Painting in the Deccan, Oriental Books Reprint-Corporation, New Delhi, 1983.

- Stephen, Jeyaseela.,Portuguese, The Armenians And The world of Art And Architecture in The Tamil Coast, Institute for Indo-European Studies, Pondicherry, 2008.

- Stephen.Jeyaseela., Letters of the Portuguese Jesuits from Tamil countryside 1666-1688, IIES, Pondicherry, 2001.

- Stephen.Jeyaseela., Portuguese in the Tamil Coast, Navajothi, Pondicherry, 1998.

- Swamy. L.N.,Boats and ships in Indian Arts, Harman publishing House, New Delhi, 1997.

- Yashoda Pevi, The History of Andhra Country 1000 A.D -1500 A.D., Gyan Publishing House, New Delhi, 1995.

- .... The vijayanagar Empire - Chronicls of Paes And Nuniz, Asian Educational Services, New Delhi, 1991.

- ....A Tamil History of Travancore, Travancore Government publication, Trivendrum, 1915.

- Rajanatha,Achyutarayabhydayam, Sri Vani Vilas Press, Srirangam, 1907 (Sanskrit Book)

பின்னிணைப்பு 1

மரச்சிற்பங்கள்

சிற்பங்களுக்கு மரத்தை ஊடகமாகப் பயன்படுத்துவது மிகப் பழங் காலத்திலிருந்தே தொடர்ந்து வரும் ஓர் மரபாகும். கோயில் கலைகளில் தெய்வ உருவங்கள், கோபுரங்கள் மற்றும் விமானங்களின் உட்புறச் சிற்பங்கள், வாகனங்கள், தேர்கள் முதலியன மரத்தால் செய்யப்பெற்றுள்ளன. ஏறத்தாழ அனைத்துக் கோயில்களிலும் பெரும் கதவுகள் மரத்தால் உருவாக்கப்பெறுவதால் அவை, வேலைப்பாடுகள் மிகுந்து காணப்படுகின்றன.

தமிழகத்தில் தென்மாவட்டங்களில் உள்ள கோயில்களில் மரவேலைப்பாடுகள் மிகுதியாக இடம் பெற்றுள்ளன. மேற்குத் தொடர்ச்சி மலையும், அதில் பல்வகை காடுகள் நிரம்ப இருந்தமையும் எளிதாக உயர்ந்தவகை மரங்கள் பெற வாய்ப்புகளை நல்கியுள்ளன. இக்காரணம் பற்றியே கேரளக் கோயில்கள் பெரிதும் மரக்கோயில்களாகவே அமைந்துள்ளமையை உணரமுடிகிறது.

தமிழகத் தென்மாவட்டங்களில் மதுரை, திருநெல்வேலி, கிருஷ்ணாபுரம், ஸ்ரீவில்லிப்புத்தூர், திருவட்டாறு, சுசீந்திரம், கன்னியாகுமரி, தென்காசி, குற்றாலம், பறக்கை முதலிய ஊர்களில் உள்ள கோயில்களில் மரவேலைப்பாடுகள் நிறைந்து காணப்படுகின்றன.

குறிப்பாக, இக்கோயில்களில் காணப்படும் மரவேலைப்பாடுகள் விஜயநகர — நாயக்கர் காலத்தைச் சேர்ந்தவையாக உள்ளமை குறிப்பிடத்தக்கது. இதற்கு முன்னுள்ள காலப்பகுதியைச் சார்ந்தவை அழிந்துபட்டதும் பிற்காலத்தில் புதிதாக விரிவாக்கம் செய்யப்பட்டதும் இதற்குரிய அடிப்படைக் காரணங்கள் எனலாம்.

திருப்புடைமருதூர் நாறும்பூநாதசாமி கோயிலிலும் மரவேலைப்பாடுகள் நிறைந்து காணப்படுகின்றன. இராசகோபுர நுழைவாயிலிலுள்ள இருபெரும் கதவுகள், கோபுரத்தின் ஐந்து தளங்கள், வாகனங்கள், தேர் ஆகியன மரச்சிற்பக் களஞ்சியங்களாகத் திகழ்கின்றன. குறிப்பாக, கதவுகளும் கோபுரத் தளங்களும் தேரும் கலைத்திறன் வாய்ந்த சிற்பங்களைப் பெற்றுள்ளன. இங்குக் கோபுரம் மற்றும் கதவுகளில் உள்ள சிற்பங்கள் மட்டும் விவரிக்கப்படுகின்றன:

கோபுரச் சிற்பங்கள்

இராஜகோபுரத்தின் ஐந்து நிலைகளிலும் மரவேலைப்பாடுகள் நிறைந்துள்ளன. கோபுரத்தின் தளக்கட்டுமானம் மரத்தால் உருவாக்கப்பெற்றுச் செங்கல் சுவர்களைக் கொண்டுள்ளது. ஆகவே ஏராளமான தூண்களும் அகன்று விரிந்த மேல் விதானமும் சிற்பங்களைப் பெற்றுள்ளன. முதல் நான்கு தளங்களிலும் உள்ள தூண்களின் பட்டைப் பகுதிகளிலும் போதிகைகளிலும் தூண்களின் அடிப்பகுதிகளிலும் யாளி, குரங்கு, ஆடல் உருவங்கள், மற்போர் செய்வோர் முதலிய சிற்பங்கள் பெரிய அளவில் அமைந்துள்ளன. தூண்களுக்கும் விதானத்திற்குமிடையே சாய்வாகச் (Bracket Figures) சிற்பங்கள் அமைக்கப்பட்டுள்ளன. அவை தூணின் பட்டைகள், விதானங்கள் ஆகியனவற்றிலுள்ள சிற்பங்களைவிடச் சற்றுப் பெரிய அளவில் செதுக்கப்பட்டுள்ளன. கட்டம் கட்டமாக அமையும் மரச்சட்டங்களால் விதானங்கள் அமைக்கப்பெற்றுள்ளன. அக்கட்டங்கள் சிற்பங்கள் நிறைந்த பலகைகளால் நிரப்பப் பெற்றுள்ளன. சட்டங்களும் அழகிய பூவேலைப்பாடுகளால் நிரப்பப் பெற்றுள்ளன. ஐந்தாவதாக உள்ள மேல்தளத்தில் வளைவு வளைவாக அமைந்துள்ள சட்டங்களில் சிற்பங்கள் ஏதுமில்லை. அதனுடைய குறுகிய இடப்பரப்பின் காரணமாக அவற்றில் பூவேலைப்பாடுகள் மட்டுமே இடம்பெற்றுள்ளன. ஆயினும் முகச்சாலைப் பகுதித் தூண்கள் யாளி உருவங்களைக் கொண்டுள்ளன.

இராசகோபுர வாயிற் கதவுகளும் முழுமையாகச் சிற்பங்களைக் கொண்ட மரப்பலகைகளை இணைத்து உருவாக்கப்பட்டுள்ளன. தளங்கள் மற்றும் கதவுகளில் ஏறத்தாழ 325க்கும் மேற்பட்ட சிற்பங்கள் உள்ளன. இவற்றுள் 85க்கும் மேற்பட்ட எண்ணிக்கையிலான சிற்பங்கள், கதவுகளில் அமைக்கப்பட்டுள்ளன.

வண்ணங்கள்

கோபுரத்தின் உட்புறமுள்ள மரச்சிற்பங்கள் அனைத்தும் வண்ணம் தீட்டப்பெற்று அழகுறுத்தப்பட்டுள்ளன. சிவப்பு, கறுப்பு, பச்சை, மஞ்சள் ஆகிய தாவர வண்ணங்கள் சிற்பங்களுக்குத் தீட்டப்பெற்றுள்ளன. ஒரு தளத்தில் நிற்கும்போது சுவர் முழுதுமுள்ள ஓவியங்களும் தூண்களும் விதானங்களும் அவற்றின் சிற்பங்களும் வண்ணமயமான காட்சியை வழங்குகின்றன.

சிற்ப வகைப்பாடு

கோபுரச் சிற்பங்களும் தளச்சிற்பங்களும் பல்வகையான உள்ளடக்கங்களைக் கொண்டுள்ளன. அவற்றை,

— சைவ உருவங்கள்

— வைணவ உருவங்கள்

— தேவி உருவங்கள்

— சிறுதெய்வங்கள்

— துறவியர் மற்றும் யோகியர்

— புராணங்கள், இதிகாசங்கள், தலபுராணங்கள்

— விலங்குகள், பறவைகள், தொன்மவிலங்குகள்

— பூவணி வேலைப்பாடுகள்

என வகைப்படுத்தலாம்.

சைவ உருவங்கள்

பூதகணங்கள் மற்றும் அணில்களால் வழிபடப்படும் இலிங்கம், துறவியும் அரசனும் வழிபடும் இலிங்கம், இலிங்க வழிபாடு, இலிங்கத்திற்குப் பசு பால் பொழிதல், இலிங்கோத்பவர், விநாயகர், சூரபத்மனை வேலெறிந்து அழிக்கும் முருகன், மயிலுடன் முருகன், நந்தியுடன் உள்ள சிவாலயத்தில் வழிபாடு, திருவாசிக்குள் அமைந்த சாய்ந்த இலிங்கம் ஆகிய சைவம் தொடர்பான சிற்பங்கள் இடம்பெற்றுள்ளன.

வைணவச் சிற்பங்கள்

காளியமர்த்தனம், யோகநரசிம்மர், அமர்ந்துள்ள நரசிம்மர் ஆகிய வைணவ உருவங்கள் காணப்படுகின்றன.

தேவியர் உருவங்கள்

வேழத்திருமகள் (கஜலட்சுமி), கரும்பு வில்லுடன் காட்சிதரும் பெண்தெய்வம் (காமாட்சி?) அல்லது இரதி. மான்மீது அமர்ந்து செல்லும் பெண்தெய்வம் (கொற்றவை?) மார்பில் குறுக்காக நீண்ட கருவியொன்றை ஏந்தியுள்ள பெண்தெய்வம் ஆகிய பெண்தெய்வச் சிற்பங்கள் காணப்படுகின்றன.

தேவகண உருவம்

கின்னரக் கருவியினை மீட்டும் கின்னரி ஒருத்தியின் சிற்பம் எழிலுற வடிக்கப்பெற்றுள்ளது.

துறவியர் மற்றும் யோகியர்

ஓர் ஆசிரமத்துள் துறவியர் அமர்ந்து படித்தல், எழுதுதல், உபதேசித்தல், துறவியர் இலிங்கத்தை வழிபடுதல், அரசன்போல் துறவி ஒருவர் ஆசனத்தில் அமர்ந்திருக்கப் பிற துறவியர் வணங்கி உரையாடல், நின்றும் இருந்தும் நடந்தும் செல்லும் துறவிகள் எனத் துறவியர் நிகழ்வுகள் பல்வகையாகச் சித்திரிக்கப்பெற்றுள்ளன.

புலியின்மீது அமர்ந்து செல்லும் யோகி, மகரத்தின் மீது அமர்ந்து செல்லும் யோகி (மச்சமுனி?), யோகபட்டமணிந்து அமர்ந்துள்ள யோகி, ஐந்து தலைப்பாம்பைப் பின்புறம் கொண்டுள்ள யோகி (பதஞ்சலி?) ஆகிய யோகியர்கள் பல்வேறு நிலைகளில் வடிக்கப்பெற்றுள்ளனர்.

துறவி ஒருவர் குடை கமண்டலத்துடன் நடத்தல், அமர்ந்துள்ள துறவியை, அடியவர் வணங்கி நின்று உபதேசம் கேட்டல், ஆசிரமத்துள் தும்புறாவை ஒருவர் இசைக்கத் துறவி ஒருவர் கேட்டல், சீடருக்குக் குரு ஒருவர் உபதேசித்தல், கையில் உருத்திராட்சத்துடன் தியானத்தில் அமர்ந்துள்ள துறவியொருவரை இளம்துறவியொருவர் வழிபடல், கையில் தண்டத்துடன் அமர்ந்து உபதேசிக்கும் துறவியைத் தலைமீது கைகுவித்து ஒருவர் வணங்கி நின்றுகேட்டல், சாய்ந்த லிங்கத்திற்கு மணியொலித்து தீப ஆராதனை காட்டும் துறவியர், உபதேசிக்கும் துறவியர், கையில் தண்டமேந்திய இரு துறவியர் உரையாடுதல், மரத்தடியிலுள்ள விநாயகர் முன், தண்டத்துடன் நிற்கும் துறவிகள் ஆகியோர் வடிக்கப்பெற்றுள்ளார்.

இதிகாசங்கள் - புராணங்கள்

மகாபாரதம்

மகாபாரதத்தில் இடம்பெறும் அர்ச்சுனன் சிவனை நோக்கித் தவமியற்றிப் பாசுபதாஸ்திரம் பெறும் நிகழ்ச்சி, பல காட்சிகளாகப் பலமுறை வடிக்கப்பெற்றுள்ளது. அர்ச்சுனன் இமயம் வந்து தவமியற்றுதல், வேடர் வடிவில் சிவனும் வேடச்சி வடிவில் பார்வதியும் வருதல், பன்றியை முன்னிட்டு அர்ச்சுனனும் வேடசிவனும் சண்டையிடல், அர்ச்சுனன் தோற்றல், இடப வாகனத்தில் உமையுடன் எழுந்தருளி சிவபெருமான் அர்ச்சுனனுக்குப் பாசுபதம் வழங்கல் ஆகியன விரிவாக வடிக்கப்பெற்றுள்ளன. பீமனைப் புருஷாமிருகம் துரத்தும் காட்சியும் காட்டப்பெற்றுள்ளது.

திருவிளையாடற் புராணம்

படைக்குக் குதிரைகள் வாங்கவேண்டுமென அரிமர்த்தன பாண்டியனிடம் தளபதிகள் விண்ணப்பித்தல், திருவாதவூராரிடம் பொருள்கொடுத்துக் குதிரை வாங்கப் பாண்டியன் பணித்தல், திருக்கோயிலை வழிபட்டு அவர் பணியாட்களுடன் பல்லக்கில் செல்லுதல், மௌன குருவைத் திருவாதவூரார் சந்தித்தல், உபதேசம் பெறல், திருவாதவூரார் கோயில் எழுப்புதல், வீரர்கள் பாண்டியனிடம் முறையிடல், அவர் வீரர்களால் இழுத்துவரப்படுதல், பாண்டியன் திருவாதவூராரைத் தண்டித்தல், அவர் காவலர்களால் அடிக்கப்பெறுதல், இறைவன் குதிரை வணிகனாகப் பாண்டியனிடம் வந்து குதிரைகளைத் தருதல், வைகையில் வெள்ளம் வருதல் ஆகியன விரிவாகச் சித்திரிக்கப்பெற்றுள்ளன.

தலபுராணம்

ஒரு சிற்பக்காட்சியில் ஒரே வகைப்பட்ட மூன்று மரங்கள் காட்டப் பட்டுள்ளன. முதல் மரத்தை ஒருவன் வலது கரத்தால் தொட்டுக் கொண்டுள்ளான். அடுத்த மரத்தடியில் ஒரு பெண் வலது கரத்தில் பாத்திரமொன்றை ஏந்தி நிற்கிறாள். மூன்றாவது மரத்தடியில் இருவர் நிற்கின்றனர். மரத்தடியில் உள்ளவர் இடது கையில் பாத்திரத்தை ஏந்தி, வலது கரத்தால் இலையினைப் பிடித்து, வடியும் பாலினைப் பிடிப்பது போன்ற பாவனையில் உள்ளார். பின் நிற்கும் பெண் இரண்டு கரங்களாலும் ஒரு பாத்திரத்தை ஏந்தியுள்ளாள். அடுத்த காட்சியில் மரத்தடியில் மகுடமணிந்த இருபெண்டிர் அமர்ந்துள்ளனர். வலதுபுறமுள்ளவர் கையில் பாத்திரம் உள்ளது. இடதுபுறமுள்ளவர் கைகூப்பித் தொழுகின்றார். இடது ஓரத்தில் நான்கு கரங்களுடன் சங்கு சக்கரதாரியாக திருமால் வணங்கிய வண்ணம் நிற்கிறார்.

அடுத்த காட்சியில், அதே மரத்தடியிலுள்ள இலிங்கத்திற்குத் தீபம் காட்டி, மணியொலித்துத் துறவியொருவர் பூசை செய்கிறார். தன் பரிவாரங்களுடன் அரசன் ஒருவன் வணங்கி நிற்கிறான்.

மற்றுமொரு கதைப்பகுதி பல சிற்பங்களாகத் தொடர்ந்து வடிக்கப்பெற்றுள்ளது. ஒரு மரத்தடியில் துறவியொருவர் வேள்வித் தீ வளர்க்கிறார். அருகில், வில்லுடன் ஒருவர் நிற்கிறார். மகுடத்துடன் நிற்கும் அவர் தாடியுடன் காணப்படுகிறார். அருகில், ஆற்றில் யோகியொருவர் நீராடித் தன் சடைமுடியைப் பிழிந்து கொண்டுள்ளார்.

அடுத்த காட்சியில், காட்டின் வழியாக வில்லேந்தியவர் செல்ல, அவரைத் தண்டமும் கமண்டலமும் ஏந்தித் துறவி தொடர்கிறார். காட்டில் மரமும் சிறுத்தையும் காட்டப்பட்டுள்ளன.

அடுத்த காட்சியில், பறவை முகமும் மனித உடலும் கொண்டு அரசன்போல் மகுடமணிந்த ஒருவர் வில்லேந்தியவர் காலில் விழுந்து வணங்குகிறார். அருகில் பறவைத் தலையுடன் அவர்தம் மனைவி நிற்கிறார். வில்லேந்தியவரிடம் நிற்கும் பெண் ஏதோ ஒரு துயரத்தைக் கூறுவதுபோல் கையை உயர்த்திய வண்ணம் காணப்படுகிறார். கீழே கால்களை நீட்டி ஒரு கையைத் தரையில் ஊன்றி அமர்ந்து உடல் நலிவுடன் ஆண் காணப்படுகிறார்.

அடுத்தகாட்சியில், ஒரு பெண்ணின் மடியில் சாய்ந்து ஆண் இறந்து கிடக்கிறார். மூன்று பெண்கள் துயரத்துடன் கைகளைத் தூக்கி அழுகின்றனர்.

அடுத்துள்ள காட்சியில் வில்லேந்தியவர் அம்பு தொடுக்கிறார். அம்பு பறவை முகம் கொண்டவரின் உடலைத் துளைத்துள்ளது. அலறும் அவர் பின்னால் அவர் மனைவி நிற்கிறார்.

அடுத்துள்ள காட்சியில் வில்லேந்தியவரும் துறவியும் நிற்கின்றனர். வில்லேந்தியவர்

தலையில் மகுடமின்றி, உச்சிக்குடுமி காணப்படுகிறது. பறவை முகம் கொண்ட ஒருவர் வாளோடும் கேடயத்தோடும் சினத்துடன் போரிட வருகிறார்.

அடுத்த காட்சியில் வில்லேந்தியவர்க்கு துறவி ஏதோ கூறுகிறார். அவர் குனிந்து வாய்பொத்தி நிற்கிறார். பின் இருவரும் நடந்து செல்கின்றனர். அதற்கடுத்துள்ள காட்சியில் வில் வீரரும் துறவிகளும் இரு துறவிகளைச் சந்திக்கின்றனர்.

அடுத்துள்ள காட்சியில் மரத்தடி பீடத்தின் மீதுள்ள சாய்ந்த லிங்கத்தை வில் வீரர் வழிபடுகிறார். பின்னர் அவர் தன் வலிமையால் வில்லினை வளைக்கிறார்; வில்லைத் தோளில் சாய்த்து நடந்து செல்கிறார். அடுத்துள்ள காட்சியில் நான்கு துறவியர் கைகளை தலைமீதுயர்த்தி வணங்குகின்றனர். அடுத்துள்ள காட்சியில் இடபவாகனத்தில் உமையுடன் எழுந்தருளியுள்ள சிவபெருமான் வில்லேந்தியவரிடம் ஆயுதம் போன்ற ஒன்றை அளிக்கிறார். இறைவனுக்குப் பூதம் குடைபிடிக்கிறது. துறவி கைகளை உயரத் தூக்கி சிவபெருமானை வணங்குகிறார்.

இவையிரண்டும் திருப்புடைமருதூர்த் தலபுராணக் கதைகளாக இருக்கலாம்.

பறவைகள், விலங்குகள், தொன்ம விலங்குகள்

அன்னங்கள், மான்கள், அணில்கள், சிறுத்தைகள், குரங்குகள், சிங்கம், புலி, பூனை ஆகிய விலங்குகளும் மகரம் மற்றும் யாளிகளும் அவற்றின் பல்வேறு செயல்பாடுகளுடன் வடிக்கப்பெற்றுள்ளன.

இவற்றுடன் சிறுத்தைகளின் சண்டை, யானை மீது சிங்கம் பாய்ந்து கடிதல், காளைகள் சண்டை, சேவல் சண்டை ஆகியன உயிர்த்துடிப்புடன் வடிக்கப்பெற்றுள்ளன. குதிரை, யானை உடல்களின் பின்பகுதி அழகிய கொடிக்கருக்காகக் காட்டப்படுள்ளமை குறிப்பிடத்தக்கதாகும்.

அரசரும், வீரரும், போர்க்காட்சிகளும்

ஒரு காட்சியில், ஆசனத்தின் மீதுள்ள திண்டில் சாய்ந்து விஜயநகர அரசர் அல்லது அரசப் பிரதிநிதி அமர்ந்துள்ளார். அவர் முன் மூவர் நிற்கின்றனர். ஒருவர் வாய் பொத்திப் பணிவுடன் செவிமடுக்கிறார். மற்றொருவர் வாளினையும் மூன்றாமவர் ஈட்டியினையும் ஏந்தியுள்ளனர்.

மற்றொரு காட்சியில், நீண்ட மகுடம் அணிந்த அரசர், வலது காலின் மீது இடது காவினையிட்டு ஆசனத்தில் அமர்ந்துள்ளார். அவர் முன் குதிரை வணிகர் இருவர் குதிரையுடன் உள்ளனர். திமிறித் தாவும் குதிரையின் கடிவாளத்தைப் பற்றி இழுத்து, சவுக்கினை ஓங்கிய வண்ணம் அதனை அடக்குகிறார் ஒருவர். இருவரும் வேறுபட்ட உடையும் கவிழ்த்தது போன்ற தொப்பியும் அணிந்துள்ளனர். இவர்கள் குதிரை வணிகம் செய்யும் போர்ச்சுக்கீசியர்கள் ஆதல் வேண்டும்.

மற்றுமொரு காட்சியில், நான்கு போர்ச்சுக்கீசியர்கள் காட்டப்பட்டுள்ளனர். நாற்காலி ஒன்றில் அமர்ந்துள்ள தலைவர் முன், மூவர் நிற்கின்றனர். முன்னுள்ள ஒருவர் கையிலுள்ள ஆயுதத்தைத் தரையில் ஊன்றிய வண்ணம் அமர்ந்துள்ளவரிடம் ஏதோ ஒன்றைத் தெரிவிக்கிறார். ஏனைய இருவரும் துப்பாக்கிகளைத் தோள்களில் சுமந்துள்ளனர். நீண்ட கால்சராயும் முழுக்கைச் சட்டையும் அணிந்துள்ள அவர்கள் தலையில் போர்ச்சுகீசியர்களுக்கான தொப்பிகளை அணிந்துள்ளனர்.

யானை மீது செல்லும் வீரன், குதிரை வீரன், கதையேந்திய வீரன் எனப் பல்வேறு வகைப்பட்ட வீரர்களும் சித்திரிக்கப்பட்டுள்ளனர். வீரர்கள் தங்கள் பகைவர்களுடன் போரிடும் காட்சிகளும் இடம்பெற்றுள்ளன. குதிரை வீரன் ஒருவன் கேடயமும் வாளும் ஏந்தியுள்ள காலாட்படை வீரனுடன் போரிடுகிறான். கீழே வாளினை முன் நீட்டிய வண்ணம் மற்றொரு வீரன் குதிரையின் கீழே ஒரு கால் மண்டியிட்டுச் செல்லும் நிலையில் காட்டப்பட்டுள்ளான்.

மற்றொரு காட்சியில், குதிரைவீரன் ஒருவன் பின்புறம் திரும்பி, காலாட்படை வீரனுடன் குந்தத்தால் சண்டையிடுகிறான். குதிரையின் கீழே மண்டியிட்ட நிலையில் மற்றொரு வீரன் காலாட்படை வீரனை ஈட்டியால் குத்துகிறான்.

இவை தவிர, வீரர்கள் புலிவேட்டையாடல் காட்சி பல இடங்களில்

வடிக்கப்பெற்றுள்ளது. யானையுடன் வீரர்கள் போரிடும் காட்சியும் விரிவாகச் சித்திரிக்கப்பட்டுள்ளது.

நிகழ்த்துக்கலைச் சிற்பங்கள்

தளங்களிலும் கதவுகளிலும் சித்திரிக்கப்பட்டுள்ள சிற்பக்காட்சிகளில் ஆடற்காட்சிகளே மிகுதியாக இடம்பெற்றுள்ளன. பல வகையான ஒப்பனைகள் புனைந்துள்ள ஆண், பெண் கலைஞர்கள் பல்வேறு வில், அம்பு, சூலம், வாள் போன்ற கருவிகளையும் பிற பொருட்களையும் பற்றிய வண்ணம் ஆடல் புரிகின்றனர். பறை, தம்புரா, மிருதங்கம் போன்ற பல்வேறு இசைக்கருவிகள் இசைக்கப்படுகின்றன. புராண இதிகாச நிகழ்ச்சிகளுடன் ஏனைய இலக்கியங்களிலிருந்தும் அவர்கள் கதைகளை நிகழ்த்துவதாக உணரவியலுகிறது.

இவை மட்டுமன்றி, பாம்புப்பிடாரன், மற்போர் செய்வோர், வித்தைகள் செய்து காட்டுவோர் ஆகியோருடன் வளைதடியுடன் சென்று பறவை பிடிக்கும் குறவனும் காட்டப்பட்டுள்ளான்.

பூவணி வேலைப்பாடுகள்

தூண்களின் பட்டைகளிலும் விதானத்தின் சட்டங்களிலும் ஏராளமான பூ வேலைப் பாடுகள் காணப்படுகின்றன. பத்ம வரிசை அலங்காரமாக அமைக்கப்பட்டுள்ளது. தூண்களின் பட்டைப்பகுதிகளில் வளைவான கொடிகளும் அவற்றால் உருவாக்கப்பெறும் வட்டத்துள் உருவங்களும் வடிக்கப்பெற்றுள்ளன. பூக்கள் கற்பனை வளத்துடன் கவர்ச்சியாகச் (ஷிமீஹ்றீவீக்ஷமீபீ) சித்திரிக்கப்பெற்றுள்ளன. ஏராளமான இதழ்கள் ஒன்றன்மேல் ஒன்றாய்ப் பல அடுக்குகளாக நுட்பமாக வடிக்கப்பெற்றுள்ளன.

இம்மரச்சிற்பங்கள், கோபுரக் கட்டடக் கலையுடன் நெருக்கமான உறவு கொண்டுள்ளன. இச்சிற்பங்கள் தனித்த கலை வடிவங்களாக அமையாமல், கோபுர வடிவமைப்பின் தன்மைகளுக்கு ஏற்ப அமைந்துள்ளன. கோபுரத்தின் நீள, அகலம், உயரம் மற்றும் பரப்பளவு தரும் வெளிக்கேற்ப இவை உருவாக்கப்பட்டுள்ளன.

சமய அறிவையும் உணர்வையும் சமகால அரசின் பெருமையையும் உணர்த்தும் விதத்தில், சுவர்கள் எவ்வாறு ஓவியத்திற்குப் பயன்படுத்திக் கொள்ளப்பட்டுள்ளனவோ சிற்பங்களும் அத்தகைய நோக்கங்களைக் கொண்டே உருவாக்கப்பட்டுள்ளன. ஆகவே, வெறும் அலங்கார நோக்கில் மட்டும் இச்சிற்பங்கள் உருவாக்கப்பெறவில்லை என்பது உணரத்தக்கது.

பூவேலைப்பாடுகள், பறவை, விலங்குகள் தவிர்த்து ஏனையவை கடவுளர்களையும் புராண, இதிகாசங்களைச் சித்திரிக்கின்றன. இங்குப் பெரும்பான்மையாக வடிக்கப்பெற்றுள்ள நிகழ்த்துக்கலைச் சிற்பங்களும் அத்தகைய உள்ளடக்கங்களையே கொண்டிருக்கும் எனலாம். அவை, வடிக்கப்பெற்ற காலப் பகுதியைச் சார்ந்த பார்வையாளனுக்கு நிறையப் புரிதல்களையும் உணர்வுகளையும் அவை வழங்கியிருக்கும் என்பதிலும் ஐயமில்லை.

அரசர்களைக் கடவுளர்களோடு இணைத்தென்னும் தொன்றுதொட்டுவரும் மரபிற்கேற்ப, இங்குச் சமயச் சிந்தனையோடு விஜயநகர பேரரசின் வீரப்பெருமிதமும் வெற்றியும் மக்களுக்கு உரைக்கப்படும் நோக்கில் வரலாற்று ஓவியங்கள் வரையப்பெற்றுள்ளன. விஜயநகரத்தின் மீது, அச்சம் கலந்த பெருமித உணர்வை அவை விதைக்கின்றன. அவ்வரலாற்று நிகழ்ச்சியின் சில காட்சிகள் சிற்பங்களிலும் இடம்பெறுவது கவனிக்கத்தக்கது.

சிற்பங்கள் வடிக்கப்பட்ட மரம் என்னும் ஊடகமும் தூண்களின் உயரம், அமைப்பு ஆகியனவும் சிற்பங்கள் செதுக்கப்பட வேண்டிய பரப்பு, ஒரு கரு தொடர்பான காட்சிகளின் எண்ணிக்கை ஆகியனவற்றை வரையறுத்துள்ளன. பிரமீடுபோல் மேற்செல்லச் செல்லக் குறுகும் கோபுரத்தின் அமைப்பு சிற்பங்களின் எண்ணிக்கை, வடிவம் முதலியனவற்றைத் தீர்மானித்துள்ளன.

பொதுவாக, தூண்களுடன் இணைந்து கீழே வடிக்கப்பெறும் சிற்பங்கள், அளவிற் பெரியனவாக அமைந்துள்ளன. தூண்களுக்கும் கூரைக்குமிடையே சாய்வாக அமைக்கப்பட்டுள்ள சிற்பங்கள், அளவில் அவற்றைவிடச் சிறியதாக அமைக்கப்பட்டுள்ளன. அவை உயரமுடன் ஒடுங்கியும் காட்சியளிக்கின்றன. தூண்களின் பட்டைகள், போதிகைகள், விதானக் கட்டங்களில் அமைவன சிறியதாகவும் சதுரம் மற்றும் செவ்வக வடிவம் கொண்டவையாகவும் வடிக்கப்பெற்றுள்ளன.

தூணினைச் சார்ந்து, பெரிதாக அமையும் சிற்பங்கள், தனிச்சிற்பங்களாகவும் முழுச்சிற்பங்களாகவும் அமைந்துள்ளன. தூண்களுக்கும் விதானத்திற்கும் இடைப்பட்டுச் சாய்வாக அமைக்கப்பட்டுள்ள சிற்பங்களும் பெரும்பாலும் தனியுருவங்களாகவும் முழுச் சிற்பங்களாகவும் வடிக்கப்பெற்றுள்ளன. தூண்களின் பட்டைப் பகுதிகளிலிலும் போதிகைகளிலும் தள விதானத்திலுமுள்ள சிற்பங்கள் ஒன்று மற்றும் ஒன்றிற்கு மேற்பட்ட உருவங்களைக் கொண்டவையாகவும் புடைப்புச் சிற்பங்களாகவும் அமைந்துள்ளன.

கலைஞர்களின் சுதந்திரம், கோபுரத்தின் அமைப்பால் தீர்மானிக்கப்படுகிறது. தூண்களுடன் இணைந்ததாக அமையும் சிற்பங்களும் தூண்களுக்கும் விதானத்திற்குமிடையே சாய்வாக அமைக்கப்பட்டுள்ள சிற்பங்களும் கோயில்களில் காணப்படும் பொதுவான மரபு சார்ந்தே இங்கும் படைக்கப்பட்டுள்ளன. ஆனால், பூவேலைப்பாடு, தாமரை, இராசி மண்டலம், பாம்புகள், மீன்கள் தவிர்த்துக் கதைப் பொருண்மை சார்ந்த சிற்பங்களை விதானத்தில் செதுக்கும் வழக்கம் ஏறத்தாழ இல்லையென்று சொல்லமுடியும். ஆனால் இக்கோபுரத் தளங்களின் விதானங்கள் சிற்பங்களுக்குப் பயன்படுத்திக் கொள்ளப்பட்டுள்ளமை குறிப்பிடத்தக்கதாகும்.

விதானப் பலகைகள், சதுரம் மற்றும் செவ்வக வடிவிலேயே செதுக்கப்பட்டுச் சமப்படுத்தப்பட்டுள்ளன. பின்னர் அவற்றில் உருவங்கள் செதுக்கப்பட்டுள்ளன. ஆகவே, உருவங்கள் உள்ளடங்கி, மேற்பகுதிப் பலகையே பட்டையான விளிம்பாகப் பெரிதும் அமைந்துள்ளது. உருவங்களைச் சூழ்ந்து கொடுக்கப்பட்டுள்ள ஆழத்தின் காரணமாக, உருவங்கள் ஏறக்குறைய முழுச்சிற்பத்தோற்றத்தை எட்டியுள்ளன. சில சிற்பங்கள் பக்க விளம்புப் பட்டைகளை எல்லையாகப் பெறாமல், உருவங்கள் நிற்கும் கீழ்ப்பகுதியில் மட்டும் சட்டத்தைக் கொண்டுள்ளன. சிற்பங்கள் நன்கு வழவழப்பாக்கப்பெற்று நுட்பமான வேலைப்பாடுகளைப் பெற்றுள்ளன.

கலைப்பாணி

நாறும்பூநாதசுவாமி கோயில் மரச்சிற்பங்களைத் தொகுத் தெண்ணும்போது, இதிகாசங்கள், புராணங்கள், தலபுராணக் கதைகள், நிகழ்த்துக்கலைகள் ஆகியன முதன்மை பெற்றிருப்பதையும் அரசவைக் காட்சிகள், போர் நிகழ்ச்சிகள், பறவைகள், விலங்குகள் மற்றும் பூவணி வேலைப்பாடுகள் அடுத்தநிலையில் இடம் பெற்றிருப்பதையும் உணரமுடிகிறது. இது தென்னகம் முழுதுமுள்ள விஜயநகர நாயக்கக் கலையின் பொதுமரபே ஆகும்.

பொதுவாக, உருவங்கள் சற்று விரைப்பான தோற்றத்துடனும் மிகுந்த ஆடை அணிகலன்களுடனும் திகழ்கின்றன. உருவங்கள் நேர் தோற்றத்திலும் பக்கவாட்டுத் தோற்றத்திலும் பெரிதும் வடிக்கப்பெற்றுள்ளன. பல்வேறு கோணங்களில் உடல் அமையாதிருத்தல், குறிப்பாக, உருவங்களின் இடையிலும் மேற்புறத்திலும் வரும் இடைவெளி, தூவிவிடப்பட்டது போன்ற பூக்களால் நிரப்பப்படுதல் என்னும் விஜயநகர— நாயக்கர் காலப் பொதுமரபினை ஒட்டியே இங்குச் சிற்பங்கள் வடிக்கப்பெற்றுள்ளன. எனினும் இக்காலக் கட்டத்தில் தென்மாவட்டங்களில் படைக்கப்பெற்ற கற்சிற்பங்களிலும் ஓவியங்களிலும் பேணப்பட்ட தனித்தன்மை மிக்கதொரு கலைப்பாணியையே இங்கு வடிக்கப்பெற்றுள்ள சிற்பங்கள் கொண்டுள்ளன. கீழ் இமை மீது அமர்ந்துள்ள கருவிழியும் அதன்மீது அரைவட்டமாய் அமையும் மேல் இமையும் வளைந்த புருவமும் கூர்மையான நாசி மற்றும் முகவாயும் விரைப்புடன் கூடிய ஆடைகளின் நுனிகள் விரிந்தும் கூர்மையாகவும் பல வகை வேலைப்பாடுகளுடன் இருத்தல் என்னும் பண்புகளை உருவங்கள் பெற்றுள்ளன. கவர்ச்சித் தோற்றத்துடன் (Stylization) மரங்கள் காட்சியளிப்பதும் குறிப்பிடத்தக்கது. இவற்றுடன் குறியீட்டு மொழிகளும் ஒத்த தன்மையுடன் காணப்படுகின்றன. சான்றாக, நீர், வளை கோடுகளால், மீன், முதலை மற்றும் நீர்வாழ் உயிரினங்களால் உணர்த்தப்படுகிறது.

ஆகவே இச்சிற்பங்கள் வண்ணம் தீட்டிப்பார்க்கப்படும் போது, ஆழம் என்னும் மூன்றாம் பரிமாணத்தாலேயே ஓவியங்களிலிருந்து மாறுபடும் என்று தோன்றுகின்றது.

மேலும் திருப்புடைமருதூர் கோபுரமும் ஓவியங்களும் ஒரே காலப்பகுதியில் ஒரே கலைஞர் குழுவால் படைக்கப்பெற்றுள்ளன என்பதில் ஐயமில்லை. ஓவியத்தில் இடம்பெற்றுள்ள மாணிக்கவாசகர் கதை, சிற்பத்தில் தொடரப்பட்டுள்ளது.

இரண்டாம் தள தாமிரபரணிப் போர்ச் சித்திரிப்பு ஓவியத்தில் இடம்பெறும் போர்ச்சுக்கீசியர் குதிரை வணிகம் செய்யும் காட்சி மற்றும் போர்க்காட்சிகள் மரச்சிற்பங்களில் ஏறத்தாழ அதே வெளிப்பாட்டுத் தன்மையுடன் அமைந்துள்ளன.

ஓவியம் மற்றும் மரச்சிற்பங்களுக்கான திட்டவரைவு, ஒரே சமயத்தில் ஒரே கலைஞர் அல்லது கலைஞர் குழுவால் செய்யப்பெற்றுள்ளது என்பதில் ஐயமில்லை.

ஆகவே, திருநெல்வேலி, கிருஷ்ணாபுரம், திருக்குறுங்குடி, களக்காடு, தென்காசி, பிரம்மதேசம், சுசீந்திரம் முதலான பல இடங்களில் வடிக்கப்பெற்றுள்ள சிற்பங்களோடு ஒன்றுபடும் இம்மரச்சிற்பங்கள் வேணாட்டுக் கலைப்பாணியொன்றினை உலகிற்கு உணர்த்தி நிற்கின்றன.

தளங்கள்

விதானம்

தூண்கள்

இராஜகோபுரக் கதவுகள்

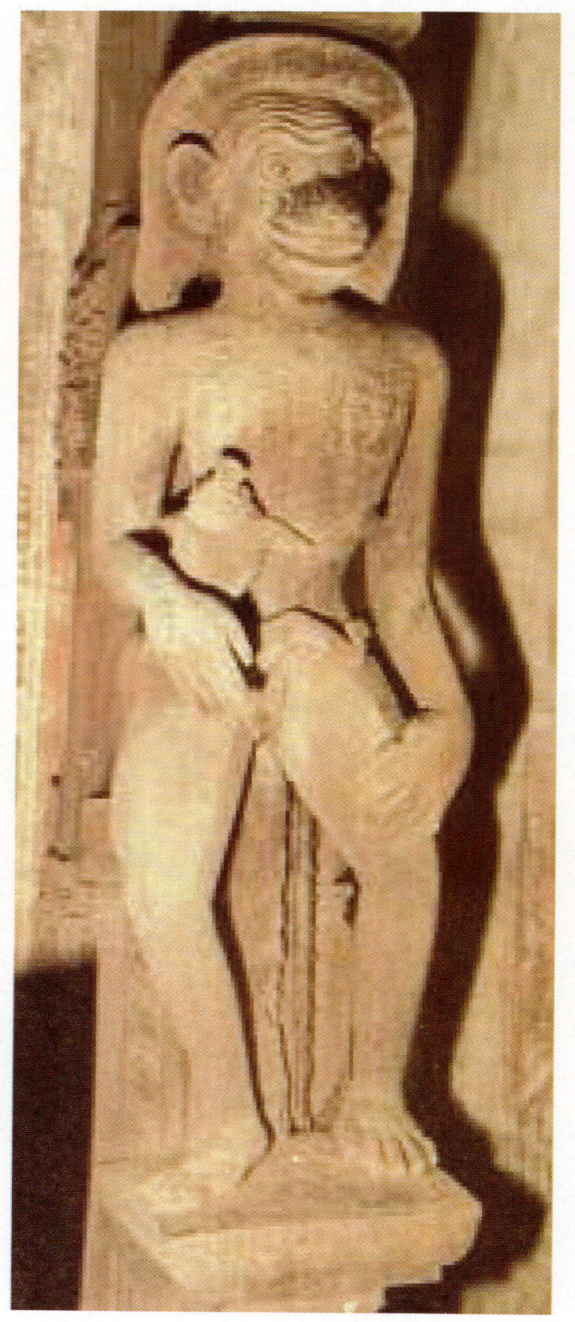

குரங்கு, தூண் சிற்பம்

தெய்வ உருவங்கள்

துறவிகள்

மச்சமுனி

குருவும் சீடனும்    யோகநிலையில் துறவியர்

மகாபாரதம், கிரார்தார்சுனீயம்

திருவிளையாடற்புராணம்

வாழ்வியல் காட்சிகள்

காளைச் சண்டை

பாம்பாட்டி

கூத்து

நடனம்

போர்ச்சுக்கீசிய வணிகர்கள்

மன்னரின் முன்னால் குதிரையின் திறன் காட்டும் போர்ச்சுக்கீசி வணிகர்

இசைக்கலைஞர்

நடனக் கலைஞர்

வேட்டைக் காட்சி

போர்க் காட்சி

மான்கள்

யாளியும் பூனையும்

குரங்குகள்

மற்போர்

நடனக் காட்சி

பின்னிணைப்பு - 2

திருப்புடைமருதூர் இலக்கியங்கள்

திருப்புடைமருதூர் பலவகையான இலக்கியங்களைப் பெற்ற சிறப்புடையது.

திருப்புடைமருதூர்ப் புராணம்

திருப்புடைமருதூர்த் தலச் சிறப்புக்களை போற்றி உரைக்க எழுந்த நூலாகும். கடவுள் வாழ்த்து, பாயிரம், அவையடக்கம், கைலைச் சிறப்பு, நாட்டுப்படலம், நகரப் படலம், தல விசேடம், தீர்த்த விடேசம், மூர்த்தி விசேடம் ஆகியவற்றை தொடக்கத்தில் கொண்டுள்ள இந்நூல் நடம்புரி படலம் முதலாக முன்றீசுவரப் படலம் ஈராக 21 படலங்களைக் கொண்டுள்ளது.

இந்திரன், ஆதிமனு உள்ளிட்ட பலரும் இத்தலத்து இறைவனின் அருள்பெற்றுத் துயர்நீங்கிய நிகழ்ச்சிகள் இப்படலங்களில் பாடப்பெற்றுள்ளன. 1832 பாடல்களைக் கொண்ட இந்நூல் 18ஆம் நூற்றாண்டில் தோன்றியதாகும். சிதம்பரதேசிகர் என்பவரால் இயற்றப்பட்ட இது இயல்பான ஓட்டமும் இலக்கிய லயங்களும் நிறைந்ததாகும். இது, 2005ஆம் ஆண்டு உ.வே.ச. நூலகத்தாரால் பதிப்பிக்கப்பட்டுள்ளது.

பிறவி சாகரப் பெருவெள்ளம் கடப்பவர்க் கிந்த
நறைத ரும்புடார்ச் சுனப்புனை அதிலுறை நாதன்
அறம தாகிய காலினால் செலுத்தியா றரந்தைச்
சிறையை நீக்கியே முத்தியாம் கரையினில் சேர்க்கும். (16)

திருப்புடைமருதூர்ப் பள்ளு

பள்ளு என்னும் இலக்கிய வகையைச் சார்ந்த இந்நூல், 19ஆம் நூற்றாண்டில் வாழ்ந்த இராமநாத கவிராயரால் பாடப்பட்டதாகும். நாறும்பூநாதரைப் பாட்டுடைத் தலைவராகக் கொண்டு, 111 செய்யுட்களால் இந்நூல் இயற்றப்பட்டுள்ளது. கடவுளர் வணக்கங்களைத் தொடர்ந்து, பள்ளியர் வருகை, குடும்பன் வருகை, நாட்டுவர்ணனை, ஊறு வர்ணனை, மழை வேண்டல், ஐந்திணைகள் வழியாக மழை வருதல், பண்ணைக்காரர் வருகை, பண்ணைக்காரரிடம் முறையீடு, குடும்பன் தண்டிக்கப்பெறல், கிடைபோடுதல், நெல்வகை, காளை வகை, உழவு, நாற்றுநடல், எள்ளல் பேச்சுக்கள், பயிர் வளர்ச்சி என்னும் வடிவில் நூல் அமைந்துள்ளது. இது, 2007ஆம் ஆண்டு உ.வே.ச. நூல் நிலையத்தாரால் பதிப்பிக்கப்பெற்றுள்ளது.

இன்றுநாளை வெள்ளம்வரத் தென்றல்வீசுது—விண்ணில்

இந்திரவில்லும இட்டதுகார் வந்துவிட்டது

குன்றிலே ஒழுங்காய்மஞ்சு சென்றிறங்குது—கொல்லம்

கொங்குமின்னல் எங்கும்மின்னி குதூகலிக்குது

அன்றில்தேரை தாலம்நீரில் சென்றலறுது—சேல்வந்து

ஆர்ப்பு அரவம் செய்யுதென்று பள்ளர்கள் எல்லாம்

வென்றிமரு தூர்ச்சிவனை நின்று தொழு(து) — தம்மில்

மெத்தக்குதித் தாடிப்பாடிப் பத்திசெய் வாரே. (30)

திருப்புடைமருதூர்ப் பதிற்றுப்பத்தந்தாதி

அந்தம் ஆதியாகத் தொடுக்கப்பெற்ற நூறு செய்யுட்களால் இயன்ற இந்நூல், திருப்புடைமருதூரின் சிறப்புக்களைப் புகழ்ந்துரைக்கிறது. ஊனினை உருக்கி, உள்ளொளி பெருக்கும் வண்ணம், தன்னிலைக்கு இறங்கும் கழிவிரக்கம் மீதுற, இறைவனை நோக்கி முறையிட்டு, இறைஞ்சுவனவாக இப்பாடல்கள், திகழ்கின்றன.

சாய்ந்த மேனியும் கறைதரு கண்டமுந் தவளசீ றணி மார்பும்

பாய்ந்தி ரும்புலி யதழுடை யழகுமப் பிரிதியோ டொளிர் சோமன்

காய்ந்தி டுங்கன் வென்னுமுக் கண்ணுமோர் கருணையே வடிவாக

வாய்ந்த கோமதி பாகமு மாகியென் மனத்திடை வதிந்தானே *(35)*

திருப்புடைமருதூர் இரட்டைமணி மாலை

வெண்பா, கட்டளைக் கலித்துறை ஆகிய பாவகைகளால் இயங்கிய இந்நூல் 20 செய்யுட்களைக் கொண்டுள்ளது. அந்தாதித் தொடையில் அமைந்துள்ள இந்நூல் சொல் நயமும், பொருள் நயமும் உடையன.

கண்ணுநீர் மல்கா கருத்துங் கரைந்துருகா

பண்ணுடன்வாய் நின்புகழைப் பாடாது — நண்ணும்

புகலிலைநீ யன்றிப் புரவாயென் செய்வேன்

பகர்வாய் புடைமருதப் பா. *(3)*

திருப்புடைமருதூர் மும்மணிக் கோவை

ஆசிரியப்பா, வெண்பா, கட்டளைக் கலித்துறை ஆகிய யாப்புகளில் அந்தாதித் தொடையில் அமைந்த இந்நூல், விநாயகர் துதி, சுப்ரமணியர் துதி நீங்கலாக 30 செய்யுட்களைக் கொண்டுள்ளது. செய்யுட்கள் செம்மார்ந்த நடையில் அமைந்துள்ளன.

யானென தென்னு மகந்தை யெனக் கொழித்து

மோனமெய்ஞ் ஞான மொழிகுதற் — கான

குருவடிவாய் வந்தாண்டு கொள்வாய் மருதத்

தருவடிமெய் சாய்த்தவர தா. *(23)*

திருப்புடைமருதூர் பதிற்றுப்பத்தந்தாதியின் ஆசிரியர் திருநெல்வேலி வித்வான் அம்பலவாணன் கவிராஜர் அவர்கள் குமாரன் முத்துக்குமார சுவாமி கவிராஜர் ஆவார். திருப்புடைமருதூர் இரட்டைமணி மாலை, மும்மணிக் கோவை ஆகிய இருநூல்களின் ஆசிரியர் முத்துக்குமாரசுவாமி கவிராஜர் அவர்கள் குமாரர் கவிராஜ நெல்லையப்பப் பிள்ளை அவர்கள் ஆவார். மூன்று நூல்களும் மதுரைத் தமிழ்ச்சங்க வித்வான் மு.ரா. அருணாசலக் கவிராயரால் மதுரை விவேகபாநு அச்சியந்திரசாலையில் 1951ஆம் ஆண்டு பதிப்பிக்கப்பெற்றுள்ளன.

திருப்புடைமருதூர்த் தலச் சிறப்பு

பொம்பாய் (மும்பாய்) நகரிலிருந்த தென்னிந்தியக் கல்விக் கழக உயர்தரக் கல்லூரி தமிழ் ஆசான், நா.பிச்சுமணி என்பவரால் இயற்றப்பட்டது இந்நூல். 1951 ஆம் ஆண்டு வெளிவந்துள்ள இந்நூலில் உரைநடையில் ஆசிரியர் எழுதியுள்ள நீண்ட முன்னுரையைத் தொடர்ந்து விநாயகர், பாலதண்டாயுதபாணி, கலைவாணி, குலதெய்வம்—ஸ்ரீவேங்கடேசப் பெருமாள், ஸ்ரீபுடார்ஜுனேசுவரவர் என்னும் நாறும்பூநாதர் மாதா கோமதி அம்பாள் ஆகியோர் குறித்த காப்புச் செய்யுள்கள் இடம்பெற்றுள்ளன. நூல், ஆசிரியப் பாவால் சாதாரண நடையில் எழுதப்பட்டுள்ளது. ஊர்ப்பெயர், எல்லை, அகத்தியர் பொதிகை வந்தது, தமிழ் பாஷைச் சிறப்பு, அகலிகை பொருட்டு சாபம் பெற்ற இந்திரன், இத்தளம் வந்து வழிபட்டுச் சாபம் நீங்கியது. புடைமருதூர் ஊர்மக்கள் பெருமை, அன்னை கோமதி மஹிமை, நாறும்பூ நாதர் தொண்டர்க்கு தலைசாய்த்தது போன்றவை விவரிக்கப்பட்டுள்ளன. முற்றுப்பெறாத பிரதியில் 1210 அடிகள்

காணப்பெற்றுள்ளன.

ஆர்கலி சூழ்தரு அவனியின் கண்ணாய்

அமைந்த மூதூர் புடைமரு தூரெனப்

பீடும் வாய்மையும் புனிதமாக்கள்

நிறைவுறு நலனும் நீடுழி வாய்ந்து

நாறும் பூவான் நறுகுழற் பாவை

கோமதி உடனுறை கோயில் கொண்டு

கடைக்கண் னருளிக் காக்கும் பேரூர் *(417—423)*

வேணுவன புராணம்

வேணுவன புராணம் என்பது திருநெல்வேலித் தலபுராணமாகும். இது நெல்லையப்ப பிள்ளை என்பவரால் இயற்றப்பெற்றது. இதில் 27வது சருக்கமாக திருப்புடைமருதூர்ச் சருக்கம் அமைந்துள்ளது. விருத்திராசுரனை வதைத்த நிகழ்ச்சிஅதில் விவரிக்கப்பட்டுள்ளது. அந்நிகழ்ச்சி, திருப்புடைமருதூர்ப் புராணத்தில் இரண்டாவது படலமாக அமைந்துள்ளது.

பின்னிணைப்பு - 3 ஓவியங்கள் - சில கிளைகள்

திருப்புடை மருதூருக்கு அருகே உள்ள பிற ஓவியங்கள்

திருப்புடை மருதூர் ஓவியங்களைப் போன்ற ஓவியங்கள், சுற்றுவட்டாரத்தில் உள்ள பல்வேறு கோவில்களிலும் இருந்திருக்க வேண்டும். ஆனால் அவை இன்று காணப்படவில்லை. இந்நிலையில் திருப்புடை மருதூர் ஓவியங்களின் தொடர்ச்சியாய் அமைந்த இரண்டு ஓவியங்கள் குறித்து இங்கு குறிப்பிட வேண்டும்.

இடைக்கால் ஓவியங்கள்

அம்பா சமுத்திரம் வட்டத்தில் அம்பா சமுத்திரத்திற்கு வடக்கே இடைக்கால் அமைந்துள்ளது. இங்கு தியாகராஜ சுவாமி என்ற திருப்பெயருடன் விளங்கும் சிவபெருமானுக்கான கோவில் ஒன்றுள்ளது. இக்கோவிலில் 23 கல்வெட்டுக்கள் காணப்படுகின்றன. அக் கல்வெட்டுக்களில் இவ்வூர் தென் திருவாரூர் எனவும், இறைவனது திருப்பெயர் அம்பிகையீஸ்வரர், திருவாம்பிகையீஸ்வரமுடையார் எனவும் குறிப்பிடப்பட்டுள்ளன.

இக்கோவில் விஜயநகர — நாயக்கர் காலத்தில் பெரிதும் வளர்ச்சியுற்றதைக் கல்வெட்டுகள் உணர்த்துகின்றன. இக்கோவில் கோபுரத்தில் உள்ள கல் வெட்டில் 'தென் ஆரூர் தியாகர் கோவிலில் மகா மண்டபம், கோபுரம், அலங் காரத்துடன் கூடிய தேர், சுற்றுமதில் ஆகியவற்றை ஆகமங்கல் கூறும் விதிகளின் படி காளிங்கன் அமைத்தான் என்று தெரிவிக்கப்பட்டுள்ளது. இக் கல்வெட்டு பிற்காலப் பாண்டியர் காலத்தைச் சார்ந்தது என அறிஞர்கள் கருதுகின்றனர்.

இக்கோபுர நடைவாயிலின் மேலுள்ள விதானத்தில் அல்லி, தாமரை முதலிய பலவகை நீர்ப்பூக்கள் மலர்துள்ள குளத்தில், ஏராளமான மீன்கள் நீந்திக் கழிக்கின்ற அழகிய ஓவியம் காணப்படுகிறது. நடுவிலும் இடப்பக்கமும் இக்காட்சி இருக்க, வலப்பக்கம் பூ வேலைப்பாடு காணப்படுகிறது.

வளத்தினைக் குறிக்கும் இப்பொய்கைக் காட்சியில் பூக்கள், மீன்கள் முதலியன தீட்டப்பட்டுள்ள பாணி, திருப்புடை மருதூர் ஓவியபாணியை ஒத்துள்ளது. ஆகவே, இவ்வோவியம் திருப்புடை மருதூர் ஓவியங்களுக்குச் சமகாலத்தில் தீட்டப்பெற்றிருக்க வாய்ப்புள்ளது.

3 தளங்களுடன் காணப்பட்ட இக்கோயிலின் கோபுரம் அண்மைக் காலத்தில் நிகழ்ந்த திருப்பணியின்போது முற்றிலும் அழிக்கப்பட்டுவிட்டது.

தியாகராஜ சுவாமி கோவில், இடைகால்

விதானத்து ஓவியங்கள்

விதான ஓவியம் – விளக்கம்

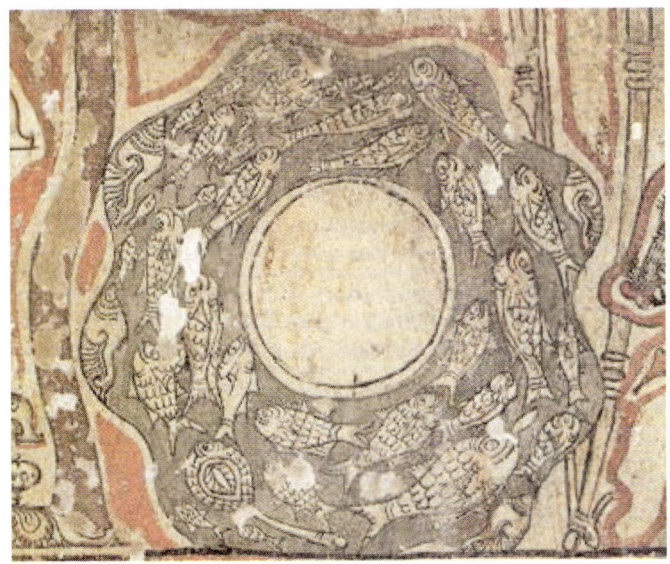
திருப்புடை மருதூர் ஓவியம்

களக்காடு ஓவியங்கள்

நாங்குனேரி வட்டத்தில் நாங்குனேரிக்கு மேற்கே ஏறத்தாழ 14 கி.மீட்டர் தொலைவில் மேற்குத் தொடர்ச்சி மலை அடிவாரத்தில் களக்காடு அமைந்துள்ளது. பல்வேறு கோவில்கள் காணப்படும் இவ்வூரில் சத்தியவாகீஸ்வரர் கோவில் புகழ்பெற்றதாகும். இவ்வூர், 'வானவன் நாட்டு பச்சாற்றுப் போக்கு களக்காடு என்னும் சோழகுல வள்ளிபுரம்' என்றும் 'புறவெரிச்சு வரமுடைய நாயனார்' என்பது இங்குள்ள சுவாமியின் பெயர் என்றும், கோவில் ஆவணத்தில் குறிப்பிடப்பட்டுள்ளன. கல்வெட்டு ஒன்று 'திருவக்னீஸ்வரமுடைய நாயனார்' என்பது இறைவனது பெயர் என்று குறிப்பிடுகிறது.

சத்தியவாகீஸ்வரர் கோவிலின் இராஜகோபுரம் ஒன்பது நிலைகளைக் கொண்டதாகும். இவ்வொன்பது நிலைகளின் உட்புறச் சுவர்களில் ஓவியங்கள் தீட்டப்பெற்றுள்ளன. இராமாயணம், மகாபாரதம் முதலிய இதிகாசங்களிலிருந்தும் சிவபுராணம், விஷ்ணுபுராணம், பாகவதபுராணம், தேவிபாகவதம் ஆகியவற்றிலிருந்து தேர்ந்தெடுக்கப்பட்ட நிகழ்ச்சிகளும் ஓவியங்களின் உள்ளடக்கங்களாக அமைந்துள்ளன.

இவ்வூர்த் தல புராணம், 'களக்காடு மேலத்தெரு, ஞானப்பிரகாசப் பண்டாரம் ஆதினம் புலியூர் மடாதிபதியாகிய திருக்கயிலாச தேசிகர்' என்பவரால் 'களந்தைப் புராணம்' என்னும் பெயரில் செய்யுள் வடிவில் பாடப்பட்டுள்ளது.

தளவிசேடம், தீர்த்த விசேடம் ஆகியவற்றைத் தொடர்ந்து திரிபுர சருக்கம், சோரகாடவிச் சருக்கம், அரக்கன் மோசனச் சருக்கம், வேடன் கதிபெற்ற சருக்கம், தேவர்கள் பூஜித்த சருக்கம், நடம்புரி சருக்கம், மகப்பேறு பெற்ற சருக்கம், அகத்தியச் சருக்கம், வணிகச் சருக்கம், தசாவதாரச் சருக்கம், பாண்டியச் சருக்கம், அருச்சனைச் சருக்கம் ஆகிய 14 சருக்கங்கள் இந்நூலில் அமைந்துள்ளன. இவற்றிலிருந்து பலவகை நிகழ்ச்சிகள் ஓவியங்களாகத் தீட்டப்பட்டுள்ளன.

ஓவியங்கள் நாயக்க ஓவியப் பாணியை பெரிதும் ஒத்தவையாக அமைந்துள்ளன. விரிந்த கண்கள், கூர்மையான மூக்கு, கூர்மையாக முடியும் முகவாய் மிகுந்த அணிகலன்கள், ஒருபக்கம் அல்லது நேராகப் பார்த்த முகம், பல்வேறு கோணங்களில் அமையாத உடல், உருவங்களுக்கு மேலாக திரைச்சீலை போன்ற அமைப்பு ஆகியனவும் பூ வேலைப்பாடுகளும் அலங்காரமான எல்லைக் கோடுகளும் காணப்படுகின்றன. சிவப்பு வண்ணமும் அடர் மஞ்சள் வண்ணமுமே மிகுதியாகப் பயன்படுத்தப்பட்டுள்ளன. உருவங்கள் அழுத்தமான கருப்பு வண்ணக் கோட்டால் வரையப்பெற்று, பின்னர் வண்ணம் தீட்டப்பெற்றுள்ளன. ஏனைய இடங்களில் உள்ள நாயக்கர் ஓவியங்களுடன் ஒப்பிடும்போது ஒருவகையான அவசரத் தன்மையுடன் தீட்டப்பெற்றவையாக இவற்றை உணரமுடிகிறது. தற்போது மிகவும் சிதைவுற்ற நிலையில் இவ்வோவியங்கள் காட்சிதருகின்றன.

ராஜகோபுரம், களக்காடு

551

பின்னிணைப்பு - 4

Identification of the ship

At first sight, this painting could be considered a purely decorative work, but a closer examination of the picture reveals that the ships can be identified. By making a comparison between this representation and the vessels plying the Indian Ocean, it is possible to determine which technical traditions are followed in their construction.

The rectangular sail of the vessel could be an erroneous representation of a jib. Its structure does not differ from vessels still common in the Persian Gulf or on the Konkan Coast, sharp at each end, with a straight stem that slants outward at a considerable angle from the keel, and a yard usually shorter than that of most of the other ships, which, when lowered, looks like the horizontal wooden piece of the painted vessel. This would signify that the craft represented carries the same type of sail, i.e. the large lateen sail, seen in all the ships plying the Arabian Sea and the Persian Gulf. But, in that case, the control of the vessel is not the same.

Regarding the steering gear, in the fresco, the rudder is not seen; instead, there is a device made of sticks and ropes. The representation is rather peculiar but it is easy to recognize the steering gear of a type of craft formerly in use in the Persian gulf, the garook-kuh or beden safar, beden sayad from Muscat, drawn by Admiral Paris in the first half of the 19th century, i.e. a rudder attached by gudgeons and pintles slung from the strnpost and controlled by a complicated system of tackle.

Thus, because of the presence of this old steering gear of the Persian Gulf, there is no doubt that the Tiruppudaimarudur ship was built according to Persia practice, with pointed prow and stern, a mast held firm in the deck and secured in place by shrouds running from the masthead to deck level on the ship's sides, and with a false sternpost controlled by ropes, like the three shipd from Muscat mentioned above.

This painting, though not strictly accurate, is thus a unique representation of the stable-ships which for centuries plied across the western part of the Indian Ocean. It has the characteristics of the Dhows, a generic term used by European sailors to designate the various types of lateen-rigged sailing vessels used in this part of the Ocean.

Evidently, it is an illustration of the ancient import trade in horses from Arabia and from the Persian Gulf to India. Under the Chola and Pandya rulers and later, under the Vijayanagara and Bahmani kings, cavalry formed an important wing of the army and therefore thousands of horses were required every year. The importation of horses was a monopoly of the Muslims until the 16th century; then it made the fortune of the Portuguese who were the exclusive suppliers to the southern kingdoms. Nuniz states that the Vijayanagara king purchased 13,000 horses every year from Ormuz for his own use and that of his captains. We know that, in the 16th century, horses were disembarkled at the seaports of the West Coast, such as Dabhol, Goa, Honavar, Bhatakal and Kannur. It is also probable that, at that time, in the Pandyan kingdom, Kayal, a considerable harbour, which had rich Mahometan merchants, was also importing horses.

Jean Deloche, 'A Study in Nayaka - Period Social Life: Tiruppudaimarudur Paintings and carvings'. (Pg:16-17), Institut Francais De Pondichery, Ecole Francaise D'Extreme-Orient, 2011

பின்னிணைப்பு - 5

சொல்லடைவு

அக்னிதேவன் 358

அங்குசம் 216

அச்சுததேவராயர் 25,124,125—135,202,224—231,236,515

அச்சுதராயப்யுதயம் 131

அசன்ஷா 24

அட்டாமாசித்தி உபதேசித்த படலம் 309

அம்பாசமுத்திரம் 16,128

அர்ச்சுனன் 117—120,517

அராபியர் 43,190,191,193,196,333,338,508

அவதாரங்கள் 321,324

அன்னக்குழியும் வையையும் அழைத்த படலம் 388,510

அன்னவரி 509

அனுமன் 71,324

ஆதிசேடன் 323

ஆதிமனு 96,104,105,411,414,424,432

ஆரல்வாய்மொழி 129,130,250

ஆலயம்காண் படலம் 432

ஆனந்த மாநடனம் 164, 165, 386

இசுலாமியர் 25,27,28,209,252

இடைக்காடன் பிணக்குத் தீர்த்த படலம் 313, 315

இந்திரவிமானம் 104,373

இந்திரன் பழிதீர்த்த படலம் 372, 510

இரணிய வதை 161, 508

இராமேசுவரம் 26,129,130,137,195,197,221

இராமன் 71,255,324,505,513

இலைத்தாளம் 96,104,208,244,338,382,387

இளவரசி 129,139,224,227

ஈட்டி 65,124,152,180,191,193,208,210,218,219,221,241,245,247, 346,369,411,454,468,469,516,518

உக்கிரபாண்டியனுக்கு வேல் வளை செண்டு கொடுத்த படலம் 265,565,510

உக்கிரபாண்டியன் திருவவதாரப்படலம் 264,510

உயிரியக்கம் 517,518

உருமி 54,96,100,104,116,140

உலர்சுவர் ஓவியம் 504

உலவாக்கிழி அருளிய படலம் 343,346,347

உலூக்கான் 24

எமன் 358

எல்லாம் வல்ல சித்தரான படலம் 273,276,297,510

ஏழுகடல் அழைத்த படலம் 262

ஐராவதம் 369,372,377,468,472

கட்டைக்குழல் 140, 208

கடல்சுவர வேல்விட்ட படலம் 313,319

கடனாநதி 16,17

கந்தபுராணம் 255,391,459,504,506

கம்பள விரிப்பு வேலைப்பாடு 505

கம்பிலி 24

கருவூர்ச் சித்தப் படலம் 431,432,435,438,510

கவை 216

கல்லானைக்குக் கரும்பருத்திய படலம் 284

காந்திமதி 96,97

காயல் 126,195

காரைக்கால் அம்மையார் 165

கிராதார்ச்சுனீயம் 504,516

கிருஷ்ணதேவராயர் 25,30,32,124,125,196

கின்னரம் 116,165,274,276,357,361,362,492

கின்னரர் 165,296,492,496

கீரனுக்கு இலக்கணம் உபதேசித்த படலம் 307,308

கீரனைக் கரையேற்றிய படலம் 301,304

குண்டோதரனுக்கு அன்னமிட்ட படலம் 387, 510

குதிரைச் சமட்டி 180

குமாரகம்பணன் 25

குலச்சிறையார் 76

குறும்பலா 101

கேடயம் 111,136,146,175,184,252,286,376,468,492,497,500

கோச்சடையன் ரணதீரன் 18

கோட்டாற்றுச் சிற்பிகள் 33

கோபாலன் 417

கோவா 159

சங்கத்தார் கலகந் தீர்த்த படலம் 313,316

சங்கமர் 25

சங்கு 117,132,158,165,193,250,305,323,338,387,404, 436,472,492,501,502

சடையவர்மன் குலசேகரன் 18,19

சப்தமாதர்கள் 22

சதுமுகப்படலம் 407

சமணர் 76,78,82,84,86,88,89

சமணரைக் கழுவேற்றிய படலம் 79,89

சலக்கராஜூ பெரிய திருமலை 124, 125, 128

சலகம் சின்னத் திருமலை 124—126, 133,195,202, 204, 228,229,236,249

சாமரம் 157,186,228,264,275,354,424,428,500,501

சாய்ந்த இலிங்கம் 22,220,438

சாஸ்தா கோயில் 20

சித்த மூர்த்திகள் 361

சீதரப்படலம் 400

சீவல்லபன் 126,129,131,223,228,229,231

சுந்தரமூர்த்தி நாயனார் 286,287

சுரநோய் 78

சூலம் 65,492

செல்லப்பா 124,125,128,129,195

சேரமான் பெருமாள் 286—288,317

தட்சிணாமூர்த்தி 106—108,505,508

தடாதகைப் பிராட்டியார் திருவவதாரப் படலம் 379,381,510

தடாதகையாரின் திருமணப் படலம் 383

தண்ணுமை 291

தருமிக்குப் பொற்கிழியளித்த படலம் 295,301,304

தவில் 208,280

தனித் தெய்வ உருவங்கள் 484,506,510

553

தாமிரசபை 223
தாமிரபரணி 16,126—129,131,133,199,439,504,506
தாமிரபரணிப்போர் 123,126,131,199
திசைக் காவலர் 358
திரிவிக்கிரம அவதாரம் 110,111,324,508,513
திருக்குற்றாலம் 99,101,105
திருச்சின்னங்கள் 77
திருக்குறுங்குடி 197,252
திருச்சின்னம் 116
திருஞானசம்பந்தர் 18,78,80,82,89,518
திருநகரம் கண்ட படலம் 375,376
திருநெல்வேலி 17,33,35,39,95,105,126—128,223,250,252
திருமுகங் கொடுத்த படலம் 313,317
திருவரங்கம் 33,99,100,105,128—133,195,202,515
திருவனந்தபுரம் 129,195
திருவிதாங்கூர் 27,29,123—128,159,179,184,193,202,220,518
திருவையாறு 103,105
தினைப்புனம் 445,447,451,459,460
துப்பாக்கி 181,183,184,185,191,193,253,333
தும்பிச்சி நாயக்கர் 128,131,158,159,195
நகரா 208,244
நடராசர் 22,505
நரியைப் பரியாக்கிய படலம் 63
நீலகண்டசாஸ்திரி கே.ஏ. 196
நூனிஸ் 124,227,231
நெல்லையப்பர் 95,96,97,223
பரண் 447,450,451,454,455
பல்லக்கு 58,204,241,249,428
பள்ளிகொண்ட பெருமாள் 505
பறை 204
பாசுபதாஸ்திரம் 117, 118
பாண்டியன் சுரம் தீர்த்த படலம் 73,89
பாமினி சுல்தான்கள 25,196
பார்கடல் 323,373
பிரதாபருத்திரன் 24
புக்கர் 24,25,32
புறாவரி 509
புன்னைக்காயல் 195,197
பூதலவீர உதயமார்த்தாண்ட வர்மர் 127,140,143,145,180
பூந்தலைக் குந்தம் 180,181,383
பெரியபுராணம் 255,286,288,510
பொக்கணம் 274,276
போர்ச்சுக்கீசியர் 143,155,157,159,195 — 197,333,334,338
மதுரை 26,27,33,55,103—105,128229,262,268,275,276,304,
309,311,315,319,338,340,376,383,386,514

மயில் வரி 509
மயிற்பீலி 78
மருது 17
மலையத்துவசனை அழைத்த படலம் 263,510
மாணிக்கவாசகர் 45,47—63,508
மாணிக்கம் விற்ற படலம் 349,352
மாறவர்மன் அரிகேசரி 18
மாறவர்மன்குலசேகரன் 18
மான்வரி 509
மிருதங்கம் 97,104,109,115,117,492
முகமது பின் துக்ளக் 24
முடிசூட்டு விழா 228
முதலாம் இராசராசன் 18
முருகன் 22,23,264,309,340,368,451,453—461,500
மூங்கில் 97,147,223
மெயகாட்டிய படலம் 343, 344
மேருவைச் செண்டாலடித்த படலம் 267,270,510
யானை எய்த படலம் 354
யாளி 65,109,111
லெபாக்ஷி 30, 514, 515, 517
லெபாக்ஷி பாணி 515
வணிகக் கப்பல் 139,189,193,197,508
வரகுணனுக்குச் சிவலோகம் காட்டிய படலம் 310
வருணன் 358
வலை வீசிய படலம் 338
வள்ளித் திருமணம் 459
வளையல் விற்ற படலம் 337,339,340
வாதவூரடிகளுக்கு உபதேசித்த படலம் 63
வாயு 358
விநாயகர் 22,23,338,368,369,392,433,436,460
விருத்திராசுர வதைப்படலம் 465, 481
விறகு விற்ற படலம் 311
விஜயநகர ஓவியங்கள் 30, 514
வெள்ளியம்பலத் திருக்கூத்தாடிய படலம் 386
வெள்ளை யானை 375,377
வெள்ளை யானை சாபந்தீர்த்த படலம் 375,377,510
வெளிப் பயன்பாடு 516
வேணாட்டுப் பாணி 520
வீரபாண்டியன் 18
வீரவநல்லூர் 17
வேணாடு 126,127,180,183,184,186,520
வேதாளை 158,195
ஹம்பி 30,31,130,515
ஹரிஹரர் 24,25,27,30

திருவிளையாடற் புராணம், திருப்புடைமருதூர்

பள்ளிகொண்ட பெருமாளும் பத்து அவதாரங்களும்